வங்காரி முட்டா மாத்தாய் (1940 - 2011)

ச. வின்சென்ட்

பேராசிரியர் ச. வின்சென்ட் மதுரை கருமாத்தூர் அருள் ஆனந்தர் கல்லூரியில் ஆங்கிலத் துறைத் தலைவராகப் பணியாற்றி ஓய்வு பெற்றவர். நைஜீரிய நாவலாசிரியர் சினுவ அச்சிபியின் புதினங்களை ஆய்வு செய்து பி.எச்டி பட்டம் பெற்றவர். கல்வி தொடர்பான நூல்களையும், ஆங்கிலப் பேச்சுப் பயிற்சி நூல்களையும் எழுதியுள்ளார். 'வளர்க உயர்க', 'மாணவனே வெற்றி உன் கையில்' ஆகிய சுய முன்னேற்ற நூல்களைத் தமிழில் வெளியிட்டுள்ளார். எதிர் வெளியீடு அவருடைய தமிழ் மொழியாக்கங்களான ஜோனத்தன் லியரின் 'ஃப்ராய்ட்', கிட்டி ஃபெர்கூசனின் 'ஸ்டீபன் ஹாக்கிங்', ரெய்ச்சல் கார்சனின் 'மௌன வசந்தம்', சினுவ அச்சிபியின் 'சிதைவுகள்', ஃபிரான்ஸ் காஃப்காவின் 'உருமாற்றம்' ஆகிய மொழியாக்கங்களை வெளியிட்டிருக்கிறது.

வங்காரி மாத்தாய்

தமிழில்

ச. வின்சென்ட்

எதிர்
வெளியீடு

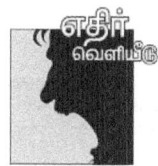

வங்காரி மாத்தாய்
சுயசரிதை
தமிழில்: ச. வின்சென்ட்

முதல் பதிப்பு: டிசம்பர் 2014
இரண்டாம் பதிப்பு: செப்டம்பர் 2022
மூன்றாம் பதிப்பு: ஜூலை 2024

எதிர் வெளியீடு,
96, நியூ ஸ்கீம் ரோடு, பொள்ளாச்சி – 642 002
தொலைபேசி: 04259 226012, 99425 11302

விலை: ரூ. 375

Wangari Maathai
Wangari Muta Maathai
Translated by S. Vincent

First Edition: December 2014
Second Edition: September 2022
Third Edition: July 2024

Published by
Ethir Veliyeedu, 96, New Scheme Road, Pollachi -2
email: ethirveliyedu@gmail.com
www.ethirveliyeedu.com

ISBN: 978-93-84646-15-8
Cover Design: Harisankar
Printed at Jothy Enterprises, Chennai.

All rights reserved. No part of this book may be reprinted or reproduced or utilised in any form or by any electronic, mechanical or other means, now known or hereafter invented, including photocopying and recording, or in any information storage or retrieval system, without permission in writing from the Publisher.

எனது பெற்றோர்,
எனது குழந்தைகள் வாவெரு, வாஞ்சிரா, முட்டா
ஆகியோரின் நினைவுகளுக்கு...

பொருளடக்கம்

1. தொடக்கம் — 11
2. பயிர்த்தொழில் — 40
3. அமெரிக்கக் கனவு — 66
4. விடுதலை – கென்யாவுக்கும் எனக்கும் — 93
5. பட்டம் பெறாத வனக்காவலர் — 115
6. இக்கட்டான ஆண்டுகள் — 146
7. மாற்றங்களின் விதைகள் — 172
8. விடுதலைக்காக ஒரு போராட்டம் — 189
9. விடுதலைக்கு ஒரு திருப்புமுனை — 203
10. போராட்டம் தொடர்கிறது — 223
11. அரசியல் கதவுகளைத் திறந்து...! — 243
12. எழுந்து நட...! — 261
13. நம்பிக்கை எனும் விதானம் — 273
14. கோனியெசி நா இதே கோனியெசியும் அவனுடைய தந்தையும் — 278

வயல்வெளி மரங்கள் கனி கொடுக்கும். நிலமோ நல் விளைச்சல் நல்கும். அவர்கள் தங்கள் நாட்டில் பாதுகாப்பாய் இருப்பர். நான் அவர்களின் தளைகளைத் தகர்த்து, அடிமைப்படுத்தியவர் கையினின்று அவர்களை விடுவிக்கையில் நானே ஆண்டவர் என்பதை அறிந்துகொள்வர்.

திருவிவிலியம் (எசேக்கியேல் 34:27)

1

தொடக்கம்

நான் பிறந்தது இகித்தே என்கிற கிராமத்தில். அப்போதைய பிரிட்டிஷ் கென்யாவின் மத்திய மலைப்பகுதியில் உள்ள ஒரு கிராமம் அது. நான் 1940ஆம் ஆண்டு ஏப்ரல் முதல் நாள் ஆறு குழந்தைகளில் மூன்றாவதாகப் பிறந்தேன். எனக்கு முன்னால் இரண்டு அண்ணன்மார். என்னுடைய தாத்தா பாட்டியும், பெற்றோரும் இதே பகுதியில் நியியேரியின் மாநிலத் தலைநகரில் பிறந்தார்கள். இது அபர்டேர் மலைச் சரகத்தின் அடிவாரத்தில் இருக்கிறது. வடக்கே வானத்தை முட்டிக் கொண்டு கென்யா மலை.

மின்சாரமோ, தண்ணீர்க் குழாயோ இல்லாத பழைய கால மண் சுவர் வீட்டில்தான் என்னை என் தாயார் பெற்றெடுத்தார்கள். நீண்ட மழைக் காலமான 'ம்புரா யா இஞ்சாகி' ஆரம்பித்து இரண்டு வாரம் ஆகியிருந்தது. குழந்தைப்பேறுக்கு உள்ளூர் மருத்துவச்சியும், குடும்பத்திலுள்ள பெண்களும், நண்பர்களும் உதவினார்கள். எங்கள் பெற்றோர் குடியான விவசாயிகள். கிகியுயு குலத்தைச் சார்ந்தவர்கள். கென்யாவின் நாற்பத்திரண்டு குலங்களில் ஒன்று. மக்கள்தொகை அதிகம்.

நான் பிறந்தபோது இகித்தேயின் நிலம் வளமாக, பசுமையாக இருந்தது. பருவ காலங்களும் ஒழுங்காக இருந்தன. மார்ச் மத்தியில் நீண்ட காலப் பருவமழை தொடங்கும் என்று உறுதியாகச் சொல்லிவிடலாம். ஜூலை மாதத்தில் பனி மூட்டம் இருக்கும். உங்கள் முன்னால் பத்தடிக்கு ஒன்றும் தெரியாது. காலையில் கடுங்குளிர். உறைபனியில் புற்கள் வெள்ளி போல மின்னும். ஜூலை மாதத்தை மிவோரியா நியோனி என்று அழைப்பார்கள். பறவைகள் அழுகும் மாதம் என்பது பொருள். ஏனென்றால் பறவைகள் உறைபனியில் செத்து மரங்களிலிருந்து விழும்.

எங்கள் நிலத்தில் புதர்களும், கொடிகளும், பெரணிகளும், மரங்களும் அடர்ந்திருக்கும். மரங்களுக்கு மிடியுண்டு, மிக்கியே, மிகுமோ என்றெல்லாம் பெயர்கள். அவற்றில் சில பழங்களும், கொட்டைகளும் தரும். மழைக்காலத்தில் தவறாமல் மழை பெய்தது. எனவே சுத்தமான குடிநீர் எங்கும் கிடைத்தது. சோளம், பீன்ஸ், கோதுமை, காய்கறிகள் விளையும் நிலங்கள் இருந்தன. பசி என்பதே தெரியாமல் இருந்தது. நிலமும் வளமாக, செம்மண்ணாக, ஈரமாக இருந்தது.

குழந்தை பிறந்து இனத்தாருடன் சேர்ந்தவுடன், அழகான, நடைமுறைக்கு உகந்த சடங்கு ஒன்று இருந்தது. முன்னோர்களின் நிலத்திற்குச் சிசுவை அறிமுகப்படுத்தும் சடங்கு அது. குழந்தை பிறந்தவுடன், பேறு காலத்தில் உதவிய பெண்களில் சிலர் தோட்டங்களுக்குச் சென்று வாழைத்தார்களை அறுத்து வருவார்கள். ஒரு தாரில் ஒரு பழம் பழுத்து பறவை கடித்திருந்தாலும் அந்தத் தாரை எடுக்க மாட்டார்கள்; வேறொரு முழுத் தாரைத்தான் தேட வேண்டும். முழுத் தார் முழுமையையும், நற் சுகத்தையும் குறித்தது. எங்கள் இனமும் இவற்றைத்தான் மதித்தது. வாழைத்தார்களோடு பெண்கள் சர்க்கரை வள்ளிக் கிழங்குகளைத் தங்கள் வீட்டில் இருந்து கொண்டு வருவார்கள். நீல ஊதாக் கரும்பும் (கிக்வா கியா நியாமுரியு) இருக்கும். சாதாரணக் கரும்பு உதவாது.

குழந்தை பிறப்பதற்கு முன்னர் கர்ப்பிணிப் பெண் தனது வீட்டில் ஒரு ஆட்டுக் குட்டியைக் கொழுக்க வைப்பார். அது வீட்டிற்குள்ளேயே சாப்பிடும், தூங்கும். பெண்கள் சடங்கிற்குத் தேவையான பொருட்களைச் சேகரித்துக் கொண்டிருக்கும்போது, குழந்தையின் தந்தை ஆட்டுக் குட்டியைப் பலி கொடுத்து, அதில் ஒரு துண்டை வறுப்பார். வாழைக்காயையும், கிழங்கையும் கூட வறுத்து இறைச்சியோடும், கரும்போடும் கொடுப்பார்கள். ஒவ்வொரு துண்டையும் தாய் தன் வாயில் மென்று சுவைத்துச் சாற்றைக் குழந்தைக்குப் புகட்டுவார். இதுதான் எனக்கும் முதல் உணவாக இருந்திருக்கும். தாய்ப் பாலுக்கு முன்னாலேயே வாழைக்காய், நீல ஊதாக் கரும்பு, கிழங்கு, கொழுத்த ஆட்டுக் குட்டி இறைச்சி ஆகியவற்றின் சாற்றை நானும் குடித்திருப்பேன். இவை எல்லாமே உள்ளூரில் விளைந்தவை. எனது தந்தை பெயர் முட்டா நிகுதி, அம்மா பெயர் வான்சிரு கிபிகோ. அம்மாவினுடைய கிறிஸ்தவப் பெயரான லிடியா என்றால் தான் எல்லோருக்கும் தெரியும். கிகியுயு மரபின்படி, என்னுடைய பெற்றோர் எனக்குத் தந்தையின் அம்மா பெயரான வங்காரி என்று பெயரிட்டார்கள். வங்காரி பழைய கிகியுயு பெயர்.

பிறப்பு பற்றிய தொன்மைக் கதை ஒன்று கிகியுயுயில் இருந்தது. அதன்படி கடவுள் கிகியுயு மற்றும் மும்பி ஆகிய ஆதிப் பெற்றோரைப் படைத்தார். அவர்கள் வசிக்க மேற்கே கென்யா மலையிலிருந்து ஆபர்டேர்ஸ் வரையிலும், நிகாங்க் பாறைகள், கிளிமாம்போகோவைத் தாண்டி வடக்கே கார்படூலா வரை கடவுள் கொடுத்தார். அவர்களுக்குப் பத்துப் பெண்கள், மகன்கள் இல்லை. அவர்கள் பெயர் வான்சிறு, வாம்புயி, வங்காரி, வான்சிகு, வான்குயி, வான்கெசி, வான்செரி, நியாம்புரா, வாயிருமு, வாமுயு. கதையின்படி பெண்களுக்கு மண வயது வந்தவுடன், கிகியுயு தனது பெண்களுக்கு மணமக்களை அனுப்பி வைக்குமாறு தெய்வீக அத்தி மரத்தின் (முகுமோ) அடியிலிருந்து கடவுளை வேண்டினார். கடைசிப் பெண் வயதுக்கு வராததால் ஒன்பது பெண்கள் மட்டும் காட்டிற்குச் சென்று அவரவர் உயரத்திற்குத் தக்கவாறு ஒரு குச்சியை வெட்டுமாறு கடவுள் பணித்தார். அப்பெண்கள் திரும்பியவுடன் கிகியுயு அந்தக் குச்சிகளைக் கொண்டு அத்தி மரத்தின் கீழ் ஒரு பீடம் அமைத்தார். அதன்மேல் ஒரு ஆட்டைப் பலி கொடுத்தார். ஆட்டின் உடலை நெருப்பு சுட்டபொழுது ஒன்பது ஆண்கள் நெருப்பு சுவாலையிலிருந்து வெளிப்பட்டார்கள்.

கிகியுயு அவர்களை வீட்டிற்குக் கூட்டிப் போனார். ஒவ்வொரு மகளும் அவளுடைய உயரத்திற்கு ஏற்ற இளைஞனை மணந்து கொண்டார்கள். இவர்களிடமிருந்து பத்துக் குலங்கள் தோன்றின. (கடைசிப் பெண்ணான வாமுயு திருமணம் செய்யாவிட்டாலும் குழந்தை பெற்றாள்.) ஒவ்வொரு குலமும் முன்னறிவித்தல், தொழில், மருத்துவம் போன்றவற்றில் சிறந்து விளங்கிற்று. எனது இனத்திற்கு அனிஜிகு என்று பெயர். நாங்கள் தலைமைத் தன்மையோடு தொடர்பு உடையவர்கள். பெண்கள் பெண்வழிக் குடிமையை ஏற்படுத்தினார்கள். ஆனால் வாரிசுரிமை, நில, கால்நடை உடைமை, தானியம் ஆகிய உரிமைகள் ஆண்களுக்குச் சிறிது சிறிதாக மாற்றப்பட்டுவிட்டது. பெண்கள் எப்படித் தங்களுடைய உரிமைகளை இழந்தார்கள் என்பது விளக்கப்படவில்லை.

கென்யா மலைக்கு கிரின்யா கா – என்று இன்னுமொரு பெயர் உண்டு. அதற்கு வெளிச்சத்தின் இடம் என்று பொருள். இது ஆப்பிரிக்காவின் இரண்டாவது மிக உயரமான சிகரம். இது புனிதமான இடம். நல்ல மழை, ஆறுகள், சிற்றோடைகள், குடி தண்ணீர் என அனைத்து நல்லதும் அதனிடமிருந்தே வந்தன. கிகியுயுக்கள் செபம் செய்வதாக இருந்தாலும், இறந்தவர்களைப் புதைப்பதாக இருந்தாலும், பலி கொடுக்கும் போதும் கென்யா

மலையைப் பார்த்தே செய்வார்கள். வீடு கட்டும்போதும் வாயிற் கதவு அதை நோக்கியே இருக்கும். மலை இருக்கும் வரையிலும் கடவுள் தங்களோடு இருப்பதாகவும், தங்களுக்குத் தேவை என்பதே இருக்காது என்றும் நம்பினார்கள். மலையைப் பெரும்பாலும் மேகங்கள் சூழ்ந்துகொள்ளும். அப்போது மழை பெய்யும். மழை பெய்தால் மக்களுக்குத் தேவையான உணவு, அதிகமான கால்நடை, அமைதி கிடைக்கும்.

என்ன சோகம் என்றால் இந்த நம்பிக்கைகளும் மரபுகளும் மறைந்தே போயின. நான் பிறந்தபோதே அவை மறையத் தொடங்கிவிட்டன. பத்தொன்பதாம் நூற்றாண்டின் இறுதியில், ஐரோப்பிய மதம் பரப்புவோர் மத்திய மலைப் பகுதிகளுக்கு வந்தபோது கடவுள் கென்ய மலையில் வசிக்கவில்லை என்றும், மேகங்களுக்கு மேலுள்ள வானகத்தில் இருக்கிறார் என்றும் போதித்தார்கள். கடவுளை ஆராதிக்கத் தகுந்த இடம் ஞாயிற்றுக் கிழமைகளில் கோயில்தான் என்றும் சொன்னார்கள். இது கிகியுயுக்களுக்குப் புதிதாக இருந்தது. எனினும் மதம் பரப்புவோரின் உலக நோக்கினைப் பலர் ஏற்றுக்கொள்ளத் தொடங்கினார்கள். இரண்டு தலைமுறைகளில் அவர்கள் தங்களுடைய நம்பிக்கைகள் மற்றும் மரபுகளின் மேலுள்ள மரியாதையை இழந்துவிட்டார்கள். மத போதகர்களைப் பின்பற்றி வணிகர்களும், ஆட்சியரும் நுழைந்தார்கள். அவர்கள் எங்களுடைய இயற்கை வளங்களைச் சுரண்ட புதிய வழிகளைப் புகுத்தினார்கள். மரங்களை வெட்டுவது, காடுகளை அழிப்பது, வெளிநாடுகளிலிருந்து கொண்டு வரப்பட்ட மரங்களை நடுவது, வன உயிர்களை வேட்டை ஆடுவது, வியாபாரத்திற்காக விவசாயத்தைப் பயன்படுத்துவது முதலியன அவற்றில் அடங்கும். புனிதமான நிலப்பரப்புகள் தங்கள் தெய்வீகத் தன்மையை இழந்தன. அவை சுரண்டப்படுவது பற்றி உள்ளூர் மக்கள் எந்தக் கவலையும்படாமல், முன்னேற்றத்தின் அடையாளமாக அவற்றை ஏற்றுக்கொண்டார்கள்.

கடல் மட்டத்திலிருந்து 17,000 அடி உயரத்திலுள்ள கென்யா மலை மத்திய மலைப் பகுதிகளுக்கு மேல் எழுந்து நிற்கிறது. பூமத்தியரேகையில் பரவி இருந்தாலும், ஆண்டு முழுவதும் அதன் உச்சியில் உறைபனி மூடி இருக்கும். மலைக்கு அருகில் வசிக்கும் கிகியுயு, கம்பாக்கள், மேருக்கள், எம்புக்கள் ஆகிய இனங்களுக்கு, அதைப் பார்ப்பதே ஆச்சரியத்தைத் தரக் கூடியதாக இருக்கும். மலைக்கு இந்தப் பெயர் வந்தது பற்றிய ஒரு கதை: நாடுகளைத் தேடுவோராகிய ஜோகன் லுட்விக், கிராஃப், ஜோகனஸ் ரெட்மாஸ் முதலானோர் 1849இல் மலையைப் பார்த்திருக்கிறார்கள். கம்பா

இனத்தைச் சார்ந்த ஒருவனிடம் "இதன் பெயரென்ன?" என்று கேட்டிருக்கிறார்கள். அவன் கையில் ஒரு பூசணி இருந்தது. அதன் பெயரைத்தான் அந்த ஜெர்மானியர்கள் கேட்கிறார்கள் என்று நினைத்து "இதன் பெயர் கீன்யா," என்று சொல்லியிருக்கிறான். இதனை பிரிட்டிஷ்காரர்கள் கென்யா என்று உச்சரித்தார்கள். இதுவே அந்த மலையின் பெயராகவும் பிறகு நாட்டின் பெயராகவும் ஆயிற்று.

ஐரோப்பியர்கள், ஆப்பிரிக்கா முழுவதும் எதிர்ப்பட்ட வற்றிற்கெல்லாம் புதுப் பெயர்கள் சூட்டினார்கள். அதனால் ஆப்பிரிக்கர் மனத்தில் ஒரு பிளவை ஏற்படுத்திவிட்டார்கள். இந்த இரட்டை உலகின் யதார்த்தங்களோடு அவர்கள் இன்னும் போராடிக்கொண்டிருக்கிறார்கள். வீட்டில் மலைகள், ஓடைகள், மண்டலங்களின் பெயர்களை எல்லாம் எங்கள் பெற்றோரிடமிருந்து கற்றுக்கொண்டோம். ஆனால் பள்ளியில் குடியேற்ற, காலனிப் பெயர்களை எல்லாம் கற்றுத் தந்தார்கள். அவைதான் சரியான பெயர்கள் என்று சொன்னார்கள். அவற்றைத்தான் தேர்வுகளில் எழுத வேண்டும். எடுத்துக்காட்டாக, நியாண்டருவா என்று உள்ளூரில் பெயர். அதற்கு 'எரியும் தோல்' என்று பொருள். அதன் வடிவத்தினால் அந்தப் பெயர் தரப்பட்டது. ஆனால் அதை பிரிட்டிஷார் 1884இல் ஆபர்டேர்ஸ் என்று மாற்றிவிட்டார்கள். அரசுப் புவியியல் கழகத்தின் தலைவரான ஆபர்டேர் என்பவரின் பெயர் அதற்குத் தரப்பட்டது.

ஆனால் அந்தக் காலகட்டத்தின் குழப்பங்களைப் பற்றி அறிந்து கொள்ள அதிக காலம் ஆயிற்று. பழைய உலகம் மாறிக் கொண்டிருந்த வேளையில் நான் பிறந்தேன். என்னுடைய தாத்தா பாட்டி காலத்தில் முதன்முதலாக ஐரோப்பியர் கென்யாவிற்கு வந்தார்கள். அது 1800-களின் பிற்பகுதி. 1885இல் பிரிட்டனும், ஐரோப்பாவின் பிற வல்லரசுகளும் பெர்லின் மாநாட்டில் கூடின. 'ஆப்பிரிக்காவிற்கான போட்டி' என்று அழைக்கப்பட்ட அந்த மாநாட்டில் ஆப்பிரிக்கக் கண்டத்தைக் கூறு போட்டார்கள். கண்டத்தின் பெரும் பகுதிகளை ஒவ்வொரு நாட்டிற்கும் ஒதுக்கினார்கள். புதிய நாடுகள் உருவாயின. கிழக்கு ஆப்பிரிக்காவில் ஜெர்மனிக்கு டங்கனிக்கா கிடைத்தது. அது பிறகு சான்சிபாருடன் இணைந்து டான்சானியாவாக ஆனது.

கென்யாவும், உகாண்டாவின் பகுதிகளும் பிரிட்டனுக்குப் போயின. இப்படிச் செயற்கையாகப் பிரிக்கப்படுவதற்கு முன்னர் ஆப்பிரிக்காவின் பல சமூகங்களும் நாடுகளாக, குட்டி நாடுகளாக இருந்தாலும் தனி நாடுகளாக இருந்தன. தான்தோன்றித் தனமாக

இந்தச் சமூகங்களைச் சிதைத்து பிரித்து புது நாடுகளாகச் சேர்த்தபோது, சில வேளைகளில் ஒரு நாட்டின் குடிமக்களே ஒருவரை ஒருவர் அன்னியர்களாகக் கருத வேண்டியதாயிற்று. சில குட்டி நாடுகள் பெரிய நாடுகளுக்கு இடையே தொங்கிக் கொண்டிருந்தன. இந்தப் பிரிவுகளின் விளைவுகள் இன்னும் ஆப்பிரிக்காவைச் சுற்றி வருகின்றன.

என்னுடைய தாத்தா பாட்டிகளின் பெற்றோரை நான் பார்த்ததில்லை. அந்தப் பாட்டன் பூட்டிகள் ஐரோப்பியர் வருகைக்கு முன்னர் வாழ்ந்தவர்கள். அவர்களெல்லாம் மத்திய மலைப்பகுதிகளுக்கு வெளியே வேறு எந்தச் சமூகங்களோடும் பழகியிருக்க மாட்டார்கள். அவர்களுக்கு ஆடு, மாடுகள் வளர்த்த மாசாய்களைத் தெரிந்திருக்கும். மலைப் பகுதிகளின் மேற்கே உள்ள பெரிய புல் வெளிகளில் மாசாய்கள் வாழ வேண்டியிருந்தது. புல் வெளிகளைச் சுற்றி மலைக் குன்றுகள். பல மில்லியன் ஆண்டுகளுக்கு முன்னர் பூமிக்கு அடியில் ஏற்பட்ட அதிர்ச்சிகளால் மேற்பரப்பு பிளந்துகொண்டபோது ஏற்பட்டவை அவை. இந்த வடு ஜோர்டன் முதல் மொசாம்பிக் வரையில் நீண்டிருந்தது. இதற்குப் பெரிய பிளவு பள்ளத்தாக்கு என்று பெயர்.

சில சமயங்களில், மாசாய்கள் கிகியுயு கிராமங்களைச் சூறையாடி, கால்நடைகளைக் கவர்ந்து இளைஞர்களைக் கொன்று போட்டார்கள். கிகியுயுக்களும் மாசாய்களுக்குப் பதிலடி கொடுப்பார்கள். அதேபோல, சமாதானமாக இருந்த காலங்களும் இருக்கும். உணவு, கால்நடை, நிலப் பண்டமாற்றுகள் நடைபெறும். கலப்புத் திருமணங்கள் கூட நடக்கும். இத்தகைய உறவுகள் சமூகங்களுக்கு இடையில் பாலமாக அமைந்து அமைதியை உண்டாக்க உதவின. நியியேரியில் மாசாய், கிகியுயு இரத்தம் கலப்பது நடைமுறை. அதைச் சமூக விரோதச் செயலாகக் கருதமாட்டார்கள். என்னுடைய தாயாரின் உடலில் மாசாய் இரத்தம் ஓடியது. அவருடைய தந்தையைப் போலவே அவருக்கு உடல்வாகு. கன்ன எலும்புகள் தூக்கியிருக்கும். முடி நேராக வளர்ந்திருக்கும். இவை மாசாய்களின் உடல் அமைப்பு. என்னுடைய தந்தை வழியில் என்னுடைய முப்பாட்டி ஒரு மாசாய், சண்டையில் கவர்ந்து வரப்பட்டவள். அவள் மலைப் பகுதிக்கு வந்தவுடன் கிகியுயு பழக்க வழக்கங்களை மேற்கொண்டு, அவளுடைய இரண்டாம் மகனுக்கு முட்டா என்று பெயர் வைத்தாள். அவருடைய தந்தையின் அந்தப் பெயர் என்னுடைய தந்தைக்கு வந்தது. என்னுடைய இரண்டாம் மகனுக்கு அதே பெயரிட்டேன்.

பத்தொன்பதாம் நூற்றாண்டில் ஐரோப்பிய மதம் பரப்புபவர்கள் ஆப்பிரிக்கா முழுவதும் சுற்றி வந்தார்கள். கிறிஸ்தவ மதத்திற்கு வழி வகுக்கப்பட்டது. அவர்களைத் தொடர்ந்து நாடு பிடிப்போர், செல்வம் தேடுவோர், ஐரோப்பிய அரசுகளில் பணியாற்றியவர்கள் என்று பலரும் வரத் தொடங்கினார்கள். ஆப்பிரிக்காவின் இயற்கை, மனித வளங்களைச் சுரண்டினார்கள். ஐரோப்பாவில் கிறிஸ்தவ மதத்தின் பிரிவுகளுக்கிடையே நிலவிய போராட்டங்களை ஆப்பிரிக்காவிற்கும் கொண்டு வந்தார்கள். கிறிஸ்தவ மதத்தைப் பற்றிய தவறான செய்தி பரவுவதைத் தடுக்க பிரிட்டிஷார் முயன்றார்கள். ஆகவே நாட்டைப் பல பகுதிகளாகப் பிரித்து ஒவ்வொரு சபைக்கும் கொடுத்தார்கள். கென்யாவிலிருந்த கத்தோலிக்கரில் இத்தாலியிலிருந்து கொன்சாலட்டே மிஷனரி சகோதரிகள், அயர்லாந்திலிருந்து தூய ஆவி மற்றும் லோரட்டோ சகோதரிகள் இருந்தார்கள். எங்கள் பகுதியில் தொடக்கத்திலிருந்த மதம் பரப்பியவர்கள் ஸ்காட்டிஷ் பிரஸ்பிடீரியன்களும், இத்தாலிய கத்தோலிக்கரும் ஆவர்.

மதம் பரப்புவோர் கிராமங்களில் பணியாற்றினார்கள். அங்குள்ள மக்கள் உடல் நலத் தேவைகளைக் கவனித்தார்கள். காங்கிரின் மற்றும் குழந்தை பிறப்பின்போது ஏற்படும் நோய்களுக்கு மருத்துவம் பார்த்தார்கள். உள்நாட்டு இயற்கை மருந்துகளால் குணமாக்கப்பட முடியாதவை அவை. சுகாதார மையங்களை அமைத்தார்கள். கிறிஸ்தவ மதத்தில் சேர்ந்த வயது வந்தவர்களுக்கு எழுத படிக்க கற்றுத் தருவார்கள். பிறகு பள்ளிகளை நிறுவினார்கள். ஒருவருடைய மொழியைக் கூடப் புரிந்து கொள்ளாத மக்களிடையே தொடர்பை ஏற்படுத்திய மதம் பரப்புவோரின் பொறுமையையும், திறமையையும் பாராட்டுகிறேன். தங்கள் பணியை நன்றாகவே அவர்கள் செய்தார்கள்.

வாசிக்கவும், எழுதவும் கற்றது மக்களை மின்னலைப் போலத் தாக்கியிருக்க வேண்டும். கோடுகளும், புள்ளிகளும் ஒரு தாளிலோ, கரும்பலகையிலோ எழுதப்பட்டு விட்டால் அது பல மைல்களுக்கு அப்பாலுள்ளவர்களுக்குச் செய்தியை அனுப்ப உதவும் என்பது அவர்களுக்கு அசாதாரணமாக இருந்திருக்க வேண்டும். கிகியுயுவிற்கு இதுவரையில் தெரிந்திருந்த மாந்தரிகத்தை எல்லாம் தூக்கிச் சாப்பிடுகின்ற ஒன்றாக இது தெரிந்திருக்க வேண்டும். வாசிப்பதும், எழுதுவதும் அவர்களை மிகவும் கவர்ந்தது.

மதம் பரப்புவோர் வருவதற்கு முன்னர் கிகியுயுக்களும், கென்யா சமூகங்களும் வாய் மொழியை நம்பி இருந்தார்கள். செய்திகளைப் பரிமாறிக் கொள்வதெல்லாம் முரசுகள், கொம்புகள் மூலமாகத்தான்;

அல்லது ஆட்களை அனுப்பி வைப்பார்கள். கிகியுயுக்கள் மத்தியில் இருந்த ஒரு வித்தியாசமான வழக்கம் 'கிச்சாண்டி', என்பது. இது ஒரு வகை குடுவையில் ஆனது. வெளியில் கயிறுகளில் கட்டப்பட்ட இது இசையை உண்டாக்கும். விளையாட்டுக்காரர்களும், நடிகர்களும் அவற்றைக் குலுக்கி, அவற்றின் வழியாக விடுகதைகள், பழமொழிகள் முதலியவற்றைச் சொல்வார்கள். செய்திகளையும், நாட்டுப்புற ஞானத்தையும் தருவார்கள். இந்தக் குடுவைகளின் மேல் குறியீடுகளையும் பொறித்திருப்பார்கள். கலைஞர்கள் இவற்றின் வழியாகச் செய்திகளைத் தெரிவிப்பார்கள்.

வேடிக்கை என்னவென்றால் மதம் பரப்புவோர் இந்தக் கருவிகளைப் பற்றி நுணுக்கமாக விவரித்திருக்கிறார்கள். ஆனால், கிறிஸ்தவ மதத்திற்கு மாறிய மக்களை இவற்றையெல்லாம் அழித்துவிடத் தூண்டியிருக்கிறார்கள். உள்நாட்டுக் கலாச்சாரத்தின் பல கூறுகளை, குறிப்பாகப் பல கலை வடிவங்களைச் சிறுமைப்படுத்தினார்கள். ஆனால் அதே சமயம் கலைப்பொருட்களை ஆவணப்படுத்திப் பாதுகாக்கவும் செய்தார்கள். அவற்றில் பல ஐரோப்பிய அருங்காட்சியகங்களில் இருக்கின்றன. இத்தாலியிலுள்ள டுரின் நகர அருங்காட்சியகத்தில் கிச்சாண்டிகள் இருப்பதாகக் கேள்விப்பட்டிருக்கிறேன்.

இருபதாம் நூற்றாண்டின் முற்பகுதியில் ஆப்பிரிக்காவில் தங்கள் ஆதிக்கத்தை வலுவாக்கிக்கொள்ள, ஐரோப்பிய வம்சாவளி மக்களைக் குடியேற்ற அந்தந்த அரசுகள் ஊக்கமளித்தன. அவர்களில் தென் ஆப்பிரிக்கர், ஆஸ்திரேலியர், கனடா நாட்டவர், பிரிட்டிஷார், ஜெர்மானியர் ஆகியோர் அடங்குவர். கென்யாவில் குடியேற்றக்காரர்களுக்குப் பிரிட்டிஷ்காரர்கள் மலைப் பகுதிகளில் இடம் தந்தார்கள்.

குடியேற்றக்காரர்களும் இப்பகுதிகளைப் பெரிதும் விரும்பினார்கள். மண் வளமானதாக இருந்தது. மலேரியா போன்ற நோய்கள் இல்லை. அதிக வெப்பமும் இல்லை; குளிரும் இல்லை; மிகத் தகுதியான வெப்ப நிலை. குடியேறியவர்கள் தங்களுக்கு விருப்பமான பகுதிகளில் நிலங்களை எடுத்துக்கொண்டார்கள். அவர்களுக்கு அந்த நிலத்திற்குப் பட்டாவும் தரப்பட்டது. அவர்கள் தேர்ந்தெடுத்த இடங்கள் வளர்ந்து வரும் நகரங்களுக்கு அருகில் அல்லது கோதுமை, சோளம், காபி, தேயிலை பயிரிடக் கூடிய, கால்நடை வளர்க்கக் கூடிய பகுதிகளாக இருந்தன. அவர்களுக்கு வழி அமைக்க ஏற்கனவே குடியிருந்தவர்கள் துரத்தப்பட்டார்கள். பிளவுப் பள்ளத்தாக்கில் வலுக்கட்டாயமாகக் குடியமர்த்தப்

பட்டார்கள். தங்களுடைய நிலத்தைவிட மறுத்தவர்களை பிரிட்டிஷார் வேறு எங்காவது அனுப்பி வைத்தார்கள்.

1930-களுக்குள் கிகியுயுக்கள் உட்பட உள்ளூர் இனங்கள் எல்லாம் வரையறுக்கப்பட்ட இடங்களில் குடியமர்த்தப்பட்டார்கள். அவர்களுடைய நிலங்கள் வெளியிலிருந்து வந்தவர்களுக்குப் பகிர்ந்தளிக்கப்பட்டுவிட்டன. உள்ளூர் மக்களுக்காக ஒதுக்கப்பட்ட பகுதிகளிலுள்ள மக்கள் அவர்களுடைய நிலங்களை வைத்துக்கொள்ள அனுமதிக்கப்பட்டார்கள். இகித்தே கிகியுயுக்கு ஒதுக்கப்பட்ட பகுதியில் இருந்தது. அங்கே எனது தந்தையார்க்கு நிலம் இருந்தது. ஒரு பகுதியை அவர் விலைக்கு வாங்கியிருந்தார். இன்னொரு பகுதியை அவரது தந்தையிடமிருந்து வாரிசுரிமையாகப் பெற்றார். அவர் பக்கத்து ஊரான காகிகா-இனியிலிருந்து குடியேறியபோது அந்த நிலத்தை வாங்கினார். இரண்டு உலகப் போர்களுக்குப் பிறகு போரில் சண்டையிட்ட வீரர்கள் கென்யாவிற்கு வந்தார்கள். அவர்களுக்கும் நிலம் வழங்கப்பட்டது. பிரிட்டிஷ் அரசுக்கு ஆதரவாகப் போரிட்டவர்களுக்கு அரசு இவ்வாறு நன்றி காட்டியது. 1950-களின் தொடக்கத்தில் ஏறத்தாழ 40,000 பேர் குடியேறினார்கள். அவர்களில் பெரும்பாலானோர் பிரிட்டிஷார். 2500 பண்ணைகளுக்குச் சொந்தக்காரர்கள். அவற்றிற்கு 'வெள்ளையர் மலைப் பகுதி' என்று பெயர். இதில் நைரோபிக்கு வெளியே உள்ள மலைப் பகுதிகள், மத்திய மேற்கு மலைப் பகுதிகள் மற்றும் பிளவுப் பள்ளத்தாக்கின் மேய்ப்புப் புல்வெளிகள் ஆகியவை அடங்கும்.

மிஷனரிகள் வந்த பிறகும், பிரிட்டிஷ் ஆட்சி அமைந்த பிறகும் கூடப் பல இடங்களில் பழைய வாழ்க்கை முறை தொடர்ந்தது. என்னுடைய தாத்தாக்களில் மூன்று பேர் கிறிஸ்தவ மதத்திற்கு மாறவில்லை. ஆனால் என்னுடைய அம்மாவின் அம்மா அவளுடைய மரணப் படுக்கையில் திருமுழுக்கு பெற்றாள் என்று கேள்விப்பட்டிருக்கிறேன். ஆனால், அவர்களுடைய பிள்ளைகள் அனைவருமே கிறிஸ்தவ மதத்திற்கு மாறிவிட்டார்கள். அவர்களுடைய தலைமுறையில் அவர்கள் முதல் கிறிஸ்தவர்களாக இருந்திருக்க வேண்டும். ஏனென்றால் என்னுடைய மாமா ஆப்பிரிக்கச் சுதந்திர சபையில் ஒரு தலைவராக இருந்ததை நான் வளர்ந்து வரும்போது பார்த்திருக்கிறேன். இந்தத் திருச்சபை, பிரிவினை சபை, கத்தோலிக்க சபை இரண்டின் போதனைகளையும் உள்ளடக்கி அதோடு கிகியுயு பண்பாட்டின் கூறுகளையும் சேர்த்துக் கொண்டது. மற்ற இரு கிறிஸ்தவச் சபைகளும் இந்தக் கூறுகளை ஏற்றுக்கொள்ளவில்லை.

நான் 1940இல் பிறந்தபோது மக்கள் எல்லோருமே கிறிஸ்தவ மதத்தைத் தழுவியிருக்கவில்லை. ஆகவே பல கிறிஸ்தவ சபைகளுக்கு இடையில் தங்கள் சபைக்கு அவர்களை மதம் மாற்றிவிட போட்டி தீவிரமாக இருந்தது. நியியேரியிலும் அதனைச் சுற்றிலும் கத்தோலிக்கத் திருச்சபை, பிரஸ்பிட்டேரியன்கள், சுதந்திரத் திருச்சபை ஆகிய மூன்றும் தீவிரமாக இருந்தன. கிறிஸ்தவ மதத்தைத் தழுவாமல் பழைய பழக்க வழக்கங்களையே விடாமல் பிடித்துக் கொண்டிருந்தவர்களுக்குக் கிகியுயுக்கள் என்று பெயர். மதம் மாறியவர்களை அதோமி என்று அழைத்தார்கள். இச்சொல்லுக்கு 'வாசிக்கத் தெரிந்தவர்கள்' என்று பொருள். அவர்கள் வாசித்த நூல் விவிலியம். அது மொழியாக்கம் செய்யப்பட்ட மொழிகளில் முதலாவதாக இருந்தது கிகியுயு. இதனால் கிறிஸ்தவ போதனைகள் எளிதாக அம்மக்களுக்குக் கிடைத்தன.

பொதுவாக, கிறிஸ்தவ சமயத்தைத் தழுவியவர்களுக்கு பிரிட்டிஷ் அரசாங்க வேலைகளில் முன்னுரிமை தரப்பட்டது. அவர்கள் தான் கிராமங்களிலும் சிறு நகரங்களிலும் தலைவர்களாக நியமிக்கப்பட்டார்கள். கிறிஸ்தவ மதத்திற்கு மாறியவர்கள் அதோமி பண்பாட்டை முன்னேறிய ஒன்றாகக் காட்டினார்கள். அதனுடைய உறுப்பினர்கள் புதிய உலகத்தில் முன்னேற்றம் அடைந்திருப்பதாகத் தெரிவித்தார்கள். அதே சமயம் மற்றவர்கள் பழங்குடியினராய், பின் தங்கியவர்கள் என்று அடையாளம் காட்டப்பட்டார்கள்.

அதோமி பண்பாடு ஐரோப்பிய வழிகளைக் கொண்டு வந்தது. கிகியுயுக்களின் உடை, அவர்கள் உண்ட உணவு, அவர்கள் பாடிய பாடல்கள், நடனங்கள் எல்லாமே ஐரோப்பிய மயமாக மாறிவிட்டன. உள்ளூர் பண்பாட்டைப் பிரதிபலித்த அனைத்துமே மாறிவிட்டது. வரகரிசிக்குப் பதிலாகச் சோளம் வந்தது. வரகரிசிக் கஞ்சியின் இடத்தைத் தேநீர் பிடித்துக் கொண்டது. பயிர்கள் மாறியதால், உழவிற்குப் பயன்பட்ட கருவிகளும், சமையல் பாத்திரங்களும் மாறிவிட்டன. மண் பானைகளுக்குப் பதிலாக, இரும்புப் பாத்திரங்கள் வந்தன. வட்டில்களுக்குப் பதிலாகத் தட்டுகளும், கோப்பைகளும் இடம் பெற்றன. விரல்களின் இடத்தில் கரண்டிகள், தோலாடைகள் மாறி பருத்தி ஆடைகள் வந்தன. பெண்கள் ஆடையையும், ஆண்கள் சட்டை, கால் சட்டையையும் பயன்படுத்தத் தொடங்கினார்கள்.

பரம்பரையாகக் கிகியுயு இளைஞர்களும், இளம் பெண்களும் தலைமுடியைச் சடையாகப் பின்னிக்கொள்வார்கள். மணம் முடித்தவுடன் தலையை முழுவதுமாக மழித்து விடுவார்கள்.

ஆனால் அதோமியாக (வாசிக்கத் தெரிந்தவராக) மாறிவிட்டால் தலைமுடியைப் பின்னிக்கொள்வதில்லை, மழித்துக் கொள்வதில்லை. ஆண்கள் தலைமுடியைக் குட்டையாக வெட்டிக்கொண்டார்கள். பெண்கள் ஐரோப்பியரைப் போல முடியை நீளமாக வளர்த்தார்கள். முக்காட்டுக்குப் பதிலாகத் தலையில் கைக்குட்டையைக் கட்டிக் கொண்டார்கள். நடனமாடல், கிறிஸ்தவப் பண்டிகைகள் அல்லாதவற்றைக் கொண்டாடுதல், அறிமுகச் சடங்குகள் ஆகியவற்றை ஆதரிக்கவில்லை. அவை பேய்க்குரியவை என்று மிஷனரிகளாலும், மதம் மாறியவர்களாலும் தடை செய்யப்பட்டன. உள்ளூர் பண்பாடு முழுவதுமாக மாறி, நான் பிறக்கும் முன்னரே இருந்த தலைமுறை ஐரோப்பிய மயமாக மாறிவிட்டது.

மத்திய மலைப் பகுதிகளில் கிறிஸ்தவ மதத்திற்கு மாறிய கிகியுயுக்களில் எனது பெற்றோரும் இருந்தார்கள். அவர்கள் அதோமியாதலால் அவர்கள் ஐரோப்பிய உடையை அணிந்தார்கள். நான் 'படிக்கத் தெரிந்த' குழந்தை. ஆதலால் நானும் ஐரோப்பிய உடையையே அணிந்தேன். இகித்தே பகுதியில் வாழ்ந்த கிகியுயுக்களில் சிலர் ஆட்டுத் தோலையோ, தரை வரையிலும் நீண்டிருந்த போர்வையையோ அணிந்திருந்தது எனக்கு நினைவிருக்கிறது. அவர்களில் எனது தாத்தா நிஜூகி முச்சிரியும் ஒருவர். அவருடைய முகம் நினைவில்லை. ஆனால் அவர் நடந்தபோது அந்தப் போர்வை தரையில் இழுபடுவது நினைவிலிருக்கிறது.

எனது தந்தை ஆறடி உயரம், திடமான உடல். குரலில் ஒரு அதிகாரத்தோரணை இருக்கும்; வீட்டில் அவரது ஆதிக்கம் தான். 1903ஆம் ஆண்டளவில் பிறந்திருக்க வேண்டும். ஆவணம் எதுவுமில்லை. தொடக்கப் பள்ளியில் படித்திருக்கிறார். கிகியுயு மொழியில் வாசிக்கவும் எழுதவும் தெரியும். விவிலியத்தை அந்த மொழியில் தான் படித்தார். அதோடு கென்யா முழுவதும் பேசப்பட்ட கிஸ்வாகிலி மொழியிலும் அவருக்குப் பேசத் தெரியும். எனது அப்பாவின் தந்தை பள்ளிக்குச் செல்லாவிட்டாலும் தனது மகன்கள் சில ஆண்டுகளாவது படிக்க வேண்டும் என்பதில் அவர் கண்டிப்பாக இருந்தார் போலும்.

என்னுடைய தந்தையின் உடல் வலிமை அந்தப் பகுதியில் பிரபலம். முதியவர்கள் பலரும் இன்னும் அது பற்றிக் கூறுவார்கள். 'உனது தந்தை நல்ல பலசாலி. அவருடைய காரின் சக்கரத்தை மாற்ற ஜாக்கி கூடத் தேவைப்படாது,' என்று சொல்வார்கள். கிட்டங்கியில் அவர் தன்னுடைய சரக்குந்தில், சோளம் அல்லது

கோதுமை மூட்டைகளை ஏற்ற வேண்டுமென்றால், கைகளிலேயே தூக்கிப் போட்டு விடுவாராம். பெரும்பாலானோர் தோளில் வைத்துப் பிறகு தான் போடுவார்களாம். அவரோடு யாரும் மோத மாட்டார்கள். சண்டைக்கு வந்தால் தோல்வி நிச்சயம் என்று அவர்களுக்குத் தெரியும். என்னுடைய அண்ணன் நிடிருட்டு மட்டும் தான் அவருடைய உடல் வலிமையில் ஒரு பகுதியைப் பெற்றிருக்கிறார். என்னுடைய அம்மா சொல்லுவார்: அவருடைய கார் சேரில் சிக்கிவிட்டது என்றால் அவர் மட்டும் கீழே இறங்கி கயிறைக் கட்டித் தனியாளாக இழுத்துவிடுவாராம்.

உடல்வாகைப் பொறுத்தவரையில் எனது தாய் எனது தந்தைக்கு நேரெதிர். ஒல்லியாக வளர்ந்து இருப்பார். ஐந்து அடி எட்டு அங்குல உயரம். நேராக நிமிர்ந்து நடப்பார். எண்பது வயதுக்கு மேல்தான் கூனிவிட்டார். திடகாத்திரமான எனது தந்தைக்கு அருகில் அவர் ஒடிந்து விழுவதுபோல இருப்பார். ஆனால் நல்ல உடல் வலு; மன வலிமையும் கூட; கடின உழைப்பாளி. அன்பாக இருப்பார். சப்தம் போட மாட்டார், திட்ட மாட்டார், அமைதியானவர், இனிமையானவர்.

என்னுடைய அம்மா 1906ஆம் ஆண்டு பிறந்தார். இருபத்தி நான்கு, இருபத்தைந்து வயது வாக்கில் என்னுடைய தந்தையை மணமுடித்தார். அப்போது அதுதான் திருமண வயது. வயது வந்தோர்க்கான வகுப்புகளில் சேர்ந்து தையல், துணி தேய்த்தல், சில உழவு வேலைகள் ஆகியவற்றைக் கற்ற போதிலும், எழுதப் படிக்கத் தெரியாது. கிராமத்திலேயே அவர் வாழ்க்கை ஓடிற்று. எண்பது வயதுக்கு மேலும் பயிர்கள் வளர்த்து அறுவடை செய்தார். அவர் உடல்நலம் குன்றிப் படுத்தாலும் கூட எங்களுக்குத் தேவையானவை எல்லாம் இருக்கும். அதற்கு அவருடைய கடின உழைப்பும் எங்கள் மேலுள்ள கடமை உணர்ச்சியும்தான் காரணம்.

பெண்களில் நான் மூத்தவள். ஆதலால், எங்களுக்குள் அதிக நெருக்கம். நான் நடக்க ஆரம்பித்த உடனேயே அவருக்கு உதவ என்னை அழைத்துக்கொண்டார். கிகியுயு குடும்பத்தில் மூத்த பெண்ணுக்குத் தான் தாய்க்கு அடுத்தாற்போலப் பொறுப்பு. அம்மா செய்வதை எல்லாம் செய்ய வேண்டும்; கூடவே இருக்க வேண்டும். இருவருக்கும் நெருக்கம் அதிகமாகிவிடும். எனக்கு நினைவு தெரிந்த வரையில் நானும் அம்மாவும் எப்போதும் உடனிருப்போம். பேசிக்கொண்டே இருப்போம். என்னுடைய வாழ்க்கையின் நங்கூரமே அவர்தான்.

கென்யாவிலுள்ள மக்கள் வீடுகளையும் குடும்பங்களையும் விட்டுவிட்டு வேலை தேடிப் பணம் சேர்க்கக் குடிபெயர்ந்தவர்கள். அந்தத் தலைமுறையில் என்னுடைய தந்தையும் ஒருவர். பிரிட்டிஷார் உருவாக்கிய புதிய பணப் பொருளாதாரத்தின் விளைவால், கிகியுயு ஆண்கள் 1,50,000 பேர் இப்படி கிகியுயுவின் ஒதுக்கப்பட்ட பகுதிகளிலிருந்து வெள்ளையருக்குச் சொந்தமான பண்ணைகளுக்குக் குடிபெயர்ந்தார்கள். பிரிட்டிஷாரின் வருகைக்கு முன்னர் விலங்குகள், குறிப்பாக ஆடுகள்தான் பண்டமாற்றப் பொருளாக இருந்தன. நீங்கள் நிலத்தை விற்பதாக இருந்தால் "எத்தனை ஆடுகள்? (ம்பூரி)" என்று கேட்பார்கள். வரதட்சணைக்கும், இழப்பீட்டுக்கும், ஆடுகள்தான். ஓர் ஆணின் விலை முப்பது ஆடுகள். பெண்கள், குழந்தைகளின் விலை இதிலிருந்து குறையும்.

உள்ளூர் வளர்ச்சிக்காகப் பணம் தேவைப்பட்டபோது வரி வசூலிக்கப் பிரிட்டிஷார் முடிவு செய்தார்கள். அவர்களுக்கு ஆடுகள் தேவையில்லை, பணம்தான் தேவைப்பட்டது. அவர்களுக்கு வேலையாட்களும் தேவைப்பட்டார்கள். ஆனால் அதற்காகக் கட்டாயப்படுத்த விரும்பவில்லை. எனவே அவர்கள் ஆண்களுக்கு வருமான வரியை அறிமுகப்படுத்தினார்கள். அது பணமாகவே தரப்பட வேண்டும். இதனால் பண்டமாற்றுப் பொருளாதாரம் மாறி பணப் பொருளாதாரம் வந்தது. அப்போது பணம் வைத்திருந்தவர்கள் குடியேற்ற அரசும், வெள்ளையர்களும்தாம். எனவே உள்ளூர் மக்கள் குடியேறிய வெள்ளையரின் தோட்டங்களிலோ, அலுவலகங்களிலோ வேலை செய்ய வேண்டியிருந்தது. அப்போது தான் அவர்களுக்கு வரி செலுத்த பணம் கிடைக்கும். 1940-களில் குடியேற்றக்காரர்களின் பண்ணைகளில்தான் வேலை கிடைத்தது.

ஆண்கள் வேலைக்காக நகரங்களுக்குப் போனால் அவர்களுடைய மனைவியரும் குழந்தைகளும் உள்ளூரிலேயே இருந்து வருவது இந்தப் புதிய பொருளாதாரத்தின் கட்டாயமாக ஆயிற்று. திரும்பி ஊருக்கு வருவது மூன்று மாதங்களுக்கு ஒருமுறைதான். சில சமயங்களில் ஓராண்டுகூட ஆகலாம். விடுமுறை கிடைப்பதையும், போக்குவரத்துச் செலவுக்குப் பணம் கிடைப்பதையும் பொறுத்தது அது. ஆண்கள் குடும்பத்தை விட்டுப் பிரிந்திருப்பது புதிய வழக்கமாக ஆகிவிட்டது. இதனால் குடும்பங்களின் தலைமைப் பொறுப்பைப் பெண்கள் ஏற்க வேண்டியதாயிற்று. எதிர்மறையான விளைவுகளும் ஏற்பட்டன. இதுவரையில் இல்லாமல் இருந்த

விபச்சாரம், பாலியல் நோய்கள் சமுதாயத்தில் பரவத் தொடங்கின. இன்று வரையில் அவை அறைகூவல்களாகவே இருக்கின்றன.

எனினும், குடியேறிய வெள்ளையரின் பண்ணைகளுக்கு ஆண்கள் தங்கள் குடும்பங்களையும் அழைத்து வர ஊக்குவித்தார்கள். ஏனென்றால் வேலைக்கு அவர்களுக்கு ஆட்கள் கூடக் கிடைக்கும். பிளவுப் பள்ளத்தாக்கில் அப்போது அதிகமான பண்ணை ஆட்கள் தேவைப்பட்டார்கள். ஏனென்றால் எந்திரங்கள் அந்நாள்களில் வரவில்லை. கையால்தான் எல்லா வேலையையும் செய்ய வேண்டும். டிராக்டர்களும் எந்திரக் கலப்பைகளும் 1930-களிலேயே வந்துவிட்டாலும் ஒரு சிலவற்றைத்தான் பார்க்க முடிந்தது. தோண்டுவது, நடுவது, அறுவடை செய்வது, மூடைகளைத் தூக்குவது, பால் கரப்பது எல்லாமே கைகளால் தான் செய்ய வேண்டியிருந்தது.

1943இல் எனது தந்தை நூறு மைல்கள் தொலைவிலுள்ள நக்குருவில் வேலை பார்த்தார். டி.என்.நெய்லான் என்ற பிரிட்டிஷ் குடியேற்றக்காரரின் பண்ணையில் ஓட்டுநராகவும், எந்திரங்களைப் பழுதுநீக்குபவராகவும் பணியாற்றினார். நானும் அம்மாவும் இகிதேவிலிருந்து நக்குருவிற்குச் சென்றோம். எங்களுக்குச் சொந்தமான இடம் அங்கு இல்லை. ஆனால், நெய்லான் அவருக்குக் கொடுத்திருந்த இடத்தில் அவர் பயிர் செய்யலாம். வீடு கட்டிக்கொள்ளலாம். பொதுவாக குடியேறியவர்களின் பண்ணைகள் பெரிதாக இருக்கும். பணியாட்களுக்கு ஒதுக்கப்பட்ட பகுதி போதுமானதாக இருந்தது. என்றாலும் அவர்களைக் குடியேறியவர்கள் எப்போதும் வெளியேற்றிவிடலாம்.

ஆண்கள், குறிப்பாக கிகியுயுக்கள், பிளவுப் பள்ளத்தாக்கில் வேலைக்குப் போவதைப் பெரிதும் விரும்பினார்கள். அவர்களில் பெரும்பாலோர் அவர்களுக்குச் சொந்தமான நிலத்திலிருந்து கெடுபிடியுடன் வெளியேற்றப்பட்டவர்கள். பள்ளத்தாக்கில் நிலம் வளமாக இருந்தது. உணவு தானியம் அமோகமாக விளைந்தது. எங்களுக்குப் போதுமான உணவு கிடைத்தது. நாங்களும் மற்ற பண்ணையாட்களும் பசியே அறியவில்லை. ஆனால் பண்ணைகளுக்கு அருகில் பள்ளிக்கூடங்கள் எதுவும் இல்லை. பணியாட்கள் தங்கள் குழந்தைகளைப் பள்ளிக்கு அனுப்புவது முடியாததாக இருந்தது. இந்த யதார்த்த நிலை தான் எனது வாழ்க்கையை உருவாக்கக் காரணமாக இருந்தது.

எங்கள் குடும்பம் பண்ணையில் தானியம் விளைவிக்க முடியும். ஆனால், வேறெங்கும் விற்க முடியாது. நெய்லான்தான்

வாங்கிக்கொள்ள முடியும். விற்க வேண்டுமென்றால் கூட்டுறவு சங்கத்தில்தான் அறுவடையை விற்க வேண்டும். அதற்கு அதில் உறுப்பினராக இருக்க வேண்டும். குடியேற்றக்காரர்கள்தான் அதில் உறுப்பினராக முடியும். நெய்லான் வைத்த விலைதான். அவர் சந்தையில் விற்கும் விலையை விடக் குறைவாகத்தான் கொடுப்பார். எனது தந்தையைப் போன்ற பணியாளர்களுக்குச் சோளமாகவும், ஒரு லிட்டர் பாலும் நெய்லான் கொடுப்பார். அது அவர்கள் பண்ணையில் வேலை செய்ததற்குத் தினமும் கிடைத்த கூலி. ஆனால், அதற்குக் குடும்பமே வேலை செய்ய வேண்டும். அவர்கள் எல்லாருமே ஒரு வகையில் அடிமைகள் தான். ஆனால் எப்போது விரும்பினாலும் அவர்கள் வெளியேறி விட முடியும்.

திரு.நெய்லானுடைய தோட்டத்தில் வேலை செய்தவர்கள் பலரும் தோண்டுவது, அறுவடை செய்வது போன்ற உடல் உழைப்பைத்தான் தர முடியும். ஆனால் எனது தந்தை சில திறன்களை இளைஞராக இருக்கும்போது கற்றிருந்தார். அவருக்கு வாகனங்களை ஓட்டத் தெரியும். எந்திரங்களைப் பழுது நீக்கத் தெரியும். இது அவருக்குச் சாதகமாக இருந்தது. விரைவிலேயே திரு.நெய்லானுக்கு நம்பிக்கையுள்ள வேலையாளாக அவர் ஆகி விட்டார்.

என்னுடைய அம்மாவிற்கு நான் உதவியதுதான் பண்ணையிருந்த நினைவுகளில் முதலாவதாக நின்றது. நாங்கள் நக்குருவிற்கு வந்தபோது நான், என் அண்ணன்கள் நடிருட்டுவும் கிபிச்சோவும் பிறந்துவிட்டோம். அதன்பிறகு என்னுடைய தாயாருக்கு என்னுடைய இரண்டு தங்கைகளும் பிறந்தார்கள். அவர்களுக்கு முருங்கி, வாசுத்தா என்று பெயர். அவர்களுடைய கிறிஸ்தவப் பெயர்கள் முறையே மோனிக்கா, பீட்ரிஸ் ஆகும். நான் சிறுமியாக இருந்தபோது என்னுடைய தங்கைகளைப் பார்த்துக்கொள்ள என்னுடைய அம்மாவுடன் பண்ணைக்குப் போவேன். எங்களைத் தரையில் விட்டுவிட்டு அம்மா போய் விடுவார். நாங்கள் மண்ணில் விளையாடுவோம்; அல்லது அரட்டையடித்துக் கொண்டிருப்போம்.

என்னுடைய அம்மா வேலை செய்தபோது அதைக் கவனிப்பேன். அவர் விதை விதைப்பார், மண்ணைத் தோண்டுவார், களைகளைப் பிடுங்குவார், அறுவடை செய்வார். பெரும்பாலும் உணவுப் பயிர்கள் தாம். கோதுமையும், சோளமும் பயிரிடுவார்கள். அத்தோடு பிரிட்டிஷார் கொண்டு வந்த வைரேதரம் என்ற செடியும் இருந்தது. இது குழந்தைகள் உயரத்திற்கு வளரும். பூச்சிக்கொல்லி என்று சொன்னார்கள். அதனை அறுவடை செய்ய என்னை விட உயரமான குழந்தைகளை வெள்ளையர்கள் பயன்படுத்தினார்கள்.

அதன் வெள்ளைப் பூக்களை அவர்கள் பிடுங்கியதை இன்றும் என் மனக் கண் முன் பார்க்கிறேன். அந்த வேலையும் கூட மகிழ்ச்சி தரக் கூடியதாக இருக்கும்.

சோளமும், கோதுமைத் தோட்டமும் கண்ணுக்கெட்டிய தூரம் வரை நீண்டிருக்கும். கோதுமைப் பயிர்மேல் காற்றடிக்கும்போது அலைகள் போல அது அசைவது கண்கொள்ளாக் காட்சியாக இருக்கும். அறுவடைக்கு முன்னால், கோதுமைக் கதிர் வெண்சாம்பல் மண்ணிலிருந்து எழுந்திருக்கும். தங்க நிறமாக மாறியிருக்கும். மனாகு என்ற காய் அறுவடைக்குப் பிறகு சோளத் தோட்டத்தில் வளரும். அதைக் களையென்றுதான் சொல்லுவார்கள். அது எல்லோரும் விரும்பிச் சாப்பிடும் உணவு. அதைச் சோளக் கேக்கான உகாலியோடு சேர்த்துச் சாப்பிடும்போது சுவையாக இருக்கும். பெண்கள் மனாகு இலைகளைப் பக்கத்து நக்குரு ஊரில் விற்கப் பிடுங்கும்போது பெரிதாக அலட்டிக்கொள்வார்கள்.

எனக்கு மனாகு இலைகளுக்கு இடையில் வளரும் காய்கள் மிகவும் பிடிக்கும். எங்கள் செம்மறி ஆடுகளையும், வெள்ளாடுகளையும் மேய்க்க என்னையும் தங்கைகளையும் அனுப்பினார்கள் என்றால் எனக்கு வேட்டைதான். நிறைய காய்களைத் தின்றுவிடுவேன். அதனால் வீட்டுக்குப் போனவுடன் சாப்பிடப் பசியிருக்காது. அப்போதெல்லாம் வயல்வெளிக்கு ஆடுகளை ஓட்டிச் செல்வதை விட மகிழ்ச்சி தரக்கூடியது எதுவும் இருக்காது. ஆனால் இப்போதைய அவல நிலையில் மனாகு செடிகளைப் பார்ப்பது அரிதாகிவிட்டது. அதிகப்படியான விவசாயமும் வேதிப் பொருள்களைப் பயன்படுத்துவதும்தான் இதற்குக் காரணம்.

அவருடைய தலைமுறையைச் சார்ந்த ஆண்களைப் போலவே எனது தந்தைக்குப் படிக்கத் தெரிந்திருந்தாலும் அவர் பலதாரங்களை மணமுடித்தவர். சில திருச்சபைகள் ஒரு சமயத்தில் ஒரு மனைவியைத்தான் வைத்திருக்க வேண்டும் என்பதில் கண்டிப்பாக இருந்தன. ஆனால், சில திருச்சபைகள் அவ்வளவு கண்டிப்பாக இருந்ததில்லை. எங்கள் தந்தை ஆப்பிரிக்கச் சுதந்திரத் திருச்சபையைச் சார்ந்தவர். அந்தச் திருச்சபையும் பலதார மணத்தைக் கண்டுகொள்வதில்லை. எனது தந்தைக்கு நான்கு மனைவியர். நான் பிறந்ததற்குப் பிறகு அவர் ஒரு பெண்ணை மணந்துகொண்டார். எனது தாயார் இரண்டாவது மனைவி. நான் நக்குருவில் இருந்தபோது எங்கள் வீட்டில் பத்துக் குழந்தைகள் இருந்தன.

நாங்கள் எல்லோரும், அப்பா, அவர் மனைவிகள், குழந்தைகள் அனைவரும் ஒரே வளாகத்தில் குடியிருந்தோம். கிகியுயு வீடு அப்படித்தான் இருக்கும். எங்கள் வளாகம் பெரிது. சுற்றிலும் வேலியும், வாசலும் இருந்தன. அதில் பல வீடுகளும், பெரிய முற்றமும் இருந்தன. எனது அப்பாவிற்குத் தனிக் குடிசை. அதற்குத் 'திங்கிரா' என்று பெயர். அது பெரிய வட்டமான அறை; மண்ணாலும் மரத்தாலும் கட்டப்பட்டது.

மேற்கூரை புல் வேய்ந்தது, சாய்வாக இருக்கும். இங்கு தான் எனது தந்தை சாப்பிடுவார், தூங்குவார், விருந்தினரை வரவேற்பார். அவர்களில் அன்னியர்களும் இருப்பார்கள். அவர்கள் திங்கிராவிற்கு அப்பால் அனுமதியில்லாமல் போக முடியாது. சில வேளைகளில் என்னுடைய அம்மா கொடுக்கும் உணவைத் தந்தையின் குடிசைக்கு எடுத்துச் செல்வேன். ஆனால் பெண்ணானதால் அங்கு இருக்கக் கூடாது. அது ஆண்கள், சிறுவர்கள், ஆண் விருந்தினருக்கான இராச்சியம்.

என்னுடைய தந்தையின் ஒவ்வொரு மனைவிக்கும் தனி வீடு. அதற்குப் பெயர் நியும்பா. இதுவும் அதே மாதிரிதான் கட்டப்பட்டிருக்கும். என்றாலும் இதில் பல சிற்றறைகள் இருக்கும். இது பெண்களின் அரசு. மனைவி, குழந்தைகள், பெண் பார்வையாளர்கள், உறவினர்கள் இருக்கும் இடம். ஒவ்வொரு வீடும் இருபது முதல் முப்பதடி விட்டம் இருக்கும். அதைச் சுவர்கள் அல்லது குச்சிகளால் சிற்றறைகளாகத் தடுத்திருப்பார்கள். அம்மா அவருடைய அறையில் படுத்திருப்பார். நானும் எனது தங்கையரும் எங்கள் பகுதியில் தூங்குவோம். சகோதரர்களுக்கு வேறு பகுதி. மரப் பலகைகளின் மேல் இலைகள், புல் திணித்த மெத்தை போட்டது எங்கள் படுக்கை.

வீடுகளுக்கு மின் வசதியோ, தண்ணீர்க் குழாயோ இருக்காது. உள்ளே இருட்டாக இருக்கும். சிறிய ஜன்னல்கள், கண்ணாடி இருக்காது. நியும்பாவின் மத்தியில் உள்ள நெருப்பில் எனது அம்மா சமைப்பார். சமைக்கும் இடம்தான் குடும்பத்தின் இடம். நாங்கள் அங்குதான் பேசுவோம், கதைகள் சொல்வோம், அன்றாட அனுபவங்களைப் பகிர்ந்துகொள்வோம். நான் பிறந்தபோது வீட்டில் கழிப்பிடங்கள் கட்டியிருந்தார்கள். எங்களுடையதைப் போன்றே வளாகங்களில் இரண்டு மூன்று இருக்கும். பெண்கள்தான் அவற்றைச் சுத்தப்படுத்த வேண்டும். குழந்தைகள் வளர்ந்தவுடன் அவர்களையும் சுத்தப்படுத்தச் சொல்வார்கள்.

வீட்டிற்குள் இடம் சிறிதாக இருந்தாலும் நெருக்கடியாக இருக்காது. இரவில்தான் வீட்டில் தங்குவோம். பகலில் வீட்டிலிருந்தால் உங்களுக்குச் சுகமில்லை என்று பொருள். இல்லாவிட்டால், "வீட்டில் என்ன செய்து கொண்டிருக்கிறாய்? வேலைக்குப் போக வேண்டாமா?" என்பார்கள். குழந்தைகளாக இருந்தால் வெயில் பட இருக்க வேண்டும். இன்று பல கென்யர்கள் கிராமங்களில் கூட செங்கல்களாலும், இரும்புக் கம்பிகள் கொண்டும் வீடு கட்டுகிறார்கள். சதுரம் அலலது நீண்ட சதுர வடிவத்தில் இருக்கும். சதுர முக்குகள் முன்னேற்றத்தைக் குறிக்கின்றன. பாரம்பரிய வீட்டைப் பார்க்க வேண்டுமென்றால் நீங்கள் நெய்ரோபியிலுள்ள தேசிய அருங்காட்சியகத்திற்குச் செல்ல வேண்டும். ஆனால் நான் சிறுமியாக இருந்தபோது அது தான் உண்மை நிலை.

குழந்தையாக இருக்கும்போது வீட்டிலுள்ள குழந்தைகள் பலர் என்னுடைய உடன்பிறப்புகள் என்பது எனக்குத் தெரியாது. பலதாரக் குடும்பங்களில், அரைச் சகோதரர்களையும் குடும்பத்தில் உறுப்பினர்களாகக் கருதுவோம். வளாகத்திலுள்ள எல்லோருமே ஒரு குடும்பத்தைச் சார்ந்தவர்கள் என்ற உணர்வு இருக்கும். வளாகத்திலுள்ள எந்த வீட்டிற்குப் போனாலும் என்னை அந்த வீட்டின் குழந்தையாகவே நடத்துவார்கள். அதுபோல எங்கள் வீட்டிலும் நடக்கும். மற்ற அம்மாக்களை அம்மா (மைத்து) என்றுதான் அழைப்போம். ஆனால் பெரிய அம்மா மைத்து முகுரு, சின்னம்மா மைத்து முனியினி என்று அம்மாவோடு 'மைத்து' என்று அடைமொழி சேர்த்துக் கொள்வோம். என்னுடைய அம்மாவை மைத்து என்று கூப்பிடுவேன். இப்படிப்பட்ட குடும்பங்களில் இருப்பதாகச் சொல்லப்படும் பொறாமையையோ, வெறுப்பையோ நான் கண்டதில்லை.

குடும்பத்திலே சாவு போன்ற ஏதாவதொரு துன்ப நிகழ்ச்சி நடந்தால், அதிலிருந்து குழந்தைகளாகிய நாங்கள் காக்கப்படுவோம். பெரியவர்களையும் கூட அவை பாதிக்கத் தான் செய்யும். ஒருமுறை என்னுடைய அம்மா அழுது கொண்டிருந்தார். என்னவென்று கேட்டதற்கு எனது மாமா காமனுயா இறந்துவிட்டார் என்றார். மாமாவிற்கு இள வயது, அவருடைய கனவுகள் நிறைவேறாமலேயே இறந்துவிட்டார். ஆனால், அதுபற்றிய முழு விபரங்களும் என்னிடமிருந்து மறைக்கப்பட்டுவிட்டன. அவர் பற்றிய என்னுடைய நினைவுகள் எல்லாம், அவர் ஆடு மாடுகளை அடைப்பது, அவருடைய வளாகத்தில் வேலை செய்வது, அல்லது அவருடைய வீட்டில் தேநீர் குவளையுடன் உட்கார்ந்திருப்பது ஆகியவைதான். சாவு போன்ற அனுபவங்களைக்

குழந்தைகள் புரிந்துகொள்ள மாட்டார்கள் என்று பெரியவர்கள் கருதினார்கள் போலும். இளம் மனது செரிக்க முடியாத செய்திகளைக் கூறமாட்டார்கள். ஆனால், இன்று குழந்தைகளுக்குப் பிணங்களையும், சவப் பெட்டிகளையும், புதைப்பதையும் கூடக் காட்டுகிறார்கள். இந்த அனுபவங்கள் இள உள்ளங்களுக்குப் பாதகமாகவே இருக்கும்.

எனக்குத் தெரிவதெல்லாம் என்னுடைய பெற்றோர் என்னை அச்சமோ, உறுதியற்ற நிலைமையோ தராத ஒரு சூழலில் வளர்த்தார்கள் என்பதுதான். மாறாக, கனவு காண, படைப்பாற்றலை வளர்க்க, கற்பனையைப் பயன்படுத்த வாய்ப்புகள் நிறையவே இருந்தன. மக்கள் நமக்குச் செய்வதால் அல்லது நமக்கு நாமே செய்து கொள்வதாலேயே நாம் ஆபத்தில் தள்ளப்படுகிறோம் என்று எங்களையும் எங்கள் குழந்தைகளையும் நம்ப வைக்க முடியுமென்று சற்று வயதாக ஆக நான் கற்றுக்கொண்டேன். நாம் தலைவர்களாக இருந்தால் நமது குடிமக்களையும் நம்ப வைக்க முடியும். நான் அஞ்சாமல் இருப்பதற்காகச் சிலவற்றை என் பெற்றோர் என்னிடம் கூறுவார்கள். சில வேளைகளில் குழந்தைகள் தன்னம்பிக்கையுடனும், விழுந்தாலும்கூட எழுந்து செயல்படும் ஆற்றலுடனும் வளர பெற்றோர்கள் அப்படிச் செய்ய வேண்டியிருந்தது. இது பிற்கால வாழ்க்கையில் அறைகூவல்களைச் சமாளிக்க உதவும்.

என்னுடைய தந்தையும் தாயும் நெருக்கமாக இருக்க மாட்டார்கள். கொஞ்சம் விலகியே இருப்பார்கள். அது அந்தக் காலத்து வாழ்க்கை முறை. அதுபோலவே நானும் என்னுடைய சகோதரர்களும் எங்கள் தந்தையிடம் தள்ளியே இருப்போம். ஒரு அதிகார நிலையிலேயே உறவு இருந்தது. அவர் எங்களிடமிருந்து விலகியே இருந்ததுதான் எனக்கு நினைவிற்கு வருகிறது. பண்ணையில் அவரைச் சந்தித்தால், "ஓ, வங்காரி இங்குதான் இருக்கிறாயா?" என்று கேட்கமாட்டார். "இது என்னுடைய அப்பா," என்று தெரிந்துகொள்வேன். அது போதும், தூரத்திலிருந்து உங்கள் தந்தையைப் பார்ப்பதில் நிறைவு காணப் பயிற்றுவிக்கப்பட்டிருந்தால், அதை நீங்கள் ஏற்றுக்கொள்ள வேண்டியதுதான். அவர் அங்கே இருப்பதே மகிழ்ச்சிதான்.

எங்கள் தந்தையை மாலையில் அடிக்கடி பார்ப்போம். மாலைகளில், எங்கள் வளாக வாயிலருகில் நெருப்பு மூட்டுவார்கள். அங்கு எனது தந்தை, நண்பர்கள், பார்வை யாளர்கள், அவருடைய மகன்கள் எல்லோரும் உட்காருவார்கள். மனைவியர், பெண்கள், ஆடு மாடுகள் எல்லாம் கடந்து போகும். எல்லோரும் வீட்டிற்கு

வந்துவிட்டார்களா என்று இவ்வாறு அப்பா உறுதி செய்தார் என்பது எனக்குப் பின்னர் தெரிய வந்தது. எல்லோரும் உள்ளே வந்தவுடன் முன் கதவை அடைத்துவிட்டுத் தனது குடிசைக்குள் போவார். பெரும்பாலும் இரவு ஆகிவிடும். இந்த மாலைச் சடங்கினால் எனக்கு ஒரு பாதுகாப்பு உணர்வு கிடைத்தது.

என்னுடைய தந்தை பற்றிய ஒரு நிகழ்ச்சி என் நினைவில் இன்றும் பசுமையாக இருக்கிறது. நக்குருவில் ஒரு பெரிய லாரியை ஓட்டிக் கொண்டிருந்தார். அது மிக உயரமானது. வண்டியை ஒரு சிற்றுண்டி விடுதியின் முன்னர் நிறுத்தியிருந்தார். வழக்கமாக அங்குதான் நாங்கள் தேநீர் அருந்துவோம். அதற்கு இப்போது இகிதே விடுதி என்று பெயர். அது என்னுடைய தந்தையின் ஒன்றுவிட்ட மாமாவினுடையது. நான் விடுதியின் தாழ்வாரத்தில் நின்று கொண்டிருந்தேன். லாரியில் உட்கார்ந்திருந்த எனது அப்பாவைப் பார்க்க அண்ணாந்து ஆகாயத்தைப் பார்க்க வேண்டியிருந்தது. வண்டி மிகவும் உயரமாக இருந்ததால், அவர் மேலிருந்து கீழே குதித்தார். ஒரு கறுப்புக் காலணியுடன் ஒரு பெரிய உருவம் தரையில் குதித்ததைப் பார்த்தேன். விறகுகள் நிறைய கிடைத்தது. காய்ந்த மரத்தை எரித்தால் புகை இருக்காது. கொழுந்து விட்டுத் தீ எரியும். மண் சுவர்களும், வேய்ந்த கூரையும் வெப்பத்தை விடாமல் வைத்திருக்கும். அதனால் குளிர்ந்த மாதமான ஜூலையில் கூடக் குளிராது. வளாகத்திலேயே செம்மறி, வெள்ளாடுகளைக் கட்டிப் போட்டிருப்பார்கள். சிலவற்றை இரவு நேரத்தில் குடிசைக்குள்ளேயே அடைத்து வைப்பார்கள். இப்படித்தான் எங்கள் வீட்டிலும் ஓர் ஆட்டை வளர்த்துக் கொழுக்க வைத்து, எனது தாய் குழந்தை பெற்றபோது அடித்தது எனக்கு நினைவிருக்கிறது.

குதித்தவுடன் கீழே குனிந்து, "ஹலோ, எப்படி இருக்கிறாய்?" என்று சொல்லிக்கொண்டே என்னை நெற்றியில் தொட்டார். பெரியவர்கள் குழந்தைகளை வாழ்த்தும் முறை அதுதான். என்னுடைய அப்பாவை அதிகாரம் செலுத்துபவராகத்தான் பார்த்திருக்கிறேன். ஆனால், இப்போது என்னைத் தனியாக அழைத்துக் குனிந்து பேசுகிறார். சிறு வயதில் எனக்கு அவர் ஒரு மலை போலத் தோன்றினார். வலிமையும் சக்தியும் வாய்ந்தவராக யாராலும் வெற்றிகொள்ள, அசைக்க முடியாதவராகத் தோன்றினார். பல ஆண்டுகளுக்குப் பிறகு முதுமையில் மூச்சுக்குழாய் புற்று நோயால் அவதியுற்றபோது, எனக்கு இந்தப் பெரிய உருவம் நினைவிற்கு வரும். உடல் நலத்தோடு நடமாடக் கூடுமானால் அது எவ்வளவு வியப்பிற்குரியது என்று எனக்கு அது புரிய வைத்தது.

இளமை போய் முதுமை வரும்போது எவ்வளவு எளிதாக ஓய்ந்து விடுகிறோம்!

வயதாக வயதாக எனது தந்தை பெரிதும் மாறிவிட்டார். ஆதிக்கத் தோரணை போய் பிள்ளைகளோடு அதிகமாக உரையாடினார். ஆனால், எங்களை விட, என்னுடைய கடைசித் தம்பியும், மற்ற அரைத் தம்பி தங்கைகளும் அவரோடு நெருக்கமாக இருந்தார்கள். மேலும் என்னுடைய குழந்தைப் பருவத்தில் பெரும் பகுதியில் என்னுடைய அம்மா, சகோதர சகோதரிகளுடன் நியேரியில் இருந்தேன். என்னுடைய தந்தை அப்போது நக்குருவில் இருந்தார். அவர் வீட்டோடு இருந்திருந்தால் ஒருவேளை நான் நெருக்கமான உறவு கொண்டிருந்திருப்பேன். பல ஆண்டுகள் அவரை எப்போதாவது, நாங்கள் நக்குருவிற்குப் போகும்போதுதான் பார்க்க முடிந்தது.

நான் என்னுடைய அம்மாவோடு இருந்தபோது நாங்கள் ஒருபோதும் கருத்து வேறுபாடு கொண்டதில்லை. சில அம்மாக்கள் தங்கள் வழியிலேயே உங்களைத் தள்ளப் பார்ப்பார்கள். உங்களுக்குப் போதும் போதுமென்றாகி எதிர்க்கத் தொடங்கிவிடுவீர்கள். ஆனால், என்னுடைய அம்மா அப்படி இருந்ததில்லை. அவர் நீண்ட காலம் வாழ்ந்ததும், நான் அவரைக் கவனித்துக்கொள்ள முடிந்ததும், அவர் தனது எண்பது வயதிற்குமேல் வலிமை குறைந்தபோது அவரோடு இருக்க முடிந்ததும், ஒரு வரமாகவும், எனக்குக் கிடைத்த பேறாகவும் தெரிகின்றன. எங்களுக்கு இடையே எந்த மன வருத்தமோ, கடினமான உரையாடலோ இருந்ததில்லை என்பது எனக்கு அமைதியைத் தருகிறது.

இத்தனை ஆண்டுகளாக எனது நினைவில் ஒன்றிருக்கிறது: என்னுடைய நடத்தையையே நான் கேள்வி கேட்டுக்கொள்ள அது காரணமாக இருந்தது. ஒரு ஞாயிற்றுக்கிழமை நான் கோவிலுக்குப் போய் விட்டுத் திரும்பியிருந்தேன். கோயிலில் வழிபாடு முடிந்தவுடன் பெந்தகோஸ்தே சபையைச் சார்ந்த ஒரு கூட்டத்தோடு நான் போனேன். இந்தச் சபையினர் இகிதேயிலும், சுற்றுப்புறத்திலும் வேகமாகப் பரவி வந்தார்கள். அங்கே எனக்கு தேவ ஆவி இறங்கிவிட்டது. வீட்டிற்கு வந்தவுடன் சுவரில் சாய்ந்துகொண்டு சப்தம் போட்டு ஓர் இளம் போதகர் பாடியதைப் போலப் பாட ஆரம்பித்தேன். எனது அம்மா வளாகத்தைக் கூட்டிக்கொண்டிருந்தவர், ஒரு வார்த்தையும் பேசாமல், என்னைச் சுற்றி தரையைக் கூட்டிக் கொண்டு போனார். நான் தொடர்ந்து பாடிக்கொண்டிருந்தேன்.

"அம்மா ஏன் என்னை நகரச் சொல்லவில்லை? எனது அம்மா தரையைப் பெருக்கியபோது வெறுங்காலில் நின்று பாடிக்கொண்டு ஏன் நகராமல் நின்றேன்?" என்று அம்மா பெருக்கி முடித்தவுடன் என்னை நானே கேட்டுக்கொண்டேன். அவர் அவருடைய வேலையைப் பார்க்கப் போய்விட்டார். நகர்ந்துகொள்வது என்னுடைய பொறுப்பா? அல்லது எனது அம்மா என்னை நகரச் சொல்லியிருக்க வேண்டுமா? பெந்தகோஸ்தே பாடல்களை நான் பாடியதை அவர் கேட்டுக் கொண்டிருந்தாரா? "அவளுக்கே தெரிய வேண்டும், நகர வேண்டுமென்று," என்று எண்ணிக்கொண்டாரா? இந்த நிகழ்ச்சி பற்றி நான் அம்மாவிடம் அதன்பிறகு பேசியதில்லை. ஆனால் எனக்கு இது பல பாடங்களைக் கற்றுத் தந்தது. என்னையே கேள்வி கேட்கவும், என்னுடைய செயல்களை எடை போடவும், சரியானது என்று பட்டதைச் செய்யவும் எனக்குச் சொல்லித் தந்தது. என்னுடைய அம்மா நீதி பற்றியும், சரியானது எது என்பது பற்றியுமான தனது கருத்தை என்மேல் சுமத்தவில்லை. அவர் என்னுடைய அழுக்குக் காலை விளக்குமாற்றால் அடித்திருக்கலாம். "இங்கிருந்து போய்த் தொலை," என்று திட்டியிருக்கலாம். ஆனால் அவர் அப்படிச் செய்யவில்லை. நான் பாடிக்கொண்டிருக்க விட்டுவிட்டார். பின்னால், இதைப் பற்றியெல்லாம் பாராட்டத் தெரிந்த பிறகு, அவருடைய அமைதியும், நிறைவும் என்னை உற்சாகப்படுத்தின. அவருக்குப் பல ஏமாற்றங்கள் இருந்திருக்கலாம். அவற்றையெல்லாம் அவர் தனக்குள்ளேயே வைத்துக்கொண்டார். இந்தக் குணத்தை நான் வளர்ந்த பிறகு பெரிதும் மதித்தேன். நானும் அதனைக் கைக்கொள்ள முயற்சி செய்தேன்.

திரு.நெய்லானின் பண்ணையில் பல குலத்தவர்கள் வேலை செய்தார்கள். லுவோக்கள், கிப்சிகிக்கள், கியுயுக்கள் எனப் பல இனங்கள் இருந்தன. பிரிட்டிஷார் புதிய பொருளாதார, பணி அமைப்பை ஏற்படுத்தி இருக்காவிட்டால் இவர்கள் அருகருகில் வந்திருக்கவே மாட்டார்கள். ஒவ்வொரு குலத்தாரும் அவரவர்களுக்கு ஒதுக்கப்பட்ட வேலையைச் செய்தார்கள். கியுயுக்கள் பண்ணைகளில் வேலை செய்தார்கள். லுவோக்கள் வீடுகளில் பணியாட்களாக இருந்தார்கள். கிப்சிகிக்கள் ஆடு, மாடுகளைக் கவனித்தார்கள்; பால் கறப்பார்கள். ஒவ்வொரு இனமும் தனித் தனியாகவே வசித்தது. வெள்ளையர்கள் வேண்டுமென்றே இந்த ஏற்பாட்டைச் செய்தார்கள். ஒவ்வொரு இனமும் அவரவரது வேலையைச் செய்துகொண்டு ஒன்று சேராமல் இருக்க இது ஒரு வழி. இங்கு ஒரு கியுயு கிராமம் இருக்கும்.

அங்கு ஒரு லுவோ கிராமம் இருக்கும். சிறிது தள்ளி கிப்சிகிக்களின் ஊர் இருக்கும்.

எனது தந்தைக்குப் பல மொழிகள் தெரியும். எல்லா இனத்தாருடனும் அவரவர் மொழியில் சரளமாக உரையாடுவார். ஆனால் பெரும்பாலோர் பிற இனங்களோடு தொடர்பு கொள்ளமாட்டார்கள்; அவர்களுடைய மொழியைப் பேச மாட்டார்கள். அவர்கள் நிகழ்ச்சிகளில் பங்குகொள்ள மாட்டார்கள். தோலின் நிறம்தான் ஒன்று; மற்றபடி ஒருவருக் கொருவர் பிரிட்டிஷ் குடியேற்றக்காரர்களைப் போலவே வெளி நாட்டவர்கள்தான். நான் ஒரு கிகியுயு என்பது எனக்குத் தெரியும். மற்ற இனத்தவர்கள் எங்களிடமிருந்து மாறுபட்டவர்கள் என்பதையும் அறிவேன். எங்களைச் சுற்றிப் பெரியவர்கள் இந்த வேறுபாடுகளைப் பற்றிப் பேசிக் கொள்வதைக் கேட்டிருக்கிறேன். எடுத்துக்காட்டாக, யாராவது ஒரு பெண் நன்றாக உடை உடுத்திக்கொண்டு வந்தால், “லுவோப் போல மிடுக்காக உடை உடுத்திக்கொண்டு எங்கே புறப்பட்டுவிட்டாய்?” என்று கேட்பார்கள். இலவசங்களை எதிர்பார்க்கும் இனத்தாரும் இருந்தார்கள். இங்ஙனம் இனம் சார்ந்த வெறுப்புகள் குழந்தைப் பருவத்திலேயே விதைக்கப்பட்டு விடுவதால், பின்னர் இது பெரிதாக வளர்ந்து தேசிய அரசியலிலும் புகுந்துவிட்டது. இன்னும் கென்யா நாட்டவரைப் பிளவுபடுத்த இது பயன்படுகிறது.

நான் பண்ணையில் இருந்த ஆண்டுகளில் திரு.நெய்லானும் அவருடைய குடும்பமும் வெள்ளையர் என்றும் மற்றவர்கள் கறுப்பர்கள் என்றும் எனக்குப் பிரித்தறியத் தெரியாது. என்னுடைய பெற்றோரும், பெரியவர்களும் கூட இது பற்றிப் பேசி நான் கேட்டதில்லை. தோலின் நிறம் ஒரு பிரச்சினையே இல்லை. ஆனால் வாழ்க்கை முறைகளிலும், உரிமைகளிலும் இருந்த வேறுபாடுகளை அறிந்தே இருந்தோம்; அவற்றை இயற்கையானவை என்றே எடுத்துக்கொண்டோம்.

என்னுடைய குழந்தைப் பருவ உலகில், வாழ்க்கை அப்படியே நின்றுவிட்டதாக நினைத்தேன். குழந்தைகளாகிய நாங்கள் எல்லாம் குழந்தைகளாகவே இருப்போம். வயதானவர்கள் அப்படியே இருப்பார்கள் என்று எண்ணிக்கொண்டேன். “இப்படித்தான் இருக்கும் போலும்,” என்று எனக்கு நானே சொல்லிக்கொண்டேன். மக்களுக்கு வயதாகும், இறப்பார்கள் என்றும் நானும் உயரமாக, பெரியவளாக வளர்ந்து கொண்டிருக்கிறேன் என்றும் அறிந்துகொள்ள அதிக காலம் ஆயிற்று.

திரு. நெய்லானுடனோ, அவருடைய மனைவி, குழந்தைகளுடனோ நான் பேசியதில்லை. ஆனால் அவர்களைக் கவனித்துப் பார்த்திருக்கிறேன். திருமதி நெய்லான் எப்போதும் ஒரு பெரிய தொப்பியை அணிந்திருப்பார். வாட்டும் சூரிய ஒளியிலிருந்து தன்னைக் காத்துக்கொள்வதற்காக இருந்திருக்கலாம். பூப்போட்ட உடை உடுத்தியிருப்பார்; அது முழங்கால் வரை நீண்டிருக்கும். மக்கள் அவரை 'நியாகினக்கே' என்று அழைப்பார்கள். அதற்குப் 'பெரிய பெண்' என்று பெயர். உருண்டையாக இருந்ததால் அந்தப் பெயர் தந்திருப்பார்கள். வேகமாக நடப்பார். குடியேற்றக்காரர்கள் ஒவ்வொருவருக்கும் ஒரு பட்டப் பெயர் வைத்திருப்போம். திருமதி நெய்லானின் உண்மைப் பெயர் எனக்குத் தெரியாது. மாலை வேளைகளில் எங்கள் குடும்பத்திற்கு ஒதுக்கப்பட்ட கோதுமை மாவையும், வெண்ணெய் எடுக்கப்பட்ட பாலையும் வாங்க நான் வரும்போது திருமதி நெய்லானைப் பார்ப்பேன். அவர் கோழி முட்டைகளை ஒவ்வொரு கூண்டிலிருந்தும் எடுத்துக் கூடையில் போடுவார். இப்போது அவர் உயிரோடு இருந்து என்னைப் பார்த்தாரென்றால், "உன்னைப் பார், யார் இப்போது பெரிய பெண்?" என்று என்னைக் கேட்டு விட்டுச் சிரித்திருப்பார்.

திரு.நெய்லானுக்கும் நியாகினக்கேக்கும் குழந்தைகள் இருந்தார்கள். அவர்களில் என்னை விடப் பதினைந்து வயது மூத்த பெண்ணும் இருந்தாள். பண்ணையில் வேலை பார்ப்பவர்கள் அவளைக் 'கைரிற்று'- இனிமையான பெண்- என்று அழைத்தார்கள். எப்போதாவது எனது தந்தை நெய்லான் வீட்டடியில் வேலை பார்ப்பார். அப்படி ஒரு சமயம் நான் அவரைப் பார்க்கப் போயிருந்தேன். கைரிற்றுவின் அறைக்கு அருகில் செல்ல நேர்ந்தது. திறந்த கதவு வழியாகப் பார்த்தால் ஒரு பெட்டி நிறைய உடைகள்! இருபது உடைகளுக்கு மேல் இருந்திருக்கும். பெட்டி நிறைந்து வழிந்தது. சிகப்பு, வெள்ளை, நீலம் என்று பல நிறங்கள். "ஒருவருக்கு எப்படி இத்தனை ஆடைகள் இருக்கலாம்?" என்று என்னையே கேட்டுக் கொண்டேன். என்னுடைய வாழ்நாள் முழுவதும் பார்த்த உடைகளின் எண்ணிக்கை அது! அப்போது எனக்கு இரண்டு அல்லது மூன்று ஆடைகள்தான் இருந்தன.

என்னுடைய தந்தையும், திரு. நெய்லானும் நெருங்கிய நண்பர்கள் ஆகி விட்டார்கள். அதாவது முதலாளியும் தொழிலாளியும் எவ்வளவு நெருங்க முடியுமோ அவ்வளவு. அந்த நட்பினை நெய்லானை விட எனது தந்தை அதிகம் மதித்தார். ஒருமுறை எனது தந்தைக்கு வயதான போது திரு. நெய்லானுக்கு ஒரு வெள்ளாட்டைப் பரிசாகக் கொடுத்தார். இப்படி ஓர் ஆண் ஆட்டை

ஒரு முதியவர் இன்னொரு முதியவருக்குக் கொண்டு செல்வது ஆழ்ந்த நட்புக்கும், மரியாதைக்குமான அடையாளம். அவர் ஆட்டை வாங்கி வெட்டிச் சமைத்து உண்ண வேண்டும். ஆனால் முன்னங்காலைத் திருப்பித் தந்து விட வேண்டும். நெய்லான் இந்தப் பரம்பரை வழக்கத்தின்படி செய்தாரா என்று எனக்குத் தெரியாது. ஆனால் ஆட்டைக் கொடுத்தது பெரிய ஒரு செயலாக எனது அப்பாவிற்கு இருந்தது என்பது எனக்குத் தெரியும்.

பிரிட்டிஷார் மத்தியில் நெய்லான் குடும்பத்தாரைப் போல மிக நல்ல மனிதர்கள் இருந்தார்கள். என்றாலும் அதிகாரத்தைப் பொறுத்தவரையில் எனது தந்தையும் நெய்லானும் சமம் இல்லைதான். சுதந்திரம் கிடைக்கும் வரையில் நாங்கள் திரு. நெய்லானுடைய நிலத்தில் குந்தியிருந்தவர்கள்தான். ஆனால், சுதந்திரம் வந்தபோது பிரிட்டிஷ் குடியேற்றக்காரர்கள் தங்கள் நிலத்தை உள்ளூர்க்காரர்களுக்கு விற்றார்கள். ஆனால் திரு நெய்லான் இருபத்து ஐந்து ஏக்கர் பண்ணையை எனது தந்தைக்குப் பரிசாகத் தந்தார். எனது தந்தை கூட்டுறவுச் சங்கத்துடன் சேர்ந்து நெய்லானுடைய மீதி நிலத்தையும் வாங்கிவிட்டார். 1978ஆம் ஆண்டு எனது தந்தை இறந்தபோது அவருடைய உடல் பண்ணையில் எங்கள் வீட்டருகிலேயே, நான் ஆடுகளை மேய்த்த இடத்திலேயே, நான் மனாகு காய்களைத் தின்ற இடத்திலேயே புதைக்கப்பட்டது. எனது மூத்த அண்ணனும், எங்கள் குடும்பத்தின் வேறு உறுப்பினர்களும் அந்த நிலத்தில் வசித்து வருகிறார்கள்.

எப்போதாவது எனது அம்மாவோ, குடும்பத்தில் யாராவதோ நக்குரு நகரத்திற்குப் போகும்போது நானும் கூடப் போவேன். நகரம் பத்து மைல் தூரம். அங்கு சந்தையில் பெண்கள் காய்கறிகள் விற்பார்கள். அப்போதெல்லாம் பொது வாகனங்கள் இருக்காது. நாங்கள் நடந்துதான் போவோம்.

பள்ளத்தாக்கில் சூரியன் எழுவதற்கு முன்னரே புறப்பட்டால் காலையில் போய்ச் சேருவோம். நகுருவைச் சுற்றிலும் புல்வெளி தான். சில மரங்கள்தான் இருக்கும்; அக்காசியா மரங்கள். மேலே மரங்களடர்ந்த வனம். இயற்கையான மரங்கள். ஆனால் பைன், யூக்கலிப்டஸ் தோட்டங்களும் இருக்கும். ஆற்றோரம் முள் மரங்கள் இருக்கும். கீழே விழுந்த கிளைகளை விறகிற்குச் சேகரித்தது நினைவிருக்கிறது. அந்த மரங்கள் எல்லாம் ஏன் ஆற்றோரம் மட்டும் இருக்க வேண்டும், மற்ற இடங்களில் ஏன் இல்லை என்று நினைத்ததுண்டு. ஆனால், மற்ற மரங்கள் எல்லாவற்றையும் பண்ணைகள் உண்டாக்க வெட்டிவிட்டார்கள் என்று பின்னால்தான் தெரிந்தது.

கிராமத்துப் பெண்ணான எனக்கு நகரத்திற்குப் போவது ஒரு பெரிய சாகசச் செயல்போல. நக்குருவில் கார்களைப் பார்த்தேன். நிறைய மக்கள், விதவிதமான உடைகள், விற்பனைக்கு இருந்த வேறு பொருள்கள் அனைத்தும் எனக்கு அதிசயம்தான். என்னுடைய தந்தையின் உறவினருடைய விடுதியில் தேநீர் அருந்துவோம். சர்க்கரை சேர்த்துப் பொரித்த மாவின் பெயர் மண்டாசி. அதனை விரும்பி உண்போம். இவையெல்லாமே எனக்கு அதிசயமானவை. எனவே, நடப்பதைப் பற்றிக் கவலைப்படமாட்டேன். உண்மையில் ஓட்டம்தான்.

அந்தக் காலங்களில் நக்குருவின் மேற்பகுதியெல்லாம் காடு சூழ்ந்து சுத்தமாக இருந்தது. நகரமும் செழிப்பாக இருந்தது. பணக்காரக் குடியேற்றக்காரர்கள் இருந்தார்கள். கிழக்கிலிருந்து வந்தால் நகுருவை நெருங்கிவிட்டதை எளிதில் கண்டு கொள்ளலாம். ஜகர்தண்டா மரங்கள் வரவேற்கும்: அவை பூக்கும் காலத்தில் அழகிய நீல ஊதா மலர்கள் நிறைந்திருக்கும். பிரிட்டிஷார் கென்யாவிற்குக் கொண்டு வந்த மரம் செடிகளில் ஜகர்தண்டாவும் ஒன்று. நகரத்தை நோக்கி நடக்கும்போது வலப்பக்கம் மேடும் அதைத் தாண்டி ஏரியும் இருந்தன. திரு நெய்லானின் பண்ணை நகரத்திற்கு வெளியில் இருந்ததால், ஏரியைத் தொலைவிலிருந்துதான் பார்த்தேன். எனக்கு அது வெள்ளை நீர்ப்பரப்பாய் இளஞ் சிவப்பு வண்ணத்தில் தோன்றியது. பின்னர்தான் அங்கு ஃபிளேமிங்கோக்கள் மில்லியன் கணக்கில் வரும் என்று தெரிய வந்தது. இப்போது அந்த ஏரி ஒரு தேசியப் பூங்கா. இங்கு காண்டா மிருகங்கள், நீர் யானைகள், சிங்கங்களையெல்லாம் பார்க்கலாம். ஃபிளேமிங்கோக்களும் இருக்கும்.

பிரிட்டிஷ் ஆதிக்கத்திலிருந்த கென்யாவிலும் பிற குடியேற்ற நாடுகளைப் போலவே பிரிவுகள் இருந்தன. ஐரோப்பியர்கள், இந்தியர்கள், ஆப்பிரிக்கர்கள் ஆகியோருக்குத் தனித்தனி இடங்கள். ஐரோப்பியர் பகுதி மலையின் சரிவில் கீழ் நிலங்களைப் பார்த்து இருக்கும். வீடுகளும் தனிப்பட்ட பாணி யில் கட்டப்பட்டிருக்கும். அவை சிகப்புச் செங்கல்லால் ஆனவை. சிகப்பு, நீலம், வெள்ளைச் சுவர்கள். சாய்வான கூரைகள். சுற்றிலும் ஜகர்தண்டா மரங்களும், காகிதப் பூச்செடிகளும் இருக்கும். பிரிட்டிஷார் அவற்றை மிகவும் விரும்பினார்கள் போலும். அவர்கள் வீடுகளில் இவை கண்டிப்பாக இருக்கும்.

இந்தியர்கள் மலையின் மத்தியப் பகுதியில் வசித்தார்கள். அவர்களுடைய வீடுகளும் தனித்துவமான கட்டடக் கலை

அமைப்புள்ளதாக இருந்தன. கட்டையான மேற்கூரை, அலங்கரிக்கப்பட்ட சுவர்கள், சிறிய தோட்டங்கள் ஆகியவை இந்தியரின் வீடுகளின் சிறப்புகள். 1890-களில் 35,000 இந்தியர்கள் பிரிட்டிஷாரால் கென்யாவிற்கு வரவழைக்கப்பட்டார்கள். கென்யா – உகாண்டா ரயில் பாதை அமைப்பதற்காகக் குறைந்த கூலியில் கொண்டு வரப்பட்டவர்கள். ரயில் பாதை அமைப்பதற்குள் பல இந்தியர்கள் இறந்து விட்டார்கள். மீதியிருந்தவர்களைக் கென்யாவிலாவது, உகாண்டாவிலாவது தங்கும்படி பிரிட்டிஷார் ஊக்கப்படுத்தினார்கள். அவ்வாறே பலர் தங்கிவிட்டார்கள். ரயில் பாதைக்கருகில் கடைகள் போட்டார்கள். போர்வைகள், பருத்தி ஆடைகள், உப்பு, உணவுப் பொருள்கள் ஆகியவற்றை விற்றார்கள். இவையெல்லாம் முதன்முறையாக இறக்குமதி செய்யப்பட்டன.

இந்தியர்கள் அவர்களுடைய பாரம்பரிய உணவுகளையும், சமையல் முறைகளையும் கொண்டுவந்து உள்ளூர் மக்களிடம் வெற்றிகரமாக நுழைத்துவிட்டார்கள். உப்பு, கொழுப்பு, சர்க்கரை, எண்ணெய் ஆகியவை உள்ளூர் மக்கள் பயன்படுத்தி அறியாதவை. அவற்றைச் சமையலில் பயன்படுத்தியவுடன் ருசி கூடிற்று. அவற்றை விளம்பரமும் செய்தார்கள். இன்று ஊட்டச்சத்து குறைவினால் காணப்படும் பல நோய்களுக்கு இந்த உணவு முறை மாற்றமே காரணம். அதற்கு முன்னர் கிகியுயுக்கள் உட்பட்ட கென்யர்களுக்குச் சோளம், சிறுதானியம், கிழங்குகள், பீன்ஸ், கரும்பு, பச்சைக் காய்கறிகள்தான் உணவாக இருந்தன.

மற்ற நகரங்களைப் போலவே நக்குருவிலும் ஆப்பிரிக்கர்கள் நெருக்கமான பகுதிகளில் வசித்தார்கள். மக்கள்தொகை அதிகம். கல், மண், செங்கல்லால் கட்டப்பட்ட வீடுகள் சிறியவை. அவை நெருக்கமாக வேறு இருந்தன. குழந்தையாக இருந்தபோதே இந்த வேறுபாட்டை என்னால் பார்க்க முடிந்தது. இது வேண்டுமென்றே அமைக்கப்பட்டது என்று சொல்ல முடியாது. அப்படி அமைந்துவிட்டது. அவ்வளவுதான். அந்தப் பகுதியில் நாங்கள் குடியிருந்தோம். இன்று நக்குரு நான்காவது பெரிய நகரம். மக்களும் வீடுகளும் நிறைந்து இரைச்சலும் வேகமும் அதிகரித்துவிட்ட நகரமாகிவிட்டது. ஊரே மாறிவிட்டது. ஜகர்தண்டா மரங்கள் இன்னும் இருக்கின்றன. ஆனால் ஊரின் அழகு போய்விட்டது. இந்தியர்களும், ஐரோப்பியர்களும் இருந்தாலும் அவர்களுக்கும் ஆப்பிரிக்கர்களுக்கும் இடையில் பிரிவினை இல்லை. இன்று பணம் பேசுகிறது. பணம் இருந்தால் நீங்கள் எங்கு வேண்டுமென்றாலும் இருக்கலாம்.

ஒவ்வொரு குடும்பத்திற்கும் ஒரு இரகசியம் இருக்கும். எங்கள் குடும்பமும் அதற்கு விதி விலக்கு இல்லை. எங்கள் குடும்பத்தில் ஒருவர் காணாமல் போய்விட்டார். நான் பெரியவள் ஆன பிறகுதான் எனக்கு அது தெரியும். முதல் உலகப் போரின்போது காலனி நாடுகளிலுள்ள ஆப்பிரிக்கர்களைப் போருக்குக் கட்டாயமாக இழுத்துச் சென்றார்கள். போர் வீரர்களாகவோ, சுமைதூக்கிகளாகவோ அவர்கள் பயன்பட்டார்கள். கென்யாவில் உடல்வாகுள்ள ஆண்கள் இருந்தால் அவர்களைப் போர்ப் பயிற்சியில் ஈடுபடப் பெற்றோர்கள் ஊக்குவிக்க வேண்டும். கிழக்கு ஆப்பிரிக்காவில், சோமாலியாவிலும் டான்சானியாவிலும் ஜெர்மானியர்களையும், இத்தாலியர்களையும் எதிர்த்துச் சண்டை போட வேண்டும். ஆண் மகன் போக மறுத்தால் பெற்றோர் அவனை அரசாங்கத்திடம் ஒப்படைக்க வேண்டும்.

என்னுடைய தாத்தாவிற்கு ஒரு மகன் இருந்தார். அவர் பெயர் தும்பி. என்னுடைய பாட்டிக்கு இருபது வயது கூட ஆகாத தன் மகனைப் போருக்கு அனுப்ப விருப்பமில்லை. மிகவும் கலங்கிப் போய்விட்டார். ஆகவே இகிதேவிற்கு அருகிலுள்ள டுச்சா ஆற்றின் நீர்வீழ்ச்சிக்கு அருகில் அவனை ஒளிந்து கொள்ளுமாறு செய்தார். தினமும் அவருக்கு உணவு கொண்டு போவார். ஆனால் இப்படிப் போருக்குத் தங்கள் பிள்ளைகளை அனுப்ப மறுக்கும் பெற்றோரை வழிக்குக் கொண்டு வர ஒரு திட்டம் வைத்திருந்தார்கள். அவர்களுடைய கால்நடைகள் அனைத்தையும் அபகரித்துக் கொள்வார்கள். ஏனென்றால் அப்போது கால்நடை நிலத்தைப் போலவே மதிப்புள்ளது. அலுவலர்கள் எங்கள் தாத்தாவை மடக்கி விட்டார்கள். அவருடைய ஆடு மாடுகளைக் கைப்பற்றப் போவதாகப் பயமுறுத்தினார்கள். பயமுறுத்தியதால் அவர் தன் மகன் ஒளிந்திருக்கும் இடத்தைச் சொல்லிவிட்டார். அவர்கள் மகனைப் பிடித்துக்கொண்டு போய்விட்டார்கள்.

“அவன் திரும்பி வந்துவிடுவான்,” என்று என்னுடைய பாட்டியிடம் தாத்தா சொன்னார். “அவன் திரும்ப வரப்போவதே இல்லை,” என்றார் பாட்டி அழுதுகொண்டே. அவர் வரவே இல்லை. முதல் உலகப் போரின்போது போர்க்களத்திலோ, பட்டினியாலோ, இன்ஃப்ளுயன்சாவினாலோ மாண்ட நூறாயிரம் கிகியுயுக்களில் அவரும் ஒருவர். 1918இல் சண்டை ஓய்ந்தபோது, தங்கனிக்காவிலிருந்து தங்கள் மகன் திரும்பிவிடுவான் என்று எங்கள் தாத்தா பாட்டி காத்திருந்தார்கள். ஆனால் வரவில்லை. அவரைப் பற்றிய ஒரு செய்தியும் கிடைக்கவில்லை. பிறகு ஒரு நாள் பக்கத்து வீட்டுக்காரரர் ஒருவர் வந்தார். அவரும் போருக்குப்

போனவர்தான். "பியர் தயாரித்து வையுங்கள். உங்கள் பையனுக்கு என்ன நடந்ததென்று சொல்கிறேன்," என்றார்.

எங்கள் தாத்தாவும் பியர் தயாரித்தார். பியர் தயாரிப்பது, விருந்தினர் வருவது, குடித்துக்கொண்டு பேசுவது- இதுவெல்லாம் வழக்கம். அன்று பிற்பகல் அந்த ஆள் வந்தார். பியர் குடித்தவுடன் அவருக்கு மன உறுதி வந்துவிட்டது போலும். தாத்தாவிடம் அவருடைய மகனின் முடிவு பற்றிக் கூறினார். "அவன் குண்டடிபட்டதைப் பார்த்தேன். கீழே விழுந்தவன் எழுந்திருக்கவே இல்லை," என்றார். பாட்டிக்கு ஒரே அழுகை; அவர் சாகும் வரை நிறுத்தவில்லை. தாத்தாவைத் தான் மகன் சாவிற்குப் பழி கூறினார். "அவன் திரும்பி வரப் போவதில்லை என்று சொன்னேன் இல்லையா?" என்று கூறுவார்.

எனது அம்மா இந்தக் கதையை எனக்குக் கூறினார். ஏனென்றால் என்னுடைய சித்தப்பாக்களும், அத்தைகளும் தங்கள் குழந்தைகளுக்கு என்னுடைய அப்பாவின் பெயரை வைத்தார்கள். கிகியுயு வழக்கப்படி முதல் மகனுக்குத் தந்தை வழித் தாத்தாவின் பெயரை வைப்பார்கள். ஆகவே என்னுடைய அப்பாதான் என்னுடைய தாத்தாவின் முதல் மகன் என்று எண்ணிக்கொண்டிருந்தேன். என்னுடைய அப்பாவிற்கு எங்கள் பாட்டியின் அப்பா பெயரைச் சூட்டியிருந்தார்கள். அப்படியானால் எங்கள் தாத்தாவிற்கு இன்னொரு மகன் இருந்திருக்க வேண்டும். ஆனால் என்னுடைய பாட்டி தன்னுடைய சோகத்தில் தன்னுடைய மகனின் பெயரைத் தன் பேரக் குழந்தைகளுக்கு வைக்கக் கூடாது என்று முடிவு செய்துவிட்டார். ஏனென்றால் அது அவரை எப்போதும் ஞாபகப்படுத்துவதாக இருந்துவிடும். அந்த இளைஞனின் பெயர் - எனது பெரியப்பாவின் பெயர் அழிந்துவிட்டது. இந்த உலகிலிருந்து துடைத்து எறியப்பட்டுவிட்டது.

என்னுடைய தாத்தா பாட்டியும், தங்கள் மகனைப் போரில் இழந்த மற்ற பெற்றோரும் தங்கள் மகனுக்கு என்ன நடந்தது என்பது பற்றி அதிகாரப்பூர்வமான செய்தியைப் பெறவே இல்லை. அவர்களுக்கு இழப்பீடும் தரப்படவில்லை. இன்னும் அது ஆறாத வடுவாக இருக்கிறது. பிரிட்டிஷ் அரசுக்கு, "என்னுடைய பெரியப்பா போருக்குப் போனார் திரும்பி வரவே இல்லை; அவருக்கு என்ன நடந்தது என்று அவருடைய பெற்றோருக்குச் செய்தி சொல்லவும் அக்கறை கொள்ளவும் யாருமில்லை," என்று சொல்லிக்கொள்வேன்.

2
பயிர்த்தொழில்

1947ஆம் ஆண்டு பிற்பகுதியில் என்னுடைய தந்தை வழக்கமில்லாத வழக்கமாய் அவர் முன்னால் என்னை உட்கார வைத்தார். "நீ நியேரிக்குப் போகிறாய். உன்னுடைய தங்கைகளைப் பார்த்துக் கொள்வதற்கு உன் அம்மாவுக்கு உதவி செய்ய வேண்டும்," என்றார். தலையை அசைத்தேன் என்று நினைக்கிறேன். அம்மாவோடு போவதாக இருந்தால் ஒரு கவலையும் இல்லை. ஒருவேளை அம்மாவைப் பிரிந்திருக்க வேண்டுமென்று சொல்லியிருந்தால் கூப்பாடு போட்டிருப்பேன்.

என்னுடைய அண்ணன்கள் இருவரும் நியேரியில் பள்ளிக்கூடம் போய்க்கொண்டிருந்தார்கள். என்னுடைய சித்தப்பா கமுன்யாவுடன் தங்கியிருந்தார்கள். அவருடைய பிள்ளைகளும் பள்ளிக்குப் போய்க் கொண்டிருந்தார்கள். என்னுடைய அப்பா அம்மாவிடம் பேசி இந்த முடிவுக்கு வந்திருக்க வேண்டும். என்னுடைய அண்ணன்களைப் பார்த்துக்கொள்ளும் பொறுப்பு சித்தப்பாவுக்கும் அவருடைய குடும்பத்திற்கும் குறையும். அம்மா, இரண்டு வயதுத் தங்கை வாச்சத்தா, ஆகியோருடன் நானும் சேர்ந்து பயணம் புறப்பட்டோம். இன்னொரு தங்கை முருங்கி விறகு வெட்டும்போது காலில் காயம்பட்டுவிட்டதால் அவளை அங்கேயே விட்டுவிட்டு நாங்கள் மட்டும் போனோம். பின்னர் அவள் எங்களுடன் சேர்ந்துகொண்டாள்.

குடியேறியவர்களின் பண்ணைகளில் பள்ளிக்கூடம் அதிகம் இல்லை. (எனவே என்னுடைய தந்தை என்னுடைய அண்ணன்களை 1940-களிலேயே நியேரிக்கு அனுப்பிவிட்டார்.) தனியார் இடங்களில் மறை பரப்புவோர் கூட பள்ளிகளை நிறுவவில்லை. மேலும் ஆப்பிரிக்கக் குழந்தைகளைப் படிக்க வைக்க வேண்டுமென்று குடியேறியோர் அக்கறை காட்டவில்லை.

என்னுடைய தந்தை தன் குழந்தைகளைப் படிக்க அனுப்பினார் என்று கேள்விப்பட்டவுடன் பைரித்திரியத்தை யார் பிடுங்குவார்கள் என்று திரு.நெய்லான் கேட்டார். அதற்கு எனது தந்தை "வீட்டில் நிறைய குழந்தைகள் இருக்கிறார்கள்", என்று பதில் சொல்லிவிட்டார். அதற்குப் பிறகு மாவ் மாவ் புரட்சி இயக்கம் தொடங்கியவுடன், நெருக்கடி நிலை அறிவிக்கப்பட்டதால், என்னுடன் பிறந்த மற்றவர்கள் நியேரிக்கு வந்து படிக்க முடியாமல் போய்விட்டது.

நக்குருவிலிருந்து நியேரிக்குப் போக வேண்டுமென்றால், முதலில் வடக்கு திசையில் சென்று பின்பு கிழக்கே அறுபது மைல் போக வேண்டும். இப்போதெல்லாம் மூன்று மணி நேரத்தில் போய்விடலாம். ஆனால் அன்று ஒருநாள் ஆனது. அந்த இளவயதில் அதுதான் மறக்க முடியாத நீண்ட பயணம். முதல்நாளே புறப்பட்டு நக்குரு நகரத்திலுள்ள எங்கள் உறவினர் விடுதியில் இரவைக் கழித்தோம். அது தேநீர் குடிக்கத்தான் தகுதியான இடம், தங்குவதற்கு இல்லை. நகரத்தில் தூங்குவது ஒரு வித்தியாசமான அனுபவம். வெப்பமாக இருந்ததால் நாங்கள் போர்த்திக் கொள்ளக் கூடத் தேவையில்லாமல் போயிற்று. புதிய இடமாக இருந்ததால் எனக்குச் சரியாகத் தூக்கம் வரவில்லை. விளக்கு வெளிச்சம், கார்கள் போவது, மக்கள் பேசிக்கொண்டிருப்பது, இரவெல்லாம் மக்கள் சமையல் அறையில் வேலை செய்தது – எல்லாமே என்னைத் தூங்கவிடவில்லை.

அதிகாலையில் எழுந்து பேருந்தில் ஏறினோம். நியேரிக்கு நீண்ட பயணம் தொடங்கியது. அதுவரையில் இரண்டு மலைகளுக்கு இடையில்தான் உலகமே இருந்தது என்று நினைத்திருந்தேன். ஆனால் நுடுண்டேரி வழியாக மலை மீது ஏறியவுடன் எனக்குப் பெரிய அதிர்ச்சிதான் காத்திருந்தது. மலைக்கு அப்பால் வேறு உலகம் இருந்தது. நியாகுருகு மற்றும் நுடுந்துரிக்கு இடையில் பயணித்தபோது எனக்கு என்ன நடந்தது என்றே தெரியவில்லை.

நியாகுருகு என்ற (ஆங்கிலத்தில் தாம்சன்ஸ் ஃபால்ஸ்) அருவியைக் கடந்து போனபோது மேலும் ஒரு அருவியைப் பார்த்தேன். அது உச்சியிலிருந்து உருண்டு விழும் சப்தம் கேட்டது. அடுத்து திறந்த புல்வெளியையும் புதர்களையும் கடந்து போனது எங்கள் பேருந்து. அதன் திறந்த ஜன்னல் வழியாக வெளியே பார்ப்பது ஒரு புது அனுபவம். குளிர்ந்த காற்று முகத்தில் அடித்தது. புல்வெளியில் வெள்ளைக் குடியேற்றக்காரர்களின் மந்தைகள் மேய்ந்துகொண்டிருந்தன. வழியெல்லாம் வரிக்குதிரைகள், ஒட்டகச் சிவிங்கிகள், காட்டெருமைகள் தென்பட்டன.

பேருந்தில் திணிக்கப்பட்டிருந்த நாங்கள் - எங்கள் குடும்பம், வணிகர்கள், விவசாயிகள், பார்வையாளர்கள்- எல்லோரும் அதன் ஆட்டத்தில் ஒருவரோடு ஒருவர் முட்டி மோதிக்கொண்டு பயணம் போனோம். எங்கள் பயம் எல்லாம் எங்களுடைய மூட்டை முடிச்சுகள் கீழே விழுந்து பேருந்தின் பின்னால் புகைமண்டலமாக வந்த தூசியில் தொலைந்துவிடக் கூடாதே என்பதுதான்.

ஓரிடத்தில் கறுப்பான மொட்டை மரங்கள் ஏக்கர் கணக்கில் நின்றன. அவை வெப்பப்பகுதியில் வளரும் மிட்டாரக்வா என்ற சிதார் மரங்கள். வனத்தில் ஏற்பட்ட தீயில் அவை எரிந்து விட்டன என்று அம்மா சொன்னார். நாகோயிட் என்ற இடத்தில் காவலர் சோதனைச் சாவடி இருந்தது. எங்களை எல்லாம் கீழே இறங்கச் சொன்னார்கள். சீருடையில் இருந்த அந்தக் காவலர் நன்றாக உடை உடுத்திக் கட்டுப்பாட்டோடு இருப்பதாகத் தோன்றிற்று. பேருந்திற்குச் சரியான உரிமம் இருந்ததா என்றும், செத்த ஆடு மாடுகளைக் கொண்டு போகிறார்களா என்றும் சோதனை செய்ததாகப் பின்னர் தெரிந்துகொண்டேன்.

நியேரிக்குப் போனபோது மாலை ஆகிவிட்டது. கண்ணுக்கெட்டிய தூரம் பண்ணைகளும் வரிசையாகப் பயிர்களும் தெரிந்தன. நெடுந்தூரத்தில் பனி படர்ந்த கென்யா மலை உச்சி தெரிந்தது. மேற்கில் அபர்டேர் மலைத்தொடர் இருந்தது. இரண்டு பகுதிகளுமே அடர்ந்த காடுகள், கருநீலப்போர்வை போர்த்தியிருந்தது போலத் தோன்றிற்று. நியேரியின் மத்தியிலிருந்த பேருந்து நிலையத்திற்கு வந்து சேர்ந்தோம். பயணிகள் பலரும் அங்கேயே இறங்கிவிட்டார்கள். ஆனால் நாங்கள் மட்டும் கடைசி நிறுத்தமான ஹீஹோ-கிகுனி வரையில் உட்கார்ந்திருந்தோம். அங்குதான் பேருந்து உரிமையாளரின் வீடு இருந்தது. அங்கிருந்து எங்கள் ஊருக்குப் போவதற்குத் தாமதமாகிவிட்டதால் நாங்கள் உரிமையாளரின் வீட்டிலேயே தங்கிவிட்டோம். புது இடமாதலால் இங்கும் தூக்கம் வரவில்லை. இருளையே வெறித்துப் பார்த்துக் கொண்டிருந்தேன். அன்று முழுவதும் பயணத்தின்போது பார்த்தவற்றையும், காலையில் போகவேண்டிய தூரத்தைப் பற்றியும் நினைத்துக்கொண்டேன். எங்கும் அமைதி என்பதால், என் மூச்சை நானே கேட்க முடிந்தது.

அடுத்த நாள் அதிகாலையில் எழுந்துவிட்டோம். கஞ்சி கிடைத்தது. அந்தக் காலத்து விருந்தோம்பல் அப்படி. நாங்கள் தங்கியிருந்ததற்கும் உணவிற்கும் பணமே வாங்கிக் கொள்ளவில்லை. இகிதேவுக்கு மூன்று மைல் நடக்க வேண்டியிருந்தது. அம்மா மூட்டை முடிச்சுகள் அனைத்தையும்

எடுத்துக்கொண்டார். தங்கை வச்சத்தாவை மார்பின்மேல் கட்டியிருந்தார். நான் முன்னால் நடந்தேன். கடும்பிரோ உச்சியை அடைந்தோம். கடல் மட்டத்திலிருந்து ஏழாயிரம் அடி உயரம். அங்கிருந்து எங்கள் வீட்டைப் பார்க்க முடிந்தது. பள்ளத்தாக்குகள், சுற்றிலும் பசுமையான வளமான நிலம். இடையிடையே நீர்ச் சுனை. வாழை, கரும்பு, ஆரோரூட் பயிர்கள். இவற்றை எல்லாம் நான் உண்டிருந்தாலும் மண்ணில் விளைந்த செடியில் அப்போதுதான் பார்த்தேன்.

தொடுவானத்தில் ஆபர்டேர் வனத்தின் கரும்பச்சை கண்ணுக்கு எட்டிய தூரம் நீண்டது. காலைக் கதிரவன் ஒளியில் இந்த அழகுக் காட்சி என்னைத் திக்குமுக்காட வைத்தது. நக்குருவிற்கும் இகிதேக்கும் இடையே எவ்வளவு வேறுபாடு! மாசாய் மொழியில் 'நுகுரு' என்றால் அழுக்குப் படிந்த இடம் என்று பொருள். ஆனால் இகிதேயின் பல வகைப் பச்சை நிறத்தின் பின்புலக்காட்சி மெய்சிலிர்க்க வைத்தது. கருமையும், செழுமையும் நிறைந்த செம்மண் நிலத்திலிருந்து பிறந்தது இந்தப் பச்சை நிறம். ஆனால் நிலத்தைப் பச்சைச் செடிகள் மறைத்து விட்டிருந்தன.

ஒரு குறுகிய ஒற்றையடிப் பாதையில் செடிகொடிகளுக்கு நடுவே இருந்த தனது தந்தையின் வீட்டிற்கு அம்மா கூட்டிச் சென்றார். எனது தாத்தா பெயர் கிபிச்சோ நிகீதா. எங்களை அவர் அன்போடு வரவேற்றார். எனது அம்மாவின் கையைப் பிடித்து, "வாகியா வைத்து" (எப்படி இருக்கிறாய், அம்மா) என்று கேட்டார். என் தலையிலும், தங்கை தலையிலும் கையை வைத்து வாழ்த்தினார். அவரைப் பார்த்தபோது எனக்கு வயதானவர் போலத் தோன்றிற்று. பெரிய கம்பளியைத் தோளில் போட்டிருந்தார். கழுத்தில் சங்கிலி. காதுகளில் துளையிட்டு வளையங்கள். எங்கள் பாட்டி இறந்த பிறகு இப்போதுதான் தாத்தா தன் மகளைப் பார்க்கிறார். எங்களை உட்கார வைத்து சிறுதானியக் கஞ்சியைக் கலயத்தில் ஊற்றிக் கொடுத்தார்கள். அம்மாவிற்குப் பெரியது. எனக்கும் தங்கைக்கும் சிறியது.

சிறிது நேரத்தில் பக்கத்து வீட்டுக்காரர்கள் எங்கள் அம்மாவை வரவேற்க வந்துவிட்டார்கள். அவர்கள் பேசிக்கொண்டிருக்கும் போதே குழந்தைகள் கூட்டம் ஒன்று ஓடி வந்தது. அவர்கள் எங்கள் மாமா கமுன்யாவின் குழந்தைகள். அவர்கள் எங்களை அவர்களுடன் விளையாட வருமாறு கூப்பிட்டார்கள். அம்மாவும் அவர்களோடு போய் விளையாடுமாறு சொன்னார். எங்கள் மாமாவினுடைய வீட்டிற்குச் செல்வதற்கு, ஒரு பள்ளத்தாக்கைக் கடக்க வேண்டும். அதன் கீழே ஒரு நீரோடை ஓடியது. இந்த

மாதிரி பள்ளத்தாக்குகள் எனக்குப் புதியவை. மலையிலிருந்து கீழே இறங்கும்போது விழுந்துவிடுவோமோ என்று பயம். ஆனால், எனது மாமாவின் குழந்தைகள் நான் விழமாட்டேன் என்று உற்சாகப்படுத்தினர். ஆனால் நான் நம்பவில்லை. எனக்கு ஒரு யோசனை தோன்றிற்று. கைகளைத் தரையில் ஊன்றிப் பின்பக்கமாக நடந்தேன். மாமா குழந்தைகளுக்கு ஒரே சிரிப்பு. அவர்களுக்கு மேலேயும் கீழேயும் இறங்கி ஓடுவது சாதாரணம். மழைக் காலத்தில் களி மண்ணில் சறுக்கி வருவதில் போட்டி. எனக்கும் சில நாள்களிலேயே பழகிவிட்டது. விரைவிலேயே நானும் களிமண் சறுக்கலில் தேறிவிட்டேன்.

இகித்தே, நியேரி நகரத்திலிருந்து ஒன்பது மைல் தூரத்திலிருந்த ஒரு கிராமம். முன்னூறு வீடுகள் இருக்கும். எல்லோருமே – ஆண்களும் பெண்களும் - விவசாயிகள்தாம். தங்களுக்குத் தேவையான உணவைத் தாங்களே பயிரிட்டுக் கொள்வார்கள். பக்கத்தில் குடியேறியோர் பண்ணைகள் எதுவுமில்லை. எனவே எல்லோரும் ஒரே இடத்தில் இருந்து வேலை பார்த்தார்கள். அடிக்கடி மழை பெய்யும். ஆனால், ஆறுகள் தெளிவாகவும் சுத்தமாகவும் இருக்கும். ஏனென்றால் நிலத்திலும் ஆற்றோரங்களிலும் பசுமையான செடிகள் இருக்கும். லேசான மழையில் நனையச் சொல்வார்கள். செடிகளைப் போல நாங்களும் மழையில் நனைந்தால் உயரமாக வளர்வோம் என்று எங்களை நம்ப வைத்தார்கள். எனக்கு இது மிகவும் பிடித்திருந்தது. ஆலங்கட்டி மழையும் அடிக்கடி பெய்யும். நாங்கள் ஆலங்கட்டிகளைப் பிடித்துத் தின்போம். வெண்பனியில் விளையாடுவது போல இருக்கும். ஒருமுறை ஆலங்கட்டி மழை எத்தனை தீவிரமாக இருந்ததென்றால் இகித்தே முழுவதும் ஒரு வாரத்திற்கு வெள்ளையாகக் காட்சியளித்தது.

இகித்தேயின் சாலைகளில் பல இப்போது போடப்பட்டிருக் கின்றன. பல மோட்டார் வாகனங்கள் வருகின்றன. எனினும் கிராமம் அப்போது இருந்தது போலத்தான் இப்போதும் இருக்கிறது. அப்போது அடிப்படைக் கட்டமைப்பு வசதி மிகவும் குறைவு. இப்போதும் அப்படித்தான். 1960கள் வரையில் தண்ணீர் வசதி இல்லை. இப்போதுதான் மின்சாரமே வரத்தொடங்கிற்று. ஆனால், மக்கள்தொகை அதிகரித்துவிட்டது. காடுகள் இருந்த இடத்தில் தேயிலைத் தோட்டங்களும் வீடுகளும் வந்துவிட்டன. வீடுகள் கல்லாலும் தகரக் கூரையாலும் ஆனவை.

இப்போது முடிதிருத்தும் நிலையம், எம்.கே.எம். கடை, ஒரு மருத்துவமனை, கருமோ-இந்தோ இறைச்சிக் கடை, பைகிரேஸ் காபிக்கடை எல்லாம் இருந்தாலும் சாலையோரங்களில்

ஆடுகள் இன்னும் மேய்ந்துகொண்டிருக்கின்றன. பல நூற்றாண்டுகளுக்கு முன்னர் தொடங்கிய உரையாடலை ஆண்கள் இன்னும் முடிக்கவில்லை. பெண்கள் சாலை ஓரத்தில் காய்கறி விற்கிறார்கள். விறகை முதுகிலே சுமந்துகொண்டு போகிறார்கள். பயிர்கள் நடக் குனிகிறார்கள். ஆனால் முன்னர் தங்களுக்கு உணவு தரும் பயிர்களாக இருந்திருக்கும். இப்போது காப்பியும் தேயிலையும்தான். குழந்தைகள், வெள்ளாடுகளை மேய்க்கிறார்கள். ஏதாவது வேலைக்காக ஏவப்படுகிறார்கள். பள்ளிகளிலிருந்து வரவும் போகவுமாக இருக்கிறார்கள். இப்போது வீடுகள் மண்ணால் கட்டப்படவில்லை. கல் கட்டடங்கள்.

நியேரி ஒரு இராணுவ முகாமாகப் பிரிட்டிஷாரால் உருவாக்கப் பட்டது. 1920களில் அது சுற்றிலுமுள்ள குடியேற்றக்காரர்களுக்கு ஒரு வணிக நகரமாக வளர்ந்தது. இன்று கலகலப்பாக இருக்கும் வணிக மையமாக இருந்தாலும், 1940களில் நியேரியில் மக்கள்தொகை குறைவுதான். மக்கள் அங்கே எதையாவது விற்பதற்கோ வீட்டிற்குக் கொண்டுபோக எதையாவது வாங்கவோ வருவார்கள். ஊரக மக்களுக்கு நகரத்திற்கு வருவது புதுமையாக இருக்கும். ஏதாவது வேலையிருந்தாலொழிய வேடிக்கை பார்க்க மக்கள் போகமாட்டார்கள். நீங்கள் சும்மா அங்கே ஊர் சுற்றிக் கொண்டிருந்தால் உங்களைச் சிறையிலடைக்க பிரிட்டிஷார் சட்ட திட்டங்களை வகுத்திருந்தார்கள். இப்படி யாரும் தேவையின்றி ஊர் சுற்ற முடியாது என்பதால் நகரம் சுத்தமாகவும் ஒழுங்காகவும் அமைந்திருந்தது.

கென்யாவின் மற்ற நகரங்களில் போலவே நியேரியிலும் அப்போது இந்தியர்கள்தான் கடைகளை நடத்தி வந்தார்கள். ஆட்சியாளர்கள் எல்லாம் பிரிட்டிஷ்காரர்கள். மாநில ஆணையர், மாவட்ட ஆணையர், மாவட்ட அலுவலர்கள் பிரிட்டிஷ்காரர்கள். அவர்கள் சீருடையில் மிடுக்காக இருப்பார்கள். சீருடையிலிருப்பவர்கள் கட்டுப்பாட்டுடனும் ஒழுங்குடனும் தோற்றமளிப்பார்கள். அந்தச் சீருடைகள் அச்சத்தை ஏற்படுத்தி மதிப்பையும் அதிகாரத்தையும் நிலைநிறுத்த உதவின. இவற்றால் உள்ளூர் மக்களை அடிமைகளாக ஆக்குவது எளிதாயிற்று. எனவே அவர்களை ஆள்வதும் எளிதாயிற்று. அந்த அச்சம் வேரூன்றி இன்றும் இருக்கிறது.

மாவட்ட அலுவலர் எப்போதும் வெள்ளையர்தான். அவர்களுக்குக் கீழ் உள்ளூர்க்காரர்கள் நியமிக்கப்பட்டார்கள். அவர்களுடைய பொறுப்புகள் அவர்களை மக்களோடு நெருக்கமாக இருக்கச் செய்தன. உள்ளூர் அதிகாரிகள் குடியேற்ற அதிகாரிகளின் கண்களாகவும் காதுகளாகவும் செயல்பட்டது பிரிட்டிஷ்

ஆட்சியாளர்களுக்கு மிகவும் வசதியாக இருந்தது. தொடக்கத்தில் இந்த உள்ளூர் அதிகாரிகளை எந்தத் தகுதிகளும் இல்லாமல், பதவிகள் பெற்றுத் தங்களை முன்னேற்றிக் கொள்பவர்களாக மக்கள் பார்த்தார்கள். ஏனென்றால் அவர்களில் பலர் குற்றவாளிகள், ஏமாற்றுக்காரர்கள். பிரிட்டிஷாரின் கூட்டாளிகளாகவும் தங்களுடைய சொந்த மக்களை விட்டுவிட்டு வெளிநாட்டாருக்கு வால் பிடிப்பவர்களாகவும் மக்கள் கருதினார்கள். சிறிது காலத்தில், இந்தப் பணிகளின் அதிகாரமும் ஆடம்பரமும் நல்ல தகுதியுள்ளவர்களை இழுத்தாலும் அடிப்படையில் இருந்த ஊழல், கணக்குக் காட்ட வேண்டியிராத நிலை, அரசு அதிகாரிகளிடமே இருக்கும் திறமையின்மை ஆகிய அனைத்தும் தொடர்ந்தன.

எப்போதாவது வெள்ளைக்காரப் பெண்களை நியேரியில் பார்ப்போம். ஆட்சியாளர்களின் மனைவியர் அவர்கள். தங்களைப் பொதுநலப் பணிகளில் அவர்கள் ஈடுபடுத்திக் கொண்டார்கள். உடல் ஊனமுற்ற, கைவிடப்பட்ட, அனாதைக் குழந்தைகளைப் பராமரிக்கப் பல அறக்கட்டளைகளை நிறுவினார்கள். குறிப்பாக, அவை 1950களில் மாவ்மாவ் எதிர்ப்பின்போது சிறப்பாகச் செயல்பட்டன. அதுபோல நெய்ரோபியிலிருந்த குடியேற்ற அலுவலரின் மனைவியர் ரெட் கிராஸ், தொழில் மற்றும் பணிபுரியும் பெண்களின் மன்றம், பல்கலைக்கழகப் பெண்கள் மன்றம் மற்றும் இளம்பெண்கள் கிறிஸ்தவ மன்றம் ஆகியவற்றின் கிளைகளை நிறுவினார்கள்.

கென்யாவின் பிற நகரங்களில் போலவே நியேரியிலும் ஊரக மக்களின் குடிபெயரல் அதிகமாயிற்று. அப்போது பணப்பயிர்கள் மேல் மோகம் ஏற்பட்டதால், ஊரக வாழ்க்கை நகர வாழ்க்கையை விட மோசமாக இருந்தது. எனவே ஊரக மக்கள் நகரங்களை நோக்கிப் படையெடுத்தார்கள். நியேரிக்குக் குடிபெயர்ந்த மக்கள் பல வழிகளிலும் பணம் சம்பாதிக்கத் தொடங்கினார்கள். கொல்லர் தொழில், காய்கறி, பழங்கள் விற்பனை, தாவரங்களை வளர்த்தல், பொருட்களை வாங்கி விற்பது ஆகிய வேலைகளில் ஈடுபட்டார்கள்.

இன்றைய நியேரியைப் பார்க்கும்போது, நான் சிறுமியாக இருந்த காலத்தில், மக்கள் தங்கள் வியாபாரப் பொருட்களை அழகான கூடைகளில் எடுத்துக்கொண்டு சுமந்து போனதை நினைத்துப் பார்க்கிறேன். கூடைகள் சிசால் மற்றும் இலந்தை நார்களால் முடையப்பட்டிருக்கும். அவை உள்ளூர் கைவினைப் பொருட்கள். இப்போதெல்லாம் அவற்றை அதிகம் பயன்படுத்துவதில்லை. உல்லாசப் பயணிகளுக்காக மட்டும் முடைகிறார்கள். மக்கள் பிளாஸ்டிக் பைகளில் தங்கள் பொருட்களைக் கொண்டு

செல்கிறார்கள். பூங்காக்களிலும் தெருக்களிலும் பிளாஸ்டிக் குப்பைதான். மரங்களிலும் புதர்களிலும் பிளாஸ்டிக் பைகள் தொங்குகின்றன. வீட்டு விலங்குகள் தெரியாமல் அவற்றைத் தின்று இறந்து போகின்றன. பிளாஸ்டிக் பைகள் கொசுக்களின் குடியிருப்பு. நகரத்தை எல்லாம் அசுத்தப்படுத்தி உட்காரக் கூட இடமில்லாமல் செய்து விடுகின்றன.

1940களில் நாங்கள் இகிதேக்கு வந்தவுடன் எங்கள் மாமா வீட்டில் தங்கியிருந்தோம். எங்களுக்கு என்று அருகில் ஒரு வீட்டைக் கட்டினார்கள். வீடு கட்டுவதற்கு அதிக நாள்கள் ஆகவில்லை. ஒன்றிரண்டு மாதங்களில் எங்கள் மாமா தேவையான தளவாடங்களை வாங்கிச் சேகரித்தார். வீட்டுக்குச் சட்டங்களைச் செய்ய வேறு ஆட்களின் உதவியை நாடினார். இளைஞர்களும், பெண்களும் சுவர்களை மண்ணால் நிரப்பினார்கள். பிறகு அம்மா கூரையை வேய மற்ற பெண்களின் உதவியைக் கேட்டார். ஒவ்வொரு நாளும் வேலை முடிந்த பிறகு வேலை செய்தவர்களுக்குச் சிறுதானியக் கஞ்சி, ஆரோருட், பச்சை வாழைப்பழம் (மிராரு) ஆகியவற்றை அம்மா அவருடைய உறவினர்கள், நண்பர்கள் உதவியுடன் கொடுப்பார்.

வீடு முடிந்துவிட்டது. இகித்தேயில் எங்கள் முதல் வீடு நீள் சதுரமான மண் குடிசை. இரண்டு அறைகள். ஒன்று எனக்கு, அம்மாவிற்கு, தங்கைகளுக்கு. இன்னொரு அறை சமையலுக்கு, எல்லோரும் சேர்ந்து உட்காரப் பயன்பட்டது. பின்னர் எனது அம்மாவும் அண்ணன்களும் சேர்ந்து பையன்களுக்காகச் சிறிய குடிசை ஒன்று கட்டினார்கள். அதற்கு அப்பால் ஒரு மலைக்காடு. அங்கு நான் போய் சிறிய விறகுக் கட்டை முதுகில் சுமந்து வருவேன். அம்மாவும் மற்ற பெண்களும் விறகை முதுகில் சுமந்து பாடிக்கொண்டே வருவார்கள். அதுபோலவே நானும் செய்வேன். வீட்டுக்கு வந்தவுடன் விறகுக் கட்டைத் தூக்கிப் போட்டுவிட்டு அதன்மேல் களைப்படைந்ததுபோல உட்காருவேன். அப்படித்தான் அம்மாவும் மற்ற பெண்களும் செய்வார்கள்.

இகித்தேக்கு வந்து சில மாதங்களுக்குப் பிறகு அம்மாவுக்குக் கடைசிக் குழந்தை பிறந்தது. கடைசித் தம்பிக்கு கமான்யா என்று என் மாமாவின் பெயரை இட்டார்கள். அம்மாவிற்குக் குழந்தை பிறக்கும் என்று எனக்குத் தெரியாது. என்னை அழைத்து எங்கள் அம்மாவின் பாட்டி வாங்யுயியை அழைத்து வரச் சொன்னது நினைவிருக்கிறது. அவர் வீட்டிற்குப் பக்கத்தில் இருந்தார். என் அம்மாவிற்குச் சுகமில்லை என்று கூறி அவரை அவசரமாக வரச் சொன்னேன். அடுத்து குழந்தை பிறந்ததுதான் நினைவிருக்கிறது.

எனது அம்மாவின் பாட்டிதான் பழைய உலகத்தோடு எங்கள் இனத்தாருக்கு இருந்த பிணைப்பு. என் அம்மா என்னை அடிக்கடி அவரிடம் அனுப்புவார். உணவு கொண்டு போவேன். குளிர் காலத்தில் அவருக்குக் கனப்பு உண்டாக்க விறகு கொண்டு போவேன். பாட்டி சுவையான சோளச் சோறு ஆக்குவார். நான் போகும்போது எனக்கும் தருவார். எப்போதும் என்னிடம் நன்றியோடு இருப்பார். "என் குழந்தையின் குழந்தையே, உனக்கு ஆசீர்," என்று சொல்வார். "உன் குழந்தைகளும் உன்னை நினைவில் வைத்து உணவும், விறகும் கொண்டு வரட்டும்," என்று வாழ்த்துவார். அவருக்குத் தொண்ணூற்று ஐந்து வயதிருக்கும். அந்தக் காலத்தில் இந்த வயதெல்லாம் சாதாரணம். ஏனென்றால் அப்போது மத்திய மலைப் பகுதிகளில் வளமான மண் இருந்தது, நல்ல பருவ நிலை, ஏராளமான உணவு. மக்கள் நல்ல உடல் நலத்துடன் இருந்தார்கள். கடினமாக உழைத்தார்கள். நோய் அவர்களை அணுகாது.

வயதான ஆண்களும் பெண்களும் தங்கள் காலம் வந்து விட்டதென்று எதிர்பார்த்துக் குடும்பத்தினரை அழைத்து ஆசி கூறுவது வழக்கம். அவர்களுடைய விருப்பத்தைத் தெரிவித்துத் தங்கள் சொத்துக்கு நிர்வாகியையும் நியமிப்பார்கள். அது பெரும்பாலும் முதல் மகனாக இருக்கும். அந்தக் காலத்தில் கிறிஸ்தவர்கள் இறந்த பிறகு விண்ணகத்திற்கோ நரகத்திற்கோ போவார்கள் என்று நம்புவதுபோலில்லாமல், இறந்தவர்கள் தங்கள் முன்னோரின் ஆவி உலகத்தில் சேர்ந்து விடுவார்கள் என்று நம்பினார்கள். இறந்த ஒருவருக்குச் செய்யும் இறுதிச் சடங்கில் "மழையும் பனியும் இருக்கும் இடத்தில் நீ தூங்குவாயாக," என்று கடைசி ஆசீர் கொடுப்பார்கள்.

எனது கடைசித் தம்பியோடு நான் நெருக்கமாக இருப்பேன். எனினும் அவன் வந்ததால் எனது அன்றாட வேலையெல்லாம் மாறவில்லை. பெரிய தம்பிகளுடைய உடைகளைத் துவைப்பது, அவர்களுக்கு உணவு கொண்டு வருவது எல்லாம் செய்தேன். அவர்களும் என்னிடம் அன்பாக இருந்தார்கள். அம்மா தோட்டத்திற்குப் போனபோது கூடப்போனேன். அவர் நிலத்தில் பயிர் செய்ததைப் பார்த்து நானும் அதுபோலச் செய்தேன். அந்தக் காலத்தில் ஆப்பிரிக்கப் பெண்களெல்லாம் அப்படித்தான் செய்வார்கள். அந்தக் காலத்தில் குளிர்சாதனப் பெட்டிகள் எல்லாம் கிடையாது. ஆகவே தினமும் மாலையில் கிழங்குகள், பச்சைக் காய்கறிகளையெல்லாம் பறிப்போம்.

வேலை கடினமானதுதான். ஆனால் நல்ல பலன் கிடைத்தது. அப்போது மழை அடிக்கடி பெய்ததால் மண் ஈரமாகவே இருக்கும். பந்துருண்டை கூடச் செய்ய முடியும். ஆனால் மண் மணம் வீசும். மண்ணைக் கையிலெடுத்து விரல்களில் தேய்த்தால், அதன் உயிர்த் துடிப்பை உணர முடியும். பட்டாணி, பீன்ஸ், ஆரோருட், சிறுதானியம், சோளம் முதலான உணவுப் பயிர்களோடு அம்மா பைரேத்ரத்தையும் பயிரிட்டார். நக்குருவிலும் அப்படித்தான் செய்வார். அப்போது கறுப்பு விவசாயிகளுக்கு அனுமதிக்கபட்ட ஒரே பணப்பயிர் அது ஒன்றுதான். தேயிலை, காப்பியெல்லாம் வெள்ளைக்காரக் குடியேற்றக்காரர்கள் மட்டுமே பயிர் செய்ய முடியும். அம்மாவிற்கு இரண்டு பசுக்கள், சில ஆடுகள், கோழிகள் எல்லாம் இருந்தன. வீட்டுத் தேவைக்கு இவையே போதும்.

எப்போதாவது கிகியுயுக்கள் இறைச்சி சாப்பிட்டாலும், வன உயிர்களை வேட்டையாடி உண்ணமாட்டார்கள். பெரும்பாலும் காய்கறி உணவுதான். ஆதலால் எங்கள் அம்மா கோழி, முட்டைகளைக்கூட உண்ணமாட்டார். அவையெல்லாம் அவருக்கு வன உயிர்கள். ஆனால் எங்களுக்கு அவற்றை உண்ணப் பிடிக்கும். எங்களுக்கு ஒரே குழப்பம். அம்மா தன்னுடைய பாத்திரங்களை எல்லாம் ‘வன உயிர்’களைச் சமைக்கத் தரமாட்டார். ஆனால், அவர் வீட்டில் இல்லாத நேரத்தில் சமைத்துவிட்டுப் பாத்திரங்களையும் கரண்டிகளையும் சுரண்டிக் கழுவி வைத்துவிடுவோம். சில வேளைகளில் நன்றாகக் கழுவியிருக்க மாட்டோம். பாத்திரங்களில் கோழிக்கறி வாசனை அடித்தால் அம்மா அவற்றை ஒதுக்கி வைத்துவிடுவார். சில சமயங்களில் நாங்கள் சமைத்த பாத்திரங்களிலேயே கவனிக்காமல் சமைத்துவிடுவார். பிறகுதான் தெரிய வரும். இதனால் மெல்ல கோழிக் கறியையும் முட்டைகளையும் ருசித்துச் சாப்பிடத் தொடங்கினார். அதன்பிறகு பாத்திரங்களை ஒதுக்கிவிடுவதில்லை.

அம்மா அவர் பண்ணையின் மத்தியில் பதினைந்து சதுர அடியில் ஒரு சிறு தோட்டத்தை எனக்கு ஒதுக்கி இருந்தார். அதில் எப்படிப் பயிர் செய்யவேண்டும் என்று கற்றுக் கொடுத்தார். மழைக் காலம் வந்தவுடன், “மழைக் காலத்தில் சோம்பேறியாகச் சுத்தாதே. ஏதாவது பயிர் செய்,” என்று சொல்லுவார். நானும் சர்க்கரைவள்ளிக் கிழங்கு, பீன்ஸ், சோளம், சிறுதானியம் முதலியவற்றைப் பயிரிட்டேன். என் தோட்டம் சிறியது. நான் விதைப்பதையும் கொஞ்சம் முன்னதாகவே செய்து விட்டேன். விதை முளைப்பதைத் தினமும் கவனமாகப் பார்த்து வந்தேன். எப்போதாவது விதைகளை மண்ணிலிருந்து தூக்கி முளைத்திருக்கிறதா என்று பார்ப்பேன்.

“தொடாதே, வெளியே எடுக்கக் கூடாது. மூடியே வைத்திருக்க வேண்டும். ஆசையாக வளர விட்டுவிட வேண்டும். தாமாக அவை முளைத்து விடும்”, என்று அம்மா கூறுவார்கள். என்ன ஆச்சரியம்! அவையும் முளைத்துவிடும்.

சோளத்தில் பூப்போலத் தோகை உண்டாகும் அது எனக்கு அதிசயமாகத் தோன்றும். அது எங்கிருந்து வந்தது என்று என்னையே கேட்டுக் கொள்வேன். பிறகு அதில் கதிர் வரும். அதோடு பறவைகளும் வரும். சோளக் கதிரைப் பறவைகள் சாப்பிடுவதை வேடிக்கை பார்ப்பது எனக்குப் பிடிக்கும். சில சமயங்களில் கதிரைக் கையால் போர்த்திக்கொள்வேன், பறவைகள் கொத்தாமல் இருக்க.

நான் விதைத்த பீன்ஸ் பூப்பூக்கும். அவற்றிற்கு வண்ணத்துப் பூச்சிகளும் தேனீக்களும் வரும். நான் முன்னாலேயே நட்டிருந்ததால் என் தோட்டத்திற்குத்தான் அவை முதலில் வரும். நான் உற்சாகத்துடன் ஓடிப்போய் அம்மாவிடம் சொல்வேன். அவருக்கு மகரந்தச் சேர்க்கை பற்றி ஒன்றும் தெரியாது. ஆனால் தேனீக்களும், வண்ணத்துப் பூச்சிகளும் வந்தால் எனது செடிகள் நன்றாக இருக்கின்றன என்று பொருள் என்பார். விரைவில் பீன்ஸ் காய்த்துவிடும் என்று சொல்வார்.

அபர்டேர் காட்டின் கன்னித் தன்மைக்கு திடீரென்று ஆபத்து வந்தது. காலனி அரசு காட்டை ஆக்கிரமித்து, ஆப்பிரிக்கக் காடுகளில் இல்லாத மரங்களைப் பணத்திற்காகப் பயிரிடத் தொடங்கியது. இயற்கைக் காடுகள் அழிந்தபோது புகை மண்டலத்துடன் தீ எரிந்தது எனக்கு இன்னும் நினைவிருக்கிறது. 1940களுக்குள் கென்யாவில் பல வித்தியாசமான மரங்களை விதைத்துவிட்டிருந்தார்கள். வடக்குக் கோளத்திலிருந்து பைன் மரங்களைக் கொண்டு வந்து நட்டார்கள். தெற்கிலிருந்து யூக்லிப்டஸ் மரத்தையும் வாட்டில் மரத்தையும் கொண்டு வந்தார்கள். மரங்கள் வேகமாகவும் உயரமாகவும் வளர்ந்து மரச்சாமான்களுக்கும் கட்டட வேலைக்கும் பயன்பட்டன.

இவை பற்றிப் பரவலாக மக்களுக்குத் தெரிவிக்க வனக்காவலர் விவசாயிகளுக்கு விலையில்லாமல் விதைகள் தந்தார்கள். அவற்றினால் வியாபார வகையில் இலாபம் கருதி விவசாயிகளும் இதனை வரவேற்று உற்சாகமாகப் பயிரிட்டார்கள். ஆனால், இதனால் உள்ளூர்ப் பயிர்கள் பாதிப்படைந்தன. இந்த மரங்கள் சேதத்தை ஏற்படுத்தின. உள்ளூர்ச் செடிகளையும், விலங்குகளையும் விரட்டி விட்டன. மழைத் தண்ணீரைச் சேர்த்துப் பாதுகாக்க உதவிய

இயற்கைச் சூழ்நிலையைப் பாதித்தன. இதனால் மழை வந்தபோது, மழைத்தண்ணீர் பெரிதும் கீழே வடிந்துவிட்டது. பத்திருபது ஆண்டுகளில் நிலத்தடி நீர் பெருமளவு குறைந்தது. விரைவிலேயே ஆறுகளும் ஓடைகளும் வறண்டு போயின.

நாங்கள் நியேரிக்கு வந்தவுடன், என்னுடைய அண்ணன் நிடெரிட்டு என் அம்மாவிடம் ஒரு கேள்வி கேட்டான். "எங்களை மாதிரி வங்காரி மட்டும் ஏன் பள்ளிக்குப் போகவில்லை" என்றான். அவனுக்கு அப்போது பதிமூன்று வயது. உயர்நிலைப் பள்ளியில் அந்த ஆண்டுதான் சேர்ந்திருந்தான். அது ஒன்றும் அவ்வளவாக அதிர்ச்சியூட்டும் கேள்வியாக இல்லை. பெண் குழந்தைகளைப் பள்ளிக்கு அனுப்புவதில் எங்கள் குடும்பத்தில் ஏற்கனவே முன்னுதாரணம் இருந்தது. என் மாமா தன்னுடைய பிள்ளைகளை எல்லாம் தன் மகள் உட்பட பள்ளிக்கு அனுப்பினார். எனினும் அது பொதுவான ஒரு பழக்கம் இல்லை. அம்மா சிறிது நேரம் யோசித்துவிட்டு, "அனுப்ப வேண்டியதுதான், அனுப்பாமலிருக்க ஒரு காரணமும் இல்லையே," என்று கூறிவிட்டார்.

ஆனால் அதற்குப் பிறகு என்ன நடந்தது என்று எனக்குத் தெரியாது. அம்மா என் மாமாவைக் கலந்திருக்க வேண்டும். அவர் என் தந்தையின் இடத்தில் இருந்து வீட்டுத் தலைவராக அனுமதி அளித்திருக்க வேண்டும். அவரும் சரியென்று கூறியிருப்பார். ஏனென்றால் நானும் எனது மாமா பிள்ளைகளுடன் இகித்தே தொடக்கப் பள்ளிக்குச் செல்வதாகத் தீர்மானிக்கப்பட்டது. எப்படியிருப்பினும் அம்மாவைப் பொறுத்தவரையில் இது முக்கியமான முடிவுதான். மோனிசா பிறந்த பிறகு அவர் மூன்று குழந்தைகளைப் பார்த்துக்கொள்ள வேண்டியிருந்தது. பள்ளிக் கட்டணமும் கட்ட வேண்டும். ஒரு பருவத்திற்கு ஒரு ஷில்லிங் பதினைந்து சென்ட்டுகள் மட்டும்தான். ஆனால் ஒரு கிராமத்துக் குடும்பத்திற்கு அதுவே பெரும் தொகை.

"நம்மிடம் அவ்வளவு பணம் இல்லை. மேலும் வீட்டில் வேலைக்கு அவள் வேண்டும். பெண் குழந்தை பள்ளிக்குப் போய் என்ன ஆகப் போகிறது?" என்று அவர் சொல்லியிருக்கலாம். அவர் பள்ளிக்குச் சென்று படிக்காவிட்டாலும், மாமா சொன்னதை ஏற்றுக்கொண்டார். ஆனால் அவர் எடுத்த முடிவுக்காக நான் எவ்வளவு நன்றி பாராட்டுகிறேன்? ஏனென்றால் அது என்னுடைய வாழ்க்கையையே மாற்றிவிட்டது. நிடிரிட்டு மட்டும் அம்மாவிடம் அந்தக் கேள்வியைக் கேட்காமலிருந்தால், அம்மா பதிலளித்திருக்காவிட்டால் என்ன நடந்திருக்கும் என்று யோசித்திருக்கிறேன். என் படிப்பிற்கு எங்கிருந்து பணம் வந்தது

என இன்று வரையிலும் எனக்குத் தெரியாது. கிராமத்தில் மற்றவர்களுடைய தோட்டத்தில் வேலை செய்து சம்பாதித்திருக்க வேண்டும். அப்படி வேலைக்கு அந்தக் காலத்தில் ஒரு நாளைக்கு 60 சென்ட் கிடைக்கும்.

இகித்தே தொடக்கப் பள்ளிக்கு நான் போன முதல் நாள் இன்னும் பசுமையாக நினைவில் இருக்கிறது. அதைவிட அங்கு போய்ச் சேர்வதற்கு முன்னால் நடந்ததுதான் தெளிவாக இருக்கிறது. ஒரு எழுதும் பலகை, ஒரு பயிற்சி ஏடு, ஒரு பென்சில், தோலினாலான பை இவைதான் என்னிடமிருந்தவை. பிறகுதான் எனது மாமா தனது கடையிலிருந்து ஒரு துணிப்பையைக் கொடுத்தார். அந்தக் காலத்தில் எட்டு வயதுச் சிறுமி தனியாக மூன்று மைல் நடந்து செல்வது என்பது ஒன்றும் புதிதில்லை. எனினும் என்னுடைய மாமா மகன் ஜோனத்தான் என்னைப் பள்ளிக்குக் கூட்டிப் போக வந்தான். அவனுக்கு ஜோனோ என்று செல்லப் பெயர். அவனுக்கு என்னை விடச் சிறிது வயது அதிகம். அவனுக்கு எழுதப் படிக்க தெரியாது.

தொடக்கப் பள்ளி ஒரு மைதானத்தில் இருந்தது. நான் வெறுங்காலோடு மண் பாதையில் மலைமேல் ஏறினேன். வழியில் உட்காரச் சொன்னான். "உனக்கு எழுதப் படிக்க தெரியுமா?" என்று கேட்டான். "நான் தெரியாது," என்று பதிலளித்தேன். "எழுதவாவது தெரியுமா?" என்றான் அதிகாரத் தோரணையில். அவனைவிடச் சின்னவளான என்னைப் பயமுறுத்துவது நோக்கமாக இருந்திருக்கும். நான் "தெரியாது" என்றேன். அப்போது எனக்கு எழுதுவது என்றால் என்ன என்று தெரிந்திருக்குமா என்பதே தெரியவில்லை. எனினும் நான் வெளியில் எதையும் காட்டிக் கொள்ளவில்லை. "சரி, நான் உனக்கு ஒன்று காட்டுகிறேன் பார்," என்றான் பூடகமாக. அவனுடைய குறிப்பேட்டை எடுத்துப் பென்சிலால் எழுதினான். அந்தப் பென்சிலை எழுதுவதற்கு முன்னர் எச்சில் கொண்டு ஈரப்படுத்த வேண்டும். ஜோனாவும் அதனை நன்றாக நக்கி எதையோ எழுதினான். எழுதியதை என்னிடம் காட்டினான். அப்போது அவன் என்ன கிறுக்கினான் என்று எனக்குப் புரியவில்லை. இருப்பினும் நான் அசந்துவிட்டேன். "ஓ, உனக்கு எழுதத் தெரியுமா?" என்றேன், கண்களை அகலத் திறந்தபடியே.

ஜோனோ தலையை ஆட்டிவிட்டு ஏதோ செய்தான். பெரிய அதிசயமாக எனக்குத் தோன்றியது. அவனுடைய பையிலிருந்து அழிப்பானை எடுத்துத் தேய்த்தான். உடனே அவன் எழுதியது மறைந்துவிட்டது. அதற்கு முன்னால் நான் அழிப்பானைப் பார்த்ததில்லை. அதனால் இது மந்திர மாயம் போல எனக்குத் தோன்றியது. "உன்னால் முடியுமா?" என்றான் பெருமையோடு.

ஜோனோ பெரிய கெட்டிக்காரன் என்று நினைத்துக்கொண்டே "என்னால் முடியாது," என்றேன். "இதைத்தான் நீ பள்ளியில் படிக்கப் போகிறாய்," என்றான். அத்தோடு நாங்கள் பள்ளிக்கு நடக்கத் தொடங்கினோம். அந்த நாளை என்னால் மறக்கவே முடியாது. எனக்கு இது மிகுந்த உற்சாகம் தந்தது. எழுதவும் அதை அழிக்கவும் எவ்வளவு ஆசையாக இருந்தேன்! நான் எழுதப் படிக்கக் கற்றவுடன் அதை நான் நிறுத்தவே இல்லை. எனக்குப் படிக்கத் தெரியும், எழுதத் தெரியும், அழிக்கவும் தெரியும்.

எனது பள்ளியும் மற்ற பள்ளிகளைப் போலத்தான் இருந்தது. மண் சுவர், மண் தரை, தகரக் கூரை. ஒவ்வொரு வெள்ளிக் கிழமையும் வீட்டிலிருந்து சாம்பல் கொண்டு வந்து தரையில் போடுவோம். பிறகு பக்கத்து ஓடையிலிருந்து தண்ணீர் கொண்டு வந்து அதன்மேல் ஊற்றுவோம். பிறகு அதைக் கூட்டி விடுவோம். இதுதான் அப்போது சுத்தம் பண்ணுகிற வழி. இதனால் வகுப்பறையில் தூசி சேராது. ஈக்கள் போன்ற பூச்சிகள் அணுகாது. ஜூன் முதல் ஆகஸ்ட் வரை மத்திய மலைப்பகுதிகளில் அதிகமாகக் குளிரும். எங்கள் பள்ளியில் குளிர் நடுக்கும். அந்த மாதங்களில் எங்கள் ஆசிரியர்கள் நெருப்பு மூட்டியிருப்பார்கள். நாங்கள் எங்கள் கைகளைச் சூடு பண்ணிக் கொள்வோம். அப்போதுதான் எழுத முடியும். இப்போதெல்லாம் அவ்வளவு குளிர் இருப்பதில்லை. ஒருவேளை பருவ நிலை மாற்றமாக இருக்கலாம்.

இகித்தே தொடக்கப் பள்ளியை பிரபிஸ்டீரியன் என்னும் கிறிஸ்தவ சபைக்காரர்கள் நிறுவினார்கள். ஆசிரியர்களில் சிலர் சுற்றுப் பகுதிகளிலிருந்து வந்தார்கள். மற்றவர்கள் தொலைவிலிருந்து வந்தவர்கள். எல்லோரும் பள்ளி வளாகத்திலிருந்த பெரிய வீட்டில் தங்கியிருந்தார்கள். ஆசிரியர்கள் குழந்தைகளிடம் கவனத்துடனும் பொறுப்புடனும் நடந்துகொண்டார்கள். ஆனால், கண்டிப்பாக இருப்பார்கள். ஆசிரியர் சொன்னதைச் செய்யாவிட்டால் அடிப்பார்கள். சேட்டை செய்தால் வகுப்பறையை விட்டுத் துரத்திவிடுவார்கள்.

கென்யாவில் பள்ளிக்குப் போனதில் நான் இரண்டாம் தலைமுறை. வயது வந்தவர்களும் பள்ளியில் சேர்ந்து படிக்கலாம். என்னுடைய வகுப்பில் வயதானவர்களும் இருந்தார்கள். ஆண்களுக்கும் பெண்களுக்கும், சிறுவருக்கும் சிறுமியர்க்கும் எந்த வேறுபாடும் எனக்கு அப்போது தெரியாது. அவ்வளவு சின்ன வயது. ஆனால் என்னுடைய வகுப்பில் என்னைவிட வயதில் மூத்தவர்களுக்குத் தெரிந்திருந்தது. அவர்களுக்கு ஏதாவது வேலை சொன்னால் அது குழந்தைகள் செய்ய வேண்டியது என்பார்கள். வளாகத்தைக்

கூட்டுவது, தண்ணீர் கொண்டு வருவதெல்லாம் அவர்களுக்குப் பிடிக்காது. சில சமயங்களில் ஆசிரியர்கள் அவர்களைப் பின் வரிசையிலிருந்து முன்னால் வந்து குழந்தைகளோடு சிறிய நாற்காலியில் உட்காரச் சொன்னால் எதிர்ப்பார்கள். ஆனால் ஆசிரியர் கண்டிப்பாக இருப்பார். "முடியாது, நீ வந்து இந்தக் குழந்தையோடு உட்கார்," என்பார். ஆண்கள் வகுப்புக்கு இடைஞ்சலாக இருந்தார்கள். அவர்களுக்குத் தண்டனையாகக் கழிப்பறையைத் தோண்டச் செய்தார்கள். பெரியவர்களுக்கு இப்படித் தண்டனை தருவது எனக்கு வினோதமாகத் தோன்றிற்று.

தொடக்கத்தில் முதலில் *A* வகுப்பு, அடுத்து *B* வகுப்பு. அரை நாள்தான் வகுப்பு. *ABC* ஆங்கில எழுத்துகளும் எண்களும் படித்தோம். கிகியுயு மொழி வழியாகத்தான் படித்தோம். ஜோனா முதல் நாள் காட்டிய வேடிக்கைக்குப் பிறகு *ABC*-யும், 1,2 எண்ணுவதும் பெரிதாகத் தெரியவில்லை. எல்லோரும் குருட்டு மனப்பாடம் செய்தார்கள். முதல் வகுப்பிலும் அடுத்த ஆண்டும் பாடங்கள் கொஞ்சம் உற்சாகமாக இருந்தன. இப்போது முழு நேரம் வகுப்புகள். அடுத்த மூன்று ஆண்டுகள் நான்காம் வகுப்பு வரையில் கணக்கு, கிஸ்வாஹிலி, ஆங்கிலம், புவியியல் ஆகிய பாடங்கள் படித்தேன். என்னுடைய கிஸ்வாஹிலி ஆசிரியர் பெயர் முச்சாய். அவர் தன்னுடைய பணிக்காகத் தன்னை அர்ப்பணித்துக் கொண்டார். தாராள மனதுடையவர். சில ஆண்டுகளுக்கு முன்னர்தான் இறந்தார். பின்பு நான் இகித்தேக்குப் போகும் போதெல்லாம் என் கூடவே வருவார். அவர் என்னுடைய ஆசிரியர் என்பதில் அவருக்கு அவ்வளவு பெருமை.

எனக்குப் பதினோரு வயதாகியபோது நான் நான்காம் வகுப்பில் படித்தேன். அப்போதுதான் ஆங்கிலம் ஆரம்பித்தார்கள். என்னுடைய முதல் ஆங்கில ஆசிரியர் குட்டையாகத் தடியாக இருந்தார். வெள்ளை அரைக்கால் சட்டை அணிவார். அது அவருக்குப் பொருந்தாது. அவருடைய கால் தசை பெரியதாகத் தெரியும். அவர் பாடம் நடத்திய முறை மிகவும் கவர்ச்சியாக இருக்கும். எங்கள் முன்னால் நின்று நடித்துக் காட்டுவார். "நான் கதவுக்குப் போய்க்கொண்டிருக்கிறேன்," என்று ஒவ்வொரு அசையையும் அழுத்தமாகச் சப்தமாக உச்சரித்துக்கொண்டே நடப்பார். அவரைப் போலவே எங்களையும் திரும்பச் சொல்லச் செய்வார். "நான் கதவுக்குப் போய்க்கொண்டிருக்கிறேன்," என்று சொல்வோம். ஆனால் நாங்கள் நாற்காலியிலேயே உட்கார்ந்திருப்போம். "இது கதவு" என்று கதவை நோக்கிக் கையைக் காட்டுவார். நாங்களும் அது கதவு என்று உறுதி

செய்வோம். பிறகு சுவரை நோக்கிக் காட்டி "இது சுவர்" என்பார். பிறகு கதவை நோக்கிப் போய்க்கொண்டே "நான் சுவரை நோக்கிப் போய்க்கொண்டிருக்கிறேன்," என்பார். இப்படித்தான் நாங்கள் ஆங்கிலம் கற்றோம். எங்களுக்கு வாக்கியம் எழுதத் தெரிந்திருக்காது. ஆனால், எங்களால் வகுப்பறையிலுள்ளவற்றை அடையாளம் காண முடிந்தது.

நான் வெள்ளை அரைக்கால் சட்டை அணிந்த தடித்த கால் சதையுடன் இருந்த ஆங்கில ஆசிரியரை நினைக்கும்போது சிரித்துக்கொள்வேன். ஆனால், அப்போது அதை வேடிக்கையாக எடுத்துக்கொள்ளவில்லை. வீட்டிற்குப் போய் அம்மாவிடம் திரும்பச் சொல்வேன். அவரும் அதைப் பெரிதாக எடுத்துக்கொள்ளவில்லை. ஆனால், குழப்பத்தோடு "நீ என்ன சொல்கிறாய்?" என்றார். நாங்கள் அப்போது சிரித்து விளையாடிக்கொண்டிருந்தாலும், ஆசிரியர்கள் மிகவும் பொறுப்போடும், அன்போடும் காரியமே கண்ணாக இருந்தார்கள். ஐந்தாம் வகுப்பிற்குப் போக வேண்டுமென்றால் தேசிய அளவிலான தேர்வு எழுத வேண்டும். அதற்கு அவர்கள் எங்களை ஆயத்தப்படுத்தினார்கள்.

எனக்கு எப்போதுமே இயற்கை மிகவும் பிடிக்கும். இகித்தே ஆபர்டேர் வனத்தை ஒட்டி இருந்ததால் பல சிறு காடுகள் இருந்தன. வன விலங்குகள் நிறையவே இருக்கும். யானைகள், மான்கள், குரங்குகள், சிறுத்தைகள் எல்லாம் வனத்தில் இருப்பது எனக்குத் தெரியும். இந்த விலங்குகளை எல்லாம் நான் பார்த்ததில்லை. எனினும் என்னுடைய அம்மா நான் அவற்றைக் கண்டால் பயப்படக்கூடாது என்பார். சிறுத்தைகள் நடமாட்டம் அதிகம். அந்தப் பகுதியிலிருந்த விலங்குகளில் மிகவும் பயங்கரமானது சிறுத்தைதான். சிறுத்தை செடிகொடிகள் மத்தியில் இருக்கும், அதன் வால், பாதையில் கிடக்கும் என்பார்கள்; சிறுத்தைக்கு கிகியுயு மொழியில் இங்காரி என்று பெயர். 'உடைய' என்பதற்கு 'வ' சேர்த்தால் வ-ங்காரி ஆகிவிடும். 'சிறுத்தையினுடையதாக' என்பது வங்காரி என்ற சொற்றொடரின் பொருள். "பாதையில் நடந்து போகும்போது சிறுத்தையின் வாலைப் பார்த்தால் அதை மிதித்துவிடாமல் கவனமாக நட. நடந்து கொண்டே 'நீயும் நானும் சிறுத்தைகள் தானே, நாம் ஏன் சண்டை போட வேண்டும்?' என்று சொல்" என அம்மா சொன்னார். நானும் சிறுத்தை என்னை வங்காரி என்று அடையாளம் கண்டுகொள்ளும், என்னை ஒன்றும் செய்யாது, பயப்படக் காரணம் எதுவும் இல்லை என்று நம்பினேன்.

கென்யாவில் பெரும்பாலான மக்கள் பெரிய வன விலங்கைப் பார்த்தால் பயந்துபோய் ஏதாவது செய்துவிடுகிறார்கள். இதனால் அவை தாக்கிவிடுகின்றன. அண்மையில், "உங்கள் தொகுதியில் மூன்று யானைகள் சுற்றிக்கொண்டிருக்கின்றன. மக்கள் பீதியடைந்திருக்கிறார்கள்," என்று காலை ஆறு மணிக்கு ஒரு தொலைபேசி அழைப்பு வந்தது. யானைகள் கென்யா மலைச் சிகரத்திலிருந்து ஆபர்டேர் மலைகளுக்குப் போகும். அந்தப் பாதையிலிருந்து வழிதவறி இந்த மூன்று யானைகளும் மக்கள் வாழும் பகுதிகளுக்குள் வந்துவிட்டன. தொலைபேசியில் அழைத்தவர், "யானைகள் உங்கள் அம்மா வீட்டருகில் சுற்றுகின்றன," என்றார்.

கிராமவாசிகள் தங்கள் பாத்திரங்களைக் கொண்டு ஒலி எழுப்பிக் கத்தி, யானைகளைப் பயமுறுத்த முயன்று கொண்டிருந்தார்கள். ஆனால் அவர்கள் சப்தம் போடப்போட யானைகள் இன்னும் அதிகமாகப் பயந்துவிட்டன. அந்தக் குழப்பத்தில், அவை மிரண்டு விவசாயிகளின் பயிர்களை மிதித்து நாசமாக்கி மக்கள் உயிருக்கும் ஆபத்தை ஏற்படுத்தின. எனவே, மக்களை அமைதிப்படுத்த கென்யா வனத்துறையிலிருந்து ஆட்கள் வந்து யானைகளைச் சுட்டுக் கொன்றார்கள். அவற்றிற்கு ஊசி போட்டு வேறு இடத்திற்கு மாற்றியிருக்கலாமே என்று கேட்டதற்கு யானைகளை அப்புறப்படுத்தத் தேவையான சாதனங்கள் இல்லை என்றார்கள். இந்தச் சோக நிகழ்ச்சிக்குக் காரணம் விலங்குகளின் நடத்தையை பற்றிச் சரியாகத் தெரியாதிருப்பதுதான். ஆனால், என் அம்மா காலத்து மக்களுக்கு எல்லாம் தெரிந்திருந்தது.

நான் சிறுமியாக இருந்தபோது வீட்டைச் சுற்றிலும் இருந்த பறவைகளின் குரலைக் கூர்ந்து கேட்பேன். அவற்றின் பெயர்களை அறிந்துகொள்வேன். ஒரு குறிப்பிட்ட பறவை பொழுது சாயும் வேளையில் ஒருவிதமாகக் கத்தும். 'இகியா நிங்கு, இகியா நிங்கு' என்பது போலக் கேட்கும். அதற்கு 'விறகைத் தூக்கிப் போடு' என்பது பொருள். இந்தப் பறவை என்ன சொல்கிறது என்று அம்மாவிடம் கேட்டேன். "அது எச்சரிக்கை விடுக்கிறது" என்றார் அவர். இருட்டப் போகிறது. அதனால் விறகை வீட்டிற்குக் கொண்டு போ என்று எச்சரிக்கிறதாம். இப்போதும் கிராமத்துக்குப் போகும்போது அந்தப் பறவை கூவுவதை எப்போதாவது கேட்பேன். முன்னால் போல் இப்போது அதிகமான வனப்பகுதிகளும் இல்லை. பறவைகளைக் கேட்பதும் முடிவதில்லை. அப்படிக் கேட்கும்போது அம்மா சொன்னது

நினைவிற்கு வரும். குழந்தைகள் பெரியவர்களோடு பேசும்போது நிறைய கற்றுக் கொள்கிறார்கள்.

வீட்டிற்கு விறகு அடிக்கடி சேகரிக்க வேண்டியதிருக்கும். இதில் நான் என் அம்மாவிற்கு உதவி செய்வேன். ஊரகப் பகுதிகளில் நூற்றுக்கணக்கில் 'மிகுமோ' என்று காட்டு அத்தி மரங்கள் இருக்கும். அவற்றின் பட்டை யானைத் தோல் போல நிறத்துடன் இருக்கும். அடர்த்தியான கிளைகளிலிருந்து வேர்கள் தரையில் ஊன்றி மரத்தை நிலையாக நிறுத்தியிருக்கும். அத்தி மரங்களின் பசுமையான அடர்ந்த கிளைகள் மேற்கூரை போல இருக்கும். அறுபது அடி விட்டம் இருக்கும். பழங்கள் நிறைய காய்க்கும். பறவைகள் அவற்றை விரும்பி உண்ணும். காய் பழுக்கும் போது நூற்றுக் கணக்கில் பறவைகளைப் பார்க்கலாம். கீழே மண்டியிருக்கும் புல் புதர்களை யாரும் வெட்ட மாட்டார்கள். இவை எல்லாம் மரத்திற்கு ஒரு புதிரான சூழலைக் கொடுத்தன.

நான் விறகு பொறுக்கப் போகும்போது, "அத்தி மரத்திலிருந்தோ அதனைச் சுற்றியோ காய்ந்த விறகைப் பொறுக்காதே," என்று அம்மா என்னை எச்சரித்தார். "ஏன்?" என்றேன். "ஏனென்றால் அது கடவுளின் மரம்," என்று பதில் சொன்னார். "அதனை வெட்ட மாட்டோம். தீ வைத்து எரிக்க மாட்டோம்," என்றார். அப்போது அவர் என்ன சொல்கிறார் என்பது எனக்குப் புரியவில்லை. ஆனால் நான் அவர் சொல்லை மீறியதில்லை.

அத்தி மரத்திலிருந்து இருநூறு முழம் தள்ளி ஒரு நீரோடை இருந்தது. அதற்குக் கணுங்கு என்று பெயர். தெளிந்த நீர் ஓடும். நாங்கள் நேரடியாகவே அந்தத் தண்ணீரைக் குடிப்போம். சிறுமியாக இருந்தபோது நீரூற்று கொப்பழித்துப் புறப்படும் இடத்திற்கே போயிருக்கிறேன். ஆற்றின் மூலத்தையே பார்க்கும் அதிர்ஷ்டசாலிகள் ஒரு சிலர்தான் இருப்பார்கள். நீரூற்று தரையிலிருந்து வரும் இடத்திற்கு அருகில் ஆரோரூட் பயிரிட்டிருப்பார்கள். ஓடை நெடுகிலும் வாழை, கரும்பு முதலியன சாகுபடி செய்திருப்பார்கள். அவை உணவுப் பயிர்கள். ஆரோரூட் சமைத்தால் உருளைக் கிழங்குபோல இருக்கும். அது நிறைய தண்ணீர் இருக்கும் இடங்களில்தான் விளையும். அப்போதெல்லாம் சிற்றோடைகளின் கரைகளில்தான் பயிரிடுவார்கள். அவற்றின் பச்சை இலைகள் மேலே வளர்ந்து ஒரு குகைபோல இருக்கும். என்னைப் போன்ற குழந்தைகள் அதனடியில் ஒளிந்துகொள்ளலாம். மழை பெய்தால் மழை நீரின் வெள்ளித்துளிகள் எனக்குமேல் அகன்ற இலைகளில் விழுந்து தரையில் நீர் வீழ்ச்சிபோல விழும். இந்த இலைகளைப் பிடுங்கி ஆற்றில் தண்ணீர் மொண்டு

குடிப்போம். பளிச்சென்ற பச்சை இலைகளின் மேல் தண்ணீர் தெளிவாக இருக்கும்.

ஆரோரூட் செடிகளின் கீழே நூற்றுக்கணக்கில் தவளை முட்டைகள் இருக்கும். அவை கறுப்பு, வெள்ளை, கருஞ்சிவப்பு நிறங்களில் இருக்கும். அவற்றை மாலையாகச் சேர்த்து அணிய வேண்டும் போலத் தோன்றும். நானும் கவனமாக அவற்றைப் பொறுக்க முயல்வேன். அதைக் கழுத்தில் மாலையாக அணிய ஆசை. பலமணி நேரம் முயன்றாலும் தோல்விதான். நான் அவற்றின் கீழே விரல்களைக் கொடுத்துத் தூக்க முயன்றபோதெல்லாம், முட்டைகளைச் சேர்த்து வைக்கும் குழகுழப்பான பகுதிகள் விரல்களுக்குள் நழுவி ஆற்றில் விழுந்துவிடும். என்ன ஏமாற்றம்!

நீரோடையில் தவளை முட்டைகளுடன் விளையாட அடிக்கடி வந்துவிடுவேன். திடீரென்று பார்த்தால் முட்டைகள் மறைந்து விட்டிருக்கும். கறுப்புத் தலைப்பிரட்டைகள் ஆயிரக் கணக்கில் தண்ணீரில் துள்ளிக்கொண்டிருக்கும். அவற்றை வாலைப் பிடித்துத் தூக்க முயல்வேன். அவையும் நழுவிப் போய்விடும். பிறகு இவையும் மறைந்து தவளைகள் நீரோடையைச் சுற்றிலும் குதித்துக்கொண்டிருக்கும். ஆனால் தவளை முட்டைகள், தலைப்பிரட்டைகள், தவளைகளுக்குள்ள தொடர்பு பள்ளிக்குப் போகும் வரையில் எனக்குத் தெரியாது.

இப்போது எனது மனக் கண்ணில் அந்த நீரோடையைப் பார்க்க முடிகிறது. படிகம் போன்ற தெளிவான நீர். கூழாங்கற்கள், மணலின்மேல் உதித்துப் பட்டுப் போல மெதுவாகச் செல்வதைக் கண்முன் காண்கிறேன். தண்ணீரிலுள்ள உயிரினங்கள், அசைந்தாடும் செடிகள், மூங்கில்கள், கரையிலுள்ள மரங்கள்! அவற்றைச் சுற்றித் தண்ணீர் ஓடும். தண்ணீர் கொண்டுவர அம்மா அனுப்பினால் இயற்கையின் இந்த மதிமயக்கும் அழகில் மூழ்கிவிடுவேன். அம்மா, "ஆரோரூட் செடிகளுக்குக் கீழே என்ன செய்கிறாய்? தண்ணீர் கொண்டு வா," என்று கத்த வேண்டியதிருக்கும்.

அத்திமர வேர் அமைப்பிற்கும் நிலத்தடி நீர்த் தேக்கத்திற்கும் தொடர்பு இருக்கிறது என்று பின்னால் அறிந்துகொண்டேன். அத்திமர வேர்கள் தரையைக் குடைந்து, பாறைகளின் ஊடே புகுந்து மேல் மண்ணையும் தாண்டி நிலத்தடி நீரைப் போய் அடையும். வேர்களின் வழியாகத் தண்ணீர் மேலே வரும். தரையில் பள்ளமோ, மென்மையான பகுதியோ எதிர்பட்டால் நீர் கொப்பளித்துக்கொண்டு மேலே வரும். அத்தி மரங்கள் இருந்தால் அங்கு சிற்றோடைகள் இருக்கும்.

அக்காலத்து மக்கள் இதனால்தான் மரத்திற்கு இவ்வளவு மரியாதை வைத்திருந்தார்கள். அவை நீரோடையை உண்டாக்கி தலைப்பிரட்டைகளைக் காப்பாற்றின. மேலும் மரங்கள் மண்ணைச் சேர்த்துப் பிடித்து வைத்திருந்ததால் மண் அரிப்பும், மண் சரிவும் தடுக்கப்பட்டன. இங்ஙனம் மக்களுடைய பண்பாட்டு ஆன்மிக வழக்கங்கள் பல்லுயிர் பெருக்கத்தைக் காப்பதற்கு உதவின.

நான் பள்ளிக்குப் போகாத நேரத்தில் அம்மா எனக்குச் சின்ன சின்ன வேலைகள் கொடுத்து வெளியே அனுப்புவார். சோளம், பீன்ஸ், வாழைப்பழம் ஆகியவற்றை வாங்க முக்கரார சந்தைக்குப் போவேன் அல்லது எட்டு மைல் தொலைவிலுள்ள குரா ஆற்றங்கரையிலிருந்த ஆலைக்கு நடந்தே செல்வேன். அப்போதெல்லாம் அரவை ஆலைகள் எல்லாம் தண்ணீரால்தான் ஓடின. எங்கள் சோளத்தை மாவரைக்கப் போனபோதெல்லாம் எங்கள் முறை வரும் வரையில் மற்ற குழந்தைகளோடு விளையாடிக் கொண்டிருப்பேன்.

குரா ஆற்று நீர் சுத்தமாக இருக்கும். ஆற்று நீரும் வேகமாக ஓடும். தண்ணீருக்கு அடியிலிருந்த கற்கள் கறுப்பாக உருண்டையாக இருக்கும். ஆதலால் தண்ணீரும் கறுப்பாகத் தோன்றும். நுரை நுரையாக இருக்கும். எனக்குக் கொஞ்சம் வயதானவுடன் நானாகவே பல பொறுப்புகளை எடுத்துக் கொண்டேன். பிற்பகலில் பயிர்த்தொழிலில் ஈடுபட்டேன். நான் பெரியவளாக ஆகித் தங்கிப் படிக்கும் பள்ளியில் சேர்ந்த பிறகும் கூட எனக்கென்று தனித் தோட்டம் இருந்தது. என் அம்மா அதைப் பார்த்துக்கொள்வார். விடுமுறைகளுக்காக ஆர்வத்தோடு காத்திருப்போம். வீட்டிற்குத் திரும்பி வந்து மண்ணைத் தொட ஆசை.

மாலையில் தோட்டத்தில் வேலை செய்வதுபோல அழகானது வேறு ஒன்றுமில்லை. மாலையில் மத்திய மலைப்பகுதிகளில் காற்றும் மண்ணும் குளிர்ந்து கிடக்கும். சூரியன் மறையும்போது மலை முகடுகளைத் தங்க நிற ஒளிக் கதிர்கள் நனைக்கும். மென்மையான தென்றல் வீசும். களைகளைப் பிடுங்கி மண்ணை பயிர்களைச் சுற்றி மெத்தும்போது ஒரு மன நிறைவு இருக்கும். இன்னும் கொஞ்ச நேரம் சூரிய ஒளி இருக்காதா என்று மனம் ஏங்கும்.

மண்ணும், நீரும், காற்றும், சாயும் சூரியனின் நெருப்பும் உயிர் வாழ்க்கையின் மூலங்கள். அவை மண்ணோடு எனக்கு உறவை ஏற்படுத்தின. சிறுமியாக இருந்தபோது மண்வெட்டி கொண்டு தரையைக் கொத்திப் பயிரிடுவதில் மூழ்கிவிடுவேன். மாலை மங்கி இருள் சூழ்வதைக் கூடக் கவனிக்க மாட்டேன். களைக்கும்

நல்ல பயிருக்கும் கூட வித்தியாசம் தெரியாத அளவுக்கு இருட்டி விடும். அப்போதுதான் வீட்டுக்குப் போகும் நினைவு வரும். வயல்களையும், ஆறு காடுகளையும், சிறு வனங்களையும் கடந்து செல்லும் ஒற்றையடிப் பாதையில் நடந்து வீட்டிற்குப் போவேன்.

வேலைப்பளுவை மாலைத் தென்றல் மறக்கடித்துவிடும். நிலவொளியின் நிழல்கள் மரங்களின் மேற்போர்வையைத் தாண்டித் தரையில் பரவி பள்ளத்தாக்கை நிரப்பும். வீட்டுக்குப் போகும் போது பள்ளத்தாக்கில் ஓடிய பல நீரோடைகளைக் கடந்து போவேன். இருட்டிவிடுமாதலால் மலைகளில் வழியும் தண்ணீர் ஓசையையும், நீரோடையின் சலசலப்பையும் கவனமுடன் கேட்டு வழி கண்டுபிடிக்க வேண்டும். ஆரோரூட்டும், செடிகொடிகளும் நிறைந்திருக்கும் பகுதிகளில் கவனத்துடன் செல்ல வேண்டும். குரா ஆற்றை அடையும் சிற்றோடைகள் 'ஹஸ்' என்றும் 'ஊஷ்' என்றும் ஒலி எழுப்பும். ஆறு சமவெளியைக் கடந்து, நீர் வீழ்ச்சியில் வழிந்து, கீழேயுள்ள பாறையில் மோதி விழும். உயரமான குன்றை அடைந்தவுடன் வீடு வந்து விட்டோம் என்று தெரியும். ஜூன் முதல் ஆகஸ்ட் வரையிலான பருவத்தில் குன்றின் உச்சியில் நின்றால், வானத்தில் விண்மீன்கள் வெடித்துச் சிதறும்; பால் வெளி பரவி ஒளிவிடும். வீட்டிற்கு வந்தால் உள்ளே போகவே மனம் இருக்காது. அம்மா தான் சமைத்த உணவை வெளியே கொண்டு வருவார். குடும்பத்தினர் அனைவரும் நட்சத்திரம் மின்னும் வானத்தின் அடியில் அமர்ந்து உண்போம். ஒவ்வொருவரும் என்ன வேலை முடிந்திருக்கிறது, இன்னும் என்ன வேலை மீதமிருக்கிறது என்று தெரிந்துகொள்ள விரும்புவார்கள். இந்த அனுபவங்கள் என்னை மண்ணோடு இன்னும் நெருக்கமாக்கின. சுற்றுச் சூழலின் அழகை ரசிக்கச் செய்தன. மண் நிலத்தின்மேல் படிந்திருக்க வேண்டும் என்று எனக்குத் தெரிந்தது. ஆறுகளில், குறிப்பாக மழைக்குப் பிறகு, மண் படிந்திருப்பதைப் பார்த்து நிலம் அழிந்து வருகிறது என்று வேதனையோடு உணர்வேன்.

சில வேளைகளில் நான் அதிகப்படியான வேலைகளைச் செய்வேன். அப்போது அம்மா வயதுக்குத் தகுந்த வேலைகளைத்தான் எடுத்துக்கொள்ள வேண்டும் என்பார். ஒரு விடுமுறையின்போது எனது அம்மாவிற்கு உடல்நலக் குறைவு ஏற்பட்டு மத்தாரி மருத்துவமனையில் சேர்ந்தார். அங்கு அவருக்குக் குடல்வால் அறுவைச் சிகிச்சை நடந்தது. அப்போது தினமும் அவரை மருத்துவமனையில் சென்று பார்ப்பதைவிட நடவு முக்கியம் என்று கருதினேன். அம்மாவிற்கு என்ன ஏற்பட்டாலும் வீட்டிற்கு உணவுதான் முக்கியம். எனவே எப்போதாவதுதான் அவரைச்

சென்று பார்த்தேன். அம்மா, நான் அடிக்கடி வந்து பார்க்க வேண்டுமென்று விரும்பியதாகப் பின்னால் தெரிய வந்தது. ஆனால் அவர் மருத்துவமனையிலிருந்தபோது நானும் எனது சகோதரிகளும் எவ்வளவு வேலை செய்திருக்கிறோம் என்று பார்த்து அயர்ந்து போனார்.

மூன்று மாதங்கள் கழித்து அடுத்த விடுமுறையில் வீடு திரும்பியபோது நான் விதைத்திருந்த பீன்ஸ் அறுவடைக்குத் தயாராக இருந்தது. அடுத்த வீட்டுக்காரரிடமிருந்து ஒரு கழுதையை இரவல் வாங்கிக்கொண்டு குரா பள்ளத்தாக்கிலிருந்த எங்களுடைய தோட்டத்திற்குப் போனேன். அறுவடை செய்து சூடடிக்கப் பிற்பகலாகிவிட்டது. ஒன்றரைச் சாக்கு பீன்ஸ்ஸை அறுவடை செய்துவிட்டேன். "நான் வலிமையுடன் இருக்கிறேன். கழுதையும் நோஞ்சானாகத் தெரியவில்லை" என்று நினைத்துக்கொண்டு கழுதையின்மேல் முழுச் சாக்கையும் ஏற்றினேன். அரைச் சாக்கை நான் தூக்கிக்கொண்டேன். இரண்டு பேரும் மலைகளில் ஏறி இறங்கி பாரம் தாங்காமல் நடந்தோம். டுச்சா ஆற்றை அடைந்தபோது இருட்டத் தொடங்கிவிட்டது. எனக்கும் களைப்பு. கழுதையைச் சரியான பாதையில் நடத்திச் செல்லவில்லை போல, அது வழுக்கிச் சரிவில் உருண்டு விட்டது.

எனக்கு என்ன செய்வதென்று தெரியவில்லை. சுதாரித்துக் கொண்டு ஓர் இடத்தில் என்னுடைய மூட்டையை வைத்து விட்டுக் கழுதைக்கு உதவினேன். அதற்கு அடிபடவில்லை. அதைத் தூக்கிவிட்டு மீண்டும் மூட்டையை முதுகில் ஏற்றி பாதைக்கு இழுத்து வந்தேன். எனது மூட்டையையும் தூக்கிக் கொண்டு மெல்ல நடந்தோம். இகித்தேக்கு வந்து வீடு சேர்ந்தவுடன் இரண்டு பேருக்கும் ஒன்றும் முடியவில்லை. தரையில் சாய்ந்துவிட்டோம். வெளியே ஓடி வந்து பார்த்த அம்மாவால் நம்ப முடியவில்லை. கழுதையும் மகளும் பக்கத்தில் பக்கத்தில் களைத்துப் படுத்துக் கிடக்கிறார்கள். "நீ எப்படித் தூக்கி வந்தாய்? எவ்வளவு பெரிய மூட்டைகள். இவ்வளவு பீன்சையும் நீ தூக்கி வருவாய் என்று நான் எதிர்பார்க்கவில்லை. இப்படிச் செய்யக் கூடாது," என்று கத்தினார். எனக்கும், கழுதைக்கும் இருந்த களைப்பில் பதிலே சொல்லவில்லை.

இந்த நிகழ்ச்சி எனக்கு எப்போதும் நினைவில் இருக்கும். சில வேளைகளில் உன்னால் சாதிக்க முடியாததை முட்டாள்தனமாக எடுத்துக்கொண்டாலும் ஒரே நோக்கத்தோடு முழு ஆற்றலையும் பயன்படுத்தினால் அதனைச் சாதித்து விடலாம் என்று அறிந்து கொண்டேன். அவ்வளவு தூரம் நடந்துபோய், பீன்ஸ் அறுவடை

செய்து வீட்டிற்குச் சுமந்து வருவது நடக்க முடியாத ஒன்றுதான். என் அம்மாகூட அந்த நிகழ்ச்சியை மறக்கவில்லை.

என்னுடைய அப்பாவின் அம்மா போல நான் இருப்பதாக எப்போதும் அம்மா சொல்வார். அவர் பெயர் வங்காரி. அந்தப் பெயரைத்தான் எனக்கு வைத்தார்கள். அவர் கடின உழைப்பாளி, எதையும் ஒரு ஒழுங்கோடு செய்வார். என்னுடைய நடை, உடை பாவனைகள், நான் பேசுவது, பொருட்களை ஒழுங்குபடுத்தி வைப்பது எல்லாமே அவர் போல இருப்பதாகச் சொன்னார்கள். நான் தோட்டத்தில் வேலை செய்யும்போது உணவைத் தனியாக வைப்பேன். அறுவடை செய்த தீவனத்தை அடுக்கித் தனியாக வைப்பேன். வீட்டிற்குப் போகும்போது எடுத்துப் போவது எளிதாக இருக்கும். "உன் பாட்டி போலத்தான் நீ இருக்கிறாய். அவரும் இப்படித்தான் ஒழுங்குபடுத்தி வைப்பார்," என்று அம்மா சொல்வார். எனக்கு இப்படி ஒப்பிட்டுப் பேசுவது பிடிக்கும். அவரைப் பார்த்திருக்க வேண்டும் என்று மனம் ஏங்கியது. கிகியுயு இனத்தில் உறவினர் பெயரை வைக்கும் வழக்கம், நாம் அவருடைய இரட்டை என்ற உணர்வைத் தரும். நான் உயிரோடு இருக்கும் வங்காரியாகக் கருதிக்கொண்டேன். உணவுப் பயிர்களையோ, விறகையோ, தீவனத்தையோ சுமந்துகொண்டு என் அம்மாவோடு போகும்போது என் பாட்டியைப் பற்றி நினைத்துக்கொள்வேன். அம்மாவிற்கு நான் என் பாட்டியை நினைவுபடுத்தினேன் என்பது எனக்குப் பெருமையாக இருந்தது. எங்கள் இனத்தில் குழந்தைகள் இறவாமை உணர்வை மக்களுக்குக் கொடுத்தனர்.

கணப்பைச் சுற்றி உட்கார்ந்து கதை சொல்வது கிராமப்புற வாழ்க்கையில் மிக அவசியமான அம்சம். பல மாலைப் பொழுதுகளில், வயல்களில் வேலையை முடித்த பிறகு குழந்தைகள் சேர்ந்து உட்கார்ந்து அவர்கள் தாய்மார் சொல்லும் கதைகளைக் கேட்பார்கள். முக்கூட்டு அடுப்பில் திறந்த நெருப்பில் உணவு தயாராகிக் கொண்டிருக்கும். அது தயாராகும் வரையில் கதை கேட்பது நடைபெறும்.

குழந்தைகளும் கூடக் கதை சொல்வார்கள். கதைகள் சொல்வதும் கேட்பதும் குழந்தைகளுக்கு ஒரு பொழுதுபோக்கு. அவர்கள் உணவுக்காகக் காத்திருக்கும்போது அவர்களைத் தூங்கவிடாமல் வைத்திருக்கும். சமையல் முடிக்க எவ்வளவு நேரம் ஆகுமோ அதற்குத் தக்கவாறு கதை நீளும், குறையும். பச்சைச் சோளமும், சர்க்கரை வள்ளிக் கிழங்கும் அரைமணி நேரத்தில் வெந்துவிடும். ஆனால் ஆரோரூட் சமைக்க இரண்டு மணி நேரம் ஆகும். இந்தக் கதைகள் குழந்தைகளுக்குப் பொழுதுபோக்காக மட்டுமன்றி

அவர்களுக்கு நல்ல கல்வியாகவும் இருக்கும். அவர்களுடைய படைப்பாற்றலை அதிகப்படுத்தும். அது முறைசாராக் கல்வி.

கிகியுயு பண்பாடு வாய்மொழியின் அடிப்படையில் ஆனது. எனவே செய்தியையும் கல்வி அறிவையும் மதிப்பீடுகளையும் வருங்காலத் தலைமுறையினருக்குத் தெரிவிக்கப் பல வழிகளையும் யுத்திகளையும் கண்டுபிடித்திருக்கிறார்கள். அவற்றில் கதை சொல்வதும் ஒன்று. பல கதைகள் மிகவும் விரிவாக நுண்ணிய கருத்துகள் உடையனவாக இருக்கும். அவை தொன்மக் கதைகள் போன்றவை. பல வடிவங்களில் அவை சொல்லப்படும். நல்லவர்களும் இருப்பார்கள், கெட்டவர்களும் இருப்பார்கள். அவற்றில் ஒரு பாத்திரம் அதிகாரம் செலுத்துவதாக இருக்கும். அதற்கு ‘இரிமு’ என்று பெயர்.

இரிமு என்ற அந்த அரக்கன் அழகான இளைஞன் உருவத்தில் வருவான். வேறு பல உருவங்களையும் எடுத்துக்கொள்வான். ஏமாற்றுக்காரன். குழந்தைகளைப் பயமுறுத்துவான். இளம் பெண்களைத் திருமணம் செய்வதாகக் கூறித் தன் வலைக்குள் இழுத்து ஏமாற்றிவிடுவான். ஒரு இளைஞன் போல இரிமு இருந்தாலும் மரம், பெரிய பூசணி, செடி என்று எந்த உருவத்திலும் வருவான். ஆறுகளிலும் குளங்களிலும் மறைந்து விடுவான். இளம் பெண்கள் தண்ணீர் எடுக்கும்போது தோன்றுவான். இந்தக் கதைகள் சின்ன வயதில் என்னை எவ்வளவு பாதித்திருந்தன என்றால், நீர்வீழ்ச்சி வழியாகப் போகும்போது என்மேல் தாவிவிடுவான் என்று பயமாக இருக்கும். எனவே நீர்வீழ்ச்சிகள், ஆறுகள் அருகில் போகும்போது அம்மாவுடனோ பெரியவர்களுடனோதான் போவேன்.

பள்ளிக்குப் போனவுடன் பல கதைப் புத்தகங்கள் கிடைத்தன. அவை வெவ்வேறு கதைகள் கூறின. நான் கணப்பைச் சுற்றி அமர்ந்து கேட்டவற்றிலிருந்தும் அவை முற்றிலும் மாறுபட்டவை. ‘சிண்ட்ரெல்லா’, ‘லிட்டில் ரைடிங் ஹூட்’, ‘தூங்கும் அழகி’ போன்றவை மேல்நாட்டுக் குழந்தைகளுக்கு அவர்களுடைய ஒழுக்கத்தை வளர்ப்பதற்காகக் கூறப்பட்டவை. ஆனால் எங்கள் கதைகள் போல அவை அர்த்தம் உள்ளவையாக இல்லை. கிகியுயு கதைகள் எங்கள் சுற்றுச் சூழலையும், எங்கள் மக்களின் மதிப்பீடுகளையும் பிரதிபலித்தன. எங்கள் குலத்தில் வாழ எங்களை அவை ஆயத்தப்படுத்தின. ஆனால் புத்தகங்களில் படித்த கதைகள் முற்றிலும் மாறுபட்டவை. அதில் பாதி எனக்குப் புரியாது. ஆகவே தேர்வுக்காகக் குருட்டு மனப்பாடம் செய்துவிடுவேன்.

கதை கேட்கும்போது எங்களால் தூங்க முடியாது. பயமாக இருக்கும், சில வேளைகளில் சிரிப்போம். ஆனால் அதுதான் எங்களுக்குப் பொழுதுபோக்கு. எங்களுக்கு அந்தக் கதைகள் மிகவும் பிடித்திருந்ததால் திரும்பத் திரும்பச் சொல்லச் சொல்லிக் கேட்போம். அவர்கள் கதை சொல்லி முடிந்தவுடன் எங்களைக் கதை சொல்லச் சொல்வார்கள். பெண்கள் - அம்மாக்கள், அத்தைகள், பாட்டிகள் சொல்லும் கதைகளைக் கேட்கும்போது இருந்த அமைதியான சூழல் எனக்கு மிக விருப்பம். ஆண்கள் கதை சொல்லமாட்டார்கள். என்னுடைய அத்தை நியரக்கிவ்யா நன்றாகக் கதை சொல்வார். இப்போது அவருக்கு எண்பது வயதுக்கு மேல். அவர் பாட்டோடு கதை சொல்வார். கதைப் பாத்திரங்கள்போல நடிப்பார். எனக்கு மிகவும் பிடித்த கதை 'கோணயெகி நா இதே' என்பது அதற்கு 'கோணயேகியும் அவனுடைய தந்தையும்' என்று பொருள். நான் என்னுடைய அத்தையிடம் அந்தக் கதையை அடிக்கடி சொல்லச் சொல்வேன். அவரும் உரக்கச் சிரித்துக்கொண்டே கதை சொல்வார். (பின்னிணைப்பில் அந்தக் கதையைப் படிக்கலாம்)

எனக்கு இந்தக் கதை மிகவும் பிடித்ததற்குக் காரணம் அத்தை சொல்கின்ற முறை மட்டுமில்லை. நான் சந்திக்கும் மக்களுடைய பண்புகளைக் கதைப் பாத்திரங்கள் பிரதிபலித்ததும் ஒரு காரணம். பெண்களுடைய அறியாத்தனம் அவற்றில் ஒன்று. அல்லது வேண்டுமென்றே உண்மையைச் சந்திக்க மறுக்கிறார்களா? பெண்கள் தங்கள் கண்களையும் காதுகளையும் மூடிக் கொள்கிறார்கள். எதையும் பார்ப்பதுமில்லை, கேட்பதுமில்லை. 'காதலுக்கே கண்ணில்லை' என்பது போல நானும் கூடச் சில வேளைகளில் கண்களை மூடிக் கொண்டதுண்டு. இரிமு எப்படிப்பட்டவன் என்று தெரிந்திருந்தும் அவனைப் பின்பற்றிச் செல்லும் பெண்கள் போல.

எனினும், பெண்கள் காரியவாதிகளாகத்தான் இருந்தார்கள். அரக்கனுடைய சக்தியை நேரே எதிர்கொள்ள முடியாதவர்கள் ஒதுங்கிப் போகும் அளவிற்கு அறிவாளிகளாகத்தான் இருந்தார்கள். ஏனென்றால் தாங்கள் அழிக்கப்பட்டுவிடுவோம் என்று அவர்களுக்குத் தெரியும். இந்தக் கதைகளிலிருந்து நான் படித்த பாடம், இடம் அறிந்துப் பேச வேண்டும் என்பது. சூழ்நிலையை அறிந்தே முடிவுகள் எடுக்க வேண்டும். அரக்கன் இரவு உணவு என்னவென்று கேட்டால் அறிவோடு சரியான விடையைத் தரமாட்டார்கள். ஆனால் முடிவு எடுத்துவிட்டால் அதன் விளைவுகளுக்கு உட்பட்டே ஆக வேண்டும். அகன்று போகாமல்

அங்கே இருந்த பெண், அரக்கனை மணந்து இன்னொரு அரக்கனைப் பெற வேண்டும்; அவள் அரக்கனின் மனைவியாகவே வாழ வேண்டும்.

இந்தக் கதைகளில் நல்லதுக்கும் தீயதுக்குமே போட்டி. கடைசியில் நல்லது வெற்றி பெற தீயது அழிந்துபோகும். உணவு தயாராகாவிட்டால் கதை இன்னும் நீளும். எனவேதான் சில கதைகள் சிறியனவாகவும். சில பெரியனவாகவும் இருந்தன. சில கதைகளைச் சுருக்கமாக முடிக்க வேண்டியதிருக்கும். ஆனால் முடிவு பொருத்தமாக இருக்க வேண்டும். எந்தக் கதையையும் முடிக்காமல் விடமாட்டார்கள். மேலும் பலரும் கதைகள் சொல்ல வேண்டும். நீங்கள் ஒரு கதையைச் கேட்டால் நீங்களும் கதை சொல்ல வேண்டியது கடமை.

இந்த இளமைக்கால அனுபவங்கள் நம்மை உருவாக்கி ஆளாக்குகின்றன. நீங்கள் பார்க்கின்ற, உணர்கின்ற, நுகர்கின்ற, தொடுகின்ற வாழ்க்கையை எப்படி மாற்றி அமைக்கிறீர்கள் என்பதைப் பொறுத்தே நீங்கள் உருவாகிறீர்கள். நீங்கள் குடிக்கும் நீர், உண்ணும் உணவு, சுவாசிக்கும் காற்று முதலானவைதான் உங்களை ஆளாக்குகின்றன. நீங்கள் நினைவுகூர்வது மறைந்து போய்விட்டிருந்தால் நீங்கள் அதைத் தேடிப் போகிறீர்கள். நான் சிறுமியாக இருந்தபோது என்னுடைய சுற்றுப்புறம் உயிரோட்டமுடன், துடிப்பாக உற்சாகம் தரக் கூடியதாக இருந்தது. வாசிக்க புத்தகங்களும், அறிந்துகொள்ள உண்மைகளும் நிறைந்த ஓர் உலகினுள் நான் போனாலும், அறிவைப் பண்படுத்தச் சென்றாலும், வாசிக்க புத்தகங்கள் இல்லாத உலகினை, தங்களைச் சுற்றியுள்ளவற்றைப் பற்றிய கதைகளைக் குழந்தைகள் கேட்கும் உலகினை, மண்ணையும் கற்பனையையும் ஒரே சம அளவில் பண்படுத்தும் உலகினை நான் என்றும் மகிழ்வோடு ஏற்பேன்.

3
அமெரிக்கக் கனவு

1959இல் நான் உயர்நிலைப் பள்ளிப் படிப்பை முடிக்கும் நேரத்தில் ஆதிக்க நாடுகளின் ஆட்சி ஆப்பிரிக்காவின் பல பகுதிகளில் முடிவுக்கு வந்துவிட்டது. 1957ஆம் ஆண்டிலேயே கானா விடுதலை பெற்றுவிட்டது. மூன்று ஆண்டுகளுக்குப் பிறகு மேற்கு மற்றும் மத்திய ஆப்பிரிக்கப் பகுதிகளில் ஃபிரஞ்சு, பெல்ஜியக் காலனிகள் சுதந்திரம் பெற்றுவிட்டன. கென்யாவில் விடுதலைக் காற்று வீசத் தொடங்கிவிட்டது.

ஜோமோ கென்யட்டா உள்நாட்டிலேயே நாடு கடத்தப்பட்டது போல இருந்தாலும், அரசியல் செயல்பாடுகள் இன்னும் அடக்கப்பட்டே இருந்தாலும், பிரிட்டிஷ் பிரதமர் ஹரால்ட் மேக்மில்லன் சொன்ன மாற்றத்தின் காற்று ஆப்பிரிக்காவில் வீசத் தொடங்கி கென்யாவின் விடுதலையைத் தவிர்க்க முடியாததாக ஆக்கிவிட்டது. 1957இல் கறுப்பினக் கென்யர்கள் தேர்தலில் முதன்முறையாக வாக்களிக்க அனுமதிக்கப்பட்டார்கள். 1959இல் பிரிட்டிஷ் அரசு கென்ய அரசியல்வாதிகளைப் பேச்சுவார்த்தைக்கு லண்டனுக்கு அழைத்தது. 1960இல் கென்யாவின் விடுதலைக்குத் தயாரிப்புகள் தொடங்கிவிட்டன.

விடுதலை பெறும் கென்யாவிற்கு பிரிட்டிஷ் ஆட்சி போன பிறகு முக்கிய அரசு மற்றும் சமூகப் பதவிகளில் பணியாற்ற படித்த ஆண்களும் பெண்களும் தேவைப்பட்டார்கள். அந்த நோக்கோடு 1950-களின் பிற்பகுதியில் டாம் மிபோயா, கிகோன்யோ கியானோ முதலான கென்ய அரசியல்வாதிகள் அமெரிக்காவின் முக்கிய அரசியல் சமூகப் பிரமுகர்களோடு தொடர்புகொண்டார்கள். அப்போதைய அமெரிக்க செனட்டர் ஜான் எப்.கென்னடி, ஆண்ட்ரூஸ் முதலானவர்களோடு உறவுகளை ஏற்படுத்திக்கொண்டார்கள். ஆற்றலுள்ள ஆப்பிரிக்க

மாணவர்களுக்கு அமெரிக்காவில் படிக்க உதவித் தொகை பெறுவதுதான் நோக்கம். அதேசமயம் முன்னாள் ஐரோப்பிய காலனிகள் இதுவரையில் அமெரிக்காவிற்கு அடைபட்டிருந்தது இப்போது திறக்கப்பட்டுவிடும்.

கென்னடி 'ஜோசப் கென்னடி' நிறுவனத்தின் மூலம் இந்தத் திட்டத்திற்குப் பண உதவிகள் செய்வதோடு மாணவர்கள் அமெரிக்காவிற்கு வருவதற்கு விமானக் கட்டணத்தையும் தருவதற்கு ஏற்பாடு செய்தார். மேலும் அமெரிக்காவின் படிப்பிற்கான உதவித் தொகைத் திட்டத்தை விரிவுபடுத்தவும் அமெரிக்க அரசை ஊக்கப்படுத்தினார். அமெரிக்க அரசு மபோயாவின் வேண்டுகோளை நிராகரித்துவிட்டது. இப்படித்தான் கென்னடி விமான உதவித் திட்டம் தொடங்கிற்று. இப்படி அறுநூறு கென்யர்கள் அமெரிக்காவின் பல பல்கலைக்கழகங்களில் படிக்க விமானம் மூலம் வந்தார்கள்.

நைரோபியிலுள்ள கத்தோலிக்க ஆயர் இந்தத் திட்டத்தைப் பற்றிக் கேள்விப்பட்டவுடன், தன்னுடைய மறை மாவட்டத்திலுள்ள கத்தோலிக்கப் பள்ளி மாணவர்கள் அமெரிக்கா செல்ல ஏற்பாடு செய்தார். நான் அப்போதுதான் லோரெட்டோ - லிமுருவில் வகுப்பில் முதலாவதாக வந்ததால் எனக்கும் அந்த வாய்ப்பு கிடைத்தது. அமெரிக்காவிற்குப் போவதற்கு வாய்ப்பு கிடைத்தவுடன் நான் தாமதிக்காமல் உடனே சரியென்று சொல்லிவிட்டேன்.

ஆயர் மற்றும் கன்னியரின் உதவியால் செப்டம்பர் 1960இல் அமெரிக்கா செல்லத் தேர்ந்தெடுக்கப்பட்ட முன்னூறு கென்யர்களில் நானும் ஒருத்தி. என்னுடைய கல்விப் பயணத்தில் நான்காவது முறையாக எனக்கு ஒரு மாற்றம். கடந்த இரண்டு முறைகளைப் போலவே இப்போதும் கத்தோலிக்க நிறுவனத்தில் சேர்ந்தேன். கான்சாசில் அட்கின்சனிலுள்ள மௌன்ட் ஸ்காலிஸ்டிக் கல்லூரியில் படிக்க இடம் கிடைத்தது. பெனடிக்டைன் கன்னியரால் நடத்தப்பட்டது அந்தக் கல்லூரி.

இந்தப் புதிய மாற்றம் எனக்கு மிக உற்சாகம் தந்தது. அமெரிக்காவிற்குப் போவது எவ்வளவு உற்சாகம் தரக் கூடியது! இரண்டு நாட்டு மக்களும் என்மேல் இவ்வளவு நம்பிக்கை வைத்து இந்த வாய்ப்பை எனக்குக் கிடைக்கச் செய்தது மிகப் பெரிய கௌரவம். என்னுடைய பெற்றோர் எனக்கு ஆதரவு தந்தார்கள். அமெரிக்காவில் மேற்படிப்பு படிக்க எனக்கு உதவித் தொகை

கிடைத்தது பற்றி அவர்கள் மகிழ்ச்சியடைந்தார்கள். எங்கள் கிராமத்திற்கு இது மிக ஆச்சரியமான செய்தி.

1947ஆம் ஆண்டு நியேரியில் நடந்தது போலவே இப்போதும், 1960 செப்டம்பரிலும், ஒரு புதிய உலகம் என் முன்னால் விரிந்தது. முதன்முறையாக என்னுடைய நாட்டு எல்லையைக் கடந்து போகிறேன். இருபது வயதில் முதன்முறையாக விமானத்தில் ஏறியபோது ஏற்பட்ட என் உள்ளக் கிளர்ச்சியை நீங்கள் கற்பனை செய்து பாருங்கள். அன்றும் அடுத்த சில நாள்களும் நான் பார்த்ததும் செய்ததும் என் வாழ்க்கையில் முதன் முறையாகச் செய்தவைதான். காற்றாடியால் பறந்த விமானம் நடு இரவில் புறப்பட்டது. வானத்தில் சில நாள்கள் ஊர்ந்து சென்றது. வடக்கே லிபியாவிலுள்ள பென்காசி, அடுத்து லக்சம்பெர்க், ஐஸ்லாந்தில் ரெய்க்யாவிக், கனடாவில் நியூஃபௌண்ட்லாந்து, கடைசியாக நியூ யார்க் நகரம்.

சகாராப் பாலைவனம் என் முன்னால் விரிந்தபோது என்னால் என் கண்களையே நம்ப முடியவில்லை. உலகப் படத்தில் பார்க்கலாம். சகாராப் பாலைவனம் என்று படிக்கலாம். ஆனால் அது எவ்வளவு பரந்து விரிந்தது என்று நீங்கள் அதன்மேல் பறக்கும் வரையில் தெரியாது. காலையில் பாலைவனத்தைப் பார்த்தேன்; தூங்கினேன்; மீண்டும் விழித்துப் பார்த்தால் மணல்தான். கீழே ஆட்களையோ, விலங்குகளையோ, மணல் குன்றுகளையோ மேலிருந்து பார்க்கமுடியவில்லை. அவ்வளவு உயரத்தில் பறந்தோம். ஆனால் மணல் வித்தியாசமான வடிவங்களில் பாலைவனமாகத் தெரிந்தது. எப்போதாவது ஓயாசிசின் பசுமை!

லக்சம்பர்க் மனதைக் கொள்ளை கொண்டது. ஐரோப்பா பற்றிப் புத்தகங்களில் தான் படித்திருக்கிறேன். இந்தச் சின்ன நாட்டைப் பற்றி நான் கேள்விப்பட்டதே இல்லை. அதன் பெயரே அழகாக இருந்தது. ஏன் நாங்கள் லக்சம்பர்கில் இறங்கினோம் என்பது ஒரு புதிர். ஆனால், நான் புவியியல் பாடத்தில் படித்ததைக் கண் முன்னால் காண்பது புதிய அனுபவம். நாங்கள் முன்னூறு பேரும் மதிய உணவுக்குத் தெருக்கள் வழியாக விமான நிலையத்திலிருந்து நகரத்திற்குள் போனோம்.

நியூஃபௌண்ட்லாந்து பற்றி நான் புவியியல் பாடத்தில் படித்திருந்தேன். அங்கு இரவு உணவிற்கு இறங்கினோம். உணவில் தவளைக் கால்கள் இருந்தனவாம். ஆனால், நான் கோழிக்கறி என்று நினைத்தேன். தவளையைச் சாப்பிட முடியுமென்று நான் அதுவரை எண்ணியதில்லை. நான் இந்தப் புதிய செய்தியைச்

செரிப்பதற்கு முன்னர் விமான ஓட்டி நாங்கள் நியூயார்க்கில் இறங்கப் போவதாக அறிவித்தார். நியூயார்க் பன்னாட்டு விமான நிலையத்திலிருந்து பேருந்துகள் மூலம் மன்ஹாட்டனில் உள்ள விடுதிகளுக்கு அழைத்துச் செல்லப்பட்டோம். அந்த விமான நிலையத்திற்குப் பின்னர் கென்னடியின் பெயரை வைத்தார்கள். எங்களுக்கு நகரத்தை அறிமுகப்படுத்துவதற்காக எங்களை ஐக்கிய நாடுகள் கட்டடத்தைச் சுற்றிக் காண்பித்தார்கள். அங்கு பிரமுகர்கள் பலர் எங்களை வரவேற்றார்கள். அங்கு படிப்பதற்காக வந்திருந்த வேறு ஆப்பிரிக்கர்களைச் சந்தித்தோம்.

நியூ யார்க் நகரத்திற்கு வந்தது நிலாவில் இறங்கியதுபோல இருந்தது. நல்லவேளையாக என் கூடவே ஆகத்தா வான்கெசி இருந்தாள். அவள் என்னுடன் புனித செசிலியாவிலும் லோரெட்டோ - லிமுருவிலும் படித்தவள். இருவருமே இப்போது மௌண்ட் புனித ஸ்கோலாஸ்டிகாவில் படித்தோம். இரண்டு பேரும் சேர்ந்து இந்தப் புது நகரத்தைப் பற்றித் தெரிந்துகொண்டோம். நியூ யார்க் நகரத் தெருக்களில் நாங்கள் நடந்தபோது அடிபடாமல் தப்பியது அதிர்ஷ்டம்தான். ஏனென்றால் வானுயரக் கட்டடங்களைப் பார்த்துக்கொண்டே நடந்தோம். அவை காற்றில் அசைவது போலவும் மேகங்களைத் தொடுவது போலவும் எங்களுக்குத் தோன்றின.

பிறகு நகரும் படிக்கட்டுகள் வேறு! நான் நைரோபிக்கு அமெரிக்கா போக விசா வாங்கச் சென்றபோது லிஃப்ட்டில் ஏறி இருக்கிறேன். ஆனால் அது நான்காவது மாடி வரையில்தான் சென்றது. ஆனால் நியூயார்க்கில் இருபதாவது, முப்பதாவது மாடி வரையில் மின்னல் வேகத்தில் லிஃப்ட்டுகள் இயங்கின. என் வயிறும் இதயமும் என்னுடனேயே வருமா என்பதே எனக்குச் சந்தேகம். மீண்டும் கீழ்த்தளத்திற்கு வந்து வெளியே வரும் வரையில் என் உயிர் என்னிடம் இல்லை!

நியூயார்க்கில் நாங்கள் பொருட்களை வாங்க வேண்டியிருந்தது. அப்போதுதான் முதன்முறையாக எஸ்கலேட்டரைப் பார்த்தேன். பார்த்தவுடன் பயம்! 'இரிமு'வைப் பற்றி எண்ணிக் கொண்டேன். தளங்களுக்கு இடையில் எங்கிருந்தோ வந்து எங்கேயோ போனது. பிறகு "எல்லோரும்தான் ஏறுகிறார்களே, நாமும் ஏறிப் பார்ப்போமே!" என்று கூறிக்கொண்டே ஏறினேன். அடுத்த தளத்திற்குப் பத்திரமாகப் போய்விட்டேன். ஆனால் என் காலணி ஒன்று அகப்பட்டுக் கொண்டது. அதை எப்படி எடுப்பது? அடுத்த பக்கம் இன்னொரு எஸ்கலேட்டர் கீழே போய்க்கொண்டிருந்தது எனக்குத் தெரியவில்லை. ஆனால் ஒரு

நியூ யார்க் மனிதர் எனது பரிதாப நிலையைப் பார்த்து என்னுடைய காலணியைக் கொண்டுவந்து ஒரு புன்முறுவலுடன் கொடுத்தார். அவருடைய அந்த உதவியையும், நியூ யார்க் நகரத்திற்கு அவர் என்னை வரவேற்றதையும் என்றும் என்னால் மறக்க முடியாது. 'எஸ்கலேட்டருடன்' என்னுடைய அந்த முதற் சந்திப்பையும் மறக்க முடியாது. இன்னும் கூட எஸ்கலேட்டரில் ஏறுவதென்றால் கொஞ்சம் பயம்தான்.

ஆகத்தாவையும் என்னையும் அதிசயப்பட வைத்த இன்னுமொரு காரியம் அங்கு கறுப்பு அமெரிக்கர்களைப் பார்த்ததுதான். அவர்களும் அமெரிக்கர்கள்தானென்றும், அவர்களும் எங்களைப் போலவே கறுப்பாக இருந்தார்கள் என்றும், கென்யர்கள் மாதிரி அவர்கள் ஆங்கிலம் பேசவில்லை என்றும் எங்களால் நம்ப முடியவில்லை. நான் சிறுமியாக இருந்தபோது, உலகில் மூன்று வகை மக்கள்தான் இருந்தார்கள் என்று நினைத்தேன். எங்களைப் போன்ற கறுப்பர்கள், சிகப்பாக இருக்கும் ஐரோப்பியர்கள், கருஞ்சிவப்பு நிற இந்தியர்கள், கோவாக்காரர்கள். மற்றும் மேற்கு இந்தியத் தீவிலிருந்து வந்தவர்கள். அமெரிக்க நீக்ரோக்கள் (அப்படி அழைக்கத்தான் நாங்கள் கற்றுத் தரப்பட்டிருந்தோம்) வெள்ளை நிறமாக இருப்பார்கள் என்று எண்ணியிருந்தேன். ஆகவே என்னைப் போலவே கறுப்பாக இருக்கும் மக்கள் நியூயார்க்கில் இருப்பதைப் பார்த்தவுடன் எனக்கு அதிர்ச்சி. ஆகத்தாவும் நானும் எங்கள் ஊரில் உள்ளவர்களோடு இவர்களை ஒப்பிட்டுக்கொள்வோம். "இவர் நம்மூரிலுள்ள அவரை நினைவுபடுத்துகிறார் இல்லையா?" என்று சொல்லிச் சிரித்துக்கொள்வோம்.

நான் அமெரிக்காவைப் பற்றித் தெரிந்துகொண்டதெல்லாம் புவியியல் வகுப்பில் படித்ததுதான். அப்பலாச்சியர்கள், ஆண்டிஸ், அமேசான் மலைவனம், பிரெய்ரிப் புல்வெளிகள், பெரிய ஏரிகள்! வரலாற்றுப் பாடத்தில் 'மே ஃப்ளவர்,' உள்நாட்டுப் போர், சிவப்பு இந்தியர்கள் பற்றிப் படித்தோம். அமெரிக்கர்கள் விடுதலை பெற பிரிட்டிஷாரோடு 1776ஆம் ஆண்டு போர் செய்தார்கள் என்று தெரியும். அந்தக் காலத்தில் வானொலிப் பெட்டிகள் மிகக் குறைவு. தொலைக்காட்சி இல்லை. திரைப்படங்களோ, பாப் இசையோ அமெரிக்காவைக் கிராமங்களுக்கு எடுத்துச் செல்லவில்லை. பல சாதாரண செய்திகள் பற்றியெல்லாம் எனக்கு ஒன்றும் தெரியாது. கோகோ கோலா அமெரிக்கா பானம் என்றோ, கென்யாவிலுள்ள இந்தியர்கள் வேறு, அமெரிக்காவிலுள்ள இந்தியர்கள் வேறு என்றோ தெரியாது.

நியூ யார்க் நகரில் நாங்கள் அதிக நாள்கள் தங்கவில்லை. நான், ஆகத்தா, ஜோசப் காங்கடு என்ற கென்ய இளைஞன் ஆகியோர் வேறு மாணவர்களோடு மத்திய மேற்குப் பகுதியை நோக்கிப் பேருந்தில் பயணமானோம். ஆட்சிசன் போக இரண்டு நாள்கள் ஆயின. பேருந்து எங்கள் கல்லூரிகளுக்கு எங்களைக் கூட்டிச் செல்ல சிறப்பாக ஏற்பாடு செய்யப்பட்டிருந்தது. நியூ ஜெர்சி வழியாகப் பென்சில்வேனியா வந்து ஓஹையோ போய் இன்டியானாவிற்கு வந்தோம். மத்திய மேற்குப் பகுதியில் நன்றாக வளர்ந்து அறுவடைக்குத் தயாராக இருந்த பயிர்கள் வழியாக மைல் கணக்கில் போனோம். "எங்கிருந்து இவ்வளவு தானியம் வந்தது!" என்றேன்.

ஒவ்வொரு நிறுத்தத்திலும் சில மாணவர்கள் இறங்கினார்கள். நாங்கள் இன்டியானா போனபோது பத்துப் பேர்தான் இருந்தோம். ஒரு நிறுத்தத்தில் ஏதாவது குடிக்கலாம் என்று முடிவு செய்தோம். ஒரு கோகோ கோலாக் கடையைப் பார்த்தேன். கென்யாவில் கோகோ கோலாவும், ஃபான்டாவும் பிரபலம். அவற்றைத்தான் நாங்கள் பானங்கள் என்று கருதினோம். எங்களில் பெண்கள் உட்காருவதற்கு இடம் தேடிய வேளையில் ஆண்கள் பானங்களை வாங்கப் போனார்கள். சிறிது நேரத்தில் திரும்பி வந்துவிட்டார்கள். "நாம் உட்கார்ந்து குடிக்க முடியாது," என்றார்கள். "ஏன்?" என்று கேட்டோம்.

"ஏனென்றால் நாம் கறுப்பர்கள்," என்று பதில் சொன்னார்கள்.

ஏதோ பளிச்சிட்டது என் தலையில். "அமெரிக்காவிலும் கூட, இந்தச் சின்ன கடையிலும் கூடவா நிறவெறி?"

நாங்கள் பானம் குடிக்கலாம், ஆனால் வெளியில்போய் விட வேண்டும் என்று விளக்கினார்கள். "நாம் ஏன் வெளியில் போய்க் குடிக்க வேண்டும்?" என்று சொன்னோம், கோபத்துடன். "போகலாம், பஸ்ஸில் ஏறுவோம்," என்றோம். எதுவும் குடிக்காமலேயே பேருந்தில் ஏறிக்கொண்டோம். அமெரிக்காவில் இன ஒதுக்கலை அப்போதுதான் நான் முதலில் சந்தித்தேன். எங்களுடைய இந்தப் புதிய இல்லத்தில் இது எதிர்பாராத அதிர்ச்சியை ஏற்படுத்திற்று.

அமெரிக்காவைப் பற்றி எங்களுக்குக் கற்றுத் தரப்பட்ட பாடங்களில் ஆப்பிரிக்க அமெரிக்கர்களைப் பற்றிய உண்மை இருட்டடிப்பு செய்யப்பட்டுவிட்டது. அடிமை வணிகத்தைப் பற்றிக் கற்றுத் தந்தாலும், மனிதாபிமானமற்ற அதன் பின்னணி பற்றி நாங்கள் தெரிந்துகொள்ளாதவாறு பார்த்துக்கொண்டார்கள். அமெரிக்காவிற்கு ஓர் ஆப்பிரிக்கன் போனால்தான் அவனால் அடிமை வாழ்வு பற்றிப்

புரிந்து கொள்ள முடியும்; அது கறுப்பினத்தின் மேல் ஏற்படுத்திய பாதிப்பை அறிந்துகொள்ள முடியும்.

அமெரிக்காவிலுள்ள கறுப்பு, வெள்ளை, நீக்ரோ, முலட்டோ (கலவை) தோல் நிறம், இன ஒதுக்கல், இனப் பிரிவு, சேரி என்ற 'கெட்டோ' ஆகியவை புதிய அர்த்தங்கள் பெறுகின்றன. ஆட்சிசன் கான்சாசின் வடகிழக்கு மூலையில் இருந்தது. எங்கள் கிரேஹவுண்ட் பேருந்து கடைசியாக அங்கு வந்து சேர்ந்தது. மிசௌரி ஆற்றினருகில் ஒரு சிறிய நகரம். அமெரிக்காவின் முதல் பெண் விமானி அமெலியா எர்ஹார்ட் பிறந்த இடம் என்ற பெருமை அதற்கு உண்டு. ஒரு காலத்தில் பல தொடர் வண்டிப் பாதைகள் சேருமிடத்தில் இருந்தது. ஆட்சிசனில் முதலில் குடியேறியவர்கள் பெனடிக்டைன்கள். 1858இல் ஆண்களுக்காகப் புனித பெனடிக்ட் ஆபேயை நிறுவினார்கள். 1863ஆம் அண்டு பெண்களுக்காக மவுண்ட் புனித ஸ்கோலாஸ்டிகாவை அமைத்தார்கள். பெண்கள் கல்லூரி மவுண்ட் என்று அழைக்கப்பட்டது. இரண்டு கல்லூரிகளுக்கும் இலச்சினையாகக் காகம் இருந்தது. பார்க்கும் இடமெல்லாம் பெரிய காகங்கள்தான்.

'மவுண்டில்' எங்களுக்குச் சிறப்பான வரவேற்பு. இன்டியானாவில் எங்களுக்குக் கிடைத்த வரவேற்பை விட இது முற்றிலும் மாறானது. அங்கிருந்த மற்ற மாணவிகளுக்கு நானும் ஆகத்தாவும் வருகிறோம் என்று தெரிந்திருந்தது. அமெரிக்கர்களுக்கே உரிய உற்சாகத்தோடு எங்களை வரவேற்றார்கள். நாங்கள் அங்கு தங்கியிருந்த நான்கு ஆண்டுகளும் அவர்கள் எங்களை அன்போடு நடத்தினார்கள். எங்களுக்கு வீட்டு நினைவுமில்லை; தனிமையாக உணரவும் இல்லை.

அப்போது நாடு முழுவதும் தேர்தல் காய்ச்சல் அடித்தது. கல்லூரி வளாகத்திலும் அது பரவியது. நிக்சன் - கென்னடி தேர்தலுக்கு இரண்டு மாதங்களே இருந்தன. நாங்கள் கென்னடி விமானத் திட்டத்தில் வந்தவர்கள் என்பது மற்ற மாணவியருக்குத் தெரியும். எங்களுக்குக் குடியரசுக் கட்சிக்கும் சுதந்திரக் கட்சிக்கும் வேறுபாடு தெரியாது. ஆனால் நாங்கள் கென்னடி ஆதரவாளர்கள் என்று எண்ணிக்கொண்டார்கள். அவர் கத்தோலிக்கர் என்பதால் ஆர்வம் அதிகமானது. உள்ளூர் சுதந்திரக் கட்சிக்காரர்கள் எங்களை அவர்களுடைய பிரச்சாரத்தில் சேரச் சொன்னார்கள். கல்லூரிப் பேரணிகளில் கென்னடிக்கு ஆதரவாகப் பேசச் செய்தார்கள். கல்லூரி வளாகப் பழக்க வழக்கங்களுக்கு அது ஒரு நல்ல அறிமுகம். அதுவும் நாங்கள் அங்கே சரிவர கூட உட்காரவில்லை. அதற்குள் அதிபர் தேர்தலில் ஈடுபட்டுவிட்டோம். கென்னடி வெற்றி

பெற்றவுடன் கொண்டாட்டத்தில் மற்றவர்களோடு நாங்கள் கென்யர்களும் சேர்ந்து கொண்டோம்.

கென்யாவில் பள்ளியில் கன்னியர்கள் அன்பு காட்டியது போலவே இங்கும் அன்பு காட்டினார்கள். அவர்களில் பலர் நான் பாடம் சம்பந்தமாகவும், தனிப்பட்ட பண்பாட்டிலும் நன்கு வளர உதவினார்கள். அவர்களில் சகோதரி இமோஜனும் ஒருவர். அவர் கல்லூரி 'டீன்'. இன்னொருவர் சகோதரி ஜான் மேரி. அவர் எனக்குப் பாடம் சம்பந்தமான ஆலோசகர். உயிரியலில் என்னுடைய வழிகாட்டி. அவர்கள் என்னை அவர்களோடு ஒருத்தியாக உணருமாறு நடந்துகொண்டார்கள். ஒவ்வொரு கிறிஸ்துமஸ் சமயத்திலும் எங்களுக்கு வீட்டுப் பொருளாதாரம் கற்பித்த சகோதரி மார்செலா ஆகத்தாவிற்கும் எனக்கும் புதிய உடைகள் தைத்துக் கொடுப்பார். அவற்றின் அமைப்பிலும் தையலிலும் மிகுந்த கவனம் செலுத்துவார். அந்த அருமையான அன்பளிப்பை நான் என்றும் மறந்ததில்லை. அதுபோல் அமெரிக்காவிலும், கென்யாவிலும் என்னுடைய வாழ்க்கை பற்றியும், என்னுடைய வருங்காலக் கனவுகள் நம்பிக்கைகள் பற்றியும் அவரோடு விவாதித்ததை நான் என்றும் மறக்க முடியாது.

கென்யாவில் நான் படித்ததிலிருந்தும் இங்கு மௌண்டில் படித்தது முற்றிலும் மாறுபட்டது. வேலைப் பளு அதிகம் இருந்தது. வேதியியலை விட எனக்கு உயிரியலே அதிகம் பிடித்திருந்தது. அதனால் அதை என்னுடைய முதன்மைப் பாடமாகத் தேர்ந்து கொண்டேன். வேதியியலும், ஜெர்மனும் துணைப் பாடங்கள். வகுப்பறை பல சவால்கள் நிறைந்ததாக இருந்தது. நானும் ஆகத்தாவும் ஆங்கிலத்தை நன்றாகப் புரிந்துகொண்டது பற்றிக் கன்னியர்கள் வியப்படைந்தாலும், ஆங்கிலத்தைத் தாய்மொழியாகக் கொண்டவர்களுக்கும் எங்களுக்கும் இடையில் இருந்த வேறுபாட்டை எங்களால் உணர முடிந்தது. எங்களுக்கு ஆங்கில இலக்கியம் பற்றி ஒன்றும் தெரியாது. அமெரிக்க மாணவர்கள் எளிதில் அதனோடு தங்களை ஈடுபடுத்திக்கொள்ள முடிந்தது. ஷேக்ஸ்பியர் எங்களை விட அவர்கள் பண்பாட்டில் நெருக்கமாக இருந்தார்.

நான் கடினமாக உழைத்தேன். அதன் விளைவுகள் நன்றாகவே இருந்தன. ஒவ்வொரு பருவம் முடிந்தவுடன் கன்னியர்கள் என்னுடைய முன்னேற்றம் பற்றி என்னுடைய பெற்றோருக்குக் கடிதம் எழுதினார்கள். அவர்களுக்கு ஆங்கிலம் தெரியாததால் என் அண்ணன் நிடரிற்று மொழிபெயர்த்துச் சொல்வார். அவர் சில கடிதங்களைப் பாதுகாப்பாக வைத்திருந்தார். பல ஆண்டுகளுக்குப்

பிறகு அவற்றைப் படித்தது மன மகிழ்ச்சியைத் தந்தது. ஒரு பருவ முடிவில் சகோதரி இமோஜன் எழுதிய கடிதத்தில், "உங்கள் மகள் மிகவும் திருப்திகரமாகப் படிக்கிறாள் என்பதைத் தெரிவிப்பதில் மகிழ்ச்சி அடைகிறேன். அவள் மகிழ்ச்சியாக இருப்பதாகத்தான் தெரிகிறது. அமெரிக்க வாழ்க்கைக்கு எளிதில் தன்னைப் பழக்கப்படுத்திக் கொண்டாள். ஆப்பிரிக்க மாணவர்கள் எங்கள் கல்லூரியில் படிப்பது எங்களுக்கு மகிழ்ச்சியாகவும், பெருமையாகவும் இருக்கிறது. அவர்கள் கென்ய மக்களின் அருமையான பிரதிநிதிகளாக இருக்கிறார்கள்," என்று எழுதியிருந்தார்.

அண்ணன் நிடரிற்றுவுக்கு எழுதிய கடிதம் ஒன்றில் என்னுடைய கல்லூரி வாழ்க்கையைப் பற்றியும், படிப்பைப் பற்றியும் எழுதியிருந்தேன். 1961 அன்று எழுதிய அந்தக் கடிதத்தில் என்னுடைய அண்ணனான அவருக்கும் குடும்பத்தாருக்கும் உள்ள என்னுடைய பொறுப்புகளையும் குறிப்பிட்டிருந்தேன். ஒரு பக்தியான நல்ல மாணவியின் வார்த்தைகளை இப்போது வாசிப்பது சுமையாக இருக்கும். "நீங்கள் ஆபர்டேருக்குப் பயணம் செய்தது பற்றி விவரித்திருந்தது எனக்கு வீட்டு நினைவை ஏற்படுத்திவிட்டது. இப்பருவத்தில் நான் விலங்கியல், உளவியல், வேதநூல், ஆங்கிலக் கட்டுரை ஆக்கம், புதிய ஐரோப்பிய வரலாறு மற்றும் விளையாட்டு ஆகியவற்றை எடுத்திருக்கிறேன். கொஞ்சம் கடுமையான வேலைதான். என்னுடைய சிறிய மூளை வேலை செய்து கொண்டே இருக்க வேண்டியதிருக்கிறது," என்று எழுதியிருந்தேன்.

என்னைக் கல்லூரி நன்றாக வைத்துக்கொள்கிறது என்று நான் அண்ணனிடம் கூறினேன். "நமது கன்னியரைப் போலவே இங்குள்ளவர்களும் என்னிடம் அன்பாக நடந்துகொள்கிறார்கள்; நல்லவர்கள். ஆப்பிரிக்கர் பால் அக்கறை காட்டுகிறார்கள்." கல்லூரி டீன் நீடரிற்றுவிற்கு என்னைப் பற்றி ஓர் அறிக்கையை அனுப்பி இருந்தார். எனக்குப் பயமாக இருந்தது. "என்னுடைய நடத்தையைப் பற்றியும், நான் என்னவெல்லாம் செய்யக் கூடாது என்பது பற்றியும் எழுதுவார். அப்படி எழுதினால் எனக்குத் தெரிவியுங்கள். நான் திருத்திக்கொள்கிறேன்," என்று எழுதினேன். கடைசியில் என்னைப் பற்றி அவரும் குடும்பத்தாரும் கவலை கொள்ளக்கூடாது என்பதற்காக "என்னைப் பற்றிக் கவலைப்படாதீர்கள். கடவுள் என்னைப் பாதுகாக்கிறார். அம்மாவுக்கும் மற்றவர்களுக்கும் என்னுடைய அன்பைத் தெரிவியுங்கள். நான் நன்றாகவே இருக்கிறேன்," என்று முடித்தேன்.

மௌண்ட் பள்ளியும், புனித பெனடிக்டும் கத்தோலிக்க நிறுவனங்கள் தான். ஆனால் அவற்றிற்கும் புனித செசிலியா, லோரெட்டோ-லிமுருவுக்கும் நிறைய வேறுபாடுகள் இருந்தன என்று நான் விரைவில் புரிந்துகொண்டேன். கல்வி பரவலான முறையில் இருந்தது. மாணவர்களுக்கு நிறைய சுதந்திரம் இருந்தது. இளைஞரும் இளம் பெண்களும் பொது இடங்களில் முத்தமிட்டுக் கொண்டார்கள். காதல் காட்சிகளுள்ள திரைப்படங்களைப் பார்த்தார்கள். உயர்நிலைப் பள்ளியில் படித்தபோது அமெரிக்க, பிரிட்டிஷ் திரைப்படங்களைப் பார்த்தோம். ஆனால் அவற்றில் அப்படிப்பட்ட காட்சிகளை நீக்கியிருப்பார்கள், அல்லது மறைத்துவிடுவார்கள். மாணவ மாணவியர் கைகோர்த்துக்கொண்டு கன்னியரைக் கடந்து போனாலும், கன்னியர்கள் அது பற்றி ஒன்றும் சொல்ல மாட்டார்கள். வார விடுமுறைகளில் ஆண்களும் பெண்களும் சேர்ந்து நடனமாடுவார்கள்.

இவைபோன்ற பலவற்றில் அமெரிக்காவில் சுதந்திரம் இருந்தது. அதேசமயம் எனக்குக் குழப்பமும் ஏற்பட்டது. கென்யாவில் கன்னியர்கள் சொல்லிக் கொடுத்தவை பற்றி என்னைச் சிந்திக்க வைத்தது. "நடனமாடுவதில் என்ன தவறு? ஒரு பையனின் கையைப் பிடிப்பது ஏன் பாவம்?" என்று என்னை நானே கேட்டுக்கொண்டேன். என்னுடைய முந்தைய கல்வி விக்டோரியா காலத்தது என்று அறியத் தொடங்கினேன். கன்னியர் மடத்தில் சேராவிட்டாலும் இதுவரையிலும் ஒரு கன்னியின் வாழ்க்கையையே நான் வாழ்ந்து வந்திருக்கிறேன்.

நான் ஆட்சிசனுக்கு வந்தபோது ஒரு தீவிரமான கத்தோலிக்கப் பெண். அப்போதுதான் இரண்டாம் வத்திக்கான் சங்கம் (1962-1965) தொடங்கிக் கத்தோலிக்கத் திருச்சபையில் பல மாற்றங்கள் ஏற்பட்டுக்கொண்டிருந்தன. (கத்தோலிக்கத் திருச்சபையின் ஆயர்கள், கர்தினால்கள், குருக்கள், பிரதிநிதிகள் ஓர் ஆலோசனை மாநாடு நடத்தி அதில் என்ன மாறுதல்கள் செய்யலாம் என்று தீர்மானங்கள் நிறைவேற்றினார்கள். இவை கத்தோலிக்கச் சபையில் பல மாற்றங்களை ஏற்படுத்தின.) மௌண்டில் நான் மதத்தை வேறு கண்ணோட்டத்தோடு பார்க்கத் தொடங்கினேன். கத்தோலிக்கரை எதிர்கொண்ட பல பிரச்சினைகளைப் பற்றிச் சிந்தித்தேன். இரண்டாம் வத்திக்கான் சங்கத்தின்போது நான் என்னுடைய மத நம்பிக்கைகளைப் பற்றிக் கேள்வி கேட்கத் தொடங்கினேன். மத நம்பிக்கையை இழக்கும் அளவிற்கு இல்லைதான். என்றாலும் முன்னர் தவறு என்று சொல்லப்பட்டவை எல்லாம் இப்போது மதத்

தலைவர்களால் ஏன் ஏற்றுக் கொள்ளப்படுகின்றன என்பதில் எனக்கு ஐயம் எழுந்தது.

கென்யாவில் நான் படிக்கும்போது வெள்ளிக் கிழமைகளில் இறைச்சி உண்ணமாட்டோம். திடீரென்று இப்போது எந்த உணவுக் கட்டுப்பாடும் இல்லை. முதல் நாள் மாலை ஆறு மணிக்குப் பிறகு ஏதாவது உட்கொண்டால் காலையில் நற்கருணை அருந்த அனுமதியில்லை. ஆனால் இப்போது மூன்று மணிநேர இடைவெளிதான். ஞாயிற்றுக் கிழமை திருப்பலி கட்டாயம். ஆனால் இப்போது கத்தோலிக்கர் சனிக்கிழமையே பார்க்கலாம். இதுவரையில் லத்தீனில் தான் திருப்பலி நடைபெற்றது. இப்போது உள்ளூர் மொழியில் நடந்தது. மௌன்டில் திருப்பலியில் கலந்து கொள்வது கட்டாயம் இல்லை. இருப்பினும் பழக்கத்தின் காரணமாகவும், சிற்றாலயம் அருகில் இருந்ததாலும் நான் அடிக்கடி போனேன். இப்போது திருப்பலியில் தனிப்பட்ட ஜெபம் அதிகமாக இருந்தது. ஜெப மாலையைத் திருப்பித் திருப்பிச் சொல்லாமல் ஆங்கிலத்திலுள்ள ஜெபப் புத்தகத்தையும் பார்த்து ஜெபிக்கலாம். இந்த மாற்றங்களில் பல சாதாரணமானவையாக இருந்தாலும், அவை என்னைச் சிந்திக்க வைத்தன. கடவுள் தனது மனதை மாற்றிக் கொண்டாரா? இது முடியுமா? இவை எனக்குச் சங்கடத்தைக் கொடுத்தன. என்னுடைய மத நம்பிக்கை பற்றி ஐயப்படத் தொடங்கினேன்.

கான்சாசும் அதன் ஊரகப் பகுதிகளும் எங்கள் பகுதியிலிருந்து முற்றிலும் மாறுபட்டதாக இருந்தன. எங்கள் ஊரில் மலையும் குன்றுகளுமாக இருக்கும். அட்சின்சன் தட்டையாக இருக்கும். கான்சாசில் மலைகள் இல்லை. நான் மிசௌரி ஆற்றைத் தேசப்படத்தில்தான் பார்த்திருந்தேன். இப்போது அதன் கரையோரம் நடப்பது எனக்குப் பிடித்தது. கென்யா பூமத்திய கோட்டுக்கு அருகில் இருக்கிறது. அங்கிருப்பதைப் போல இங்கு பருவ காலங்கள் இருப்பதில்லை. நாங்கள் செப்டம்பர் இறுதியில் இங்கு வந்தபோது இலைகள் எல்லாம் பச்சையாக, மஞ்சளாக, தங்க நிறமாக, சிகப்பாக இருந்தன. நாங்கள் வந்த சில நாள்களில் அவையெல்லாம் உதிர்ந்து விட மரங்களெல்லாம் மொட்டையாக இருந்தது போலக் காட்சியளித்தன. கென்யாவிலும் அத்தி, அகாசியா மரங்களிலிருந்து இலைகள் உதிரும். ஆனால் இங்கே மலை மலையாக குவிந்திருக்கும் பல வண்ண இலைகளுக்கு ஈடாகாது. அவ்வளவு ஏன் வாழ்நாளில் இவ்வளவு இலைகளை ஒரே சமயத்தில் பார்த்ததே இல்லை. இந்தப் பருவத்தை வீழ்ச்சி (ஃபால்) என்று இங்கு அழைப்பதில் வியப்பில்லை.

அதன் பிறகு வெண்பனி! கென்யா மலை உச்சியில் வெள்ளைப் பனியைப் பார்த்திருக்கிறேன். ஆனால் அது உறைந்த நீர் என்பது அப்போது புரியவில்லை. வெண்பனி விழுவதையும் பார்த்ததில்லை. ஜனவரியில் நடுக்கும் குளிரை நான் எதிர்பார்க்கவே இல்லை. அதுவரையில் அப்படிப்பட்ட குளிரை அனுபவித்ததே இல்லை. ஆனால் சகோதரிகள் கம்பளி ஆடைகள் தந்து எங்களுக்குக் குளிராதபடி பார்த்துக் கொண்டார்கள். அட்சின்சனில் இருந்த வரையில் நான் சுகமில்லாமல் போனதாக எனக்கு நினைவில்லை.

ஆட்சிசனில் இன்னொரு வித்தியாசமான அனுபவம் காற்று ஏற்படுத்திய முணுமுணு சப்தம்தான். காற்று இலைகள் இல்லாத மரக் கிளைகள் வழியாக வீசியபோது அந்தச் சப்தம் ஏற்பட்டது. காற்றில் மரங்கள் அசைவதையும், ஆடுவதையும் நான் பார்த்திருக்கிறேன். ஆனால் கான்சாசில்தான் பனிக் காலத்தில் காற்று முணுமுணுப்பதைக் கேட்டேன். முதலில் அது பயமுறுத்துவதுபோல வித்தியாசமாக இருந்தது. ஆனால் அந்த ஒலியை விரைவிலேயே ரசிக்கப் பழகிக் கொண்டேன். அது வயலின் இசை போல இருந்தது. அதுபோன்ற முணுமுணு ஒலியை நான் வேறெங்கும் கேட்டது இல்லை.

வசந்த காலம் புதியது. வீட்டில் மழைக்குப் பிறகு விதைகள் முளைப்பதை எனக்கு நினைவுபடுத்திற்று. வெண்பனி மறைந்த பிறகு செடிகள் தரையிலிருந்து வெளிவருவதைப் பார்த்தேன். கிளைகளில் துளிர்கள் தோன்றும். ஒரே சமயம் கிளைகளைப் பச்சை இலைகளும் மூடி விடும் என்று தெரியும். கென்யாவில் ஆண்டு முழுவதும் இலைகள் தோன்றி விழுந்து கொண்டே இருக்கும். ஆனால் ஒரே சமயம் பச்சையாகவோ மொட்டையாகவோ மரங்கள் இருக்காது. என்ன அதிசயம்!

கோடை காலம் கான்சாசில் வெப்பமாக இருக்கும். முதல் கோடை காலத்தில் ஆகத்தாவும் நானும் வளாகத்தில் வேலை செய்தோம். அப்போது குளிரூட்டிகள் இல்லாத காலமாக இருந்திருக்க வேண்டும். ஏனென்றால் நானும் ஆகத்தாவும் ஒரு கையில் வேலை செய்துகொண்டே இன்னொரு கையால் வீசிக்கொண்டும் இருந்தோம். சூடான காற்றுதான் மூஞ்சியில் அடிக்கும். ஊரில் வீசும் மலைக் காற்று நினைவுக்கு வரும்.

அமெரிக்கர்கள் ஆச்சரியப்பட்டார்கள். "ஏன் விசிறிக் கொண்டிருக்கிறீர்கள்? நீங்கள் இந்த வெப்ப நிலையை வரவேற்பீர்கள் என்றல்லவா நினைத்தோம்," என்றார்கள்.

என் முகத்திலும் முதுகிலும் வியர்வை கொட்ட அவர்களைப் பார்த்தேன். "உலகத்தில் வேறெங்கும் இதுபோன்ற மோசமான வெப்ப நிலையை நான் பார்த்ததில்லை," என்றேன்.

"அப்படியா? வேறெங்கெல்லாம் நீ போயிருக்கிறாய்?" என்று கேட்டுச் சிரித்தார்கள்.

"ஆமாம், நீங்கள் சொல்வது சரிதான்," என்றேன். கென்யாவின் மலைப் பகுதிகளைத் தவிர்த்து இப்போதுதான் வெளியிடத்திற்கு வந்து தங்கியிருக்கிறேன். கென்யாவின் நல்ல வெப்ப நிலையை அதன்பிறகு நான் குறை சொன்னதில்லை. பருவகால மாற்றங்கள் மக்கள் ஏன் சூரிய ஒளியில் காய்கிறார்கள் என்பதை எனக்குப் புரிய வைத்தன.

அந்தக் காலங்களில் எங்களால் கென்யாவிற்குப் போக முடியாது. பயணம் போகப் பல நாள்களாகும்; அது அதிகச் செலவும் கூட. படிப்பை முடித்த பிறகுதான் நாங்கள் ஊருக்குப் போக முடியும் என்பதை ஏற்றுக்கொள்ள வேண்டியதாயிற்று. கடிதங்கள் எழுதி ஆறுதல் அடைந்தோம். கடிதங்கள் கென்யாவிற்கும் அமெரிக்காவிற்கும் போய் வரவே மூன்று முதல் ஆறு மாதங்கள் ஆகும். ஆனால் அதன்பிறகு செய்திப் போக்குவரத்தில் ஏற்பட்ட புரட்சி மிகப் பெரிது. தொலைபேசிகள், செல்பேசிகள், கணினிகள், ஃபேக்ஸ்கள், வண்ணத் தொலைக்காட்சிகள் போன்றவை எல்லாம் நாற்பது ஆண்டுகளுக்கு முன்னர் நினைத்துப் பார்க்க முடியாதவற்றை சாத்தியமாக்கிவிட்டது.

எனக்கு மௌண்டில் பல நண்பர்கள் கிடைத்தார்கள். நேரம் கிடைக்கும்போது நானும் என் தோழிகளும் அட்சிசன் கடைகளை வேடிக்கை பார்க்கப் போவோம். எனக்கு எதுவும் வாங்க முடியாது; கையில் பணமிருக்காது. ஆனால் உடைகளை எல்லாம் பார்ப்பது பிடிக்கும். ஒரு தோழியின் பெயர் ஃப்ளாரன்ஸ் கான்ரட் சாலின்பரி. அவள் எனக்கு உண்மையான சகோதரி போல. கிறிஸ்துமஸ், ஈஸ்டர் விடுமுறைகளின்போது விசிடா அருகிலுள்ள அவளுடைய வீட்டிற்குக் கூட்டிப் போவாள்.

ஃப்ளாரன்ஸ் வீட்டில் அவள் பெற்றோருடனும், உடன்பிறந்தோர்களுடனும் இருந்தது எனக்கு மிகவும் பிடித்தது. மாலையில் அவளுடைய வீட்டில் சமையலறை மேசையில் காபி குடித்துக்கொண்டு, நாங்களே தயாரித்த பிஸ்கட்டுகளைக் கொறித்துக் கொண்டு அவளுடைய அப்பாவுடன் பேசுவேன். கான்சாசில் அவர்கள் வீடு என்னுடைய இரண்டாவது வீடாக ஆகியது. கிறிஸ்துமஸ் சமயத்தில் ஃப்ளாரன்ஸ் வீட்டில்

அவளோடும் சகோதரர்களோடும் சேர்ந்து கேக் தயாரித்துக் கொண்டிருக்காவிட்டால், சகோதரிகளுக்கு அவர்களுடைய சமையலறையில் உதவி செய்வேன். அல்லது என்னுடைய மிக நெருங்கிய தோழியான தாளாளர் சகோதரி கொன்சாகாவுக்கு ஃபிலிப்பீன்சிலுள்ள அவளுக்குப் பிரியமான பள்ளிகளுக்குப் புத்தகங்களை மூட்டை கட்ட உதவுவேன்.

என்னுடைய இன்னொரு தோழி டெக்சாசிலுள்ள மார்கரட் மலோன். அவளுடைய மாநிலத்தின் மேல் அவளுக்கு அளவு கடந்த ஆசை. அவள் டெக்சாசின் மஞ்சள் ரோஜா உள்ள பல பரிசுகளை எனக்குக் கொடுத்தாள். அவளும் வெள்ளைத் தலைமுடியுடன் அழகாக இருந்தாள். அவளுக்கும் அதையே பட்டப் பெயர் வைத்தேன். மௌண்டில் நான் சேர்ந்த மூன்றாம் ஆண்டில் கென்யாவிலிருந்து இன்னொரு பெண்ணும் வந்து சேர்ந்தாள். அவள் பெயர் மேரி பால் கருங்கா. ஆகத்தா, மேரி பால், நான் என மூவரும் ஓரணியாகச் சேர்ந்துகொண்டோம். கல்லூரியிலும் வெளியிலும் நாங்கள் மகிழ்ச்சியாக இருந்தோம். எங்கள் நட்பு தொடர்ந்தது.

மௌண்டில் எனக்கு வேறு தோழிகளும் கிடைத்தார்கள். சீனா, இந்தியா, ஜப்பான் முதலிய நாடுகளிலிருந்து வந்தவர்கள். வெளிநாட்டு மாணவிகளிடையே ஓர் இணக்கம் இருந்தது. சில வேளைகளில் உள்ளூர்ப் பத்திரிகைக்காரர்கள் எங்களை நேர்முகம் காண வருவார்கள். உள்ளூர்ப் பள்ளிகளிலும், விழாக்களிலும் எங்கள் நாடுகளைப் பற்றிக் கேட்பார்கள். கல்லூரியில் பன்னாட்டு இரவு ஒன்றையும் நாங்கள் நடத்தினோம். எங்கள் நாடுகளின் மரபுகளைப் பங்கிட்டுக் கொண்டோம். கிகியுயு போலத் தோற்றம் அளிப்பதற்காக மேலே ஒரே போர்வையைப் போட்டுக் கொண்டது நினைவிற்கு வருகிறது. என்னுடைய தோழிகள் சிலருக்கு எங்களுடைய நடனத்தையும் கூடக் கற்றுத் தந்தேன்.

எங்கள் வீட்டிலிருந்து தொலைவில் இருந்தாலும் நாங்கள் குடியேறிய நாட்டிற்கும் உரியவர்களாக ஆகிவிட்டோம். இந்த நிகழ்ச்சிகள் எங்களுக்கு மிகவும் பிடித்தவை. முன்னாள் மாணவர்களின் அலுவலகம் எங்களைப் பற்றிய விபரங்களை வைத்திருந்ததாலும், பல ஆண்டுகள் பிரிந்திருந்ததாலும் குடும்பப் பொறுப்புகள் இருந்ததாலும் நாங்கள் அதிகம் தொடர்பு வைத்துக்கொள்ள முடிந்ததில்லை. ஒருமுறை மைனிச்சி செய்தித்தாளின் விருந்தினராக நான் 2005இல் ஜப்பான் போனேன். என்னுடைய கல்லூரித் தோழிகளில் பலர் ஜப்பானியர்கள் என்று சொன்னபோது எனக்கு நினைவிலிருந்தது ஷிஷாகோ என்ற

பெயர்தான். ஆனால் அந்தப் பெயர் ஜப்பானில் சாதாரணம் என்று அவர்கள் சொன்னார்கள். ஆனால் செய்தித்தாள் நிறுவனம் டோக்கியோவில் நடத்திய சிறப்பு விருந்தில் என்னுடைய மௌண்ட் தோழிகளான ஷிஷாகோ கோமையா, கிரேஸ் மர், சூசன் டமுரா, சொனாக டகாடா, டுனிகோ ஜீபுயா ஆகியோரை நாற்பது ஆண்டுகளுக்குப் பிறகு சந்தித்ததை என்னால் நம்பவே முடியவில்லை. நாங்கள் அணைத்துக்கொண்டோம், சிரித்தோம், மகிழ்ச்சியில் கண்ணீர் விட்டோம். எங்களுக்குப் பிரியமான மௌன்ட் பாடல்களைப் பாடி மகிழ்ந்தோம்.

மௌண்டில் நான் கழித்த காலத்தில், தேசிய விடுமுறைகளின் போது, வெளிநாட்டு மாணவர்களை வீடுகளுக்குத் தங்க அழைத்தார்கள். அமெரிக்காவில் அப்போதிருந்த இனப் பாகுபாட்டுப் பிரச்சினைகள் மத்தியில் ஆப்பிரிக்கர்களாகிய எங்கள் மேல் காட்டிய அன்பினால் நாங்கள் திகைத்துப் போய்விட்டோம். காவலர்களால் கறுப்பர்கள் கொடூரமாக நடத்தப்படுவதையும், இன எதிர்ப்புகளையும் நாங்கள் தொலைக்காட்சியில் பார்த்தோம். அப்போதும் என்ன நடந்துகொண்டிருந்தது என்றும் நாங்கள் பார்த்தவற்றின் தாக்கம் எப்படிப்பட்டது என்றும் எங்களால் புரிந்துகொள்ள முடியவில்லை. கென்யாவின் நீதிக்காக நடந்த மாவ் மாவ் போராட்டம் கறுப்பர்கள் உலகங்கள் சந்தித்த சிக்கல்களுக்கு விடிவு காலம் கல்விதான் என்று எங்களை நம்ப வைத்தது. அமெரிக்க சமுதாயத்தின் வரலாறு, அரசியல், மன நிலை பற்றி எனக்குச் சரிவரத் தெரியவில்லை என்பதுதான் உண்மை.

நான் என்னைப் புத்தகங்களில் புதைத்துக்கொண்டாலும், மனித உரிமைகள் இயக்கத்தில் ஆர்வம் காட்டி நிறைய கற்றுக்கொண்டேன். அதனைப் புரிந்துகொள்ள முயன்றேன். கென்யப் பெண்ணாக, கறுப்பினப் பெண்ணாக நான் அமெரிக்காவில் எந்த இடத்தில் இருக்கிறேன் என்று காண விரும்பினேன். கென்யாவில் பிரிட்டிஷார் மாவ் மாவ் இயக்கத்தை அடக்கியபோது நான் பார்த்த அதே கொடூரத்தோடு அமெரிக்காவில் கறுப்பர் நடத்தப்படுவதைக் காண நான் அமெரிக்கா ஏன் வரவேண்டும் என்று எண்ணியதுண்டு. பிரிட்டன், ஓர் ஆதிக்க நாடு. ஆனால் அமெரிக்கா "விடுதலையின் நாடு, துணிச்சலுள்ளவர்களின் தாயகம்!" இந்த நிகழ்ச்சிகளை நான் எப்படி விளக்குவது?

இண்டியானாவில் நடந்த நிகழ்ச்சி ஒன்றில்தான் நான் இனப் பாகுபாட்டை அமெரிக்காவில் அனுபவித்தது. ஒருவேளை நான் கல்லூரி வளாகத்தை விட்டு அதிகம் வெளியில் வராதது காரணமாக இருந்திருக்கலாம். எனினும் என்னுடைய தோழிகள் வீடுகளுக்குப்

போனபோதும் எந்த இனப் பாகுபாட்டையும் சந்தித்ததில்லை. எப்படி இருப்பினும், அமெரிக்காவில் நான் இருந்தபோது, மக்கள் உரிமை இயக்கத்திற்கு வன்முறையுடனான எதிர்ப்புகள் இருந்ததைப் பார்த்தேன். அமெரிக்காவில் தோல் நிறத்தின் அடிப்படையில் ஒதுக்கல் கொள்கை வேரூன்றிப் போய்விட்டிருந்தது. நான் இன வெறுப்பினை நேரடியாக எதிர்கொள்ளவில்லை என்பது ஒரு விதி விலக்கு. என்னோடு படித்த கென்ய மாணவர்கள் பலர் பிற இடங்களில் வேலை தேடுவதிலும், தங்கும் இடங்களைக் கண்டுபிடிப்பதிலும் இன ஒதுக்கலை அனுபவித்திருக்கிறார்கள்.

மௌண்டில் பெரும்பான்மையானவர்கள் வெள்ளைக் காரர்கள். இரண்டு பேர்தான் ஆப்பிரிக்க அமெரிக்கர்கள். எனவே அட்சிசனில் எனக்கு ஆப்பிரிக்க அமெரிக்கர்களோடு தொடர்பில்லை. கல்லூரியிலும் ஆப்பிரிக்க அமெரிக்க மாணவியரோடு நெருக்கமாக இருந்ததில்லை. அவர்கள் மரியாதையாகத்தான் இருந்தார்கள். அதில் இரண்டு கடைநிலை ஊழியர்கள் மிகவும் நன்றாகப் பழகினார்கள். என்னையும் ஆகத்தாவையும் தங்கள் பாதுகாப்பில் எடுத்துக்கொண்டு தாய்மார் போல எங்களைப் பார்த்துக்கொண்டார்கள். அவர்களில் ஒருவர் திருமதி காலின்ஸ். நல்ல உழைப்பாளி. என்னுடைய அக்கா அல்லது அத்தை போல இருந்தார். எப்போதும் புன்முறுவலுடன் இருப்பார். நாங்கள் சந்திக்கும்போது பேசிக் கொள்வோம். எப்போதாவது கல்லூரி வளாகத்திற்கு வெளியே சந்தித்து உரையாடுவோம். சில வேளைகளில் திருமதி காலின்சும் அவருடன் பணியாற்றுபவரும் எங்களை அவர்கள் குடியிருக்கும் பகுதிக்கு அழைத்துச் செல்வார்கள். அவர்கள் குடியிருப்பு எங்கள் கல்லூரி வளாகத்தில்தான் இருந்தது. அங்குதான் அட்சிசனிலுள்ள கறுப்பர்கள் பெரும்பாலும் வசித்தார்கள்.

அப்போது ஆட்சிசனில் கறுப்பர்களுக்கென்று தனி இடம் ஒதுக்கப்பட்டிருந்தது. அந்தப் பெண்கள் எங்களை அவர்கள் வசித்த பகுதிக்கும் பணக்காரர்கள் வசித்த பகுதிகளுக்கும் கூட்டிச் சென்று அமெரிக்க சமுதாயத்தின் ஏற்றத்தாழ்வுகளைச் சுட்டிக் காட்டினார்கள். இரண்டு பகுதிகளுக்கும் இடையே இருந்த பொருளாதார வேறுபாடு பெரிதாக இருந்தாலும், எங்களுக்கு அது ஒன்றும் வியப்பளிக்கவில்லை. ஏனென்றால் கென்யாவிலும் இந்த ஏற்றத்தாழ்வுகள் உண்டு. நாங்கள் பிரிட்டிஷாரின் ஆதிக்க ஆட்சியைக் குற்றம் சொன்னோம். அமெரிக்கர்கள் அடிமை நிலையைக் குற்றம் சாட்டினார்கள். எப்படி இருப்பினும் நாங்கள் அந்தப் பெண்களின் இரட்டை மாடி வீடுகளுக்கு அழைத்துச்

செல்லப்பட்டபோது, அவை மாளிகைகளாக எங்களுக்குத் தோன்றின, என் அம்மாவினுடைய வீட்டோடு ஒப்பிட்டால்!

சில சமயங்களில் புனித பெனடிக்டில் படிக்கும் கென்ய இளைஞர்களோடு நடனமாடப் போவோம். நடனம் பெரிய அறைகளில் நடக்கும். உள்ளூர் கறுப்பர்கள் அங்கே வருவார்கள். அப்போதுதான் நான் அமெரிக்க இசையை ரசிக்கக் கற்றுக் கொண்டிருந்தேன். கென்யாவில் நடனமாட எங்களை அனுமதிக்கமாட்டார்கள். எனவே நடனமாடவும் இப்போது தான் படித்தேன். நாங்கள் அங்கு அதிகம் நடனமாடவில்லை. சோடா குடித்துக்கொண்டு இளைஞர்களோடு பேசிக் கொண்டிருந்தோம். இந்த இளைஞர்களில் பலர் பல ஆண்டுகள் அமெரிக்காவில் இருந்ததால் எங்களை அனுபவமில்லாதவர்கள் என்றும் பழமைவாதிகள் என்றும் எண்ணினார்கள். எங்களிடம் வெளிப்படையாகவே குற்றம் கண்டார்கள். எங்களை அமெரிக்கப் பெண்களைப் போல ஆக வேண்டுமென்று ஊக்கப்படுத்தினார்கள். எங்களுடைய தலைமுடியைத் தான் மாற்ற வேண்டும் என்று சொன்னார்கள்.

எங்களில் யாரும் அப்போது கென்ய அமெரிக்கர்களாக ஆக அவசரப்படவில்லை. எனினும் சீக்கிரத்திலேயே மாறி விட்டோம். மூன்றாம் ஆண்டு படித்தபோது ராக்-அன்-ரோல் முதல் பல நடனங்களை ஆடக் கற்றுக் கொண்டுவிட்டோம். சூடான சீப்பைக் கொண்டு முடியையும் நேராக ஆக்கி விட்டோம். பட்ட வகுப்பு முடித்தபோது நாங்கள் முழுவதுமாக அமெரிக்கமயமாகிவிட்டோம். இதுதான் அமெரிக்காவின் ஈர்ப்பு விசை. எனக்குக் கான்சாசில் நடந்தது போல் உலகம் முழுவதும் ஒவ்வொரு தலைமுறையிலும் நடக்கிறது.

கோடை விடுமுறையின்போது கான்சாஸ் நகரமான மிசோரியில் எங்களுக்குச் சகோதரிகள் வேலை வாங்கித் தந்தார்கள். நாங்கள் அனுபவம் பெறுவது எங்கள் படிப்பினை முழுமைப்படுத்தும். அப்படி ஒரு கோடையில், சகோதரி ஜான்மாரி புனித ஜோசப் மருத்துவமனையில் திசு ஆய்வுக் கூடத்தில் வேலை வாங்கித் தந்தார். நாங்கள் அந்த நகரத்திற்குப் போய் ஒரு வீட்டில் தங்கியிருந்தோம். பெனடக்டைன்களுக்குச் சொந்தமான அந்த வீட்டில் பல நாடுகளிலிருந்தும் மாணவர்கள் தங்கியிருந்தார்கள். மெக்சிகோ, பிலிப்பைன்ஸ், இந்தியா, பியூட்டோரிக்கோ முதலிய நாடுகளில் இருந்து வந்திருந்தார்கள். ஆகத்தா, மேரி பால் மற்றும் என்னைப்போல இவர்களும் பகலில் பல இடங்களில் வேலை பார்த்தார்கள். மாலையில் அனைவரும் ஒன்றாகக் கூடுவோம்.

மருத்துவமனையில் உடல்நிலை ஆராயும் ஆய்வகத் தொழில்நுட்ப வல்லுநருக்கு உதவியாக நான் இருந்தேன். நுண்பெருக்கியின் வழியாகத் திசுக்களை ஆய்வு செய்ய வேண்டும். இதன் மூலம் நோயாளிகளின் நோயை மருத்துவர்கள் கண்டுபிடிப்பார்கள். இந்த ஆய்வகத்தில் நான் கற்ற திறன்கள் கென்யாவில் என்னுடைய பணிக்கு உதவியாக இருந்தன. தொழில்நுட்ப வல்லுநர் ஒரு ஆப்பிரிக்க அமெரிக்கர். மென்மையான ஆனால் வஞ்சகப் புகழ்ச்சியுடன் பேசும் தன்மையானவர். அமெரிக்கர்களைப் பற்றியும் ஆப்பிரிக்க அமெரிக்கர்களைப் பற்றியும் எனக்கு ஒன்றும் தெரியவில்லை என்று அவர் கருதினார். ஆகவே எனக்குச் சரியான அறிவைத் தரவேண்டுமென்று எண்ணினார். இஸ்லாமிய நாட்டின் ஞாயிறு மன்றாட்டில் நான் கலந்துகொள்ள வேண்டும் என்று அழைத்தார். அது அலியா முகமது என்பவரால் வழி நடத்தப்பட்டது. ஆகத்தாவும் நானும் கூட்டத்திற்குப் போனோம். ஆண்களும் பெண்களுமாகக் கூடியிருந்தார்கள். பெண்கள் நீண்ட வெள்ளை உடையணிந்து தலையை வெள்ளைக் கைக்குட்டையால் மூடியிருந்தார்கள்.

கூட்டம் ஆரம்பித்தது. பேசியவர்களெல்லாம் எனக்கு இதுவரையில் கற்றுத் தரப்பட்டவற்றை எல்லாம் மறுதலித்துப் பேசினார்கள். இயேசு ஒரு கறுப்பர் என்றும் எகிப்திய அலெக்சாண்டிரியா பல்கலைக்கழகத்தில் படித்தவர் என்றும் ஆப்பிரிக்காவில் தனது இளமைப் பருவத்தைக் கழித்தவர் என்றும் சொன்னார்கள். அவர்கள் பேசியது பொய் மட்டுமில்லை, தேவ அவதூறும் ஆகும். இதுபோன்ற அபத்தமான பேச்சை நான் இதுவரையில் கேட்டதில்லை. எனக்கு எவ்வளவு அதிர்ச்சி என்றால் எனக்கு அதற்கு மேலும் அதனைக் கேட்க விருப்பமில்லை; கேட்கக் கூடாது. பாவம். ஆகவே கூட்டத்தின் நடுவில் எழுந்து வெளியில் போய் எங்கள் இருப்பிடத்திலிருந்த குருவானவரிடம் இதுபற்றி ஆலோசனை கேட்டேன்.

"ஃபாதர், நான் இப்போது எங்கே இருக்கிறேன் என்பதை உங்களால் யூகிக்க முடியாது. நான் இங்கே இருக்க வேண்டுமா என்பது கூட எனக்குத் தெரியவில்லை. இஸ்லாம் தேசத்தின் கூட்டத்தில் இருக்கிறேன். அவர்கள் இயேசுவைப் பற்றி என்ன சொல்கிறார்கள் என்று நீங்கள் கேட்க வேண்டும்."

குருவானவர் சிரித்துவிட்டார்.

"அங்கே என்ன செய்துகொண்டிருக்கிறாய்?" என்று கேட்டார்.

"ஒரு கத்தோலிக்கப் பெண்ணாக நான் இதைக் கேட்கக் கூடாது என்று எனக்குத் தெரியும். நான் இங்கே இருக்கிறேன். என்ன செய்ய வேண்டும் என்று எனக்குத் தெரியவில்லை. நான் இருக்க வேண்டுமா அல்லது போய்விடவா? அவர்கள் இயேசு பற்றிய தவறான செய்திகளைச் சொல்கிறார்கள். அதற்கு மறுப்புக் கூற வேண்டாமா?" என்று விடையளித்தேன்.

குருவானவர் என்னைக் கவனித்துக் கேட்கச் சொன்னார். எனக்கு ஆச்சரியம். "நீ அவர்கள் பேசுவதை எல்லாம் நம்பவேண்டும் என்று இல்லை. ஆனால் கவனித்துக் கேட்பது நல்லது. நீ திரும்பி வந்து அவர்கள் பேசியதைப் பற்றிய உன்னுடைய கருத்தைச் சொல்," என்றார்.

நாங்களும் இருந்து கேட்டோம். அவர்கள் முரண்பாடான பலவற்றைப் பேசினார்கள். மத நம்பிக்கையுள்ளவர்கள் மதக் கொள்கைகளைப் பற்றிச் சந்தேகப்பட மாட்டார்கள் என்று இதுவரையில் சொல்லியிருக்கிறார்கள். முதலில் நம்பிக்கை, பிறகுதான் நம்பியவற்றைப் புரிந்துகொள்ளுதல். இவர்கள் எனக்கு எதையும் கற்றுத் தரவில்லை. கேள்வி கேட்கத் தூண்டுகிறார்கள்.

கடைசியாக நான் பேசுவதற்கு வாய்ப்பு கிடைத்தது. "இயேசு அலெக்சாண்டிரியாப் பல்கலைக்கழகத்திற்குச் சென்றார் என்பது பொய். அப்போது அந்தப் பல்கலைக்கழகமே இல்லை. இயேசுவின் வாழ்க்கை பற்றியும், காலம் பற்றியும் தவறான கருத்தைக் கொண்டிருக்கிறீர்கள்," என்றேன்.

நான் பேசி முடித்ததும் முதன்மைப் பேச்சாளர்கள் பார்வையாளர்கள் பக்கம் திரும்பி, "ஆப்பிரிக்காவிலிருந்து வந்திருக்கும் இந்தச் சகோதரி எவ்வளவு மூளைச் சலவை செய்யப்பட்டிருக்கிறார் என்று பாருங்கள். இதுதான் சிக்கல். இவருக்கும் இவரைப் போன்றவர்களுக்கும் நாம் சரியானவற்றைச் சொல்லித் தர வேண்டும்," என்றார். நான் என்னுடைய தொண்டைத் தண்ணீரை வீணாக்கியதுதான் மிச்சம் என்று உணர்ந்தேன். அதேசமயம் எனக்குள் ஒரு குழப்பம் ஏற்பட்டது. அவர்கள் பேசியதில் அவர்கள் நம்பிக்கை கொண்டிருந்தார்கள். அதேசமயம் நான் சொன்னதில் எனக்கு நம்பிக்கை இருந்தது. சிறிது நேரம் கழித்து நானும் ஆகத்தாவும் புறப்பட்டோம். நேரம் ஆகிவிட்டது. உணவுக்கு முன்னால் எங்கள் இருப்பிடத்திற்குத் திரும்ப வேண்டும்.

அடுத்த நாள் வேலைக்குப் போனேன். என்னுடைய மேலாளரிடம் கூட்டத்தில் என்ன நடந்தது என்று விளக்கினேன். இஸ்லாம் தேசத்தினர் சொன்னது உண்மை இல்லை என்று சொன்னதையும்

தெரிவித்தேன். "எப்படி உனக்கு அவ்வளவு உறுதியாகத் தெரியும்?" என்று தொழில்நுட்ப வல்லுநர் ஒரு குதர்க்கப் புன்னகையுடன் கேட்டார். "எனக்குத் தெரியும்," என்றேன் அழுத்தமாக.

"அதாவது உனக்கு அப்படிக் கற்பித்திருக்கிறார்கள். உனக்குச் சொல்லித் தரப்பட்டவையெல்லாம் உண்மை என்று நீ ஏன் நினைக்கிறாய்?" என்றார் அவர்.

எனக்கு வியப்பாக இருந்தது. "எனக்கு முழு உண்மையையும் கற்றுத் தரவில்லை என்றா இவர் சொல்கிறார்?" என்று என்னை நானே கேட்டுக்கொண்டேன். கூட்டத்தில் பேச்சாளர்கள் சொன்னதை இவரும் நம்புகிறார் என்று புரிந்து கொண்டேன். "ஒருவேளை எனக்குத் தெரியாதது இவருக்குத் தெரிந்திருக்கலாம்," என்று எனக்குள் சொல்லிக்கொண்டேன்.

இதுபற்றி நான் அதன்பிறகு அவரிடம் எதுவும் பேசவில்லை. அவரும் என்னைக் கூட்டத்திற்கு அழைக்கவில்லை. எனினும் அதன்பிறகு மதத்தை ஒரு விமர்சனக் கண்ணோட்டத்தோடு பார்க்கத் தொடங்கினேன். அன்றிலிருந்து வாய்மொழிப் பாரம்பரியமுடைய மதங்களுட்பட எல்லா மதங்களையும் பற்றித் தெரிந்துகொள்ள ஆர்வம் கொண்டேன். இயேசுவின் வாழ்க்கை பற்றிய எனது அறிவு, என்னுடைய மத நம்பிக்கை. பிற மதங்களைப் பற்றிய கருத்துகள் எல்லாம் மேற்போக்கானவை என்று அறிந்து கொண்டேன். மேலும் கத்தோலிக்கப் பள்ளிகளில் நான் படித்தபோது எனக்குக் கிடைத்தது என்னுடைய மதத்தின் முழுமையான விவரம் இல்லை என்பதும் தெரிய வந்தது. இந்த அனுபவத்தால்தான் போப்பாண்டவர் 23ஆம் ஜான், போப்பாண்டவர் இரண்டாம் ஜான் பால் ஆகியோர் எடுத்த முற்போக்கு நடவடிக்கைகளுக்கு நான் ஆயத்தமானேன். இரண்டாம் ஜான் பால் யூத ஆலயத்திற்குள்ளும், மசூதிக்குள்ளும் ஜெபிக்கவும் தியானிக்கவும் சென்றார்.

இப்போது எண்ணிப் பார்க்கும்போது அந்தக் கோடையில் என்னுடைய மேலாளர் என்னுடைய அறியாமையைப் பற்றி என்ன நினைத்திருப்பார் என்று பார்க்க முடிகிறது. காலனி ஆதிக்கத்திலிருந்த ஆப்பிரிக்காவில் வளர்ந்த பிறகும் ஆப்பிரிக்க அமெரிக்கர்களின் போராட்டங்களைப் பற்றியும், இடம் பெயர்ந்த ஆப்பிரிக்கரின் நிலை பற்றியும், கத்தோலிக்கக் கல்வி கற்றுக் கொடுத்ததற்கும் அப்பாலுள்ள வரலாற்றையும், மதத்தையும் பற்றி எப்படி நான் ஒன்றும் தெரியாமல் இருந்தேன் என்று வியப்படைந்திருப்பார்.

அமெரிக்காவில் மத்திய மேற்குப் பகுதியில் இருந்த கென்ய மாணவர்களுக்கு மற்ற கென்யர்களோடு தொடர்புகள் இல்லை. அமெரிக்காவில் படித்த மற்ற ஆப்பிரிக்கர்கள் கிழக்கு ஆப்பிரிக்க மாணவர் மன்றம் ஒன்றை ஏற்படுத்தியிருந்தார்கள். அவர்கள் எப்போதாவது கூட்டங்களுக்கு ஏற்பாடு செய்வார்கள். நாங்கள் அவற்றிற்கு எப்படியாவது சென்றுவிடுவோம். இதனால் கென்யாவிற்கு வெளியில் இருந்த ஆப்பிரிக்கர்களைப் பற்றி அறிய முடிந்தது. நாங்கள் பிரிட்டிஷ் அரசின் அடிமைகள் இல்லை, கென்யர்கள் என்ற உணர்வும், ஆப்பிரிக்கர் என்ற ஒருமைப்பாடும் ஏற்பட்டன. இது மிக இன்றியமையாதது. ஏனென்றால் எங்கள் கண்டம் ஒரு நூற்றாண்டு அடிமைத்தனத்திலிருந்து விடுபட்டுத் தனி நாடுகளாக மாறிக் கொண்டிருந்தது.

அப்போதும், இப்போதும் கூட, அமெரிக்காவில் புதுப்புது சமூகத் தொடர்புச் சாதனங்கள் வந்துவிட்டாலும், எந்த ஊடகத்திலும் கென்யா பற்றிய செய்தி வராது. மோசமான செய்தி வேண்டுமென்றால் வரும். நல்லவேளையாக கென்யா பற்றிய மோசமான செய்தி அதிகம் வராது. நல்ல செய்தியும் வந்தது. கென்யா 12 டிசம்பர் 1963 அன்று விடுதலை பெறப் போகிறது என்கிற செய்தி அது. மே 1963இல் பிரதிநிதிகள் தேர்வு நடைபெற்றது. எங்களுடைய விடுதலையைக் கொண்டாடுவதற்காக கான்சாசில் உள்ள கென்யர்கள் லாரன்ஸ் நகரத்தில் கூடினோம். அமெரிக்கர்கள் கூட வந்திருந்தார்கள். ஆடல், பாடல், மது, விருந்து என்று தடபுடல். கென்யாவிலும் பிற இடங்களிலும் கொண்டாட்டம். ஜோமோ கென்யட்டா முதல் பிரதமர்; ஓராண்டிற்குப் பிறகு அவர் அதிபர் ஆனார்.

ஆனால் கென்யாவின் சுதந்திரக் கொண்டாட்டம் சோகமான சூழ்நிலையிலேயே நடந்தது. நவம்பர் 22இல் அதிபர் கென்னடி கொலை செய்யப்பட்ட சில வாரங்களுக்குப் பிறகு தான் கென்யா விடுதலை பெற்றது. மௌண்டில் அந்தச் செய்தி வந்தவுடன் வகுப்புகள் நிறுத்தப்பட்டன. பெருந் துயரத்தில் அவருடைய ஆன்ம இளைப்பாற்றிக்காக வேண்டிக் கொண்டோம். பிறகு கல்லூரி மூடப்பட்டு மாணவர்கள் வீட்டிற்கு அனுப்பப்பட்டார்கள். நானும் ஆகத்தாவும் தொலைக்காட்சிப் பெட்டியின் அருகிலேயே உட்கார்ந்திருந்தோம். கொலையாளியாகக் கருதப்பட்ட ஆஸ்வால்ட்டும் ஜேக்ரூபி என்பவனால் கொல்லப்பட்டான். நடந்ததை எல்லாம் தொலைக்காட்சியில் உலகமே பார்த்தது!

கென்னடி இறந்த இரவு என்னுடைய அண்ணனுக்கு நடந்ததைப் பற்றி விவரித்து நான் என்ன மனநிலையில் இருந்தேன் என்பது

பற்றிக் கடிதம் எழுதினேன். "நான் அவரை ஒரு தலைவராகப் பாராட்டினேன். அமைதியின் காவலர், மனிதாபிமானம் மிக்கவர். தலைவர் ஒருவர் கொல்லப்பட்டதால் துக்கம் கொண்டாடும் அனைவரோடும் நானும் சேர்ந்து கொள்கிறேன்," என்று கூறியிருந்தேன். தொலைக்காட்சியில் திரும்பத் திரும்ப அந்தச் சோக நிகழ்ச்சி ஒளிபரப்பப்பட்டபோது, இதனை எங்களால் நம்பவே முடியவில்லை. ஆனால் அதுதான் உண்மை என்று சொன்னேன்.

எனக்கும், அமெரிக்கருக்கும், உலகிலுள்ள மக்கள் பலருக்கும் அது ஒரு சோகமான நேரம். எல்லோருக்கும் அதிபர் கென்னடி இளைஞராக, உற்சாகம் மிகுந்தவராக, அனைவரையும் கவர்ந்தவராக, அமெரிக்கா பற்றியும் உலகம் பற்றியும் அவர் கண்ட கனவை நிறைவேற்ற முடியாமல் மறைந்த தலைவராக என்றும் இருப்பார். கென்னடி விமானமேற்றம் வழியாக நான் அந்தக் கனவின் ஒரு பகுதியாக ஆனேன். இப்போது அவர் இல்லை. என்னுடைய குடும்பத்தில் ஒருவர் மறைந்தது போல உணர்ந்தேன். பின்னால் என் வாழ்க்கையில் கென்னடி குடும்பத்தாரோடு உறவும் நட்பும் ஏற்பட்டது, எனது நல்ல காலம். கென்னடி குடும்பத்தினர் அவரைப் பற்றி நன்றாக அறிந்துகொள்ள உதவினார்கள். இராபர்ட் கென்னடியின் மகள் கெரியோடு சேர்ந்து பணியாற்றும் வாய்ப்பும் எனக்குக் கிடைத்தது. பல ஆண்டுகள் கென்யாவின் சுதந்திர இயக்கத்தாரோடு சேர்ந்து மனித உரிமைகளுக்காகவும், விடுதலை அமைப்புகளுக்காகவும் அவர் பாடுபட்டார்.

மௌண்டில் நான் செலவழித்த நான்கு ஆண்டுகள், அங்கு பெற்ற அனுபவங்கள் எனக்குக் கவனித்துக் கேட்கவும், சுதந்திரமாகச் சிந்திக்கவும், பகுப்பாய்வு செய்யவும், கேள்விகள் கேட்கவும் கற்றுக்கொடுத்தன. இந்தத் திறன்கள் எப்போதும் என்னோடு இருந்து கை கொடுத்தன. மௌண்டில் படித்ததால் அடுத்த நிலைக்கு என்னால் போக முடிந்தது. என்னுடைய மேற்படிப்புக்குச் சில அமெரிக்கப் பல்கலைக்கழகங்களைப் பற்றி என்னிடம் சகோதரிகள் சொன்னார்கள். எனக்கும்கூட மேல் படிப்புக்குச் செல்ல ஆசை இருந்தது. 1964ஆம் ஆண்டு நான் அறிவியலில் பட்டம் பெற்றவுடன் உயிரியலில் மேற்படிப்புக்கு பிட்ஸ்பர்க் பல்கலைக்கழகத்தில் ஆப்பிரிக்க அமெரிக்க அமைப்பு எனக்கு உதவித்தொகை கொடுத்தது. 1963ஆம் ஆண்டு பிட்ஸ்பர்கில் ஒரு ஆறு வாரத் தலைமைப் பயிற்சி வகுப்பில் சேர்ந்து படித்திருந்தேன். என்னுடைய ஆய்வு ஒரு கிராமப்புறப் பெண்களுக்கு உதவி செய்து அவர்களுடைய வளர்ச்சிக்குத் துணை செய்வது பற்றியது. பத்தாண்டுகளுக்குப் பிறகு நான் படித்ததை நடைமுறைப்படுத்த

நேரிடும் என்று எனக்குத் தெரியாது. அப்போது கிராமப் பெண்களின் நிலையால் உந்தப்பட்டு பசுமைப் பகுதி இயக்கத்தைத் தொடங்கினேன்.

1990ஆம் ஆண்டு இருபத்தைந்து ஆண்டுகளுக்குப் பிறகு மௌண்ட் புனித ஸ்காலிஸ்டிகாவிற்கு வந்தபோது, கட்டடங்களைத் தவிர எல்லாமே மாறியிருந்தது. மௌண்டைப் புனித பெனக்டைனுடன் சேர்த்து இருபாலரும் படிக்கும் கல்விக்கூடமாக மாற்றிவிட்டார்கள். இப்போது அதன் பெயர் பெனடிக்டைன் கல்லூரி. கன்னியர்களுக்கு மட்டும் உரியதான துறவியர் மடம் இப்போது மக்களுக்குத் திறந்து விடப்பட்டுவிட்டது. பார்வையாளர்கள் இப்போது சகோதரிகளுடன் அவர்களுடைய உணவு அறை வரையில் சென்று உரையாடலாம். கன்னியர்களும் முன்னர் நீண்ட கறுப்பு அங்கி அணிந்திருப்பார்கள். வெள்ளை முகத் திரை இருக்கும். இப்போது குட்டை உடைகளை அணிந்தார்கள். கால் சட்டை கூட அணிந்தார்கள். அவர்களுடைய முடியை வெளியில் கட்டிக் கொண்டிருந்தார்கள். இப்போது நான்தான் நீண்ட உடை அணிந்து தலையில் கைக்குட்டையுடன் காணப்பட்டேன். ஆனால் ஆட்சிசன் நகரம் பழைய மத்திய மேற்கு நகரமாகவே இருந்தது.

பிட்ஸ்பர்க் பல்கலைக்கழகத்தில் செப்டம்பர் 1964இல் சேர்ந்து உயிரியலில் பட்ட மேற்படிப்பில் சேர்ந்தேன். அங்கு பேராசிரியர் சார்லஸ் ரால்ப் எனக்கு மேற்பார்வையாளர். எனக்கு நல்ல நண்பராகவும் ஆனார். முதலில் கரப்பான் பூச்சியின் வாழ்க்கைச் சுழற்சியைப் பற்றி ஆய்வு செய்ய வேண்டுமென்று விரும்பினார். ஆனால் மூட்டைப் பூச்சி என் மேல் ஊர்வதை என்னால் நினைத்துக் கூடப் பார்க்க முடியவில்லை. பேராசிரியர் ரால்ப் வேறு தலைப்பு கொடுத்தார். பினியல் சுரப்பி பற்றி ஆய்வு செய்யப் பணித்தார். அது பிட்யூட்டரி சுரப்பிக்கு எதிர்ப் பகுதியில் மூளையின் உட்பகுதியில் இருந்தது. ஆய்வின்போது எப்படி இந்தச் சுரப்பி வளர்கிறது என்றும் விலங்குகளின் வளர்ச்சியில் அதன் பங்கு என்னவென்றும் கண்டுபிடிக்க வேண்டும்.

ஜப்பானியக் காடைகளில் இந்தச் சுரப்பி எப்படி வேலை செய்கிறது என்று ஆராயச் சொன்னார் ரால்ப். காடை முட்டைகளை அடை வைத்து குஞ்சு பொறிக்க வைத்து அவற்றின் மூளையில் பினியல் சுரப்பி எப்படி அதன் வளர்ச்சியில் வேலை செய்கிறது என்று ஆராய்ந்தேன். என்னுடைய பட்ட மேற்படிப்பின் ஆய்வு ஏட்டுக்கு அது அவசியமாக இருந்தது. இது என்னுடைய கருவியல், (எம்ப்ரையோலஜி) நுண் உடல்கூறு இயல், திசுக்களைப் பதப்படுத்தல், நுண்ணோக்காடி ஆய்வு ஆகியவற்றில் என்னுடைய

அறிவையும் திறன்களையும் வளர்த்தது. இந்தத் திறன்கள் இரண்டு ஆண்டுகளுக்குப் பிறகு கென்யாவில் என்னுடைய பணிகளுக்கு உதவியாக இருந்தன.

அட்சிசனை விட பிட்ஸ்பர்க் பெரியது. நகரமயம், தொழில் மயமானது. கான்சாசின் நிலப்பரப்பை விட பிட்ஸ்பர்கின் மலைப் பகுதிகள் எனக்குக் கென்யாவை நினைவுபடுத்தின. ஏற்கனவே கான்சாஸ் நகரத்தில் நான் கோடை காலங்களைச் செலவிட்டிருந்ததால், பெரிய நகரங்களில் வாழ்வது எனக்கு ஒன்றும் பெரிதாகத் தெரியவில்லை. பிட்ஸ்பர்கிலும் மற்ற தொழில் மயமான நகரங்களைப் போலவே தொழில் புரட்சியின் காரணமாக ஏற்பட்ட மாசு பதிந்திருந்தது. ஆனால் அதனை மீட்க எடுக்கப்பட்ட முயற்சியை நான் நேரில் பார்த்தேன். சுற்றுச்சூழலை மீட்டலை நான் முதன்முறையாக அனுபவித்தேன். பிட்ஸ்பர்க் நகரில் சுவர்களை ஒவ்வொரு ஆண்டும் வெள்ளையடிக்க வேண்டியிருந்தது. புகையானது வீடுகளை அவ்வளவு அழுக்காக்கி விட்டிருந்தது. வெளுத்த துணிகளை எல்லாம் காயப்போட்டால் அவை கறுப்பாகிவிடும். ஆனால் பல ஆண்டுகள் முயற்சியினால், அந்த நிலை மாறிற்று. பிட்ஸ்பர்க் இப்போது புகையால் சூழப்படவில்லை. இப்போது அழகான இடமாக மாறிவிட்டது.

பிட்ஸ்பர்க் பல்கலைக்கழகம் மௌண்டை விடப் பல மடங்கு பெரியது. என்னுடைய துறையிலுள்ள பட்ட வகுப்பு மாணவர்களுடன் நான் பழகினேன். பல்கலைக்கழகத்திலுள்ள பிற ஆப்பிரிக்க மாணவர்களுடன் அதிக நேரம் செலவிட்டேன். நூலகத்திற்குப் போவேன்; உணவு விடுதிக்குப் போவேன் அல்லது விளையாட்டில் ஈடுபடுவேன். மற்றபடி வளாக நிகழ்ச்சிகளில் அதிகமாகக் கலந்துகொள்ள மாட்டேன். புரட்சி எண்ணங்களின் இருப்பிடமாகவும் பல்கலைக்கழகம் இல்லை. பல்கலைக்கழகத்தில் படித்தபோது செப்டம்பர் 1964 முதல் ஜனவரி 1966 வரையில் வியட்னாமிற்கு ஏன் அமெரிக்கா போனது என்று எங்களுக்குத் தெரியாது. போருக்கு ஆதரவாளர்களா எதிரானவர்களா என்பதும் தெரியாது. காலனி ஆதிக்கத்திலிருந்து பழகியதால், வெளிநாட்டுக்குப் போர் வீரர்களை அனுப்பியது புதிதில்லை.

எங்களுடன் இருந்த ஆப்பிரிக்க அமெரிக்கர் ஒருவர் மட்டும் தான் போருக்குப் போக எடுக்கப்பட்டார். ஆனால், துரதிர்ஷ்டவசமாக அவர் வியட்நாமில் கொல்லப்பட்டுவிட்டார். இந்த வியட்நாம் பிரச்சினையில் எனக்கு ஏற்பட்ட அனுபவம் இது ஒன்றுதான். ஆனால் இது என்மேல் பெரிய பாதிப்பை ஏற்படுத்திவிட்டது. வாஷிங்டனில் வியட்நாம் நினைவு நிலையத்திற்கு நான்

போகும்போது, அவரைப் பற்றி நான் சிறப்பாக நினைப்பேன்; அவருடைய இழப்பைப் பற்றி வருந்துவேன்; அவர் நினைவிற்கு மரியாதை செலுத்துவேன்.

பிட்ஸ்பர்க் பல்கலைக்கழகத்தில் 1965ஆம் ஆண்டு படிப்பை முடித்தேன். அதன் பிறகு இரண்டு ஆண்டுகளாயிற்று கென்யா விடுதலை பெற்று. கென்யா விமான ஏற்றித்திட்டத்தில் பங்கு பெற்ற நாங்கள் பலரும் எங்கள் மேற்பட்ட உயர்கல்வியை முடிப்பது புதிய அரசாங்கத்திற்குத் தெரியும். பிரிட்டிஷ் ஆட்சியின் அலுவலர்கள் விட்டுச் சென்ற இடங்களுக்குப் புதிய ஆட்களை நியமிக்க வேண்டிய கட்டாயம் ஏற்பட்டது. எனவே கென்ய அரசு அமெரிக்காவில் பட்டம் பெற்ற கென்ய இளைஞர்களைப் பணியில் சேர்க்க ஆளனுப்பி வைத்தது. அந்த முயற்சியின் ஒரு பகுதியாக நைரோபி பல்கலைக்கழகத்திலிருந்து சிலர் என்னை நேர்முகம் காண வந்தார்கள். துணைவேந்தரும் வந்திருந்தார். விலங்கியல் துறையில் பேராசிரியருக்கு ஆய்வு உதவியாளராக ஒரு வேலை காலி இருந்தது.

பிறகு எனக்குக் கல்லூரியில் வேலைக்குச் சேர கடிதம் வந்தது. 1966 ஜனவரி 10 அன்று வேலையில் சேருமாறு அழைப்பு வந்தது. இதுதான் எனக்குக் கிடைத்த முதல் வேலை. எனவே இந்தப் பணியை மிகவும் கவனத்துடன் செய்யத் தொடங்கினேன். எனக்குத் தந்த இந்தப் பணி எனக்கு முக்கியம் எவ்வளவு என்றால் நான் பிட்ஸ்பர்க் பல்கலைக்கழகத்தில் பட்டமளிப்பு விழாவில் கூட பங்கு கொள்ளவில்லை.

நான் கென்யாவிற்குத் திரும்பிப் போனபோது, அமெரிக்காவில் நான் பெற்ற ஐந்தரை ஆண்டு உயர் கல்வியைக் கொண்டு சென்றேன். அதேசமயம் நான் கடினமாக உழைக்க முடியும், ஏழைகளுக்கு உதவ முடியும், கதியற்றவர்களுக்காகப் போராட முடியும் என்று எனக்கு நம்பிக்கையும் ஏற்பட்டது. நான் விலங்கியலில் படித்ததை மற்றவர்களுடன் பகிர்ந்து கொள்ள வேண்டும் என்றும் பல்கலைக்கழகத்தில் பாடம் சொல்லித் தரவேண்டும் என்றும் விரும்பினேன். என்னுடைய குடும்பத்தாரைப் பார்க்க வேண்டும், எனக்கென ஒரு குடும்பம் வேண்டும் என்று விரும்பினேன்.

நான் அமெரிக்காவை கென்யாவிற்கு எடுத்துச் சென்றேன். அமெரிக்காவைப் பற்றி மக்கள் நினைக்கும்போதெல்லாம் அதை ஒரு பெரிய சக்தி வாய்ந்த நாடாகக் கருதுகிறார்கள். வேறொரு அமெரிக்காவை நான் 1960-களில் அனுபவித்தேன். இன்றும் அதைப் பார்க்கிறேன். இந்தப் பெரிய நாடு சின்னச் சின்ன அமைப்புகளை

உடையது. பல்கலைக்கழகங்கள் முதல் விவசாயம் வரை பல சிறிய அமைப்புகள் இங்கே செயல்படுகின்றன. இந்தப் பெரிய அமைப்பைக் குலைக்க எந்த முயற்சிகள் நடந்தாலும், அரசியல் முரண்பாடு, பொருளாதாரச் சிக்கல்கள் இருந்தாலும், இந்தப் பெரிய அமைப்பில் எந்தப் பாதகமும் ஏற்படுவதில்லை. எதுவுமே நடக்காதது போல அனைத்துமே நடந்துகொண்டிருக்கிறது. அமெரிக்காவின் விடா முயற்சி, கடின உழைப்பு, தொலைநோக்கு என்றும் இருக்கும். எங்கு போகிறோம், எந்தத் திசையில் போகிறோம் என்று அதற்குத் தெரியும். அமெரிக்காவில் உங்கள் இடத்தை நீங்கள் கண்டுபிடித்துவிட்டால் உங்களை அந்த நாடு நன்றாகக் கவனித்துக்கொள்ளும். ஏனென்றால் அதன் மக்கள் தாராள மனப்பான்மை உள்ளவர்கள். ஆனால் நீங்கள் விடா முயற்சியுள்ளவர்களாக, புதியன காணும் ஆர்வம் உள்ளவர்களாக, வலிமையுள்ளவர்களாக இருக்க வேண்டும். மேலும் நீங்கள் செயல்பட்டுக்கொண்டே, இயங்கிக்கொண்டே இருக்க வேண்டும். ஏனென்றால் நீங்கள் இருக்கிறீர்களோ இல்லையோ எந்திரம் வேலை செய்துகொண்டே இருக்கும்.

நான் கென்யாவிற்குத் திரும்பியபோது ஒரு புதுப்பெயருடன் திரும்பினேன். நான் பிறந்தபோது என் பெற்றோர் எனக்கு வங்காரி என்று பெயரிட்டார்கள். கென்யாவில் குழந்தையாக இருக்கும்போதே திருமுழுக்கு கொடுத்து விடுவார்கள். அப்போது எனக்கு மிரியம் என்று பெயர் சூட்டினார்கள். என்னுடைய குழந்தைப் பருவத்தில் எனது பெயர் மிரியம் வங்காரி. என்னுடைய அப்பா பெயர் அதில் சேர்க்கப்படவில்லை. மிஷனரிகளுடைய வழக்கம் அது. நான் கத்தோலிக்கப் பெண்ணான போது மிரியம் என்ற பெயரை விட்டுவிட்டு மேரி ஜோசபின் - மேரி ஜோ வங்காரி என்று மாற்றிக்கொண்டேன். அமெரிக்காவிற்குப் போனபோது அந்தப் பெயர்தான். ஆனால் கென்யாவில் குடும்பப் பெயர் மறக்கப்பட்டு வந்தது என்னைப் பாதித்தது. ஆப்பிரிக்க அமெரிக்கர்கள் அடிமைப்படுத்தப்பட்டு, ஒதுக்கப்பட்டிருந்தபோது அவர்கள் தங்கள் முதல் பெயராலேயே அழைக்கப்பட்டு விட்டார்கள். அதுபோலத்தான் எங்கள் நிலையும்.

மௌண்டில் சகோதரிகள் என்னை மிஸ் வங்காரி என்றுதான் அழைத்தார்கள். இது வேடிக்கையாக எனக்குத் தெரிந்தது. ஏனென்றால் மிஸ் என்றால் "இன்னாருடைய திருமணமாகாத மகள்" என்று பொருள். அப்படியானால் மிஸ் வங்காரியென்றால் வங்காரியின் மகள் என்றாகிறது. அதாவது என்னுடைய மகள் நான். எனவே நான் என் பெயரை மேரி ஜோசபின் வங்காரி முட்டா என்று

மாற்றிக்கொண்டேன். அப்போது என்னை மிஸ் முட்டா என்று அழைக்க வேண்டும். ஆகவே வங்காரி மேரி ஜோசபின் முட்டா என்று நீண்ட பெயராகிவிட்டது. கென்யாவிற்கு வந்தபோது வங்காரி முட்டா என்பது என் பெயர். அப்படித்தான் என்னை அழைத்திருக்க வேண்டும்.

அமெரிக்கா எனக்குத் தன்னம்பிக்கையைத் தந்தது. அதோடு எதனையும் ஒரு விமர்சனக் கண்ணோட்டத்தோடு பார்க்கப் பயிற்சி பெற்றேன். கென்யாவின் நிலை பற்றி, குறிப்பாகப் பெண்கள் அனுபவிக்கும் பிரச்சினைகள் பற்றி ஆராய முடிந்தது. நான் அமெரிக்காவில் இருந்தபோது பெண்கள் இயக்கங்கள் தொடங்கிவிட்டன. அப்போது பெண்கள் தங்களுடைய பாரம்பரிய இடத்தை விட்டு வெளியில் வரத் தயாராக இல்லை. ஆப்பிரிக்க அமெரிக்கப் பெண்ணாக நான் திரும்பியபோது பல கட்டுப்பாடுகள் இருந்தன.

அமெரிக்கா என்னை மாற்றிவிட்டது என்றே சொல்ல வேண்டும். நான் இப்போது இருப்பதுபோல அது என்னை மாற்றிவிட்டது. எந்த வாய்ப்பையும் விட்டுவிடக் கூடாது என்று எனக்குக் கற்றுத் தந்தது. செய்யக் கூடியதைச் செய்து முடிக்க வேண்டும். நிறைய செய்ய வேண்டியது இருந்தது. விடுதலை உணர்வும், வாய்ப்பைப் பயன்படுத்த வேண்டும் என்ற மனப்பக்குவமும் அமெரிக்கா என்னிடம் வளர்த்த பண்புகள். இந்த உணர்வுகளுடன்தான் கென்யாவுக்கு நான் திரும்பினேன்.

4

விடுதலை - கென்யாவுக்கும் எனக்கும்

1966ஆம் ஆண்டு ஜனவரி 6. நைரோபி பன்னாட்டு விமான நிலையம். நீண்ட விமானப் பயணம். 1960இல் நான் கென்யாவிலிருந்து அமெரிக்கா போக எடுத்த நேரத்தை விடக் குறைந்த நேரம்தான். விமானத்திலிருந்து இறங்கியபோது ஒரு கூட்டம் என்னை நோக்கிக் கையசைத்ததைப் பார்த்தேன். தூரத்திலிருந்தே என்னுடைய தந்தையின் உயரமான உருவத்தைப் பார்க்க முடிந்தது. என்னுடைய குடும்பமே என்னை வரவேற்க வந்திருந்ததைப் பார்க்க எனக்கு உற்சாகம். வேகமாக நடந்தேன். அவர்களும் கையை நீட்டி அசைத்து என்னுடைய பெயரைச் சொல்லி அழைத்தார்கள். நான் வீட்டிற்கு வந்துவிட்டேன்.

அந்த விமான நிலையப் பாதையில் சென்ற முறை நடந்த நாளிலிருந்து இன்று வரை ஏற்பட்டிருந்த மாற்றங்களை நினைத்தபோது கண்ணீர் வந்துவிட்டது. என்னுடைய பெற்றோர்கள் என் தந்தையின் கடைசி மனைவி, நக்குருவில் எனது தந்தையின் நண்பர் முராங்கோ, அவர் மகள், என்னுடைய அண்ணன் நிடரிற்று, கடைக்குட்டி கமுனியா, இன்னும் பலர் என்னை வரவேற்க வந்திருந்தார்கள். நான் வரும் நாளைக் குறித்துக் கடிதம் எழுதியிருந்தாலும், என்னை வரவேற்க யாரும் வருவார்கள் என்று எதிர்பார்க்கவில்லை. என்னைப் பார்க்க நெடுந்தூரம் பயணித்து வந்திருந்தார்கள். அதனால் எனக்கு எல்லை கடந்த மகிழ்ச்சி.

நான் வெளியில் வந்தவுடன், அனைவரும் அணைத்துக்கொண்டு, மகிழ்ச்சியில் அழுதனர். கை குலுக்கிக்கொண்டு, நிறைய கேள்விகள் கேட்டனர். இவை எல்லாமே வேகமாக நடந்தன. எல்லோரும் மாறியிருந்தோம், வளர்ந்து ஒல்லியாகிவிட்டோம். என்னுடைய அண்ணன் என்று நினைத்து ஓர் இளைஞனைப் பார்த்து “நிடரிற்று”

என்று அழைத்தேன். அது என் தம்பி கமுனியா. அவன் சிரித்து "நான் கமுனியா" என்றான்.

"கமுனியாவா, எவ்வளவு வளர்ந்துவிட்டாய்!" என்றேன்.

"என்ன ஆயிற்று? உயரமாக வளர்ந்துவிட்டாய். ஆனால் ஒல்லியாக இருக்கிறாய். சரியாகச் சாப்பிடுவதில்லையா?" என்றார்கள். அவர்கள் குரலில் இருந்த கரிசனம் என்னைத் தொட்டது. "நான் நன்றாகத்தான் இருக்கிறேன்," என்றேன். நான் கென்யாவை விட்டுப் போனபோது இருந்ததை விட இப்போது ஒல்லியாகத்தான் இருந்தேன். ஆனால் அதற்காக இவர்கள் கவலைப்பட வேண்டியதில்லை. அமெரிக்காவில் இது சரியான எடைதான். மிகவும் ஒல்லியாகவும் இல்லை; தடியாகவும் இல்லை. அன்று உடுத்தியிருந்த இறுக்கமான உடைக்குத் தகுதியான உடற்கட்டுதான். ஆனால் அவர்கள் கண்களுக்கு நான் பல நாள்கள் சாப்பிடாதது போலத் தோன்றியது.

ஒரு நண்பரிடமிருந்து இரவல் வாங்கி வந்திருந்த ஒரு பழைய காரில் எங்களைத் திணித்துக்கொண்டு நைரோபியிலுள்ள பகாட்டித் தோட்டத்திற்குப் போனோம். அங்கே முரஸ்கோவின் குடும்பத்தினர் இருந்தார்கள். காரில் அலறிக்கொண்டிருந்த வானொலியில் கென்யட்டாவின் பேச்சு ஒலிபரப்பாகிக் கொண்டிருந்தது. அது வரலாற்று முக்கியத்துவம் வாய்ந்த ஒரு நேரமாக எனக்குத் தோன்றியது. கென்யட்டாவின் இடி முழக்கம் போன்ற குரலை இதற்குமுன் கேட்டிருந்தாலும், இப்போதுதான் முதன் முறையாக அவர் அதிபரான பிறகு கேட்டேன். கிராமப்புறம் சென்று நிலத்தில் காபியும் தேயிலையும் பயிரிட்டு உழவுத் தொழிலை வளர்க்க வேண்டுமென்று கேட்டுக் கொண்டார். இம்சி (கிஸ்வாஹிலியில் பெரியவர் என்று பொருள்) சொல்வதைக் கேட்டுத் தலையசைத்துக் கொண்டிருந்தோம். "அதிபர் அவர்களே, நான் வந்துவிட்டேன். விடுதலை அடைந்த நமது நாட்டைக் கட்டியெழுப்ப நானும் சேர்ந்துகொள்கிறேன்," என்று உரக்கச் சொல்ல வேண்டும் போல எனக்குத் தோன்றியது. கென்யப் பெண் என்பதில் நான் ஆழ்ந்த பெருமை கொண்டேன்.

என்னைச் சுற்றி நான் பார்த்த உற்சாகமும் நம்பிக்கையும் என்னையும் உயரத் தாக்கிவிட்டன. அமெரிக்க மக்கள் உரிமைத் தலைவர் டாக்டர் மார்டின் லூதர் கிங், வாஷிங்டனில் லிங்கன் நினைவிடத்தில் 1963ஆம் ஆண்டு 28 அன்று ஆற்றிய உரையின் கடைசிச் சொற்கள் எனக்கு நினைவிற்கு வந்தன. "கடைசியில் விடுதலை! கடைசியில் விடுதலை! இறைவனுக்கு நன்றி! நாங்கள் இறுதியில் விடுதலை பெற்று விட்டோம்." என்னுடைய நாட்டோடும் மக்களோடும் நான்

மீண்டும் என்னை இணைத்துக் கொண்டபோது இந்த எண்ணங்கள் என்னைப் பல மாதங்கள் பின் தொடர்ந்து வந்தன.

பகாட்டித் தோட்டத்தில் எங்களுக்கு நல்ல வரவேற்பு கிடைத்தது. நண்பர்களோடும் பக்கத்து வீட்டுக்காரர்களோடும் சேர்ந்து மதிய உணவு உண்டோம். அந்தக் காலத்தில் ஆப்பிரிக்கர்களுக்கு ஒதுக்கப்பட்டிருந்தவை ஒரு படுக்கை அறை கொண்ட சிறிய வீடுகள். ஆதலால் எங்களுக்குத் தூங்க இடம் போதாது. ஆகவே நானும் எனது சகோதரர்களும் நைரோபியின் முதல் தர விடுதிக்குச் சென்று தங்கினோம். விடுதலைக்கு முன்னரெல்லாம் இது சாத்தியமில்லை. ஏனென்றால் அப்போது நிறப் பாகுபாடுகள் இருந்தன. வெள்ளை, கருஞ்சிவப்பு, கறுப்பு என்று சமுதாயம் மூன்று தட்டுகளாகப் பிரித்திருந்தது. கறுப்பு ஆப்பிரிக்கர்களான நாங்கள் நியூ ஸ்டான்லி என்ற அந்தப் பெரிய விடுதியின் உள்ளேயே அனுமதிக்கப்பட்டிருக்க மாட்டோம்.

ஸ்டான்லி விடுதியில் நான் தங்கியிருந்தபோது குடும்பத்தினரும் நண்பர்களும் என்னைப் பார்க்க வந்தார்கள். அவர்களுக்கு நான் அந்த விடுதியில் தங்கியிருந்தது மிகுந்த உற்சாகத்தைத் தந்தது. அவர்களிடம் அமெரிக்காவில் எப்படி நிறவெறி தாண்டவமாடியது என்று விளக்கினேன்.

நைரோபியில் சில நாள்கள் இருந்த பிறகு எங்கள் குடும்பத்தினர் வீடுகளுக்குத் திரும்பினார்கள். அப்பா நக்குருவிற்கும், அம்மாவும் கமுன்யாவும் நியேரிக்கும், என்னுடைய அண்ணன்கள் அவர்கள் வேலை பார்த்த இடங்களுக்கும் சென்றார்கள்.

கென்யாவின் விடுதலைக்குப் பிறகும் அதன் துன்பங்கள் எல்லாம் ஓயவில்லை. எனினும் எங்களுக்கெல்லாம் உற்சாகம் கரைபுரண்டோடியது. கென்யாவின் வருங்காலம் எங்கள் கையிலிருந்ததாக நாங்கள் உணர்ந்தோம். அது ஒரு புதிய உலகம். எனினும் நாற்பது ஆண்டுகளுக்குப் பிறகும், இன்று அரசியல் விடுதலையையும், இனப் பாகுபாடுகளை ஒழிப்பதையும் முழுவதுமாகப் பெற முடியவில்லை. என்னுடைய தலைமுறையும் அதற்கு அடுத்த தலைமுறையும் விடுதலை தந்த புதிய வாய்ப்புகளைப் பயன்படுத்தத் தவறிவிட்டது. மாறாக, கென்ய மக்கள் பிற்போக்கான அழிவுப் பாதைகளில் ஈடுபட்டு அன்றைய அந்தக் கனவுகள் நிறைவு பெறாமல் செய்து விட்டார்கள்.

1966ஆம் ஆண்டின் தொடக்கத்தில், அடுத்து வரும் ஆண்டுகள் எப்படி இருக்கும் என்பது பற்றி என்னால் கற்பனை செய்தும் பார்க்க முடியவில்லை. என்னுடைய பணியில் 10 ஜனவரி

திங்களன்று சேரத் தயாரானேன். மிகுந்த ஆர்வத்துடன் என்னுடைய மேலாளரான விலங்கியல் பேராசிரியரைப் போய்ப் பார்த்தேன். அவர் அடாவடியாக வேலையை வேறு ஒருவருக்குக் கொடுத்துவிட்டதாகக் கூறினார். எனக்கு அதிர்ச்சி. "நீங்கள்தானே இந்தக் கடிதம் எழுதியிருக்கிறீர்கள்," என்று அவர் கைப்படப் பல்கலைக்கழகத் தாளில் எழுதிக் கையொப்பமிட்டிருந்த பணி நியமனக் கடிதத்தைக் காட்டினேன். "நான் அமெரிக்காவிலிருந்து இதற்காக வந்திருக்கிறேன்," என்றேன்.

பேராசிரியர் கண்டு கொள்ளவில்லை. கல் போல அசையாமல் இருந்தார். ஏமாற்றத்தோடு அவருடைய மேலாளர் ஒருவரிடம் சென்று முறையிட்டேன். அவரும் தன்னுடன் பணியாற்றுபவருக்கு ஆதரவாகத்தான் பேசினார். "பேராசிரியர் விலங்கியல் துறைத் தாளில் எழுதியிருக்கிறார். வேந்தரின் முத்திரையோடு இருந்திருக்க வேண்டும். மேலும் இது கையில் எழுதியிருப்பதால் இதனை அதிகாரப்பூர்வமானதாக ஏற்க முடியாது," என்று சிறிதும் வெட்கமில்லாமல் சொன்னார். நான் நொந்து போனேன். ஒருவர், அதுவும் ஒரு பேராசிரியர் எப்படி இவ்வளவு கேவலமாக நடக்க முடியும் என்பது எனக்குப் புரியவில்லை. இந்த முடிவிற்குக் கல்லூரி எப்படிப் பொறுப்பேற்காமல் இருக்க முடியும்? என்ன செய்வது என்று எனக்குத் தெரியவில்லை.

எனினும் இதனை வேறு அலுவலகங்களில் சென்று முறையிடுவது என்று தீர்மானித்தேன். விலங்கியல் பேராசிரியர் வேலையைத் தனது இனத்தைச் சார்ந்த ஒருவருக்குக் கொடுத்து விட்டார். அதுவும் அவர் இன்னும் கனடாவில் இருந்தார். இப்போதுதான் முதன்முறையாக இப்படிப்பட்ட இனப் பாகுபாட்டை எதிர்கொண்டேன். நான் ஒரு பெண் என்பதால் இந்த நிலையா? என்று அப்போது தெரியவில்லை. அதே கல்லூரியில் வேறு வேலை தேடியபோது பெண் என்பதால் என்னை ஒதுக்கியதைச் சந்தித்தேன். என்னுடைய முன்னேற்றத்திற்கு என்னுடைய இனமும் நான் பெண் என்பதும் எனக்குத் தடையாக இருந்தன. வானம் எனக்கு எல்லையாக இல்லை. என்னுடைய இனமும், நான் பெண் என்பதுமே எனக்கு எல்லையாக இருக்கப் போகின்றன.

ஆப்பிரிக்காவின் இனப் பிரிவுகளும் ஊழல்களுமே எங்கள் சமுதாயத்தைப் பிளவுபடுத்தும் சக்திகளாக இருக்கப் போகின்றன என்பது அப்போது எனக்குத் தெரியவில்லை. அவைதான் விடுதலைக்குப் பிறகு கென்ய மக்களின் கனவுகளைப் பாழடிக்கவிருந்தன. நைரோபிப் பல்கலைக்கழகக் கல்லூரியிலிருந்து எனக்கு வந்த கடிதம் அதிகாரப்பூர்வமானது தானா என்று

அப்போது சந்தேகப்பட்டேன்; இப்போது அது உறுதியாகவே தெரிகிறது. விலங்கியல் பேராசிரியர் தன் இனத்துக்குச் சாதகமாகச் செயல்பட்டிருந்தார்; பெண் என்பதால் எனக்கு வேலையை மறுத்தார். அதுபற்றி என்னால் ஒன்றும் செய்ய முடியவில்லை. இதுபோன்ற விஷயங்களை ஏற்றுக் கொள்வதுமில்லை. அவை விவாதிக்கப் படுவதுமில்லை. வேலை காலி இல்லை என்றும் வேலைக்கு வேறொருவர் நியமிக்கப்பட்டு விட்டார் என்றும் அதிகாரப்பூர்வமாகச் சொல்லப்பட்டது. நான் வேறொரு வேலையைத் தேட வேண்டியதாயிற்று.

வேலையை இழந்தவர்களுக்குத்தான் புதிய வேலை தேடுவது எவ்வளவு கடினம் என்பது தெரியும். என்னைப் பொறுத்த வரையில் பல மாதங்கள் ஆயின. அப்போது என்னுடைய பழைய நண்பர்களான ஆகத்தாவுடனும், மிரியம் வாஞ்சிருவுடனும் தங்கியிருந்தேன். வெஸ்ட்லேண்ட்ஸ் பகுதியில் அவர்கள் இருந்தார்கள். அப்பகுதியில் இந்தியர்கள் அதிகம். பல இனத்தவரும் அங்கு இருந்ததால் நிற ஒதுக்கல் குறைவாகவே இருந்தது. உங்களிடம் பணம் இருக்கிறதா என்பதுதான் முக்கியம். நான் வேலை தேடிக்கொண்டிருந்தபோது என்னுடைய மைத்துனர் ஒருவரைச் சந்தித்தேன். அவர் பெயர் நிடரிற்று மாதேஞ் என்பதாகும். அவர் தன்னுடைய குடும்பத்துடன் தங்குமாறு அழைத்தார்.

நிடரிற்று பல்கலைக்கழகக் கல்லூரியில் புதிதாக ஆரம்பிக்கப்பட்ட கால்நடை மருத்துவக் கல்லூரியில் துணை டீனாக இருந்தார். அவருடைய மனைவி எலிசபெத்; என்னைப் போல லோரட்டோ-லிமுருவின் பட்டதாரி. நிடரிற்றுவிற்கு அப்போதுதான் அமெரிக்காவிலிருந்து வந்த ஓர் இளம் பெண்ணைச் சூழக் கூடிய ஆபத்துகளைப் பற்றித் தெரியும். அதனால்தான் அவர்களுடன் தங்க அவர் என்னை அழைத்தார். அதோடு "வேலை கிடைத்துவிடும், கவலைப்படாதே," என்று உற்சாகப்படுத்தினார்.

அப்போதுதான் நான் பேராசிரியர் ரெய்ன்ஹோல்ட் ஹாப்மேனைச் சந்தித்தேன். அவர் கால்நடை மருத்துவக் கல்லூரியில் கால்நடை உடலியல் துறை ஒன்றை அமைக்க ஜெர்மனியிலுள்ள ஜிப்சன் பல்கலைக்கழகத்தால் அனுப்பப்பட்டிருந்தார். அவர் நுண் உடலியல் துறையில் ஓர் ஆய்வுத் துணைவரைத் தேடிக்கொண்டிருந்தார். அவரை நான் சந்தித்தேன். திசுக்களை ஆய்வு செய்யவும் நுண்பெருக்கியைப் பயன்படுத்தவும் நான் கான்சாஸ் நகரிலும் பிட்ஸ்பர்க் பல்கலைக்கழகத்திலும் தேவையான திறன்களைப் பயின்றிருந்தேன். அதனால் இந்தப் பணிக்கு அவர் என்னைத் தேர்வு செய்தார். அப்போது நைரோபி பல்கலைக்கழகக் கல்லூரி

உகாண்டாவிலுள்ள மக்கரேரே-யிலிருந்த கிழக்கு ஆப்பிரிக்கப் பல்கலைக்கழகத்தோடு இணைந்திருந்தது. உயர்நிலைப் பள்ளியில் படிக்கும்போது எனக்கு இந்த மக்கரேரேயில் சேர வேண்டும் என்று ஆசை. அது ஆறு ஆண்டுகளுக்குப் பிறகு இப்போது நிறைவேறிற்று.

விலங்கியல் துறைக்கும் கால்நடை உடலியல் துறைக்கும் இடையில் சிறிது தூரம்தான். என்னுடைய ஜன்னலிலிருந்து வெட்டுக் கிளிகளைப் பற்றி ஆராய்ச்சி செய்யும் ஆய்வாளர்களைப் பார்க்க முடிந்தது. நானும் அவர்களோடு இருந்திருப்பேன். அவர்கள் என்னுடைய முதல் சந்திப்பை மறந்து விட்டிருப்பார்கள். ஆனால் விலங்கியல் துறைப் பேராசிரியர் நேர்மையாக நடந்துகொண்டிருந்தால் என்னுடைய வருங்காலம் எப்படி இருந்திருக்கும் என்று இன்றும் கூட எண்ணிப் பார்ப்பேன்.

தொடக்கத்தில் நான் விலங்கியல் துறையில் சேராதது பற்றி ஏமாற்றத்துடன்தான் இருந்தேன். ஏனென்றால் உடலியல் என்பது சிறப்புப் பாடம். நான் பொதுவான அறிவியலையே படிக்க விரும்பி இருந்தேன். எனினும் திசுக்களை ஆய்வு செய்வதும், நுண்பெருக்கியில் பார்ப்பதும் எனக்குப் பிடித்துப் போயின. பேராசிரியர் ஹாப்மன் ஜெர்மானியர் ஆதலால், என்னோடு பணியாற்றியவர்கள் பலர் ஜெர்மானியர்கள். நாங்கள் பல ஜெர்மன் நூல்களைப் பயன்படுத்தினோம்.

வேலை புதிதாகவும் கடினமானதாகவும் இருந்தாலும் நான் மௌண்டில் கற்ற ஜெர்மன் மொழி எனக்கு மிகவும் உதவிற்று. விரைவிலேயே நான் படிப்பில் மூழ்கிவிட்டேன்; வெட்டுக் கிளிகளையும் மறந்துவிட்டேன்.

பல்கலைக்கழகத்தின் தலைமை வளாகம் நகரத்தின் மத்தியில் இருந்தது. கால்நடை அறிவியல், உயிரியல் துறைகள் கிரோமோ வளாகத்தில் இயங்கின. அது ஒரு மைல் தூரத்தில் இருந்தது. உயரம் குறைவான கட்டடங்கள், திறந்த படிக்கட்டுகள், பல ஜன்னல்கள் எல்லாம் பசுமையான புல்வெளியைச் சுற்றி அமைந்திருந்தன. பல ஆண்டுகள், கிரோமோ வளாகம் எனக்கு இரண்டாவது வீடாக ஆகிவிட்டது. புத்தகங்களுக்குள்ளும், நுண்பெருக்கிகள் மத்தியிலும் என்னைப் புதைத்துக்கொண்டேன். துறையில் படிப்படியாக முன்னேறி ஆய்வு மற்றும் ஆசிரிய அணியில் உறுப்பினராக ஆகி விட்டேன்.

நான் பி.எச்.டி. பட்டத்திற்கு ஆய்வு மேற்கொள்ளத் தொடங்கினேன். அதற்கு மின்னணு நுண்பெருக்கி தேவைப்பட்டது. அப்போது பல்கலைக்கழகக் கல்லூரியில் ஒரே ஒரு மின்னணு

உருப்பெருக்கிதான் இருந்தது. அதுவும் மனித உடலியல் துறையில் இருந்தது. எனவே அங்குதான் நான் பெரும்பாலும் வேலை செய்தேன். அதன் துறைத் தலைவர் பேராசிரியர் முங்காய் என்னை அந்த உருப்பெருக்கியைப் பயன்படுத்தவும் சோதனைச் சாலைகளுக்குச் செல்லவும் அனுமதித்தார். எனக்கு மனித உடலியலில் இருந்த ஆர்வம் துறையினரை வியப்பில் ஆழ்த்தியது. எப்போதாவது அவர்களுடைய துறைக்குப் போய் அவர்களுடைய மாதிரிகளைப் பார்ப்பேன். மனித உறுப்புகளைப் பார்ப்பது வித்தியாசமான அனுபவம். என்னுடைய சிறுமையை எனக்கு அது நினைவுபடுத்திற்று. இந்த உலகத்தில் நாம் இருக்கும் சிறிது காலத்தை நாம் மதிக்க வேண்டும் என்று கற்றுத் தந்தது. ஆனால் விலங்குகளின் திசு மாதிரிகளைப் பார்த்தபோது அந்த உணர்வு எனக்கு ஏற்பட்டதில்லை.

கால்நடை மருத்துவத்தில் டாக்டர் பட்டம் பெற வரும் முதலாமாண்டு மாணவர்களோடு வேலை செய்வது எனக்கு மிகவும் பிடித்திருந்தது. இள வயதினர் ஆர்வத்தோடும், உயிரோட்டத்தோடும் வந்தார்கள். நான் பாடம் எடுக்கத் தொடங்கியபோது உடலியலில் நான் தகுதி உடையவள் என்பதை அந்த ஆண் மாணவர்களால் நம்ப முடியவில்லை. எல்லோருமே ஆண்கள். நான் மட்டும்தான் பெண். அதுவும் இருபத்தைந்து வயதுதான் அப்போது. அவர்களை விட எனக்கு வயது அதிகம் இல்லை. மாணவர்களையும், உடன் பணியாற்றும் ஆண்களையும் சமாளிப்பது கடினமாகத்தான் இருந்தது. உடன் பணியாற்றுபவர்கள் என்னைக் கேலி செய்வார்கள். "நீ உண்மையிலேயே உயிரியல் மேற்பட்டம் பெற்றிருக்கிறாயா?" என்று கேட்டார்கள். உள்ளூரில் என்னுடைய தகுதிகளைப் பற்றி அவர்கள் ஐயப்பட்டார்கள் என்று எனக்குத் தெரியும். ஆனால் அவர்களை விட நான் அதிகம் தகுதி வாய்ந்தவள் என்பதை நான் அறிந்திருந்தேன். மாணவர்களைப் பொறுத்தவரையில் தங்களுக்கு யார் ஆசிரியர் என்று தெரிந்துகொண்டு பாடத்தில் கவனம் செலுத்தினார்கள். நான் குறைந்த மதிப்பெண் கொடுத்தால் அது ஆண் ஆசிரியர்கள் கொடுப்பதற்குச் சமம் என்று தெரிந்ததால் அவர்கள் ஒழுங்காக நடந்தார்கள்.

பேராசிரியர் ஹாப்மெனுடன் வேலை செய்யத் தொடங்கிய பிறகு, நான் ஒரு முடிவை எடுத்தேன். அது எனக்கு உரிமையைத் தந்தது என்றாலும், அவ்வளவு சரியானது என்று சொல்ல முடியாது. நான் ஒரு கார் வாங்குவது என்று முடிவு செய்தேன். நிடரிற்றுவும் எலிசபெத்தும் நைரோபியிலிருந்து தொலைவில் இருந்ததால் வேலைக்குச் சென்று வருவது கடினமாக இருந்தது. ஒருநாள்

நான் எலிசபெத்திடம், "ஒரு கார் வாங்கி வருவோம், என்னிடம் பணம் இருக்கிறது," என்றேன். வங்கிக்குப் போய் அங்கிருந்த எனது பணத்தை எல்லாம் எடுத்துவந்து ஒரு சிறிய வெள்ளை டொயோட்டா கார் வாங்கினேன். எனக்கு காரோட்டக் கூடத் தெரியாது. இப்போது போல அனுபவம் இருந்திருந்தால் பணத்தை வீட்டில் முதலீடு செய்திருப்பேன்.

ஆனால் எனக்கு இள வயது. எங்களுக்கு என்று ஒரு கார் இருந்தால் நானும் எனது தோழியும் நகரத்தைச் சுற்றி வரலாம். ஆனால் அதற்கு கார் ஓட்டப் பழகிக்கொள்ள வேண்டும். இப்போது எனக்கு உரிமை உணர்வு ஏற்பட்டது. எனக்கு ஒதுக்கப்பட்ட பல்கலைக்கழக வீடு, பெண்கள் விடுதிக்கு அருகில் கிடைத்தது. பெண்கள் விடுதிக் காப்பாளராகவும் நியமிக்கப்பட்டேன். பாதுகாப்பாகவும், நகருக்கு அருகிலும் இருந்தது எனக்கு மிக வசதியாக இருந்தது.

1960-களில் நைரோபி சூரியனின் பசுமை நகரம் என்றழைக்கப்பட்டது. மிக இனிமையான இடம்; திறந்த வெளிகள். இப்போது அவற்றில் கட்டடங்கள் வந்துவிட்டன. நைரோபி தேசியப் பூங்கா பசுமைப் புல்வெளி இன்னும் நகர ஓரத்தில் இருக்கிறது. ஆனால் அப்போது பெரிதாக இருந்தது. அப்போது அரை மில்லியன் மக்கள்தொகை. இப்போது ஆறு மடங்காகிவிட்டது.

விடுதலை பெற்ற தொடக்கத்தில், கென்யட்டாவின் காலத்தின் பெரும் பகுதியில், நாட்டின் வளர்ச்சி நைரோபியைச் சுற்றியே இருந்தது. உங்களிடம் ஒன்றுமில்லையென்றால் நைரோபிக்குப் போவீர்கள். 1960-களில் எல்லாம் வேலை செய்பவர்கள் தான் வந்தார்கள். நியூயார்க் நகரை விட நைரோபி சிறியதாக இருந்தாலும் ஜோகன்ஸ்பர்க், கேப் டவுன் போலக் கீழ் சகாரா ஆப்பிரிக்காவின் முக்கிய நகரமாக இருந்தது. இது எங்களுக்குப் பெருமையாக இருந்தது.

அப்போது தெருவில் திரியும் குழந்தைகள் இல்லை, சேரிகள் இல்லை. கிபிரா இப்போது ஆப்பிரிக்காவின் மிகப் பெரிய சேரி. அப்போது அங்கு கூட ஆட்கள் குறைவு. நிலத்தில் மரங்களும், தாவரங்களும் நிறைந்திருந்தன. அப்போதும் அடிப்படைக் கட்டுமானம் இல்லை. (இன்றும் கூட கிபிராவின் அரை மில்லியன் மக்களுக்கு மின்சார வசதியோ, தண்ணீர் வசதியோ இல்லை) நைரோபியின் பேருந்துகளில் கூட்டம் அதிகம் இருக்காது. குப்பை அள்ளுவது ஒழுங்காக இருந்தது. நகரமும் சுத்தமாக இருந்தது. என்னுடைய தோழிகளும், நானும் நகரின் மத்தியில் சிறிய

கடைகளுக்கும், காபிக் கடைகளுக்கும் திருட்டு பயமோ பாலியல் வன்முறை அச்சமோ இன்றி நடமாடுவோம்.

என்னுடைய தோழிகளும் நானும் நகரின் இரவு வாழ்க்கையையும் ரசித்தோம். 'கிளப்'களுக்குப் போய் அரட்டை அடித்துக் கொண்டு, பிரிட்டிஷ், அமெரிக்க ராக்-அன்-ரோல்களை ஆடிக்கொண்டு பொழுது போக்கினோம். 1960-களில் நீங்கள் தனியாக நடனமாட முடியாது. இளைஞர்கள் பலர் பெரும்பாலும் அமெரிக்காவில் படித்தவர்கள், எங்களோடு வருவார்கள். அமெரிக்காவில் கிடைத்த எங்கள் அனுபவங்களைப் பகிர்ந்துகொள்வோம். எனினும் நாங்கள் இப்படிக் கொண்டாடிக் கொண்டிருந்த வேளையில் திருமணமாகப் போகும் எங்கள் நெருங்கிய நண்பர்களால் இந்தச் சுதந்திரம் அதிக நாள்கள் நீடிக்காது என்று நினைவுபடுத்தப்பட்டுக் கொண்டே இருந்தோம்.

எங்கள் குடும்பத்தினர் என்னை ஒரு கணவனைத் தேர்ந்து கொள்ளக் கட்டாயப்படுத்தாவிட்டாலும், கதை சொல்லும் எனது அத்தை நியாக்வேயா, ஒரு பெண்ணின் உடல் கடிகாரம், தொடர்ந்து ஓடிக்கொண்டிருக்கிறது என்று சொல்லிக் கொண்டே இருப்பார். இகித்தேயில் நான் திருமணம் எதற்காவது போனாலும், பெண்கள் சரியான நேரத்தில் மணம் செய்வது அவசியம் என்று வலியுறுத்தினார். "அதிக நாள் காத்திருக்கக் கூடாது. சமுதாயத்திற்கு ஒரு பெண் தனது கடனைச் செலுத்த வேண்டும்." அப்படி அவர் சொல்லும்போது நான் கவனிக்கிறேனா என்று ஓரக் கண்ணால் பார்ப்பார். நான் விளையாட்டாக அவரைப் பார்த்துப் புன்முறுவல் செய்தாலும், எனக்கு அவர் தந்த செய்தி புரிந்தது.

1966ஆம் ஆண்டு ஏப்ரலில் நான் மிவாங்கி மத்தாயைச் சந்தித்தேன். இரண்டு பேருக்கும் தெரிந்தவர்கள் இந்தச் சந்திப்புக்கு ஏற்பாடு செய்திருந்தார்கள். அவர்தான் என்னுடைய வருங்காலக் கணவர். நல்ல மனிதர், மிடுக்காக இருப்பார், மத நம்பிக்கை உள்ளவர். ரிப்ட் பள்ளத்தாக்கில் நிஜேராராவில் வளர்ந்தார். நக்குருவிற்கு அருகில் இருந்தது அந்த ஊர். நியேரியிலிருந்து குடிபோனவர்கள். அமெரிக்காவில் படித்து பல கூட்டிணையங்களில் பணியாற்றி விட்டு அரசியலில் இறங்கிவிட்டார். வியாபாரத்தில் திறமையானவர். என்னை வியாபார உலகிற்கு அவர்தான் அறிமுகப்படுத்தினார். நான் திருமணம் செய்துகொள்ளப் போகிறேன் என்று குடும்பத்திற்குத் தெரிவித்தேன். அத்தை நியாக்வேயா அதனைக் கொண்டாட விரும்பினார். என் அம்மாவும் அத்தையும் மிக மகிழ்ச்சி அடைந்தார்கள். எனக்கும் மகிழ்ச்சிதான்.

கென்யாவில் முதலாமாண்டு அதிகமான வேலை. பல்கலைக்கழகத்தில் என்னுடைய வேலையைத் தொடங்கியதும், என்னுடைய வருங்காலக் கணவரைச் சந்தித்ததும் மட்டுமின்றி என்னுடைய குடும்பத்திற்கும் உதவ வேண்டியதிருந்தது. என்னுடைய சகோதரிகள் பியாட்டிரிசையும் மோனிக்காவையும் நைரோபிக்கு அழைத்து வந்தேன். அவர்கள் இருவரும் பல்கலைக்கழகத்தில் படிக்காததால், அவர்கள் தட்டச்சு போன்ற ஏதாவது ஒரு தொழிலைக் கற்க வேண்டியிருந்தது. அப்போதுதான் வேலைக்குப் போட்டி போட முடியும். அவர்கள் தங்குவதற்கு ஓர் இடம் தேவைப்பட்டது. ஈஸ்ட்லெஸ் பகுதியிலுள்ள இரண்டாவது தெருவின் முனையில் சிறிய கடை ஒன்றை வாடகைக்கு எடுத்தேன். அங்கு பால், பானங்கள், காய்கறிகள், தானியம், தீனிகள் முதலானவற்றை விற்க ஏற்பாடு செய்தேன். என்னுடைய தங்கைகள் எழுத்தர் கல்லூரியில் படித்துக்கொண்டே கடையையும் பார்த்துக் கொண்டார்கள். கடைக்குப் பின்னாலிருந்த வீட்டிலேயே தங்கினார்கள்.

வியாபாரத்தில் முதலீடு செய்ய என்னிடம் பணம் அதிகம் இல்லை. அதுதான் கார் வாங்கிவிட்டேனே! அதிகாலையில் எழுந்து மாரிசிட்டிலுள்ள சந்தைக்குப் போய் காய்கறிகள் வாங்கிக் கொண்டு வருவேன். பிறகு பல்கலைக்கழகத்துக்குப் போவேன். நான் காலையில் போய் காய்கறி வாங்கி வந்தேன் என்று யாரும் கண்டுபிடிக்க முடியாது. நகரத்தின் மத்திய பகுதிக்கு வாரத்திற்கு இருமுறை போய் மொத்த வியாபாரக் கடைகளில் கடைக்குத் தேவையான பொருள்களை வாங்கி வருவேன். இதற்கு இடையில் பியாட்ரிஸ் தட்டச்சில் பயிற்சி பெற்று அரசு அலுவலகம் ஒன்றில் நிரந்தர வேலையில் சேர்ந்துவிட்டாள். மோனிக்கா கடையில் ஆர்வம் காட்டினாள். கடைசியில் அதன் மேலாளராகவே ஆகிவிட்டாள்.

1967ஆம் ஆண்டு தொடக்கத்தில் கென்யாவிற்கு பல மின்னணு நுண்பெருக்கிகள் வரவிருந்தன என்பதால் அதுபற்றிய என்னுடைய திறனை வளர்த்துக்கொள்ளவும் கியசன் பல்கலைக்கழகத்தில் என்னுடைய பி.எச்.டி ஆய்வைத் தொடரவும் வேண்டும் என்று பேராசிரியர் ஹாப்மன் அறிவுறுத்தினார். நானும் சம்மதம் தெரிவித்து 1967ஆம் ஆண்டு ஜெர்மனிக்குப் புறப்பட்டேன். போவதற்கு முன்னர் மிவாங்கியை என்னுடைய சகோதரிகளுக்குக் கடையை நடத்த உதவுமாறும், என்னுடைய காரைப் பார்த்துக்கொள்ளுமாறும் கேட்டுக்கொண்டேன். நான் ஜெர்மனியில் இருந்தபோது வியாபாரம் பெருகிவிட்டதால், அதிக இடம் தேவைப்பட்டது. மிவாங்கி என்னுடைய காரை விற்றுப் பணத்தைக் கடையில் போட்டார்.

இன்னும் கொஞ்சம் மூலதனம் சேர்த்துக் கட்டடத்தையே விலைக்கு வாங்கித் தானும் ஒரு பங்குதாரராக ஆகிக்கொண்டார். கடையையும் ஒரு குழுமமாக மாற்றிவிட்டார். நான் நைரோபிக்குத் திரும்பி வந்தபோது என்னால் இடத்தையே அடையாளம் காண முடியவில்லை. முதலில் ஆரம்பித்த கடை இப்போது மிவாங்கி இன்வெஸ்ட்மென்ட் லிமிட்டடோடு இணைக்கப்பட்டு பெரிய நிறுவனமாக ஆகிவிட்டது.

ஜெர்மனியில் நான் இருபது மாதங்கள் இருந்தேன். என்னுடைய குடும்ப நண்பர்கள், மிவாங்கி ஆகிய அனைவருக்காகவும் ஏங்கினேன். ஆனால், ஏற்கெனவே அமெரிக்காவில் இருந்ததால் இப்போது இந்தப் பிரிவு கடினமாக இருக்கவில்லை. எளிதாக என்னை மாற்றிக்கொள்ள முடிந்தது. இப்படித்தான் சுற்றுச்சூழல் இருக்க வேண்டும் என்று எந்த எதிர்பார்ப்புகளும் இருக்காது. எனவே ஏமாற்றமும் இருக்காது. ஆனால் புதுமையான சூழல் என்னை உற்சாகப்படுத்திற்று. ஜெர்மனியிலேயே வாழ்க்கை முழுவதும் இருக்கப் போவதில்லை. எனவே நான் இருந்த நாள்களில் மகிழ்ச்சியாக இருந்தேன். ஆகவே முழுவதுமாகப் பயன்படுத்திக் கொண்டேன். அமெரிக்காவில் எல்லாமே புதுமையாக இருந்தது. எனக்கு அப்போது இருபது வயது. வேறொரு நாட்டில் இருந்தது அதுதான் முதல் முறை. கல்லூரியில் படித்தேன். வீட்டிலிருந்து தொலைதூரத்தில் இருந்தேன். ஆனால் நான் ஜெர்மனி போனபோது எனக்கு இருபத்தேழு வயது. ஓரளவு முதிர்ச்சி பெற்றிருந்தேன். அதுவுமில்லாமல் வாழ்க்கையில் எனக்கு ஒரு நோக்கம் உருவாகிவிட்டது. என்னுடைய முனைவர் பட்டத்திற்குப் படித்துக்கொண்டிருந்தேன்.

என்னுடைய தனிப்பட்ட வாழ்க்கையிலும் ஒரு நிரந்தரமான நிலை ஏற்பட்டுவிட்டது. திருமணத்திற்கு உடன்படிக்கையும் ஏற்பட்டுவிட்டது. எனினும் மிவாங்கியைப் போல இல்லாமல் நான் திருமணத்திற்கு அவசரப்படவில்லை. நான் ஜெர்மனியில் அதிக நாள்கள் தங்கிவிடுவேனோ என்கிற பயம் அவருக்கு. எனவே நான் கென்யா திரும்ப வேண்டுமென்று கடிதங்கள் எழுதினார். நண்பர்கள் மூலமும் கேட்டுக்கொண்டார்.

கியசன் பல்கலைக்கழகத்தில் நான் பதிவு செய்திருந்தாலும் பவேரியாவில் உள்ள முனிக் பல்கலைக்கழகத்தில்தான் அதிக நேரம் செலவழித்தேன். அங்கே பேராசிரியர் பீட்டர் வால்டான் மேற்பார்வையில் என்னுடைய ஆய்வைத் தொடர முடிந்தது. இதனால் கியசனுக்கும் முனிக்குக்கும் இடையில் அடிக்கடி போக வேண்டியிருந்தது. தொடர் வண்டியில் அரை நாள் பயணம். ஆனால்

தொடர் வண்டிகள் சரியான நேரத்தில் வந்தன. கிராமப் பகுதிகளில் வண்டியில் போவது ஒரு மகிழ்ச்சியான அனுபவம். பசுமையாக, சுத்தமாக, மனதிற்குத் தெம்பூட்டும் இயற்கைச் சூழல். பேராசிரியர் வால்டர் எனக்கு மிகவும் உதவியாக இருந்ததால் ஜெர்மனியில் எனக்குச் சில அருமையான நண்பர்கள் கிடைத்திருந்தார்கள்.

முனிக்கில் நான் ஒரு மாணவர் விடுதியில் தங்கியிருந்தேன். அது பல்கலைக்கழகத்திற்கு அருகில் இருந்தது. அந்தப் பகுதி முழுவதும் சிற்றுண்டி விடுதிகளும், திரை அரங்குகளும் நிறைந்திருந்தன. ஒயினுக்குப் பதிலாக பியர் குடிக்க விரும்புபவர்களுக்கு நிறைய இடங்கள். எனக்கு முனிக் மிகவும் பிடித்தது. கால்நடை மருத்துவத் துறையில் அருகிலேயே இருந்த இங்கிலீஷ் தோட்டம் என்னை மிகவும் கவர்ந்தது. அது ஐரோப்பாவிலேயே மிகப் பெரிய பூங்கா, இரண்டரை சதுர மைல்கள். இசார் ஆற்றின் கரையோரம் அமைந்திருந்தது. கோடைக்காலத்தில் தோட்டத்தில் பல வண்ணப் பூக்கள் பூத்துக் குலுங்கும். குளிர்காலத்தில் நானும் எனது நண்பர்களும் அங்கு நடந்து போய், வெண்பனியையும் அமைதியையும் அனுபவிப்போம். இரவில் கூட அந்தப் பூங்கா பாதுகாப்பானது. அங்கு அமர்ந்து நான் ஜெர்மனிக்கு வந்திருந்ததன் நோக்கத்தைப் பற்றிச் சிந்திப்பேன்.

கதே கல்வி நிலையத்தில் சேர்ந்து என்னுடைய ஜெர்மன் மொழித் திறனை வளர்த்துக்கொண்டேன். ஜெர்மன் மொழியில் பாடங்களைப் புரிந்துகொள்ளவும், மற்றவர்களோடு பேசவும் முடிந்தது. பவேரியாவில் இருந்தது குறிப்பாக மொழியைப் பொறுத்தவரையில் நன்றாக இருந்தது. என்னுடைய தோழிகளில் ஒருவர் ஃபிராலின் கோச். அவர் கால்நடை மருத்துவர். இனிமையான பெண். அவருடன் பல்கலைக்கழகத்தில் இருந்தபோது அவர் உயர் ஜெர்மன் மொழியில்தான் பேசுவார். என்னால் எளிதாகப் புரிந்துகொள்ள முடியும். ஆனால் பவேரியாத் தெருக்களில் இறங்கிவிட்டால் அந்த வட்டார மொழியில் மற்றவர்களுடன் பேசத் தொடங்கிவிடுவார். எனக்கு ஒன்றும் புரியாது.

ஜெர்மனியின் தெற்கு மலைப் பகுதிகளில் ஊரகப் பகுதி அழகாக பசுமையாக இருக்கும். எப்போதாவது என்னுடைய நண்பர்களுடன் மலைப் பகுதிகளுக்குச் செல்வோம். ஆண்டுதோறும் வரும் ஃபாஸ்ஜீங் பண்டிகை எனக்கு இன்னும் நினைவிருக்கிறது. பாரம்பரியமாக ஃபாஸ்ஜீங், தவக் காலத்திற்கு முன்னர் இரண்டு மாதக் காலத்தைக் குறித்தது. தவக் காலம் ஆரம்பித்தால் கொண்டாட்டங்கள் தடை செய்யப்பட்டு விடும். ஆகவே இப்போது அந்தக் கொண்டாட்டங்களில் மக்கள் ஈடுபடுவார்கள். மக்கள்

நன்றாகக் குடிப்பார்கள். மாறுவேடங்கள் அணிந்து கொள்வார்கள். சில சமயங்களில் என்னால் என்னுடைய நண்பர்களைக் கூட அடையாளம் கண்டுகொள்ள முடியாது. இப்போது ஃபாஸ்ஜீங் சமயத்தில் நீங்கள் தவக்கால முயற்சிகளில் ஈடுபடுகிறீர்களோ இல்லையோ நன்றாக உண்டு களிக்கும் காலமாக ஆகிவிட்டது.

ஜெர்மனியில் என்னால் மகிழ்ச்சியாக இருக்க முடிந்தது. கிறிஸ்தவ சமயத்தை ஐரோப்பியர்கள்தான் கென்யாவிற்கும் கொண்டு வந்தார்கள். இப்போது ஐரோப்பிய வாழ்க்கையை நான் தெரிந்து கொண்டபோது, கிறிஸ்தவ மதத்திற்கும் பண்பாட்டுக்கும் எந்த முரண்பாடும் இருக்கக் கூடாது என்று எனக்குத் தெளிவாகியது. ஐரோப்பியர்கள் தங்கள் பண்பாட்டுக் கூறுகளை விடவில்லை. ஆப்பிரிக்கர்கள் மட்டும் கிறிஸ்தவ மதத்தைத் தழுவியதால் தங்கள் பண்பாட்டை ஏன் விட்டு விட வேண்டும்? இது எனக்கு முக்கியம். ஏனென்றால் கிறிஸ்தவ மத விழுமியங்களும் ஆப்பிரிக்க மதிப்பீடுகளும் முரண்படுகின்றன என்கிற சாக்கில் எங்கள் பண்பாட்டையே இரக்கமின்றி ஒழித்துவிட்டார்கள். மேலை நாட்டினர் தங்கள் பண்பாட்டுக்கும் கிறிஸ்தவ மரபுக்கும் எந்த முரண்பாடும் காணாமல் அதனை அரவணைத்துக் கொண்டதைக் கண்டு நான் வியப்பும் மரியாதையும் கொண்டேன்.

1969ஆம் ஆண்டு வசந்த காலத்தில் நான் நைரோபி திரும்பி பல்கலைக்கழகத்தில் துணை விரிவுரையாளராகச் சேர்ந்தேன். அதோடு ஆய்வினையும் தொடர்ந்து எனது ஆய்வேட்டையும் எழுதத் தொடங்கினேன். மிவாங்கியும் நானும் அந்த மே மாதம் திருமணம் செய்துகொண்டோம். அவருக்கு முப்பத்து நான்கு வயது, எனக்கு இருபத்தி ஒன்பது. இரு திருமணச் சடங்குகள். பாரம்பரியமான சடங்கு என்னுடைய அப்பாவின் பண்ணையில் நக்குருவில் நடந்தது. கத்தோலிக்கத் திருமணம் நைரோபியில் அமைதியின் அரசி கோவிலில் நடைபெற்றது. நான் வெள்ளை நிறத்தில் நீண்ட மேலை நாட்டு உடையும் முக்காடும் அணிந்து கையில் வெள்ளைப் பூங்கொத்தை வைத்திருந்தேன். ஒன்பது கயிறுகளில் கோத்த மணி மாலையையும் அணிந்திருந்தேன். அவை எல்லா கிகியுயுக்களின் முதல் பெற்றோரான கிகியுயு, மும்பியின் மணமுடித்த மகள்களைக் குறித்தன. அன்றைக்கென்று எனக்காகச் சிறப்பாகத் தயாரிக்கப்பட்டவை அவை.

மிவாங்கி அந்த ஆண்டு நாடாளுமன்றத் தேர்தலுக்குப் போட்டியிடத் தீர்மானித்துப் பிரச்சாரத்தைத் தொடங்கினார். நானும் எதிர்பாராத விதமாக அவருடன் சேர்ந்துகொண்டேன். எனக்கு வேலைப்பளு அதிகமாகிவிட்டது. ஆசிரியப் பணி, ஆய்வேடு எழுதுவதுடன்

பிரச்சாரமும் சேர்ந்துகொண்டது. அதோடு நான் கருவுற்றிருந்தேன். நான் பெரிய 'சூப்பர் உமனாக' இருப்பேன் என்று எதிர்பார்த்தார்கள். ஆனால் நான் எளிதில் களைப்படைந்தேன். என்னுடைய கணவருக்காகச் செய்த தியாகத்தை அவர் பாராட்டுவார் என்று நான் நம்பினேன்.

என்னைப் போன்ற அதிகம் படித்த பெண்ணால், அவள் கணவன் தேர்தலில் வாக்குகளையும், ஆதரவையும் இழக்கும் அபாயம் இருந்தது. என்னைக் 'கறுப்புத் தோலில் வெள்ளைப் பெண்' என்று கூறிவிடுவார்கள். என்னை முழுவதும் ஆப்பிரிக்கப் பெண் இல்லை என்பார்கள். ஆகவே போட்டியாளர்களும், எதிரிகளும் எங்கள் வீட்டுக்கு இரண்டு நோக்கங்களுக்காக வருவார்கள். ஒரு கூட்டம் மிவாங்கிக்கு ஆதரவாளர்கள் என்று சொல்லிக் கொண்டு அவருடைய வழிகாட்டலுக்கு வந்தார்கள். வேறு ஒரு கூட்டம் வதந்திகளைத் தேடி வரும். அதைக் கொண்டு பொதுக் கூட்டங்களில் மிவாங்கிக்கு இடைஞ்சல் உண்டாக்கி அவர் வாக்குகளை இழக்கச் செய்ய முயலும். ஆனால் நான் வீட்டிற்கு யார் வந்தாலும் ஒரே மாதிரி நடத்தினேன். எதிரிகள் என்று தெரிந்தாலும் அவர்களை மரியாதையுடன் நடத்தினேன். கிகியுயு, தேசிய மொழியான கிஸ்வாகிலி, அலுவலக மொழியான ஆங்கிலம் ஆகிய மொழிகளில் பேசியதைக் கண்டு அவர்கள் வியப்படைந்தார்கள். நான் நைரோபிப் பல்கலைக்கழகக் கல்லூரியில் விரிவுரையாளர் என்று அவர்களுக்குத் தெரியும். அவர்களை நான் மரியாதையோடும் அன்போடும் நடத்தியது அவர்களுக்கு ஆச்சரியமாக இருந்திருக்க வேண்டும்.

படித்த, கல்லூரியில் வேலை பார்க்கும் பெண்ணைப் போல இல்லாமல், வீட்டு வேலைகளையெல்லாம் நானே செய்தேன். குறிப்பாக விருந்தினர்களை வரவேற்று உபசரித்தல் எனது வேலையாக இருந்தது. எங்கள் வீட்டிற்கு அவர்கள் வருவதை நாங்கள் வரவேற்கிறோம் என்பதை எங்கள் அன்பின் மூலம் நான் காட்டினேன். அவர்கள் வழக்கமாக எதிர்பார்த்தது ஒன்று; அவர்கள் சந்தித்தது வேறொன்று. இரவோ பகலோ, அவர்கள் பசியாக இருந்தார்களோ இல்லையோ நான் நேரடியாக அவர்களைக் கவனித்தேன்; வேலையை முடித்தவுடன் விருந்தாளிகளோடு அமர்ந்து பேச வேண்டும். இதில் எனக்கு ஒன்றும் சிரமமில்லை. இதனை இயற்கையாகவே செய்தேன். இப்போது அரசியல்வாதியின் மனைவியாக இல்லாவிட்டாலும் அப்படியே செய்கிறேன்.

தேர்தல் பிரச்சாரத்தின்போது 'ஒரு நல்ல ஆப்பிரிக்கப் பெண்' என்று நான் பெற்ற பெயர் இன்றும் எனக்குக் கை கொடுக்கிறது. நீங்கள் இப்போது எங்கள் வீட்டிற்கு வந்தால், நான் எவ்வளவு களைப்புடன்

இருந்தாலும், உடனே உங்களுக்கு உணவு சமைக்கச் சமையலறைக்கு ஓடுவேன்.

அந்த நாள்களின் மக்களின் மனப்போக்கு வித்தியாசமாக இருந்தது. கென்யா நாட்டு அரசியல்வாதிகள் உயர் மட்டத்தினர். மிவாங்கியைப் போல வெளிநாடுகளில் கல்வி கற்று, வீட்டிலும் வெளியிலும் ஆங்கிலத்தில் பேசினார்கள். ஐரோப்பிய உடை அணிந்தார்கள். ஐரோப்பிய கட்டமைப்பு கொண்ட வீடுகளில் வசித்தார்கள். ஆனால் தங்கள் ஆப்பிரிக்கத் தன்மையைப் பறைசாற்றிக் கொள்ள அவர்கள் தங்கள் மனைவியரைப் பயன்படுத்தினார்கள். பெண்களைப் பண்பாட்டின் காவலர்களாகவும், பேணி வளர்ப்பவர்களாகவும் காட்டினார்கள். எனினும் ஆண்களும் பண்பாட்டின் காவலர்கள் இல்லையா? இதுபோன்ற சமயங்களில் அவற்றை ஏன் வெளிப்படுத்தக் கூடாது?

அரசியல்வாதியின் மனைவி என்பதால் நான் பொதுமக்களின் பார்வையிலேயே இருந்தேன். மிவாங்கியின் பிரச்சாரத்தில் அவருடன் இருப்பேன். அல்லது அவர் இடத்தில் கூட்டங்களில் பேசுவேன். இதனால் எனக்கென்று ஒரு பாணியை உண்டாக்கிக் கொண்டேன். அதையே இன்றும் நான் பின்பற்றுகிறேன். இறுக்கமான, குட்டையான உடை என்னை வேறுமாதிரியாக எண்ணச் செய்யும். அதனால் அவற்றை விட்டு விட்டு நீண்ட உடைகளையும், பாவாடைகளையும் அணிந்தேன். அது எனக்கு வசதியாக இருந்தது. ஒயிலாகவும் என்னைக் காட்டிற்று. அமெரிக்காவில் நான் திருமணமாகாமல் சுதந்திரமாக இருந்தபோது நான் விரும்பி அணிந்த கால் சட்டைகளையும், உயர் குதிகால் காலணிகளையும் விட்டுவிட்டேன்.

1969ஆம் ஆண்டு பல வழிகளிலும் எனக்கு அறைகூவலாக இருந்தது. எனது அண்ணன் சிபிக்கோ தனது முப்பத்தொன்பதாம் வயதில் கணைய நோயினால் இறந்துவிட்டார். என்னுடைய மூத்த அண்ணன் நிடரிற்று என்னை உருவாக்கினாலும் சிபிக்கோவுடன் நான் நெருக்கமாக இருந்தேன். அவர் இளம் வயதில் குழந்தைகளை விட்டுவிட்டு இறந்தது எனக்குப் பெரிய அதிர்ச்சியைத் தந்தது. இன்னொரு சோக நிகழ்ச்சியும் என்னை வெகுவாகப் பாதித்தது. ஒருநாள் பிற்பகல், தேர்தல் பிரச்சாரத்திற்கு மத்தியில் மிவாங்கி வீட்டிற்குச் சோகத்துடன் வந்தார். "என்ன நடந்தது?" என்று கேட்டேன்.

"மிபோயாவைக் கொன்றுவிட்டார்கள்," என்றார் மிகுந்த கவலையோடு. இடிபோல இருந்தது இந்தச் செய்தி. கென்னடி

விமானமேற்றலுக்குக் காரணமானவர் டாம் மிபோயா. கென்யட்டாவின் அமைச்சரவையில் பொருளாதாரத் திட்டமிடுதல் துறையின் அமைச்சராக இருந்தார். லுவோ இனத்தின் உறுப்பினர் மிபோயா. கென்யட்டாவின் வாரிசாகக் கருதப்பட்டவர். கிகியுயுக்களால் கொல்லப்பட்டதாக வதந்தி. அவர் சாவு நாட்டையே உலுக்கிவிட்டது. இன்றும் இந்த இரண்டு இனங்களுக்கும் இடையே நல்லுறவு இல்லை. மேலும் மிபோயாவின் படுகொலைக்குப் பிறகு, 1969 தேர்தலுக்குப் பிறகு கென்யட்டா எதிர்க்கட்சியான கென்யா மக்கள் ஒன்றிப்பைத் தடை செய்துவிட்டார். அந்தக் கட்சியின் தலைவர் ஆகிங்கா ஆடிங்காவைச் சிறையிலடைத்தார்.

இதனால் கென்யாவில் பல கட்சி முறையானது முடிவுக்கு வந்தது. அடுத்து இருபத்து மூன்று ஆண்டுகள் பல கட்சி முறை வரவில்லை.

டிசம்பரில் நடந்த தேர்தல்களில் மிவாங்கி குறைந்த வாக்கு வித்தியாசத்தில் தோற்றுப் போனார். கால்கேட் - பாமாலிவ் கூட்டிணையத்தில் மீண்டும் வேலையில் சேர்ந்து 1974ஆம் ஆண்டுத் தேர்தலில் போட்டியிடத் தயாராகிவிட்டார். சில வாரங்களுக்குப் பிறகு எங்கள் முதல் குழந்தை பிறந்தான். பிரசவம் சுகமாக நைரோபி மருத்துவமனையில் நடைபெற்றது. கிகியுயு மரபுப்படி வாவெரு என்று பெயரிட்டோம். மிவாங்கியின் தந்தை பெயர் அது. சில வாரங்களில் வேலைக்குப் போய்விட்டேன். வாவெருவைப் பார்த்துக்கொள்ள ஒரு தாதியை நியமித்தேன். உணவு இடைவேளையின்போது வீட்டிற்கே வந்துவிட்டுப் போவேன். ஆனால் அந்தக் காலத்தில் தாய்மார் குழந்தைகளுக்குப் பால் கொடுக்கக்கூடாது என்று அறிவுரை சொன்னார்கள்.

எனக்கு அம்மா என்ற பேறு மிகவும் பிடித்திருந்தது. விவெரு முதற் பையன். அடுத்து மகள் வாஞ்சிரா. அவளுக்கு மிவாங்கியின் அம்மாவின் பெயரை வைத்தோம். இரண்டாவது மகனுக்கு முட்டா என்று பெயர். என்னுடைய தந்தையின் பெயர். இன்னொரு மகள் பிறந்திருந்தால் அவளுக்கு என் அம்மாவின் பெயரான வாஞ்சிரு என்று பெயர் வைத்திருப்போம்.

1971இல் என்னுடைய பிஎச்.டி படிப்பை நான் முடித்தேன். விலங்குகளின் இனப்பெருக்க உறுப்புகள் பற்றிய ஆய்வு அது. திசுக்களைப் பல நாள்கள் நுண்பெருக்கியின் மூலம் ஆராய்ந்து உறுப்புகளின் உடற்கூறு பற்றி ஆராய்ந்தேன். நைரோபி பல்கலைக்கழகக் கல்லூரி எனக்கு முனைவர் பட்டம் கொடுத்தது. அப்போதும் அது கிழக்கு ஆப்பிரிக்க பல்கலைக்கழகத்தின் ஒரு பிரிவுதான். அந்தப் பல்கலைக்கழகத்தில் கடைசியாக டாக்டர்

பட்டம் வாங்கியவர்களில் நானும் ஒருத்தி. அதன்பிறகு கல்லூரியைக் கலைத்துவிட்டார்கள். நைரோபி, தனிப் பல்கலைக்கழகமாக ஆயிற்று.

நைரோபி பல்கலைக்கழகம்தான் கென்யாவின் முதல் தேசியப் பல்கலைக்கழகம். மிவாங்கி உடன்வர, என்னுடைய பட்டத்தை அதிபர் கென்யட்டாவிடமிருந்து வாங்கினேன். அவர்தான் பல்கலைக்கழக வேந்தர். கிழக்கு மத்திய ஆப்பிரிக்காவில் டாக்டர் பட்டம் பெற்ற முதல் பெண் நான்தான். மிக முக்கியமான சாதனைதான். ஆனால் அதை யாரும் கண்டுகொள்ளவில்லை. ஊடகமும் சிறப்பிடம் தரவில்லை. நான் அதிபராகவோ, அவர் பெண்ணாகவோ இருந்திருந்தால் கிடைத்திருக்கும். அல்லது எனது கணவர் புகழ்மிக்கவராக இருந்திருக்க வேண்டும். வாஞ்சிரு பிறக்க சில மாதங்களே இருந்த நேரம் அது.

நான் பட்டம் பெற்ற போது பல்கலைக்கழகத்தின் கால்நடை மருத்துவத்துறை வேகமாக வளர்ந்துகொண்டிருந்தது. ஓய்வு பெறும் பேராசிரியர்களின் இடத்தில் கென்யர்கள் அமர்ந்தார்கள். எனக்கு முனைவர் பட்டம் கிடைத்த பிறகு என்னை முதுநிலை விரிவுரையாளராக ஆக்கினார்கள். மாணவர்கள் என்னை, தன்னுடைய வேலைக்குத் தன்னை முழுமையாக அர்ப்பணித்த ஆசிரியராகக் கருதினார்கள் என்று கேள்விப்பட்டிருக்கிறேன். அப்போது யாரும் என்னைப் பாராட்டவில்லை. ஆனால் திறமை இல்லாமல் என் பணியில் என்னால் தொடர்ந்திருக்க முடியாது.

என்னுடைய வகுப்புகள் ஆய்வறையில் நடைபெறும். என்னுடைய உரைக்குப் பிறகு மாணவர்கள் நுண்பெருக்கியில் நான் கற்றுக் கொடுத்தவற்றைத் தாங்களாகவே பார்ப்பார்கள். அவர்கள் பார்க்கும்போது நான் சுற்றி வந்து அவர்கள் புரிந்து கொண்டார்களா என்று ஒவ்வொருவரிடமும் பேசுவேன். "இது சரி, இது சரி இல்லை; இன்னும் கவனமாகப் பார்க்க வேண்டும்," என்று கூறுவேன். ஒவ்வொரு மாணவரிடமும் தனித்தனியாகப் பேசுவது என்னுடைய வழக்கம்.

அமெரிக்காவிலும் ஜெர்மனியிலும் என்னுடைய பேராசிரியர்கள் பாடம் நடத்திய முறையைப் பார்த்தே இதையெல்லாம் கற்றுக்கொண்டேன். குறிப்பாக, பேராசிரியர் ஹாப்மெனிடமிருந்து. மாணவர்கள் எப்போது புரிந்துகொண்டார்கள், எப்போது புரிந்துகொள்ளவில்லை என்று எளிதில் கண்டுபிடித்துவிடுவேன். வகுப்பறைக்குத் தயாரிப்பில்லாமல் போவது எனக்குப் பிடிக்காதது.

இந்தப் பயிற்றுமுறை என்னுடைய அரசியல் பிரச்சாரத்திலும் பயன்பட்டது. நான் நீண்ட உரைகளை நிகழ்த்தாமல் மக்களுடன் விவாதிப்பேன். இப்போது என்னுடைய முன்னாள் மாணவர்களைச் சந்திக்கும்போது, அவர்கள் சிரோமாவில் பெற்ற அனுபவங்களைப் பாராட்டும்போது எனக்கு மனநிறைவாக இருக்கும்.

பல்கலைக்கழகத்தில் எனக்குப் பிடிக்காதது பாலினப் பாகுபாடு தான். *1986*இல் எனக்கு ஏற்பட்ட அனுபவத்தினால், நானும், மற்ற பெண் ஆசிரியர்களும் ஆண்களுக்குச் சமமாக நடத்தப்பட வேண்டும், அவர்களைப் போன்றே எல்லாச் சலுகைகளையும் பெற வேண்டுமென்பது எனக்கு முக்கியமாக இருந்தது.

நானும் வெர்டிசைன் மிபயாவும் வருவதற்கு முன்னர், பல்கலைக்கழகத்தின் கால்நடை இயல் துறையில் பெண்கள் பணியாற்றியதில்லை. பல்கலைக்கழகத்து ஆசிரியர்களிலும் பெண்கள் குறைவுதான். வெர்டிசைன் ஓர் ஆப்பிரிக்க அமெரிக்கப் பெண். *1940*-களில் கென்யா வந்து சைமன் மிபயா என்ற கென்யரைத் திருமணம் செய்துகொண்டாள்.

சைமன் உயிர் வேதியியல் துறையில் பணியாற்றினார். வெர்டிசைனுக்கு மற்ற ஆசிரியர்களுக்குரிய எல்லாச் சலுகைகளும் பெற உரிமையுண்டு. எனக்கும் அதுபோல உரிமை இருந்தது. ஆசிரியர் ஒருவருடைய மனைவியாக இருந்தால் இந்தச் சலுகைகளைப் பெறுவதில் சிக்கல் இருக்கும். எங்கள் இருவருடைய கணவர்களும் ஆசிரியர்களாகப் பணியாற்றாததால் அந்தச் சிக்கல் எழாது. மேலும் பேராசிரியை மிபயாவும் நானும் நல்ல நண்பர்களாக ஆகி விட்டோம்.

நாங்கள் இருவரும் சேர்ந்து சம உரிமைக்காக முதல் போராட்டத்தைத் தொடங்கினோம். பல்கலைக்கழகப் பணியாளர்களுக்கு வழங்கப்பட்ட சலுகைகள் எல்லாம் பிரிட்டிஷ் ஆதிக்கத்தின்போது கொடுக்கப்பட்டவை. பிரிட்டனிலிருந்து கென்யாவில் பணியாற்ற வந்த இளம் ஆசிரியர்களை ஊக்குவிப்பதற்காக அவர்களுக்கு ஊதியத்திற்கும் மேல் ஊக்கத்தொகைகள் வழங்கப்பட்டன. வீடு, குழந்தைகளுக்கு இலவசக் கல்வி, ஊதியத்தோடு விடுமுறை முதலியவை அவற்றில் அடங்கும். கென்யா சுதந்திரம் அடைந்தபிறகு இவை எல்லாம் அப்படியே பின்பற்றப்பட்டன. பல்கலைக்கழகத்தில் வழங்கப்பட்ட ஊக்கத்தொகை அதிகமாகவே இருந்தது.

ஆனால் இந்தச் சலுகைகள் எல்லாம் ஆண்களுக்கே கிடைத்தன. அந்தக் காலத்தில் திருமணமாகாத ஆசிரியைகளுக்கும் கைம்பெண்களுக்கும் மட்டுமே பல்கலைக்கழக வீடுகள் கிடைக்கும்.

திருமணமான ஆசிரியைகளுக்கு அவர்களுடைய கணவன்மாரின் வீடு இருக்கும். ஆகவே அவர்களுக்கு வீட்டு வாடகைப் படியோ, காப்பீடோ, ஓய்வூதியமோ தேவையில்லை என்றார்கள். இது ஏற்க முடியாதது என்றும், பணிக்கான வசதிகள் சமமாக இருக்க வேண்டும் என்றும் வாதிட்டேன். காலனி ஆதிக்கத்தின் காலத்தில் பெண்கள் வேலை செய்யாத காரணத்தால் பெண்களை ஒதுக்கிவிடக் கூடாது என்றேன். இது பகுத்தறிவுக்கு உகந்ததாக இருந்தது. ஆனால் வெர்ட்டும் நானும் போராட வேண்டியது அவசியமாக இருக்கும் என்று எதிர்பார்க்கவில்லை. எங்களைப் போலவே வேலை செய்யும் ஆண்களுக்குச் சமமாக எங்களுக்கு ஊதியம் வழங்கப்படவில்லை என்பது எரிச்சல் மூட்டியது. இந்தப் பாலினப் பாகுபாட்டால் எங்களை விட அனுபவம் குறைந்த ஆண் ஆசிரியர்கள் அதிக ஊதியம் பெற்றார்கள்.

எனவே பல்கலைக்கழக அலுவலர்களிடம் சென்று இந்தப் பாலினப் பாகுபாட்டிற்கான விளக்கத்தைக் கேட்டோம். "உங்களுக்குத் திருமணம் ஆகிவிட்டது. நீங்கள் அடிப்படை ஊதியத்தைத்தான் வாங்கிக்கொள்ள வேண்டும். ஏனென்றால் ஆண்களுக்குக் கிடைக்கும் சலுகைகள் உங்களுக்குத் தேவையில்லை. உங்கள் கணவர் அவர் வேலை பார்க்கும் இடத்தில் இந்தச் சலுகைகளைப் பெறுகிறார். அந்தச் சலுகைகளை நீங்களும் பெறுகிறீர்கள். அவருக்குக் கிடைக்கவில்லை என்றால்-நாங்கள் என்ன செய்வது?" என்று பதில் சொன்னார்கள். அவர்களுடைய ஆணவமான விடை எங்களைக் கோபப்படுத்தியது. ஒரு பெண்ணுக்கு ஒரு பேராசிரியராகப் பணியாற்றும்போது முழு மதிப்பு கிடைக்கவில்லை என்பதை ஏற்க முடியவில்லை. "என்னுடைய கணவர் நான் பாடம் சொல்லித் தர உதவுவதில்லை," என்கிறேன்.

எங்களுடைய முறையீடுகளை யாரும் காதில் போட்டுக் கொள்ளவில்லை. ஆசிரியப் பணியாளர்கள் பல்கலைக்கழகப் பேராசிரியர் மன்றத்தை நடத்தினார்கள். நானும் வெர்ட்டும் அந்த மன்றத்துக்கு அலுவலர்களாகத் தேர்ந்தெடுக்கப்பட்டோம். எங்களுடைய இந்தப் பதவிகளைப் பயன்படுத்திப் பல்கலைக்கழக அதிகாரிகளை எதிர்கொள்ள நினைத்தோம். ஆனால் ஆசிரியர் மன்றம் பல்கலைக்கழகத்தோடு ஊதியம், படிகள் ஆகியவை பற்றி விவாதிக்க முடியாது என்றார்கள். சட்டப்படி ஆசிரியர் மன்றம் பேச முடியாது. எனவே ஆசிரியர் மன்றத்தை ஒரு சங்கமாக மாற்றத் தீர்மானித்தோம். ஆனால் அதுவும் எளிதல்ல. ஏனென்றால் பல்கலைக்கழகத்தின் வேந்தர்தான் நாட்டின் அதிபரும் கூட. எனவே அதனை ஒரு சங்கமாக மாற்ற வழக்கு மன்றத்தின் மூலம் முயன்றோம். ஆனால்,

அது அதிபரையே வழக்கு மன்றத்திற்கு இழுப்பதாக ஆகும். எங்கள் வழக்கு உடனே தள்ளப்படும் என்பது அனைவருக்கும் தெரியும்.

இறுதியில், பல்கலைக்கழகம் அமைதியை நிலைநாட்ட விரும்பி எங்கள் இருவருக்கும் நாங்கள் கேட்டதைக் கொடுக்கத் தீர்மானித்தது. ஆனால் மற்ற பெண் பேராசிரியர்களுக்கு இது கிடைக்கவில்லை. அவர்களுடைய தகுதிக்குச் சமமான ஆண் ஆசிரியர்களுக்குக் கிடைத்த சலுகைகள் அவர்களுக்குக் கிடைக்கவில்லை. வெர்ட்டும் நானும் கௌரவ ஆண் பேராசிரியர்களாக நடத்தப்பட்டோம். இருப்பினும் நாங்கள் எங்கள் போராட்டத்தைத் தொடர்ந்தோம். பேராசிரியர்கள் அல்லது அரசு அலுவலர்களை மணமுடித்த பெண்கள்பால் பாலின வேற்றுமை காட்டும் ஒப்பந்தங்களில் கையெழுத்திட வேண்டாம் என்று வலியுறுத்தினோம். கையெழுத்திட்டால் அவர்களுடைய குழந்தைகளுக்கு மருத்துவக் காப்பீடு கிடைக்காது. ஆண் ஆசிரியர்களுக்குக் கிடைக்கும் ஓய்வு ஊதியமும் கிடைக்காது.

ஆனால் அந்தப் பெண்கள் எங்களோடு சேர மறுத்துவிட்டார்கள். அவர்களுடைய கணவன்மார்கள் அவர்களைப் போராட்டத்தில் சேர வேண்டாமென்று சொல்லிவிட்டார்கள் என்று சொன்னார்கள். ஆனால் எங்களுக்கு அது வியப்பாக இல்லை. எங்கள் பக்கம் இருக்கும் பெண்கள் கணவனோடு சேர்ந்து வாழ நாங்கள் விரும்பவில்லை என்ற ஒரு கருத்தைப் பரப்பிவிட்டார்கள். அது உண்மை இல்லை. பெண்களோடு சேர்ந்து அவர்களுக்காகப் போராடுவது கடினமானது. சமுதாயமும், பெண்களுமே கூட, அவர்களுக்குக் கிடைப்பதைக் கொண்டு மகிழ்ச்சியாக இருப்பதாகவும், தங்களுடைய உரிமைக்குப் போராடும் விருப்பம் இல்லை என்றும் காட்டிக்கொள்கிறார்கள். பெண்கள் தங்கள் பாதுகாப்புக்காக அந்த ஆண் வரவில்லை என்று தெரியும்போது தான் அவர்களுக்கு அறிவு வரும். அப்போது அந்தப் பெண்கள் "ஆண்கள் அப்படித்தான்," என்று சொல்வார்கள்.

அதன்பிறகு நிலைமை பெரிதும் மாறிவிட்டது. இப்போது பேராசிரியர்களாகச் சில பெண்கள் வந்துவிட்டார்கள். பெண்களுக்கும், ஆண்களுக்கும் கூட பணிப் பாதுகாப்பு கிடைத்தது. இந்த அனுபவம் என்னுடைய கண்களைத் திறந்து விட்டது. நான் பெண் என்பதால் ஒதுக்கப்படுவேன் என்றோ, சமுதாயத்திற்கு இவ்வளவு செய்யும்போதும், அவமானப் படுத்தப்படுவேன் என்றோ நான் எதிர்பார்க்கவில்லை. ஒரு மனிதர் இன்னொருவரைக் கட்டுப்படுத்த முடியும் என்பதை என்னால் ஏற்றுக்கொள்ள

முடியவில்லை. ஒரு பெண் ஓர் ஆணின் அளவிற்கு அல்லது அதற்கு மேலும் இருக்க முடியாது என்ற கருத்தை நான் எதிர்த்தேன்.

பல்கலைக்கழகத்தில் என்னுடைய இந்தப் போராட்டம் எனக்கு வேறொன்றையும் கற்றுத் தந்தது. மற்றவர்கள் எவ்வளவு எதிர்த்தாலும் நீங்கள் எதற்குத் தகுதியோ அதைத் தர மறுத்தால் நீங்கள் நம்புவதை விடாமல் பிடித்துக்கொள்ள வேண்டும். எனக்குத் தெரிந்த மனிதர்களை விட நான் உயர்வாக இருக்க விரும்பினேன். எனக்கு உயர்வான ஆசைகளும் நோக்கங்களும் இருந்தன. என்னை விடக் குறைவான தகுதியுடைய ஆண்களோடு என்னை யாரும் ஒப்பிட நேர்வதை நான் விரும்பவில்லை. நான் நானாகவே இருக்க விரும்பினேன்.

ஆனால் இதுபற்றி நாங்கள் பேசிய ஆண்கள் யாரும் எதிர்த்துப் பேசவில்லை என்பது குறிப்பிடத்தக்கது. ஆசிரியர் சங்கம் ஒன்று வேண்டும் என்று நாங்கள் சொன்னதைப் பல ஆண்கள் ஏற்றுக் கொண்டார்கள். என்னுடைய தொழில்நுட்பப் பணியாளரை விட நான் குறைவாக ஊதியம் வாங்குவதற்கு எந்தக் காரணமும் இல்லை என்பதையும் ஏற்றுக்கொண்டார்கள். ஒருவேளை சில ஆண்கள் தங்கள் மனைவியர் வீட்டு வசதி, மருத்துவ வசதி ஆகியவற்றில் தங்களைச் சாராமல் இருப்பதையும், வீட்டிற்கு அதிகப் பணம் கொண்டு வருவதையும் விரும்பாமல் இருக்கலாம். நல்லவேளையாக மிவாங்கி அதைப் பற்றிக் கவலைப்படவில்லை. நாங்கள் ஏற்கெனவே நைரோபியில் பணக்காரர் வசிக்கும் பகுதியில் பல்கலைக்கழக வீட்டில் குடியிருந்தோம். ஆனால் திரும்பிப் பார்க்கும்போது, இந்தப் போராட்டத்தால் மிவாங்கியும் பயனடைந்தார் என்று சொல்ல வேண்டும்.

வெர்ட்டும், நானும் வெற்றி பெற்ற பிறகு, எங்களுக்குப் பல்கலைக்கழகத்தில் இல்லாத காலத்திற்கும் சேர்ந்து நிலுவையாக நல்லதொரு தொகை கிடைத்தது. அதைக் கொண்டு மிவாங்கியும் நானும் நைரோபியில் லெனானா சாலையில் ஒரு வீட்டை வாங்கினோம். அது மிவாங்கியின் பெயரில் தான் இருந்தது. என்னுடைய பெயரும் பத்திரத்தில் இடம் பெற வேண்டும் என்று நான் வற்புறுத்தியிருக்க முடியும். ஆனால், நான் அதை அப்படியே விட்டுவிட்டேன். நான் வற்புறுத்தியிருக்க வேண்டும். ஏனென்றால் சில ஆண்டுகளுக்குப் பிறகு பல்கலைக்கழகத்திலிருந்து நான் விலகியபோது எனக்கு இருப்பதற்கு இடம் இல்லை. அந்த வீட்டின் மேலும் நான் உரிமை கொண்டாட முடியவில்லை.

வெர்ட்டும் நானும் சமமான ஊதியத்திற்காகவும் சலுகைகளுக்காகவும் போராடியதால் என்னுடைய பதவி உயர்வு எதுவும் பாதிக்கப்படவில்லை. 1974இல் உடற்கூறுஇயல் துறையில் என்னை முதுநிலை விரிவுரையாளராக நியமித்தார்கள். இரண்டு ஆண்டுகளுக்குப் பிறகு கால்நடை உடல்கூறுத் துறையின் தலைவராகவும் 1977இல் துணைப் பேராசிரியராகவும் ஆனேன். நானும் உடன் பணியாற்றுபவர்களும் பெரிதாக இதனைக் கருதாவிட்டாலும் இந்தப் பதவிகளை வகித்த முதல் பெண் நான்தான். கல்வித் துறையில் ஓர் இடத்தைப் பெற்று விட்டேன். முழுப் பேராசிரியராகவும், டீனாகவும் ஆகும் வாய்ப்பு இருந்தது. பல்கலைக்கழகத் துணைவேந்தராக முடியாது. 1970-களில் ஒரு பெண் அப்படி நினைத்தால் அது பேராசையாகத் தான் கருதப்பட வேண்டும்.

பல்கலைக்கழகத்தில் பணியாற்றிய காலத்தில் நான் கால்நடை மருத்துவத் துறையில் இருந்தேன். ஆனால் நான் ஒரு கால்நடை மருத்துவர் இல்லை. அப்படி இருந்தும் என்னுடன் பணியாற்றியவர்கள் துறைத் தலைவராக என்னை ஏற்றுக் கொண்டது அவர்களது பெருந்தன்மையைக் காட்டுகிறது. நான் கால்நடை மருத்துவராக இருந்திருந்தால்கூட சில ஆண்கள் என்னை எதிர்த்துப் போராடி இருக்க முடியும். நான் கால்நடை மருத்துவத்தில் பட்டம் பெற்றிருந்தால் அது இன்னும் கடினமாக இருந்திருக்கும். எனவேதான் அத்துறையின் தலைமைப் பொறுப்பை அடைவது மிகச் சிரமம் என்று கருதினேன்.

ஆனால் நான் கால்நடை மருத்துவர் இல்லை என்பது பலருக்கும் தெரிந்திருக்கவில்லை. நான் அத்துறையில் அவ்வளவு அதிகமான காலம் இருந்திருக்கிறேன். சில வேளைகளில் “என்னுடைய பூனைக்குச் சுகமில்லை, என்ன செய்ய வேண்டும்? நாய்க்கு உடல்நலம் சரியில்லை, என்ன செய்யலாம்?” என்று அழைப்புகள் வரும். சில சமயங்களில் என்னுடைய நண்பர்கள் கூடத் தங்கள் செல்லப் பிராணிகளை, சிசிச்சைக்காக என்னுடைய அலுவலகத்திற்கே அழைத்து வந்துவிடுவார்கள். சில சமயங்களில் விருந்துகளுக்குப் போகும்போது ஆட்டை வெட்ட வேண்டியதிருக்கும். அதனை ஒரு கால்நடை மருத்துவர் பார்க்க வேண்டும். நான் போனால் என்னைப் பார்க்கச் சொல்வார்கள். நான் “ஆட்டைச் சோதித்துப் பார்க்கிறேன். ஆனால் சாப்பிடுவது உங்கள் பொறுப்பு,” என்று பதில் தருவேன்.

5

பட்டம் பெறாத வனக்காவலர்

ஒரு பெரிய ஆறுகூட ஏதாவது ஓரிடத்திலிருந்துதான் அதன் பயணத்தைத் தொடங்க வேண்டும். மண்ணில் ஒரு வெடிப்பிலிருந்து சுனை கொப்பளித்து வரும். இகித்தேயில் எங்கள் நிலத்திலும் சிற்றோடை அப்படித்தான் தோன்றும். அத்தி மரத்தின் வேர்கள் தரைக்குக் கீழே பாறைகளைக் குடைந்து சென்ற இடத்திலிருந்து தொடங்கும். ஆனால், நீரோடை ஆறாக மாறப் பல கிளை நதிகளைச் சந்திக்க வேண்டும். பிறகு ஏரியிலோ கடலிலோ கலக்கும். எனவே என்னுடைய வாழ்க்கையைப் பற்றியும் பசுமைப் பகுதி இயக்கத்தைப் பற்றியும் கேள்விப்பட்டவர்கள் "ஏன் மரங்கள்?" என்று கேட்பார்கள். அந்தக் கேள்விக்குப் பல விடைகள் உள்ளன. ஆனால் மிக இன்றியமையாத விடை எதுவென்றால் சிக்கல்களை அணுகும்போது என்ன செய்ய முடியும் என்பதிலேயே ஒருமுகப்படுத்துகிறேன். உண்மையில் நடந்தது என்னவென்றால், என்னுடைய வேர்களிலிருந்து புறப்பட்ட கருத்து மற்ற எண்ணங்களோடு சேர்ந்து, ஒன்றாகிப் பெரிதாக வளர்ந்துவிட்டது. நான் நினைத்துக் கூடப் பார்க்க முடியாத அளவிற்கு அது பெருகிவிட்டது.

1970களில் நைரோபி பல்கலைக்கழகப் பணியோடு பல பொது நிறுவனங்களோடு ஈடுபாடு கொண்டிருந்தேன். கென்ய செஞ்சிலுவைச் சங்கம் அவற்றில் ஒன்று. அதன் இயக்குநராக 1973 ஆம் ஆண்டு பதவி ஏற்றேன். கென்யா பல்கலைக்கழகப் பெண்கள் மன்றத்திலும் சேர்ந்தேன். இந்த அமைப்புகள் பிரிட்டிஷாரால் நிறுவப்பட்டு காலனி அலுவலர்களால் நிர்வகிக்கப்பட்டு வந்தன. விடுதலைக்குப் பிறகு வெள்ளைக்காரப் பெண்களின் இடத்தை ஆப்பிரிக்கர்கள் சிறிது சிறிதாக நிறைத்தனர். 1970களின் தொடக்கத்தில், படித்த கென்யப் பெண்களின் எண்ணிக்கை குறைவு.

அவர்கள் தாங்களாகவே முன்வந்து தலைமைப் பொறுப்பை ஏற்க வேண்டியிருந்தது.

சுற்றுச்சூழல் தொடர்பு மையத்தின் உள்ளூர் வாரியத்தில் உறுப்பினராக ஆக நான் அழைக்கப்பட்டேன். அரசு சாராத் தொண்டு நிறுனங்களின் ஒத்துழைப்பைப் பெற பன்னாட்டுச் சுற்றுச்சூழல் நிறுவனங்கள் இந்த மையத்தை 1974இல் ஏற்படுத்தின. அது ஐக்கிய நாடுகள் சுற்றுக்சூழல் திட்டத்தில் (UNEP) ஓர் அங்கம். இதன் தலைமையகம் நைரோபியில் அமைக்கப்பட்டது. இந்தத் திட்டம்தான் ஐ.நா. வினால் சுற்றுச்சூழல் பாதுகாப்பிற்காக அமைக்கப்பட்ட ஒரே நிறுவனம். வளரும் நாடு ஒன்றைத் தலைமையகமாகக் கொண்ட ஐ.நா. அமைப்பு இது ஒன்றுதான். ஸ்டாக்ஹோமில் 1972ஆம் ஆண்டு நடந்த சுற்றுச் சூழலுக்கான உலகம் தழுவிய ஐ.நா. மாநாட்டிற்குப் பிறகு இது தொடங்கப்பட்டது. ஆப்பிரிக்காவிலும் பிற பகுதிகளிலும் சுற்றுச் சூழல் அழிவதைப் பற்றிய உண்மை நிலையை ஸ்டாக்ஹோம் மாநாடு உலகிற்கு எடுத்துக்காட்டி விழிப்புணர்வை ஏற்படுத்த உதவியது. அதே சமயம் வளரும் நாடுகள் பல, தொழில்மயமான நாடுகள் தங்கள் வளர்ச்சியைத் தடை செய்யும் முயற்சியாகக் கருதி மாநாடு தெரிவித்த கருத்துக்களை ஏற்றுக்கொள்ளவில்லை.

சுற்றுச்சூழல் தொடர்பு மையத்தைத் தொடங்கியவர்கள் பலரும் ஐரோப்பா, அமெரிக்கா, ஆசியாவைச் சார்ந்தவர்கள். அவர்கள் கென்யர்களே மாற்று உறுப்பினர்களாக உள்ளூர் வாரியத்தில் பணி புரிய வேண்டும் என்று விரும்பினார்கள். நான் பெண் உறுப்பினர்களில் ஒருத்தி. கலிபோர்னியாவைச் சேர்ந்த ஹீயி ஜான்சனுக்கு மாற்று உறுப்பினராகச் சொல்லப்பட்டேன். அவர் என்னுடைய நண்பராகவும் ஆதரவாளராகவும் இன்று வரை இருந்து வருகிறார்.

நான் கிராமத்துப் பகுதியில் வளர்ந்த ஓர் உயிரியல் அறிஞர். அங்கு அன்றாட வாழ்க்கையே சுற்றுப்புறச் சீர்மையைப் பொறுத்துத்தான் இருந்தது. எனவே தொடர்பு மையத்தில் எழுப்பப்பட்ட பிரச்சினைகள் எனக்குப் புதிதாகத் தோன்றவில்லை. எடுத்துக்காட்டாக நாங்கள் பல்லுயிர்ப் பரப்பினைப் பற்றிப் பேசிய போது நான் கற்ற உயிரணுவியல் பொருத்தமாக இருந்தது. ஆனால் ஐ.நா. சுற்றுச்சூழல் திட்டத்தின் கூட்டங்களில் எனக்கு நிறைய விவரங்கள் கிடைத்தன. புத்தகங்கள், சுற்றுச்சூழல் பாதுகாப்பிற்குப் பல நாடுகளில் தன்னார்வத் தொண்டு நிறுவனங்களில் பணியாற்றியவர்களோடு உரையாடுதல் மூலமும் எனக்கு நல்ல தெளிவு ஏற்பட்டது. தொடர்பு மையத்தின் வழியாக எனக்கு

முன்னால் ஒரு புதிய உலகமே விரிந்தது எனலாம். எனது நண்பர்கள் என்னை உள்ளூர் வாரியத்தின் தலைவியாகத் தேர்ந்தெடுத்தார்கள். பத்தாண்டுகள் அந்தப் பதவியில் இருந்தேன். நான் இந்தத் தன்னார்வப் பணியில் எவ்வளவு ஈடுபாடு கொண்டிருந்தேன் என்றால் அதுவே என்னுடைய இரண்டாவது தொழிலாக ஆயிற்று.

சுற்றுச்சூழல் பற்றிய விழிப்புணர்விற்குக் காரணமாக இருந்த இன்னொரு நீரோட்டம் என்னுடைய பாடம் சம்பந்தமானது. 1970களில் கென்யா கிழக்கு ஆப்பிரிக்காவிலேயே கால்நடைப் பொருள்களின் உற்பத்தியில் மிகச் சிறப்பான இடத்தைப் பெற்றிருந்தது. பல்கலைக்கழகத்தில் வீட்டு விலங்குகளை உடல்நலத்துடன் நல்ல பலன் தரக் கூடிய வகையில் காப்பது எப்படி என்பது பற்றிய ஆய்வில் ஈடுபட்டேன். கென்யாவில் மட்டுமன்றி அந்தப் பகுதி முழுவதுமே இது பற்றிய ஆராய்ச்சிக்கு உட்பட்டது. கிழக்குக்கரை காய்ச்சல் எனப்படும் உயிர்க்கொல்லி நோய் காது உண்ணிகளின் மூலம், இறக்குமதி செய்யப்பட்ட கால்நடையைப் பாதித்தது. இது பற்றிய ஆய்வினை முனைவர் பட்ட பின்படிப்பிற்காக எடுத்துக்கொண்டேன். இந்த நோக்கம் உள்நாட்டுக் கால்நடைகளைப் பாதிக்கவில்லை. கால்நடைகளிடமிருந்து நூற்றுக்கணக்கான உண்ணிகளைச் சேகரித்து உமிழ்நீர்ச் சுரப்பிகளில் செலுத்தி அறுத்து நுண்பெருக்கிகளின் மூலம் ஆராய்ந்தேன். ஆயிரக் கணக்கான கண்ணாடித் தகடுகளைத் தயாரித்தேன்.

நைரோபிக்கு வெளியே கிராமப் பகுதிகளில் உண்ணிகளைச் சேகரித்த போது மழை பெரியதாகி ஆறுகள் மலைகளில் வழிந்து பாதைகளிலும் சாலைகளிலும் ஓடியதைப் பார்த்தேன். ஆற்று நீர் சகதியுடன் காணப்பட்டது. நான் சிறுமியாக இருந்தபோது இப்படி இருந்தது இல்லை. “இது மண்ணரிப்பு,” என்று என்னுள் சொல்லிக்கொண்டேன். இதற்கு ஏதாவது செய்ய வேண்டும் என்று எண்ணினேன். மேலும் பசுக்கள் எல்லாம் எலும்பும் தோலுமாக இருந்தன. எலும்புகளை எண்ணி விடலாம். அவை மேய்ந்த இடங்களில் புல்லோ வேறு தீவனமோ இல்லை. அப்படியே இருந்தாலும் கோடை காலத்தில் அவற்றுக்குத் தேவையான உயிர்ச் சத்து இருக்காது.

மக்களும்கூட சத்துணவு இல்லாமல் மெலிந்து காணப்பட்டார்கள். வயல்கள் எல்லாம் `பச்சையாகவே இல்லை. மண்ணில் சத்து குறைந்துவிட்டதால் வயல்கள் நல்ல விளைச்சல் தரவில்லை. அந்த ஆராய்ச்சிகள் கென்யாவிலும் அதைச் சுற்றிய பகுதிகளிலும் சுற்றுச்சூழல் சீரழிவாலேயே கால்நடைத் தொழிலுக்கு

ஆபத்து என்று எனக்குக் காட்டின. பசுவின் காதுகளிலுள்ள உண்ணிகளாலோ, அவற்றின் உமிழ்நீர்ச் சுரப்பிகளிலுள்ள ஒட்டுண்ணிகளாலோ அவ்வளவு ஆபத்து இல்லை.

நான் நியேரியில் காட்டுக்குள் போனது எனக்கு இன்னொரு மாற்றத்தினை அடையாளம் காட்டியது. காட்டில் இயற்கையாக இருந்த மரங்களின் இடத்தில் வியாபாரத்திற்காக வளர்க்கப்பட்ட மரங்களே அதிகமாக இருந்தன. இந்தப் பகுதிகளிலிருந்து மண் அரித்து ஆற்றோடு அடித்து வரப்பட்டது. மரங்களாலும், புதர்களாலும், புல்வெளியாலும் நிறைந்திருந்த நிலமெல்லாம் இப்போது தேயிலைச் செடிகளாலும், காபிச் செடிகளாலும் மூடப்பட்டு விட்டதையும் பார்த்தேன்.

நான் சிறுமியாக இருந்தபோது எனக்கு மிகவும் பிடித்த அத்திமரம் இருந்த நிலத்தை யாரோ வாங்கிவிட்டார்கள். மரம் அதிக இடத்தை அடைத்துக்கொண்டதால் அதை வெட்டி விட்டு தேயிலைச் செடிகளைப் பயிரிட்டுவிட்டார்கள். மரத்திற்கும் நிலத்தடி நீருக்கும் உள்ள தொடர்பு எனக்கு ஏற்கனவே தெரியும். எனவே நான் விளையாடிய சிற்றாறு வறண்டு போய்விட்டது எனக்கு வியப்பளிக்கவில்லை. என்னுடைய குழந்தைகள் தவளை முட்டைகளோடு விளையாட முடியாது. சுத்தமான குளிர்ந்த நீரை அவர்களால் அனுபவிக்க முடியாது. மரம் வெட்டப்பட்டது எனக்கு மிகுந்த வருத்தம். என்னுடைய மக்களின் ஞானத்தை, தலைமுறை தலைமுறையாகப் பெண்கள் அத்தி மரத்தைக் காக்கவேண்டுமென்ற பாரம்பரியத்தைக் கற்றுத் தந்ததை பாராட்டத்தான் வேண்டும்.

இந்த மரங்களை வெட்டாமல் காத்ததற்கான காரணங்கள் எவையாயினும் அவை நிலச்சரிவுகள் ஏற்படாமல் பாதுகாத்தன என்பது உண்மை. உயரமான மலைகளில் அத்தி மரங்கள் மண்ணை விட்டுவிடாமல் பிடித்து வைத்திருந்தன. 1970களின் தொடக்கத்திலேயே, நிலச்சரிவுகள் சாதாரணமாக ஆகிவிட்டன. இதிலே சோகம் என்னவென்றால், எனது சிறு வயது அத்தி மரம் இருந்த இடத்தில் இப்போது காய்ந்து போன இடம்தான் இருக்கிறது. அங்கே எதுவும் வளரவில்லை. நிலம் அத்தி மரத்தைத் தவிர வேறெதையும் ஒதுக்கிவிட்டது போலும்.

என்னுடைய அறிவுக்கு வந்து சேர்ந்த இன்னொரு வாய்க்கால் பெண்களேதான். அவர்கள்தான் நிலைமையின் தீவிரத்தை எனக்கு உணர்த்தினார்கள். நான் கென்யப் பெண்களின் தேசியக் குழுவின் உறுப்பினர். இந்தக் குழு 1964இல் கென்யாவிலுள்ள எல்லாப் பெண்கள் அமைப்பையும் ஒரு குடையின்கீழ் கொண்டு வர

முயற்சித்தது. உறுப்பினர்கள் நகரத்திலிருந்தும் கிராமத்திலிருந்தும் வந்தார்கள். வியாபாரம், தொழில், மத வாழ்க்கையில் வெற்றி பெற்றவர்கள் தலைமைப் பொறுப்பை எடுத்துக் கொண்டார்கள். ஒருவருக்கொருவர் ஆதரவாக இருந்தார்கள்.

அந்தக் குழு ஏற்பாடு செய்த கருத்தரங்கில் ஒரு பெண் ஆய்வாளர் தனது ஆய்வு முடிவுகளை எடுத்துரைத்தார். அதன்படி கென்யாவின் மத்திய பகுதியிலுள்ள குழந்தைகள் ஊட்டச் சத்துக் குறைவால் நோய்வாய்ப்பட்டிருந்தார்கள் என்பது தெரிய வந்தது. எனக்கு இது புதுச்செய்தி. அந்தச் செய்தி என்னுடைய கண்களைத் திறந்தது. ஏனென்றால் கென்யாவில் அப்பகுதி மிகுந்த வளமையானது. ஆனால் இப்போது காலம் மாறிவிட்டது. பல விவசாயிகள் தங்கள் நிலங்களில் தேயிலையையும், காபியையும் பயிரிட்டு வளர்த்தார்கள். வெளிநாட்டுச் சந்தையைப் பிடிப்பதற்காக, இதுவரையில் மக்களுக்கே தேவையான உணவுப் பொருட்களைப் பயிரிடுவதற்குப் பதிலாகப் பணப் பயிர்களைப் பயிரிட்டார்கள்.

இதன் விளைவாக குடும்ப உணவில் வெள்ளை ரொட்டி, சோள மாவு, வெள்ளை அரிசி ஆகியவை முக்கிய இடம் வகிக்கத் தொடங்கின. இவற்றில் மாவுச் சத்தே அதிகம். புரதம், உயிர்ச்சத்து, தாதுப்பொருள்கள் குறைவாகவே கிடைக்கும். இவற்றைச் சமைப்பதற்குக் குறைவான எரிபொருள் போதும். வனத்தை அழித்துவிட்டதால் விறகு கிடைப்பது அரிதாகிவிட்டது. எனவே இந்தப் புதிய பொருட்களைச் சமைத்தல் நடைமுறைக்கு ஏற்றதாகவும் இருந்தது. இப்போது குச்சிகள், உமி முதலியவற்றை எரிபொருளாகப் பெண்கள் பயன்படுத்தினார்கள். எரிபொருளை மாற்றியது மக்களுடைய உணவினை மாற்றியது. இதனால் மக்கள் சத்துக் குறைவினால் பாதிக்கப்பட்டிருக்கிறார்கள் என்று எரிபொருள் மாற்றத்திற்கும் சத்துக் குறைவு நோய்களுக்கும் உள்ள நேரடித் தொடர்பினை அந்த ஆய்வாளர் சுட்டிக் காட்டினார். இதனால் எளிதில் பாதிக்கப்பட்டவர்கள் குழந்தைகளும், முதியவர்களும் தாம்.

எனது குழந்தைப் பருவத்தின்போது சத்தான உணவுகள் நிறையவே கிடைத்தன. அதுதான் முழுமையான உணவாகவும் இருந்தது. இதனால் மக்கள் உடல்நலத்துடனும் வலிமையுடனும் இருந்தார்கள். சமைக்கத் தேவையான விறகுகளும் கிடைத்தன. இப்போதைய நிலை இதற்கு முற்றிலும் மாறாக இருப்பது என்னைப் பாதித்தது. உள்நாட்டு மரங்களை அழித்து அவற்றின் இடத்தில் நிலை, கதவு, நாற்காலி முதலியன தயாரிக்கப் பயன்படும் மரங்களை ஆதிக்க அரசினர் நட்டார்கள். விடுதலைக்குப் பிறகு கென்ய விவசாயிகளும்

இயற்கை வனங்களை அழித்துவிட்டு தேயிலையையும் காப்பியையும் பயிரிட்டார்கள். இதுவரையில் இவற்றினால் ஏற்பட்ட பல்வகை இழப்புகளை முழுவதுமாக என்னால் அறிந்து கொள்ள முடியவில்லை. பெண்கள் குழுவின் தலைமை படித்த நகர்ப்புற பெண்களிடம் இருந்தாலும், எங்கள் உறுப்பினரில் பெரும்பான்மையோர் ஏழைகள், கிராமப் புறத்தைச் சார்ந்தவர்கள். அவர்களின் சமூக, பொருளாதார நிலை குறித்து நாங்கள் கவலை கொண்டோம். அவர்களுக்குச் சுத்தமான குடிநீர் கிடைக்காது, விறகு கிடைக்காது. அவர்கள் குழந்தைகளுக்கு உணவு தரவும் அவர்களைப் பள்ளிக்கு அனுப்பவும், கடை வைத்துத் தரவும் போதிய வருவாய் இருக்காது. அவர்களுடைய சுமையைக் குறைக்க எங்களால் என்ன செய்ய முடியுமென்று எண்ணத் தொடங்கினோம். எனினும் முன்னர் இரண்டு வழிகள் இருந்தன. ஒன்று எங்கள் தங்கக் கோபுரத்தில் அமர்ந்து கொண்டு இந்த மக்கள் ஏன் நிலைமையை மாற்றிக் கொள்ள ஒன்றும் செய்யாமல் இருக்கிறார்கள் என்று கேள்விகள் கேட்கலாம் அவர்கள் தங்கள் நிலையை மாற்றி அதிலிருந்து தப்பிக்க வழிகாட்டி உதவலாம் என்பது இரண்டாவது வழி. எங்களுக்கு அன்னியமான பிரச்சினை அல்ல இது. எங்கள் தாய்மாரும், சகோதரிகளும் இன்றும் கிராமங்களில்தான் வசிக்கிறார்கள். எனவே எங்களால் இயன்றதை அவர்களுக்காகச் செய்ய உறுதி பூண்டோம்.

இந்த வேளையில், உலகின் பிற நாடுகளிலும் பெண்கள் தங்கள் சமுதாயங்களில் மாற்றங்கள் கொண்டு வர வேண்டியதன் அவசியத்தை உணர்ந்தார்கள். 1975களில் அனைத்துலகப் பெண்கள் ஆண்டை ஒட்டி முதல் ஐ.நா. பெண்கள் மாநாடு ஒன்று மெக்சிகோ நகரில் நடைபெற்றது. 133 நாடுகளும், 4000 பெண்களும் கலந்துகொண்டார்கள். மாநாட்டிற்கு முந்திய இரண்டு ஆண்டுகளும் சுற்றுச்சூழல் தொடர்பு மையத்திலும், கென்ய தேசியப் பெண்கள் குழுவிலும் மெக்சிகோவில் நமது பங்களிப்பு எப்படி இருக்க வேண்டும் என்பது பற்றி ஆராய்ந்தோம். தேசியக் குழுவானது பல கருத்தரங்கங்களை நடத்திற்று. அதில் கிராமப் புறத்திலிருந்து வந்த பெண்கள் உட்பட பலரும் கலந்துகொண்டார்கள். ஏற்கெனவே குறிபிட்டிருக்கும் ஆய்வாளரின் ஆய்வு முடிவுகளைப் பெண்கள் உறுதி செய்தனர். எரிபொருளைப் பயன்படுத்தவோ வேலி அமைக்கவோ போதிய மரங்கள் கிடைப்பதில்லை. தீவனத் தட்டுப்பாடு, குடிக்கவும் சமைக்கவும் தண்ணீர்ப் பற்றாக்குறை, உண்ண உணவு கிடைப்பதில்லை என்பன போன்றவை இதில் அடங்கும்.

தண்ணீர், அடுப்புக்கு எரிபொருள், சத்துணவு பற்றிப் பெண்கள் கூறுவதைக் கேட்டபொழுது, அனைத்துமே சுற்றுச்சூழலைச் சார்ந்திருக்கிறது என்று நான் கண்டுகொண்டேன். அவர்கள் தங்கள் திட்ட வரைவை முடிவு செய்துவிட்டார்கள். தேசியக்குழு மெக்சிகோ நகர மாநாட்டிற்குச் சென்று திரும்பியதும் அவர்கள் ஒரேயொரு கருத்தைத்தான் முன் வைத்தார்கள். தண்ணீர், ஆற்றல் ஆகிய இரண்டு பற்றியும் ஏதாவது செய்தாக வேண்டும் என்பதுதான் முன்னிலைப்பட்டது. நான் பணப் பற்றாக்குறையினால் மாநாட்டில் கலந்துகொள்ள இயலவில்லை. மேலும் மாநாட்டுப் பேராளர்கள் கிராமப்புறப் பெண்களின் உண்மை நிலை பற்றி, அவர்களின் வறுமை பற்றி, வளர்ச்சியடையாத நிலை பற்றி, அவர்களை எல்லாம் கட்டிக் காக்கும் சுற்றுச்சூழலின் நிலை பற்றி உலகம் கவலைகொள்ள வேண்டும் என்று முடிவு எடுத்தார்கள்.

எல்லாம் வெட்ட வெளிச்சமாயிற்று. சுற்றுச்சூழல் பாதிக்கப் படுவதால், கால்நடைகள் மட்டும் பாதிக்கப்படவில்லை. நான், எனது குழந்தைகள், எனது மாணவர்கள், குடிமக்கள், நாடு முழுவதுமே இதற்கு விலை தர வேண்டியதிருக்கும் என்பது தெளிவாயிற்று. சுற்றுச் சூழலின் சீரழிவின் அறிகுறிகளுக்கும் அவற்றின் காரணமான வனத்தை அழித்தல், பசுமையை அழித்தல், தானாகவே புதுப்பித்துக் கொள்ள முடியாத விவசாயச் சாகுபடி முறை, மண்ணரிப்பு ஆகியவற்றிற்கும் உள்ள தொடர்பு என எல்லாமும் வெளிப்படை. இதனைத் தடுக்க ஏதாவது செய்தாக வேண்டும். சிக்கல்களின் வெளி அடையாளங்களைத் தெரிந்துகொண்டு அவற்றிற்குத் தீர்வு கண்டால் போதாது. அவற்றின் அடிப்படைக் காரணங்களைக் கண்டு பிடித்து அழிக்க வேண்டும்.

எனக்குச் சிக்கல்களுக்குத் தீர்வு காண்பதுதான் முக்கியம். இதற்குக் காரணம் என்னுடைய கல்வி மட்டுமல்ல, நான் அமெரிக்காவில் பெற்ற அனுபவமும்கூட. செய்ய முடியாதவற்றைப் பற்றிக் கவலைகொள்ளாமல் செய்யக் கூடியதைப் பற்றிச் சிந்திக்க வேண்டும். இப்போது நான் உட்கார்ந்து ஆலோசிக்கவில்லை. "என்ன செய்யலாம்?" என்று என்னையே கேட்டுக் கொள்ளவில்லை. விடை தானாகவே வந்தது. "மரங்கள் நட்டால் என்ன?" மரங்கள் விறகு தரும். பெண்கள் சத்தான உணவைச் சமைக்க முடியும். அதே சமயம் அவர்கள் வேலி போடுவதற்குக் குச்சிகள் கிடைக்கும். ஆடு, மாடுகளுக்குத் தீவனமும் கிடைக்கும். மனிதர்களுக்கும் விலங்குகளுக்கும் நிழல் கிடைக்கும். நீர் நிலைகளைக் காப்பற்றும். நில அரிப்பைத் தடுக்கும். பழமரங்கள் நட்டால் உண்ணப் பழங்கள் கிடைக்கும். பறவைகளும் சிறிய

விலங்கு களும் திரும்ப வரும். மண்ணின் உயிர்ச் சத்தை அது மீட்டுத்தரும்.

இப்படித்தான் பசுமைப் பகுதி இயக்கம் (Green Belt Movement) தொடங்கிற்று. மற்றதெல்லாம் அதிர்ஷ்டம் என்று கூடச் சொல்லலாம். நான் வேறு ஏதாவது ஒரு வழியைத் தேர்ந்தெடுத்திருந்தால் அது தோல்வி அடைந்திருக்கும். நைரோபிப் பல்கலைக்கழகத்தில் பேராசிரியராகப் பணியாற்றி ஓய்வு பெற்று ஓய்வு ஊதியம் வாங்கிக் கொண்டிருந்திருப்பேன். பசுமைப் பகுதி இயக்கம் தோன்றியதைப் பின்னோக்கிப் பார்க்கும்போது, உலகெங்கும் பெண்கள் இயக்கம் வளரத் தொடங்கியதும், ஐ.நா. சபை மெக்சிகோ நகரில் பிரகடனம் செய்த பெண்கள் இயக்கம் பத்தாண்டுகளில் (1971-1985) வளர்ந்ததைப் போல இந்த இயக்கம் வளர்ந்ததும் ஒரு எதிர்பாராத பொருத்தம்தான்.

1975ஆம் ஆண்டுவாக்கில் மரங்கள் நடுவதை எப்படி ஊக்குவிப்பது என்று எனக்கு ஒரு திட்டம் இருந்தது. ஏனென்றால் என்னுடைய தனிப்பட்ட வாழ்க்கையிலும் அதே நேரத்தில் சில நிகழ்ச்சிகள் நடந்தன. 1969இல் என்னுடைய கணவர் தோற்றாலும், அவருக்கு அரசியலில் இருந்த ஆர்வம் குறையவில்லை. 1974இல் நாடாளுமன்றத்திற்கு அதே தொகுதியில் போட்டியிட முடிவு செய்தார். நானும் அவருடைய முடிவிற்கு ஆதரவு தந்து அவருக்காக உழைத்தேன். அது ஒரு கடினமான வேலைதான். ஏனென்றால் பல்கலைக்கழகத்தில் முழு நேர வேலையோடு மூன்று குழந்தைகளையும் கவனிக்க வேண்டியிருந்தது, கடைசிக் குழந்தை முட்டாவும் பிறந்தாகி விட்டது. எனினும் நாங்கள் தனியாகவும் சேர்ந்தும் வேலை செய்தோம். மக்களைச் சந்தித்து அவர்களுடைய ஆசைகளைப் பற்றிப் பேசினோம். நாங்கள் நன்கு படித்த பட்டதாரிகளான கணவன் மனைவி. எங்களிடம் அவர்கள் எவ்வளவு நம்பிக்கை வைத்திருந்தார்கள் என்று தெளிவாகப் புரிந்தது. நாங்கள் அவர்களுடைய வாழ்க்கையில் பெரிய மாற்றத்தைக் கொண்டு வருவோம் என்று எதிர்பார்த்தார்கள்.

அப்போது வேலையில்லாத் திண்டாட்டம் கென்யாவை ஆட்டிப் படைத்தது. வாக்காளர்களுக்கு அதுதான் பெரிய கவலை. மிவாங்கி தனது பிரச்சாரத்தின்போது அவரைத் தேர்ந்தெடுத்தால் அதிகப்படியான வேலை வாய்ப்புகள் உருவாக்குவதாக உறுதியளித்தார். இது எனக்குக் கவலையைக் கொடுத்தது. நான் உறுதிமொழி கொடுத்தால் அதைக் காப்பாற்றியாக வேண்டும். என்னால் முடியாவிட்டால் நான் வாக்குத் தர மாட்டேன். ஆனால் மிவாங்கி வேலைகளை உண்டாக்கிவிடுவேன் என்று

சொல்லி வந்தார். "எங்கிருந்து வேலைகளைத் தரப் போகிறார்?" என்று என்னைக் கேட்டுக்கொண்டேன். "வேலைகள் எங்கேயும் காணோமே!" கதவுகளைத் தட்டி நமக்கு வாக்களித்தவர்களுக்கு வேலை கொடுங்கள் என்று கேட்க முடியாதே. பெரும்பாலான மக்களுக்குக் கல்வித் தகுதியோ, திறன்களோ இல்லை, படிப்பறிவே சுத்தமாக இல்லை. எனில் வேலை தருவது இயலாத காரியம்.

ஆனால் இயலாதவற்றைப் பற்றி எனக்கு அக்கறை இல்லை. "நான் திட்டமிடப் போகிறேன். இந்த மக்களுக்கு வேலை கிடைக்க வழிசெய்யப் போகிறேன் இல்லையென்றால், நாம் வாக்குத் தவறியவர்களாக ஆகிவிடுவோம். பிறகு அவர்கள் நமக்கு வாக்களிக்க மாட்டார்கள்," என்று எனக்குள் சொல்லிக் கொண்டேன். மிவாங்கி வெற்றி பெற்ற போது நான் அந்தச் சாதனைக்காகப் பெருமைப்பட்டேன். அவர் பதவியேற்றபோது நான் பார்வையாளர்கள் பகுதியில் உட்கார்ந்து அதைப் பார்த்துப் பெரு மகிழ்ச்சி அடைந்தேன். அவர் உறுதிமொழி எடுத்த பிறகு எங்கள் வாக்குறுதிகளைப் பற்றிப் பேச்செடுத்தேன். "நீங்கள் வேலை தருவதாக உறுதி மொழி தந்த மக்களுக்கு என்ன செய்யப் போகிறீர்கள்?" என்று கேட்டேன். "அது தேர்தல் பிரச்சாரம். தேர்தல் வாக்குறுதிதானே. இப்பொழுது நாடாளுமன்றத்திற்கு வந்துவிட்டோமே!" என்றார்.

"அடுத்த முறை நமக்கு வாக்களிக்கமாட்டார்களே!" என்று நினைவுபடுத்தினேன்.

"கவலைப்படாதே, மக்கள் மறந்துவிடுவார்கள்," என்றார்.

நான் கேட்டதை என்னால் நம்பவே முடியவில்லை. "மன்னிக்கவும், கண்டிப்பாக நினைவில் வைத்திருப்பார்கள்! அடுத்த தேர்தலின் போது மக்களை எப்படி நாம் சந்திக்க முடியும்? அவர்களுடைய வாக்குகளை வேண்டி நாம் எப்படிப் பிரச்சாரம் செய்ய முடியும்? 'நீங்கள் உறுதியளித்த வேலைகள் என்னவாயிற்று?' என்று கேட்க மாட்டார்களா?" என்று கேட்டேன். மிவாங்கி "கவலைப்படாதே," என்றுதான் சொன்னார். ஆனால் என்னால் கவலைப்படாமல் இருக்க முடியவில்லை. அவ்வளவு எளிதாக எங்களுடைய வாக்குறுதிகளை மீற நான் விரும்பவில்லை. ஆகவே நான் பல வேலை வாய்ப்புகளை உருவாக்கக்கூடிய அதே சமயம் அதில் மரம் நடுவதும் இணைந்த ஒரு தொழிலைத் தொடங்கினேன். அதற்கு 'என்விரான்கேர்' என்று பெயர்.

லங்கடாத் தொகுதியில் பணக்காரர்களும், பரம ஏழைகளும் இருந்தார்கள். சில பகுதிகளில் கிபோரா சேரி இருந்தது.

பணக்காரர்களின் பகுதிகளில் பெரிய அழகான தோட்டங்களுள்ள பண்ணைகள் இருந்தன. அந்தத் தோட்டங்கள் சரியாகப் பராமரிக்கப்படவில்லை என்பது என் கருத்து. ஆனால் சொந்தக்காரர்கள் நிறைய வேலையாட்களை அமர்த்தி ஆண்டு முழுவதும் பார்த்துக் கொள்ளத்தான் செய்தார்கள். நான் இதை மாற்ற முடியும் என்று நினைத்தேன். என்னுடைய திட்டம் எளிமையானது. இந்தத் தோட்டங்களுக்கு ஒரு படையையே கொண்டு வந்து செய்ய வேண்டியதை எல்லாம் ஒரு நாளில் செய்து முடித்தால் என்ன? சொந்தக்காரரர் வீட்டுக்கு வந்து பார்க்கும்போது தோட்டம் அழகாக இருப்பதைப் பார்த்தால் எங்களை மீண்டும் அழைத்து வேலிகளை வெட்டி, பூந்தோட்டத்தைச் சீர்படுத்தி, புதிய மரங்களை நடச் சொல்வார்கள். மேலும் சொந்தக்காரர்கள், வேலைக்காரர்கள் அங்கும் இங்கும் நடந்து வேலை செய்யும் இடைஞ்சல் இல்லாமல் அமைதியாகத் தோட்டத்தில் உலவுவார்கள்.

என்விரான்கேர் மிவாங்கியின் தொகுதியிலிருந்து வேலையின்றி இருக்கும் ஏழைகளை வேலையில் அமர்த்தும். அவர்களைக் கொண்டு தொகுதியின் பணக்காரர்களையும் மகிழ்ச்சியாக வைத்திருக்கலாம். அதே சமயம் மரங்களில்லாமல் வெறிச்சோடியிருக்கும் பகுதிகளில் அவர்கள் மரக் கன்றுகளை நடுவார்கள். இங்ஙனம் அழகான நைரோபி நகரை உருவாக்க முடியும். இது ஒரு நல்ல திட்டமாகப்பட்டது. பணக்காரர்கள் இதனை ஆதரிப்பார்கள் என்று நினைத்தேன். எங்கள் வீட்டிலேயே என்விரான்கேர் செயல்படும். இது வேலையில்லாதவர்களுக்கு வேலை தருவது மட்டுமல்லாமல், மிவாங்கியும் நானும் தொகுதியிலுள்ள மக்களின் குறைகளைக் கேட்கும் ஒரு மேடையாகவும் அது செயல்படும் என்பது சிறிதளவு எனது எண்ணம்.

தேர்தலின்போது ஒரு குடும்பம் எங்களை கிமாதி வா முரகே என்ற வனத்துறைக் காவலருக்கு அறிமுகம் செய்து வைத்தது. அவர் நைரோபிக்கு வடக்கே உள்ள கருரா வனத்திற்குப் பொறுப்பு. அந்த நண்பர் திரு. முரகேயிடம் நான் ஒரு நாற்றுப் பண்ணையை அமைக்க விரும்புவதாகச் சொன்னேன். அவர் லாங்காட்டா பகுதி மக்கள் மரக்கன்றுகளை நடுவார்கள் என்று விளக்கினார். திரு. முரகே நான் அரசு நாற்றுப் பண்ணைக்கு அருகிலேயே தொடங்கலாம் என்று தெரிவித்தார். எனவே நான் சார்லஸ் கிதோசோரி என்ற இளைஞனை வேலைக்குச் சேர்த்தேன். அவர் நாற்றுப் பண்ணையைக் கவனிப்பார். இதுதான் என்னுடைய முதல் மரக்கன்றுப் பண்ணை. லாங்கட்டே தொகுதி மக்களுக்கு நாங்கள்

கொடுத்த வாக்குறுதியை நிறைவேற்ற முடியும் என்ற நம்பிக்கை எனக்கு வந்தது.

ஆனால் என்விரான்கேர் பல இடையூறுகளைச் சந்திக்க வேண்டியிருந்தது. முதலாவதாக, பணக்காரர்கள் தங்கள் தோட்டங்களில் ஏழைகள் சுற்றித் திரிவதை விரும்பவில்லை. மேலும் என்விரான்கேருக்கு வேலை கொடுத்தாலும் முன்னதாகவே பணம் தர மாட்டார்கள். இது ஒரு சிக்கல். நாங்கள் வேலைக்குச் சேர்த்த மக்கள் மிகவும் ஏழைகள். ஆதலால், குறைந்த அளவு பாதி ஊதியத்தையாவது முதலிலேயே எதிர்பார்த்தார்கள். அவர்களால் மாதம் முடியும் வரையில் காத்திருக்க முடியவில்லை.

அவர்கள் கியேராவில் வசித்தார்கள். அவர்களுக்கு வேலை கிடைத்த இடங்களுக்கு அங்கிருந்து கூட்டிப் போகும் போக்குவரத்துச் செலவையும் நானே ஏற்க வேண்டியிருந்தது. ஆகவே நான் கையிலிருந்தே நிறைய செலவு செய்ய வேண்டியிருந்தது. நானோ அந்த அளவிற்குப் பணக்காரியும் இல்லை. என் கணவரும் என்னுடைய இந்தத் திட்டம் பயன்தரும் என்று கருதவில்லை. ஆகவே அவர் எந்தப் பண உதவியும் செய்ய முன்வரவில்லை. எனவே நான் உதவி செய்ய முற்பட்ட மக்களிடமிருந்தோ, யாருடைய வாக்குறுதியை நிறைவேற்ற நான் முயன்றேனோ அவரிடமிருந்தோ எந்த ஒரு ஆதரவும் எனக்குக் கிடைக்கவில்லை.

எனினும், எப்படியாவது என்னுடைய திட்டத்தை நிறைவேற்றிவிட வேண்டும் என்று தொடர்ந்து முயன்றேன். மரக்கன்றுகளை விற்று விழிப்புணர்வை ஏற்படுத்தி அதே சமயம் பணமும் ஈட்டலாம் என்று நினைத்தேன். விற்பனைக்குத் தகுந்த வாடிக்கையாளர்களைப் பிடிக்க பயிற்சி தேவை. எனவே ஆண்டுதோறும் நைரோபியில் நடந்த பன்னாட்டுக் கண்காட்சியில் பங்கு கொண்டேன். இந்தக் கண்காட்சி விவசாயத்தில் புதிய முறைகளைப் புகுத்தவும், இதுபற்றிய விழிப்புணர்வைக் கென்யா முழுவதும் ஏற்படுத்தவும் நடக்கிறது. நான் கருரா நாற்றுப் பண்ணையிலிருந்து எல்லாக் கன்றுகளையும் கொண்டு வந்து கென்யா தேசப் படத்தின் வடிவத்தில் அவற்றை அடுக்கினேன். இங்ஙனம் நிலத்திற்கு மீண்டும் உயிர் தர மரங்களின் அவசியத்தை மக்கள் உணருமாறு செய்தேன்.

கண்காட்சிக்குப் பிறகு, மக்கள் கன்றுகளை வாங்க வேறு இடம் இல்லாததால், எங்கள் வீட்டு முகவரியையே கொடுத்தேன். ஆதலால் கன்றுகளை எல்லாம் எங்கள் வீட்டு வளாகத்திலேயே முதலில் வைத்திருந்தேன். பிறகு கிபேராவிற்கு அருகில் காபர்நட்

சாலைக்குக் கொண்டு சென்றேன். அப்போதுதான் என் கணவர் நான் ஒரு பைத்தியம் என்ற முடிவிற்கு வந்தார். ஏனென்றால் வீடு முழுவதும் மரக்கன்றுகள்தான் இருந்தன. கண்காட்சியில் மக்கள் ஓரளவு ஆர்வம் காட்டினாலும், யாரும் மரக்கன்றுகளை வாங்க வரவில்லை. எனவே எங்கள் வளாகத்திலேயே கன்றுகள் கேட்பாரற்றுக் கிடந்தன.

இது எனக்கு எந்த அளவுக்கு உற்சாகத்தை இழக்கச் செய்திருக்கும் என்று நீங்கள் கற்பனை செய்து பாருங்கள். எனினும் மக்களிடம் மரத்தை நடுவதில் ஆர்வம் ஏற்படுத்த இது ஒரு நல்ல வழி என்றுதான் நினைத்தேன். ஆனால் இந்தத் தடைகளைக் கடக்க உதவும் வகையில் பல நிகழ்வுகள் நடந்தன. இதற்குள் ஹானே மர்ஸ்டிரண்ட், மற்றும் மாரிஸ் ஸ்டிரிங்க் ஆகிய இருவருடைய நட்பும் கிடைத்தது. மாரிஸ், அப்போது ஐ.நா. சபைகளின் சுற்றுச்சூழல் திட்டத்தின் செயல் இயக்குநர். என்னைப் போலவே ஹானேவுக்கும் செஞ்சிலுவைச் சங்கத்தில் ஈடுபாடு மிக அதிகமாக இருந்தது. நைரோபியிலுள்ள தெருக்குழந்தைகளின் தேவைகளை நிறைவேற்ற இருவரும் சேர்ந்து பாடுபட்டோம். ஹானேயும், மாரிசும் பின்னர் திருமணம் செய்துகொண்டு கனடாவிற்குக் குடியேறிவிட்டார்கள். நான் இருவருடனும் என்விரான்கேரின் திட்டம் பற்றி விவாதித்தபோது அவர்கள் கென்யாவில் மரங்கள் நடுவது நல்ல திட்டம்தான் என்று கருதினார்கள். “இதைத்தான் ஐ.நா.வின் சுற்றுச்சூழல் திட்டத்தில் நாங்கள் ஊக்குவிக்கிறோம்,” என்றார் மாரிஸ்.

இந்த உரையாடல்களின் விளைவாகவும் சுற்றுச்சூழல் தொடர்பு மையத்தில் எனது பணியின் காரணமாகவும், மனிதக் குடியிருப்புகளின் ஐ.நா. மாநாட்டில் கலந்துகொள்ள எனக்கு வாய்ப்பு கிடைத்தது. உறைவிடம் ஐ என்ற பெயரில் அழைக்கப்பட்ட அம்மாநாடு கனடாவில் 1976ஆம் ஆண்டு ஜூன் மாதத்தில் இரண்டு வாரங்கள் நடைபெற்றது. இந்த மாநாடு உலகில் நகரங்களின் வளர்ச்சி பற்றியும், அதனோடு தொடர்புடைய கான்கிரிட் கட்டடக் காடுகள் முளைத்திருப்பது, வாகனங்களால் காற்று மாசுபடுவது முதலான சிக்கல்கள் பற்றியும் விவாதித்தது. மாநாட்டில் பங்கேற்றவர்கள் தந்த ஒரு தீர்வு நகரங்களை பசுமையாக்குவது. அங்கே மரங்களையும், பசுமைப் பயிர்களையும் உண்டாக்குவது. அங்கு பேசியவர்களில் மானுடவியல் அறிஞர் மார்கரட் மீட், கொல்கத்தாவின் அன்னை தெரசா மற்றும் பிரிட்டிஷ் பொருளியல் அறிஞர் பார்பரா வார்ட் ஆகியோர் என்னை மிகவும் கவர்ந்தார்கள். பன்னாட்டுக் கூட்டத்தில் கலந்துகொண்டு இவர்கள்

போன்ற பெண் தலைவர்களின் ஆர்வத்தைத் தூண்டும் பேச்சைக் கேட்டது அதுதான் முதல் தடவை.

என்விரான்கேரில் எனக்கு ஏற்பட்ட ஏமாற்றத்திற்குப் பிறகு பிரிட்டிஷ் கொலம்பியாவின் அழகான சுற்றுப்புறம், சுற்றுச்சூழல் பற்றிய என்னுடைய ஆதங்கத்தைப் பகிர்ந்து கொண்டோரோடு பழகியதும் எனக்குச் சத்து மருந்து குடித்தது போல இருந்தது. நான் கென்யா திரும்பியபோது புத்துணர்ச்சியுடன் வந்தேன். என்னுடைய திட்டத்தை எப்படியாவது நிறைவேற்ற வேண்டும் என்று உறுதி கொண்டேன். ஆனால் திரும்பி வந்தபோது நைரோபியில் தண்ணீர்ப் பஞ்சம். நான் சேர்த்து வைத்திருந்த மரக்கன்றுகள் பட்டுப் போய்விட்டன. நாற்றுப் பண்ணை அழிந்து போய்விட்டது. எனது கணவருக்கும் எங்கே பார்த்தாலும் செடிகளைப் பார்த்துக்கொண்டு வாழ்க்கை நடத்துவது போதும் போதும் என்றாகிவிட்டது. என்விரான்கேருக்கு முற்றுப்புள்ளி வைக்க வேண்டிய சூழ்நிலை.

என்னுடைய மரம் நடும் திட்டம் மட்டும் பசுமையாக இருந்தது. 1977 இல் கென்யாவின் தேசியப் பெண்கள் குழு என்னுடைய அனுபவங்களைப் பற்றிப் பேச என்னை அழைத்தது. அதன் பிறகு செயற்குழு உறுப்பினராகவும், சுற்றுச்சூழல், உறைவிடக் குழுவின் நிலைக்குழு உறுப்பினராகவும் தேர்வு செய்யப்பட்டேன். இந்த அமைப்பிலும் நான் மரம் நடுவதைத் திட்டமாக ஏற்றுக்கொள்ளுமாறு முன்மொழிந்தேன். கென்யப் பெண்கள் குழுவும் அதனை ஏற்றுக்கொண்டு என்னுடைய தேசியச் செயல்திட்டத்தை நிறைவேற்ற ஊக்கம் அளித்தது.

இந்தப் புதுத் திட்டத்திற்கு ஒரு பெயர் தேவைப்பட்டது. ஜோமோ கென்யட்டா மக்கள் பங்களிப்பை ஊக்குவிக்கும் வகையில் 'ஹராம்பீ' என்ற சொல்லை விருது வாக்கியமாகப் பயன்படுத்தினார். அதற்கு "நாம் அனைவரும் ஒன்றாக இருப் போம்" என்று பொருள். அந்தச் சொல்லையே பயன்படுத்தி 'சேவ் த லேண்ட் ஹராம்பீ (அனைவரும் சேர்ந்து நிலத்தைக் காப்போம்) என்ற பெயரை எனது திட்டத்திற்கு வைக்குமாறு கூறினேன். இந்த முயற்சிக்கு நிதி திரட்டாமல், ஹராம்பீ உணர்வு கென்யர்களைத் தூண்டிவிடும் என்று எதிர்பார்த்தேன். ஏழைகளும் பணக்காரர்களும் கென்யா பாலைவனமாவதைத் தடுக்க மரங்கள் நடுவார்கள். அந்தப் பணியில் ஈடுபடும்போது, சகாராப் பாலைவனம் தெற்கு நோக்கிப் பரவுவது தடுக்கப்பட்டு சிறு விவசாயிகள் லட்சக் கணக்கான பேர் காப்பாற்றப்பட இந்த இயக்கம் உதவும்.

என்னுடைய தந்தையும்கூட நக்குருவிலும் நியேரியிலும் மரங்கள் நட்டார். மரங்கள் மேலுள்ள என்னுடைய பாசத்தை ஒருவேளை நான் அவரிடமிருந்து பெற்றிருக்க வேண்டும். பொது நலத்திற்காக மரபியல் மரங்களை நடுவது கென்யாவில் 1920 களிலேயே தொடங்கிவிட்டது. முதுபெரும் தலைவர் ஜோசையா நஜான்ஜோ மற்றும் செயின்ட் பார்டா பேக்கர் என்ற ஆங்கிலேயர் 'மென் ஆப் த டிரீஸ்' என்ற அமைப்பைத் தொடங்கினார். இந்த அமைப்பு ஆஸ்திரேலியாவிலும், பிரிட்டனிலும் வளர்ச்சியடைந்திருக்கிறது. ஆனால் கென்யாவில் அது கிளை விடவில்லை.

1977 ஜூன் 5 ஆம் நாள் பாரெங்கும் உலகச் சுற்றுச்சூழல் நாள் கொண்டாடப்பட்டது. கென்யாவிலும் நிலத்தைக் காக்கும் ஹராம்பீயின் ஆதரவில் ஊர்வலமும் மரம் நடு விழாவும் நடந்தன. சிறுவர்களின் பேண்ட் வாத்திய இசை முன்செல்ல நூற்றுக்கணக்கானோர் கென்யட்டா பன்னாட்டு மாநாட்டு மையத்திலிருந்து, கமுகுஞ்சி பூங்கா வரையிலும் நடந்து சென்றோம். அங்கு ஏழு மரங்களை நட்டோம். அதிபரின் மகள் மார்கரட் கென்யட்டாவும் கலந்துகொண்டார். அதிபர் வாழ்த்துச் செய்தியை அனுப்பி இருந்தார்.

எங்கள் மர நடு விழாவிற்கு ஒரு மையக் கருத்து வேண்டும் என்று விரும்பினோம். கமுகுஞ்சியில்தான் கென்யட்டாவும் பல அரசியல் தலைவர்களும் பேரணி நடத்தியிருந்தார்கள். எங்கள் தலைமுறையினர் தங்கள் மூதாதையர்களுக்குச் சரிவர மரியாதை செய்யவில்லை என்று நான் கருதினேன். அப்போது ஆட்சியிலிருந்தவர்களைத்தான் போற்றினார்கள். இது பிரிட்டிஷார் வருவதற்கு முன்னிருந்த தலைவர்களையும், காலனி ஆதிக்கத்திற்கு எதிராகப் போராடியவர்களையும் எங்கள் நிலத்தையும், அரசியல் பொருளாதார விடுதலையையும் மீட்டுத் தந்தவர்களையும் மறந்துவிட்டதால் ஏற்பட்டது. எனவேதான் பல்வேறு இனங்களிலிருந்து பத்தொன்பதாம், இருபதாம் நூற்றாண்டுகளில் வாழ்ந்த ஏழு தலைவர்களைத் தேர்ந்து அவர்கள் பெயரால் மரக் கன்றுகளை நட்டோம். நாங்கள் நண்டி ஃபிளேம், கோர்டியா, ஆப்பிரிக்க அத்திமரம், கிழக்கு ஆப்பிரிக்க மஞ்சள் மரம் ஆகிய வகைகளை நட்டோம். இவை ஏழு மரங்கள்தான் முதல் பசுமைப் பகுதியாக (Green Belt) அமைந்தன.

என்றாலும் அதன்பிறகு கமுகுஞ்சி பகுதியில் சேரிகள் நிறைந்து விட்டன. மைதானம் அழுக்கடைந்துவிட்டது. இன்னும் பசுமைப் பகுதி இயக்கத்திற்கென்று ஒரு நாற்றுப் பண்ணை இருக்கிறது. என்றாலும் நாங்கள் அப்போது நட்ட மரங்களில் இப்போது

இரண்டுதான் மிச்சம். அவை வளர்ந்து மக்களுக்கு நிழல் தருகின்றன.

1977ஆம் ஆண்டு ஆகஸ்ட், செப்டம்பரில் நடந்த ஐ.நா.வின் பாலைவனமாவது பற்றிய மாநாடு நைரோபியில் நடந்தது. அப்போது நைவாஷா என்ற இடத்தில் இரண்டாவது பசுமைப் பகுதியை உண்டாக்கினோம். அந்தப் பண்ணை எண்ணூறு பெண்களுக்குச் சொந்தம். அப்போது மரம் நட்டவர்களில் ஜோசையாவும், பார்பிபேக்கமும் முக்கியமானவர்கள்.

கென்யாவில் பல இடங்களில் பசுமைப் பகுதியை அமைக்க முயன்றோம். நைவாஷாவிற்குப் பிறகு விக்டோரியா ஏரிக்கு அருகில் நியான்கவிற்குப் போனோம். பிறகு மேற்குப் பகுதியிலிருந்து தெற்கே போனோம். அங்கே மத்திய பகுதிகளில் போலில்லாமல் மழை குறைவு. ஆனால் இந்தத் திட்டங்கள் எவையும் அதிக நாள்கள் நீடிக்கவில்லை. உள்ளூர் மக்கள் ஈடுபாடும் ஆர்வமும் ஒத்துழைப்பும் காட்டவில்லை என்றால் எந்தத் திட்டமும் வெற்றிபெறாது என்பதையும் அறிந்துகொண்டேன்.

எடுத்துக்காட்டாக, தொழில், வணிகம் செய்யும் பெண்கள் இயக்கம் மாசாம் இனமக்கள் அதிகம் வசிக்கும் இசின்யாவில் பச்சைப் பகுதியைத் தொடங்கியது. அங்கே நாற்றுக்கள் வளர போதுமான மழை கிடைக்காது. எனவே தண்ணீர் ஏற்றி வர இரண்டு கழுதைகளைக் கொடுத்தோம். ஆனால் நாங்கள் அந்த இடத்தை விட்டுப் போனபிறகு இந்தத் திட்டம் நின்றுபோனது. இரண்டு காரணங்கள். முதலாவதாக உள்ளூர் மக்களால் அது தொடங்கப்படவில்லை. இன்னொரு காரணம் அந்த மக்களின் பண்பாடு.

பரம்பரை பரம்பரையாகக் கழுதைகளை வீட்டுப் பொருட் களைக் கொண்டு போவதற்காகத்தான் பயன்படுத்தினார்கள். தண்ணீர் கொண்டு போவதற்குப் பயன்படுத்த மாட்டார்கள். எனவே தண்ணீரைக் கழுதைகளில் கொண்டு செல்வதும், அதனால் பெண்களின் வேலைப் பளுவும் குறையும் என்பதும் அவர்களுக்குப் புரியவில்லை. எனவே நாங்கள் அங்கிருந்து வந்த பிறகு அந்த இனத்து மக்கள் கழுதைகளை வேறு நல்ல வேலைகளுக்குப் பயன்படுத்தலாம் என்று தீர்மானித்து விட்டார்கள். பெண்கள் தண்ணீர் சுமப்பது தொடர்ந்தது. கழுதைகளைத் தண்ணீர் கொண்டு வரப் பயன்படுத்தாவிட்டால் நாற்றுகள் வளரப் போதுமான தண்ணீர் கிடைக்காது என்று எனக்குத் தெரியும். இதிலிருந்து நான்

ஒரு பாடத்தைக் கற்றுக்கொண்டேன். எந்தத் திட்டமும் உள்ளூர் மக்கள் முதலீடு செய்தால்தான் வெற்றிபெறும். அப்போதுதான் எல்லோரும் சேர்ந்து அதனைக் காப்பாற்ற முயல்வார்கள். மேலும் மக்களுடைய பண்பாடும் மிக முக்கியம் என்று எனக்கு இது காட்டியது. நீங்கள் நல்லது செய்வதாக நினைப்பீர்கள். ஆனால் உள்ளூர்ச் சூழலுக்கு அது பொருத்தமாக இல்லாவிட்டால் எந்தப் பயனுமில்லை.

1977இன் பிற்பகுதியில், மரம் நடும் முயற்சிகள் பற்றிய செய்திகள் வேகமாகப் பரவிவிட்டிருந்தன. விவசாயிகள், பள்ளிகள், கோயில்கள் எல்லாம் அவற்றினுடைய திட்டங்களைத் தீட்டத் தொடங்கிவிட்டன. பசுமைப் பகுதி இயக்கத்தை மக்கள் குழுக்களே தங்களுடையனவாக ஏற்றுக்கொள்ளத் தொடங்கிவிட்டார்கள். இதனைத்தான் நான் முதலிலிருந்தே வலியுறுத்தி வந்திருக்கிறேன். ஆனால் பல தோல்விகள், ஏமாற்றங்களுக்குப் பிறகு எனது ஆசை நிறைவேறியது கண்டு மனநிறைவு அடைந்தேன். ஆனாலும் இந்தப் பணி என்னுடைய பல்கலைக்கழக வேலைகள், வேறு பொறுப்புகள், குழந்தைகளை வளர்ப்பது ஆகியவற்றில் சேராமல் தனித்தே இருந்தது.

நல்ல வேளையாக எனக்கு ஆற்றலும் சக்தியும் நிறையவே இருந்தன. அப்போது மான் போல வேகமாக ஓடியாடி வேலை செய்ய முடிந்தது. எனக்கு வீட்டு வேலைக்கும் குழந்தைகளைப் பார்த்துக்கொள்ளவும் ஒரு பெண் இருந்தார். எனினும் ஒரே நேரத்தில் பல இடங்களில் இருக்க வேண்டியிருந்தது எனக்கு இடர்ப்பாடாகவே இருந்தது. கற்றுக்கொடுக்க வேண்டிய பணி, இயக்குவிப்பது ஆகியவற்றோடு நாங்களே ஒரு நாற்றுப் பண்ணையைத் தொடங்க எண்ணிய போது காட்டுக்குள்ளும் கூட வன அலுவலரோடு போக வேண்டியிருந்தது.

மரக் கன்றுகள் நடும் பணி வேரூன்றத் தொடங்கிய பிறகு செலவும் அதிகமானது. நண்பர்கள் ஒவ்வொருவரும் ஒரு மரத்தை வளர்க்கும் பொறுப்பை ஏற்க வற்புறுத்தினேன். ஆனால் நல்ல வேளையாக பல நிறுவனங்கள் ஆதரவு தரத் தொடங்கின. கென்யாவின் தேசியப் பெண்கள் குழுவிலிருந்து சிறிது பண உதவிகளைப் பெற்றேன். கென்யாவின் கனடா நாட்டுத் தூதுவர் எங்களுக்கு ஒரு கார் பரிசளித்தார். மொபில் ஆயில் நிறுவனம் உதவிக்கரம் நீட்டியது. நைரோபியில் இன்னொரு நாற்றுப் பண்ணையை நிறுவப் பணம் தந்தது.

சில மாதங்களில் மரம் நடும் திட்டம் மிகப் பிரபலமாகி விட்டது. நாற்றுகள் கொடுத்து முடியவில்லை. எனவே முதன்மை வன அலுவலரான ஆன்சிமன் மிபுருவை அணுகி எங்கள் திட்டங்களைப் பற்றி எடுத்துரைத்தேன். எங்கள் கனவு பெரிது. நாங்கள் கென்யாவிலுள்ள ஒவ்வொரு ஆளுக்கும் ஒரு மரம் வீதம் 15 மில்லியன் மரங்கள் நடத் திட்டமிட்டோம். "ஒரு ஆள், ஒரு மரம்" என்ற முழக்கத்தையும் எழுப்பினோம்.

மிபுரு பலமாகச் சிரித்தார். "உங்களுக்கு எவ்வளவு வேண்டுமென்றாலும் எடுத்துக்கொள்ளுங்கள். பணமே தர வேண்டாம்," என்றார். அவரிடமிருக்கும் கன்றுகள் தீர்ந்து போகும் என்று அவர் எதிர்பார்க்கவே இல்லை. ஆனால் சில மாதங்களிலேயே பற்றாமல் போய்விட்டது. "நீங்கள் இப்போது பணம் தர வேண்டும். நீங்கள் வன அலுவலர்களிடமிருந்து நிறைய கன்றுகளை வாங்கிவிட்டீர்கள்," என்றார். இப்போது நாங்கள் சிரித்தோம். ஆனால் எங்கள் தேவைக்கு ஏற்ப எங்களால் பணம் தர முடியவில்லை. எப்படியும் எங்களுக்கு மரக் கன்றுகள் வேண்டியிருந்தது. வன அலுவலரிடமிருந்து பெறுவது கடினமாகப் போய்விட்டது. வனத்துறையினர் முதலில் எங்களுக்கு ஆதரவாக இருந்தார்கள். ஆனால் சிறிது நாள்களில் பெண்கள் மரம் நடுவதில் கெட்டிக்காரர்கள் ஆகிவிட்டதால் அவர்களுக்குப் பொறாமை வந்துவிட்டது போலும்.

முதலில் விவசாயிகளும் பெண்களும் வன அலுவலரை அணுகி கன்றுகளை வாங்கி வருவார்கள். அவர்கள் மூலமாகப் பிறருக்கு விநியோகித்தோம். பிறகு கென்யாவின் தேசியப் பெண்கள் குழு அவற்றிற்கும் வனத்துறைக்கும் பணம் கொடுத்துவிடும். ஆனால் விரைவிலேயே இதனை நாங்கள் மாற்ற வேண்டியதாயிற்று. ஏனென்றால் வன அலுவலர் வேகமாக வளரும் மர வகைகளைப் பயிரிட்டார்கள். உள்ளூர் மர வகைகளை விட்டுவிட்டார்கள். இவை மெல்ல வளர்ந்தாலும் சுற்றுச் சூழலைப் பாதுகாக்க இது உதவும்.

மேலும் பெண்கள் தங்கள் தோட்டங்களிலிருந்து பெற வேண்டியிருந்தது. பிறகு அங்கிருந்து அவற்றைச் சுமந்து வர வேண்டும். வன அலுவலர்களிடம் பணமோ வாகனங்களோ இல்லை. நாற்றுப் பண்ணைகளிலிருந்து கன்றுகளை வேரோடு பிடுங்கிக் கொண்டு வரும்போது மண் விழுந்து விடும். இதனால் பல கன்றுகள் நடுவதற்கு முன்னரே கருகிவிடும்.

இதற்கு ஒரே தீர்வு நாங்களே பயிரிடுவது. நாங்கள் பயிரிட்ட கன்றுகள் உள்ளூர் மர வகையைச் சார்ந்தவை. ஆனால் சில

வேகமாக வளருவதால், இந்த வித்தியாசமான மர வகைகளை நட்டார்கள். நாங்கள் வனத்துறையினரை அழைத்து நாற்றுப் பண்ணைகளை அமைப்பது பற்றிப் பேசச் சொன்னோம். ஆனால் இதிலும் சிக்கலிருந்தது. நான் ஏன் பெண்களுக்கு மரம் நடச் சொல்லித் தரச் சொல்கிறேன் என்று அவர்களுக்குப் புரியவில்லை. "இதற்குப் பயிற்சி பெற்றவர்கள் வேண்டும். மரம் நடப் பட்டயப் படிப்பும் படித்திருக்க வேண்டும்," என்றார்கள். ஆனால் பயிற்சி பெற்றவர்கள் எளிமையானதையும் சிக்கலாக ஆக்கி விடுவார்கள் என்று தெரிந்துகொண்டேன். அவர்கள் பெண்களுக்கு நிலத்தின் உயரம், சூரிய ஒளிபடும் இடம், நாற்றாங்காலின் ஆழம், மண்ணின் தன்மை, பண்ணையை நடத்தத் தேவையான கருவிகள் ஆகியவை பற்றி விளக்கம் அளித்தார்கள். ஆனால் படிப்பறியாத அந்தப் பெண்களுக்கு இவை எதுவும் ஒன்றுமே புரியவில்லை.

மேலும் வன அலுவலர் சொல்வது சரியானதாகவும் எனக்குப் படவில்லை. மரத்தின் வளர்ச்சி, மரக்கன்றின் தன்மை ஆகியவற்றைத் தெரிந்துகொள்ள வேண்டுமென்றால் பட்டயப் படிப்பு தேவைப்படலாம். அவர்கள் சொல்கின்ற தொழில்நுட்பம் எல்லாம் மரம் நடுவதற்குத் தேவையில்லை என்று கருதினேன். பெண்களுக்குத் தேவையான அறிவெல்லாம் எப்படி மண்ணில் மரக் கன்றை நடுவது, அதை எப்படிப் பராமரித்து வளர்ப்பது என்பது மட்டும்தான்;. யார் வேண்டும் என்றாலும் குழியைத் தோண்டலாம், அதில் மரக்கன்றை நடலாம், தண்ணீர் ஊற்றலாம், வளர்க்கலாம்.

எப்படி இருப்பினும் இந்தப் பெண்கள் விவசாயிகள் வாழ்நாளெல்லாம் நிலத்தில் பயிர்களை நட்டு அவை வளர்வதைப் பார்த்துக் கொண்டுதான் இருந்திருக்கிறார்கள். நானும் சிறுமியாக இருந்தபோது இந்த வேலைகளை எல்லாம் செய்திருக்கிறேன். எனவே மரக்கன்றுகளை நடுவதை வேறு கோணத்தில் பார்க்கச் சொன்னேன். "மரம் நடுவதற்கு நீங்கள் ஒன்றும் பட்டயப் படிப்பு படித்திருக்க வேண்டிய அவசியமில்லை. உங்களுடைய பொது அறிவைப் பயன்படுத்துங்கள். பீன்ஸ், சோளம் முதலான விதைகள் போலத்தான் இந்த மர விதைகளும், அவற்றை மண்ணில் நடுங்கள். அவை நல்லவையாக இருந்தால் வளரும், இல்லை என்றால் வளராது, அவ்வளவுதான்," என்று சொன்னேன்.

இதனைத்தான் அவர்கள் செய்தார்கள். நல்ல கன்றுகள் பிழைத்துக் கொண்டன. அவை வன அலுவலர்கள் நட்ட மரங்களைப் போலவே இருந்தன. ஆகவே நாங்கள் சரியான வழியில்தான் போகிறோம் என்பதைத் தெரிந்துகொண்டோம். அடுத்து பெண்கள் ஒருவருக்கு ஒருவர் உதவ நாற்றுப் பண்ணைகள் நாட்டின் பல

இடங்களில் வரத்தொடங்கி விட்டன. இவர்கள்தான் 'பட்டயம் இல்லாத வனத்துறை அதிகாரிகள்'.

எங்கள் பணிகளைத் தொடர்ந்து சரிபார்த்துக் கொண்டோம். சரியாக நடக்காதவற்றை விட்டுவிட்டுப் புதிய முறைகளை நடைமுறைப்படுத்தினோம். முதலில் பெண்களுக்கு நாங்கள் விதைகள் கொடுத்தோம். ஆனால் இதனால் அவர்கள் எங்களையே சார்ந்திருந்தார்கள். மேலும் நாடு முழுவதும் ஒரே மாதிரியான மரங்களைத்தான் நட முடியும். உள்நாட்டு மர வகைகளை விட்டுவிட்டு வெளிநாட்டு வினோதமான மரங்களை நடுவது எங்களுக்குப் பிடிக்கவில்லை. அது போலவே கென்யா முழுவதும் ஒரே மாதிரியான மரங்கள் வளர்வதும் எங்களுக்குப் பிடிக்கவில்லை. பல வகை மரங்கள் நிறைந்த நாடு இது. எனவே பெண்களிடம் காடுகளிலிருந்தும் அவர்கள் தோட்டங்களிலிருந்தும் விதைகளைச் சேகரிக்கச் சொன்னோம். அவர்கள் பகுதிகளில் வளரும் விதைகளை நடச் சொன்னோம். அது போல அவற்றைப் பராமரிக்கப் புதுப்புது வழிகளை முயன்று பார்க்குமாறு ஊக்குவித்தோம்.

மேலும் நாற்றுகளைச் சுற்றி மண்ணைச் சேமித்து வைக்கக் கலன்களையும் கொடுத்தோம். பெண்களும் புதிய புதிய வழிகளைக் கண்டுபிடிப்பதில் திறமை காட்டினார்கள். சிலவேளைகளில் விதைகளைத் தரையில் விதைத்தார்கள். சில சமயங்களில் உடைந்த மட்பாண்டங்களில் மண்ணை நிரப்பி நட்டார்கள். அவற்றை ஆடுகள் மேய்ந்து விடாமல் இருக்க உயரமான இடங்களில் வைத்தார்கள். நாற்றுக்குத் தண்ணீர் ஊற்ற தகர டப்பாக்களிலும், பழைய பானைகளிலும் ஓட்டைகள் போட்டுத் தண்ணீர் நிரப்பிக் கொண்டார்கள். நான் இவற்றைப் பாராட்டி ஊக்குவித்து இது போலப் புதிய வழிகளைக் கண்டுபிடிக்குமாறு கூறினேன்.

பெண்களுக்கு ஊக்கத் தொகையும் கொடுத்தோம். "நீங்கள் வளர்க்கும் கன்றை நட்டுவிட்டால் அதற்குத் தகுந்த வெகுமதி தருவோம் என்று கூறினேன். ஒரு மரத்திற்கு 4 அமெரிக்க செண்டுகள். சிறிய தொகைதான். ஆனால் இது நல்ல ஊக்கியாகப் பயன்பட்டது. எல்லோருமே ஏழைப் பெண்கள். பயிர்களையும், கால்நடைகளையும் பேணுவது, விறகு சேகரிப்பது, தண்ணீர் சுமந்து வருவது, சமைப்பது, குழந்தை களைப் பார்த்துக்கொள்வது என்று எல்லா வேலைகளையும் செய்தாலும், அவர்கள் கையில் பணம் எதுவும் கிடைக்காது.

எளிதாக அவர்கள் முன்னேற பத்துப் படிகள் கொடுத்தோம். குழுக்களை அமைப்பது, மரக்கன்று பண்ணை அமைக்கத்

தகுந்த இடம் தேடுவது, மரம் நடுவது, அதனைப் பராமரிப்பது முதலியவை அவற்றுள் அடங்கும். "முதல் பணியை நிறைவேற்றுங்கள். அதில் வெற்றி பெற்றுவிட்டால் எங்களிடம் சொல்லுங்கள். பிறகு அடுத்தபடிக்குப் போங்கள். இப்படி அடுத்த அடுத்த படிக்குப் போங்கள். பத்தாவது படிக்குப் போகும்போது உங்களுக்குப் பணம் கிடைக்கும்," என்றேன்.

பெண்கள் தங்கள் தோட்டங்களில் கன்றுகளை நட்ட பிறகு, சுற்றிலுமுள்ள பகுதிகளுக்குச் சென்று பிறரையும் மரம் நட ஊக்குவிக்குமாறு சொன்னேன். இப்போது இது ஒரு சமுதாயத்தின் முயற்சியாக, ஒரு சமுதாயத்திற்கே சக்தியைத் தருவதாக அமைந்தது. இப்படிப் படிப்படியாகப் பல்லாயிரம் முறை இது திரும்பச் செய்யப்பட்டது. பெண்கள், சமூகங்களின் முயற்சிகள் பெருகியவுடன் அவர்களை ஆயிரம் மரங்களை வரிசையாக நடச் சொன்னோம். இப்போது பசுமைப் பகுதி உருவாகிவிட்டது. நிலத்திற்கு மீண்டும் பசுமைப் போர்வை கிடைத்தது. இங்ஙனம் பசுமைப் பகுதி இயக்கம் வளரத் தொடங்கியது. இந்தப் பகுதிகள் மண்ணைப் பிடித்து வைத்துக் கொண்டன. நிழல் கிடைத்தது. வாழும் இடத்திற்குப் புது வாழ்வு கிடைத்தது. நிலப்பரப்பின் அழகும் கூடியது.

நான் அதிகம் படித்தவள்தான். ஆனால் தரையில் முழங்கால் படியிட்டுக் கிராமப் பெண்களோடு கைகளால் வேலை செய்வது எனக்கு வித்தியாசமாகத் தெரியவில்லை. 1980களிலும் 90களிலும் இதற்காகச் சில அரசியல்வாதிகளும் பிறரும் என்னைக் கேலி செய்தார்கள். ஆனால் நான் அதற்காகக் கவலைப்படவில்லை. கிராமப் பெண்கள் அதனை ஏற்றுக்கொண்டார்கள். அவர்களுடைய வாழ்க்கையை முன்னேற்றவும், சுற்றுச்சூழலைப் பாதுகாக்கவும் அவர்களோடு சேர்ந்து வேலை செய்ததைப் பாராட்டினார்கள். நானும் அந்த மண்ணின் மகள்தானே!

கல்வி, மக்களை அவர்களுடைய நிலத்திலிருந்து பிரிக்கக் கூடாது. மாறாக அவர்களுக்கு அதன் மேல் மரியாதையை ஏற்படுத்த வேண்டும். ஏனென்றால் படித்தவர்கள் நாங்கள் எவற்றை எல்லாம் இழந்துகொண்டிருக்கிறோம் என்பதைப் புரிந்து கொள்ள முடியும். இந்த உலகின் வருங்காலம் நம் எல்லோர் கைகளிலும் இருக்கிறது. நாம் அனைவரும் அதனைக் காக்க நம்மால் முடிந்ததைச் செய்ய வேண்டும். நான் பெண்களுக்கும், வன அலுவலருக்கும் சொன்னதைப் போல மரக் கன்றுகளை நட உங்களுக்குப் பட்டயம் என எதுவுமே தேவையில்லை. சுற்றுச்சூழலின் மீது அளவற்ற அக்கறை இருந்தால் போதும்.

இடமிருந்து வலம்: எனது அம்மா லிடியா வான்சிரு, எனது கதை சொல்லும் அத்தை நியக்வெயா, நான். 1993ஆம் ஆண்டு இகித்தேயில் எங்களுடைய வீட்டின் முன்னால்

இகித்தே அருகில் உள்ள பள்ளத்தாக்கு. எங்களுடைய தோட்டம் அங்கிருந்தது. இப்போது காடு அழிக்கப்பட்டு தேயிலையும் காப்பியும் பயிரடப்படுகின்றது.

இகித்தே தொடக்கப்பள்ளி. நான் இங்கு 1948இல் படிக்கத்தொடங்கினேன். அப்போதிருந்தே அங்கு தேயிலைத் தோட்டங்கள் பயிரிடப்பட்டன.

புனித செசிலியாவில் 1950 களின் பிற்பகுதியில் கொன்சொலட்டா மிசனரி சகோதரிகள். வலது கடைசியில் நிற்பவர் சகோதரி ஜெர்மனா. நான் அங்கிருந்த நான்காண்டுகளில் அவருடன் நெருக்கமாக இருந்தேன்.

இகித்தேயிலிருந்து புனித செசீலியாவிற்கு நான் நடக்கும் பாதையின் முடிவு. இப்போது இருக்கும் காட்சி.

புனித ஸ்கொலாஸ்டிக்காவில் எனது தோழிகளுடன்.

1964இல் ஸ்கொலாஸ்டிக்காவில் பட்டம் பெற்றபோது நான்.

1969 திருமண வரவேற்பில் மிவாங்கியும் நானும். எனக்கு இடப்புறம் எனது தந்தை. அவருக்கருகில் அவருடைய கடைசி மனைவி. அடுத்து எனது சகோதரர் கிபிச்சோ.

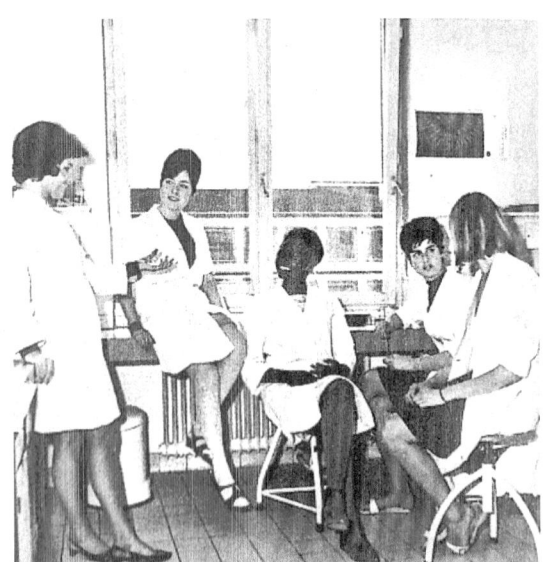

முனிக் பல்கலைக்கழகத்தில்.. இடது கோடியில் டாக்டர் கோச்.

1969இல் மொம்பாசாவின் அருகில் ஜெடி சிதைவுகள் அருகில் தேனிலவு.

1971 நவம்பர் 8 முனைவர் பட்டம் பெற்றபோது மிவாங்கியுடன்.

என் குழந்தைகள்: முட்டா, வாஞ்சிரா மற்றும் வாவெரு

1979 கனடா நாட்டுத் தூதுவர் பசுமைப் பகுதி இயக்கம் தொடங்கப்பட்டபோது கார் பரிசளிக்கிறார். இடப்புறதிலிருந்து நான்காவதாக நான்.

கிப்வெசியில் மரம் நடுதல். கென்ய தேசியச் சுற்றுச்சூழல் செயலகத்தின் இயக்குநருடன்

1982 நான் போட்டியிட முடியாது என்று அறிவிக்கப்பட்ட பிறகு தேர்தல் அலுவலகத்திலிருந்து வெளியேறும் போது.

1989 நைரோபி உகுரு பூங்காவில்.

1992 பிப்ரவரி 13. உகுரு பூங்காவில் கட்டடம் கட்ட அமைக்கப்பட்ட வேலி அகற்றப்படுகிறது

2005 உகுரு பூங்காவில் சுதந்திரச் சதுக்கம்

நைரோபியில் எனது வீட்டுக் கதவு. 1992இல் என்னை வெளியே கொண்டுவர இதை உடைத்தார்கள்

1992 ஜனவரி; அருள்திரு திமோதி நிஜொயா என் வீட்டுக்கு முன்னால் செய்தியாளர்களிடம் பேசுகிறார். அவரை எனது வீட்டிற்குள் அனுமதிக்க காவலர் மறுத்துவிட்டார்கள்

இடமிருந்து வலம்: நான், வெர்டிசின் மபையா, எனது அம்மா. இகித்தே வீட்டில்.

ஜனவரி 2005, இங்கிலாந்து நிதி அமைச்சர் கார்டன் ப்ரவுனுடன் நான் உகுரு பூங்காவில் மரக் கன்று நடுகிறேன்

கருரா காட்டில் எதிர்ப்பு அணி

1998 அக்டோபர். கருரா காட்டில் நுழை வாசலில் ஆதரவாளர்களைத் திரட்டுவது.

அக்டோபர் 8, 2004. ஆஸ்லோவிலிருந்து வரும் அழைப்பிற்காகக் காத்திருக்க நார்வே தூதுவர் கூறுகிறார்.

2004இல் அமைதிக்கான நோபெல் பரிசு பெற்ற பிறகு நைரோபியில்

6
இக்கட்டான ஆண்டுகள்

ஆழமான அனுபவங்கள் நம்மை முற்றிலும் மாற்றுகின்றன. சில நேரங்களில் நம்முடைய நண்பர்களோடும், குடும்பத்தோடும் உள்ள உறவுகளைக் கூட பணயம் வைக்க நேரிடும். நாம் செல்லுகின்ற பாதை அவர்களுக்கு ஏற்புடையதாக இல்லாது போகலாம். நம்முடைய முடிவுகள் அவர்களை அச்சுறுத்தலாம். தங்களுக்கு நன்கு அறிமுகமானவரா இவர், இவருக்கு என்ன ஆயிற்று என்று கூட அவர்கள் எண்ணலாம். ஆசைகள், நம்பிக்கைகள், ஒருவருக்கொருவர்பாலுள்ள அக்கறைகள், நோக்கங்கள் எல்லாம் மலருவதற்கான வாய்ப்பு அந்த உறவில் இல்லாது போகலாம். திருமணம் முடித்த தம்பதியருக்குக் குறிப்பாக இது உண்மையாக இருக்கிறது. ஏனென்றால் பெரும்பாலான மக்கள் இளமையிலேயே மணம் முடித்துவிடுகிறார்கள். அப்போது வாழ்க்கையைப் பற்றிய அவர்களுடைய கண்ணோட்டம் வளரவும் மாறவும் வாய்ப்பு இருக்கிறது. எனக்கும் மிவாங்கிக்கும் இடையிலே இதுதான் நடந்திருக்க வேண்டும்.

நாங்கள் இளவயதில் மண முடித்தவர்கள். இருவருமே அமெரிக்காவில் படித்தவர்கள். சமுதாயம் எங்களிடமிருந்து நிறையவே எதிர்பார்த்தது. எங்கள் இருவருக்குமே வேலைப் பளு அதிகம். மூன்று குழந்தைகளை வளர்க்க வேண்டும். எனவே எங்களுக்கு மன அழுத்தமும் அதிகம். நானும் கூட ஆண்களின் தனி உலகத்தில் நுழையும் அறைகூவலை ஏற்றுக் கொண்டுவிட்டேன். என்னைப் போன்ற ஒரு பெண்ணின் உயர்ந்த கல்வித் தகுதிகள் ஆண்களை அச்சுறுத்தும் என்று யாரும் எனக்குக் கூறவில்லை. எனினும் கென்யச் சமுதாயம் கல்வியை உயர்வாகப் போற்றுகிறது. கென்யாவின் எல்லாச் சிக்கல்களுக்கும் அதுதான் தீர்வு என்று கருதுகிறது. அதே சமயம் சமுதாயம்

பெண்களை விட ஆண்களையே உயர்வாக மதித்து வந்திருக்கிறது. பெண்களுக்கு முன்னால் ஆண்களுக்குத்தான் கல்வி. பெண்களை விட ஆண்கள்தான் சாதிக்க முடியும் என்று நம்பியது. எனவே என் கணவர் பி.எச்.டி பட்டம் பெறவில்லை, நானோ முனைவர் பட்டம் பெற்று பல்கலைக்கழகத்தில் பணியாற்றுகிறேன் என்பது தான் சொல்லப்படாத சிக்கல்.

என்னைப் பற்றிய சமுதாயத்தின் கணிப்புதான் என்னைப் பற்றிய என்னுடைய கணவரின் எண்ணத்தை உருவாக்குகிறது. தனது கண்கள் மூலம் இல்லாமல் சமுதாயம் தந்த கண்ணாடியின் வழியாகவே என்னை அவர் பார்த்தார். அந்தக் காலம் உண்டாக்கிய மனிதர் அவர். எனவே கென்யாவின் பெரும்பாலான ஆண்கள் பெண்களைப் பற்றிக் கொண்டிருந்த கருத்தைத் தான் மிவாங்கியும் என்னைப் பற்றிக் கொண்டிருந்தார். ஆகவே சமுதாயத்தின் கண்ணோட்டம் சிக்கலின் ஒரு பகுதியாகவே இருந்தது. ஒரு குறிப்பிட்ட வழியில் தான் ஆண்கள் பெண்களிடம் நடந்து கொள்ள வேண்டும் என்று சமுதாயம் எதிர்பார்த்தது. அவர்களுடைய மனைவியர் உயர்கல்வி கற்றுச் சாதனைகள் புரிந்திருந்தாலும் அவர்கள்தான் வீட்டை ஆள்பவர்கள் என்றும் மனைவியரின் கைப்பொம்மைகள் இல்லை என்றும் வெளியில் காட்ட வேண்டியிருந்தது.

“வீட்டில் கால் சட்டை அணிந்திருப்பது அவரா?” என்று ஆண்களிடம் கேட்பது வழக்கமாகிவிட்டிருந்தது. எனவே தான் தான் வீட்டின் தலைவன், நிர்வாகி என்று ஆண் நிரூபிக்க வேண்டியிருந்தது. இதனால் ஆண்களுக்கு ஒரு மன அழுத்தம். இந்த அழுத்தம் அதிகமாகும்போது இளம் வயது இணையர்களின் மண வாழ்க்கையை அது உடைத்து விட்டது. மண வாழ்க்கையில் வெற்றி பெற தோல்வி கண்டுவிட்டதாக வெளியில் நடிக்க வேண்டும், கடவுள் தந்த என்னுடைய ஆற்றல்களை ஒளித்து வைத்துக்கொள்ள வேண்டும் என்று எனக்கு யாரும் எச்சரிக்கை செய்ததில்லை.

எங்களிடையே ஏற்பட்ட விரிசலின் காரணத்தை நான் அடையாளம் காணவில்லை. ஆனால் இப்போது திரும்பிப் பார்க்கும்போது மிகச் சாதாரண காரியங்களினாலேயே தொடக்கத்திலிருந்து ஓர் இறுக்கம் ஏற்பட்டுவிட்டது என்பதைக் காண முடிகிறது. எடுத்துக்காட்டாக, திருமணம் ஆனபோது என்னுடைய கடைசிப் பெயரை மாற்றிக் கணவரின் பெயரைச் சேர்த்துக்கொள்ள விரும்பவில்லை. என்னுடைய பல முக்கியமான ஆவணங்கள் என்னுடைய குடும்பப் பெயரில் இருந்தது ஒரு காரணம். அடுத்து ஒரு கிகியுயு பெண் திருமணத்திற்குப் பின்பும் தன்னுடைய குடும்பப் பெயரை

வைத்துக்கொள்வது பரம்பரைப் பழக்கம். அவளுடைய அப்பாவின் மகள் என்ற பெயராலேயே அவள் அழைக்கப்படுவாள் அல்லது அவளுடைய குழந்தைகளின் பெயரால் அழைக்கப்படுவாள். வாவெருவின் அம்மா, முட்டா அம்மா என்ற பெயர்கள் இருக்கும். இது தாய்மையின் சிறப்பை வலியுறுத்துவதற்காக அமைந்தவை.

திருமணத்திற்குப் பிறகு திருமதி (Mrs) என்பதற்குப் பிறகு கணவனின் குடும்பப் பெயரைச் சேர்த்துக்கொள்வது பிரிட்டிஷாரால் அறிமுகப்படுத்தப்பட்டது. அதனை ஏற்றுக் கொள்வது அவசியமானதாக எனக்குத் தோன்றவில்லை. ஆனால் சமுதாயத்தில் உயர்மட்டத்திற்கு வந்துகொண்டிருந்தவர்கள் இந்தப் பழக்கத்தைப் பின்பற்றினார்கள் என்பது உண்மை தான். அப்படி நான் செய்யாதது மிவாங்கியையும் அவரது குடும்பத்தையும் நான் மதிக்காதது போலக் கருதப்பட்டது. அப்படி எல்லாம் இல்லை என்று எடுத்துக்காட்ட இரண்டு குடும்பப் பெயர்களையும் ஒரு சிறுகோடு போட்டு இணைத்துப் பயன்படுத்தினேன். படிப்படியாக அந்தக் கோட்டையும் எடுத்து விட்டேன். என்னுடைய முதல் பெயரையும் அன்றாட பயன்பாட்டில் விட்டுவிட்டேன்.

திருமணங்கள் உடையும்போது, முதிர்ச்சியும், சிந்திக்கும் ஆற்றலும் பின்னுக்குத் தள்ளப்பட்டு உணர்ச்சிகளாலேயே உந்தப்படுகிறோம். நான் எனது மண வாழ்க்கையைப் பாதுகாத்துவிடலாம் என்று நம்பினேன். அப்போது குழந்தைகள் சிறியவர்களாக இருந்ததால் அவர்களுக்காகவாவது இணைந்து வாழவேண்டியிருந்தது. ஆனால் 70-களின் மத்தியில் எங்கள் மண வாழ்க்கை சரியாகப் போகவில்லை என்றும் இக்கட்டான சூழ்நிலைகளை எதிர்கொள்ள வேண்டியதிருக்கும் என்றும் தெரிந்துகொண்டேன். ஆனால், எல்லாத் திருமணங்களுக்குமே இடையூறுகளும் அறைகூவல்களும் இருக்கத்தான் செய்யும், அவற்றைச் சமாளித்துவிடலாம் என்று நான் நம்பினேன்.

பிறகு 1977 ஜூலையில் ஒரு நாள் வீட்டிற்கு வந்தபோது பார்த்த காட்சி ஏதோ நடந்துவிட்டது என்று காட்டிற்று. தரையெல்லாம் சிப்பம் கட்டும் பொருள்கள் இரைந்து கிடந்தன. சுவரில் இருந்த ஓவியங்கள் சிலவற்றைக் காணவில்லை. திரைச் சீலைகள், தொலைக்காட்சிப் பெட்டி முதலியவையும் இல்லை. நான் வீட்டுக்குள் போன போது மிவாங்கி அவருடைய அனைத்துப் பொருள்களையும் எடுத்துக்கொண்டு போய்விட்டார் எனத் தெரிந்தது.

"என்ன நடந்தது?" என்று பணிப் பெண்ணிடம் கேட்டேன். "மத்தாய் அப்பா எல்லாவற்றையும் காரில் ஏற்றிக்கொண்டு போய்விட்டார்," என்றார் அவர்.

எனக்குப் பெரிய அதிர்ச்சி. அது நடந்துவிட்டது. மிவாங்கி என்னை விட்டுப் பிரிந்துபோக முடிவு செய்துவிட்டார். அப்படியே உட்கார்ந்துவிட்டேன். எனக்குள் நானே பேசிக் கொண்டேன். என்னுள் எழும் உணர்ச்சிகளைப் பற்றிச் சிந்தித்தேன். ஒரு கணத்தில் எங்கள் நட்பு, திருமணம், குழந்தைகள் பிறந்தபோது ஏற்பட்ட மகிழ்ச்சி, சிரிப்பு, சச்சரவுகள், கண்ணீர் அனைத்தும் நினைவில் வந்து மறைந்தன. இப்போது? பழைய நினைவுகளை ஒரு திரைப்படத்தைப் போலத் திரும்பப் போட்டுப் பார்த்தேன். கண்கள் வெறுமையைப் பார்த்துக்கொண்டிருந்தன.

உடனே என்னுள் ஒரு வலிமையான சக்தி என்னை நாற்காலியிலிருந்து தூக்கிவிட்டது. விளக்குமாற்றைத் தேடினேன். "கூட்டிப் பெருக்கு," என்று எனது மனக் குரல் கட்டளை இட்டது. உடனே அதற்குக் கீழ்ப்படிந்து விளக்குமாற்றை எடுத்து மிவாங்கி விட்டுச் சென்ற குப்பையை எல்லாம் பெருக்கினேன். சமையலறை, பெரிய அறை, படுக்கை அறை அனைத்தையும் சுத்தப்படுத்தினேன். அப்போது அவர் போய்விட்டார், திரும்பி வரமாட்டார் என்பதை உணரத் தொடங்கினேன். அப்படி வந்தால் நான் என்ன செய்வது?

கடைசிப் பொட்டுத் தூசியையும் கூட்டிய பிறகு எனக்குள் நான் ஓர் உடன்படிக்கை செய்து கொண்டேன். நான் எதனையும் ஏற்றுக்கொள்வது என்று முடிவு செய்துவிட்டேன். நடக்க வேண்டியது நடந்துதான் ஆகும். என்னுடைய தோழி ஒருவர் தனது வாழ்க்கைத் தத்துவத்தை முன்னர் கூறியது நினைவிற்கு வந்தது. "வாழ்க்கை என்பது ஒரு பயணம்; ஒரு போராட்டம். ஆனால் எந்தச் சூழலையும் சிறப்பாகப் பயன்படுத்திக்கொள்ள முடியும்," என்று சொல்லியிருக்கிறார். அப்படிப்பட்ட இக்கட்டான சூழலில் நான் இப்போது இருக்கத்தான் செய்கிறேன். நான் அதனை நல்ல முறையில் பயன்படுத்த வேண்டும்.

தொடர்ந்த நாள்களில் தனிமையை உணர்ந்தேன், சோகத்தை அனுபவித்தேன். மிவாங்கி என்னை விட்டுப் பிரிந்து போனதற்கான காரணங்களை மனத்திற்குள் ஆராய்ந்தேன். தோல்விக்கு என்மேல்தான் அவர் குற்றம் சாட்டுவார், மக்களும் குற்றம் சாட்டுவார்கள். எப்போதுமே பெண் தான் குற்றமுள்ளவள். நான் ஒரு தவறும் செய்யவில்லை என்று நம்பினேன். செய்ய வேண்டியவற்றை எல்லாம் செய்திருக்கிறேன். என்னையே

தாழ்த்திக்கொண்டிருக்கிறேன். மிவாங்கியின் அரசியல் பொது வாழ்விற்கு உதவி இருக்கிறேன்; அவருக்குத் தொண்டு செய்திருக்கிறேன்; அன்பு காட்டியிருக்கிறேன். நல்ல தாயாக, ஒரு அரசியல்வாதியின் நல்ல மனைவியாக, நல்ல ஆப்பிரிக்கப் பெண்மணியாக, வெற்றிகரமான பல்கலைக்கழகப் பேராசிரியராக இருக்க முயன்றிருக்கிறேன். ஒரு பெண் சிறப்பாகச் செயல்பட முடியாத அளவிற்கு அதிகமான பொறுப்புகளை எடுத்துக் கொண்டேனோ? நான் கவனம் செலுத்த வேண்டிய எதையாவது விட்டுவிட்டேனா? எங்கே தவறு செய்தேன்? எங்களுடைய வேலைப் பளுவின் காரணமாகச் சேர்ந்து இருக்க முடியாமல் போய் விட்டோமா?

ஒருவருக்காக அவ்வளவு செய்து விட்டு அவரை என்னருகில் வைத்திருக்கத் தகுந்ததைச் செய்யாமல் எப்படி விட்டு விட்டேன்? நானாக மூன்று குழந்தைகளை வைத்துக்கொண்டு எப்படிச் சமாளிக்கப் போகிறேன்? எனது மனதில் இந்த எண்ணங்கள் எல்லாம்தான் ஓடின.

எங்கள் வீட்டில் அடித்த புயலைப் பற்றிக் குழந்தைகளுக்கு ஒன்றும் தெரியவில்லை. அவர்களிடம் நான் ஒன்றும் சொல்லவில்லை. என் உள்ளத்தில் நடந்த போராட்டங்களையும் நான் வெளியில் காட்டவில்லை. அன்றிரவு அவர்களுடைய வேலையைச் செய்து முடித்தவுடன் படுக்க வைத்தேன். அப்போது அவர்களுடைய மாசற்ற கண்களைப் பார்த்தேன். அவர்களும் என்னுடைய கண்களில் எதையோ தேடுவது போலத் தோன்றியது. "எல்லாம் சரியாகிவிடும்!" என்று அவர்களிடம் கூறியதாக நினைக்க அன்றைய நாள் முடிவுக்கு வந்தது. சில மணி நேரங்களுக்கு முன்னர்தான் என்னுடைய துன்பம் தொடங்கியது. ஆனால் ஒரு மாமாங்கம் போலத் தோன்றிற்று. எனது படுக்கை அறைக்குப் போய் விளக்குகளை அணைத்து விட்டுத் தனியாக அந்தப் பெரிய படுக்கையில் படுத்து கண்ணீர் விட்டுக்கொண்டே தூங்கிப் போய்விட்டேன்.

அடுத்த நாள் காலை யாரோ நெருங்கிய உறவினர் ஒருவர் இறந்துவிட்டது போல உணர்ந்தேன். உங்களின் அன்பர் போய்விட்டார் என்று தெரியும். ஆனால், உங்களில் ஒரு பகுதி நீங்கள் கனவு கண்டுகொண்டிருப்பதாகவும் அவர் இறக்கவில்லை என்றும் சொல்லும். ஆனால் சிறிது நேரத்தில் அவர் உண்மையிலேயே இறந்துவிட்டார் என்பது உரைத்தவுடன் சோகம் உங்களைக் கவிந்து கொள்ளும். நீங்கள் வீட்டைவிட்டு வெளியே இறங்கி நடக்கும்போது அனைவருமே சோகத்தில்

மூழ்கியிருப்பார்கள் என்று எதிர்பார்ப்பீர்கள். ஆனால் ஒருவருமே கவலைப்பட்டிருக்க மாட்டார்கள். வழக்கம்போலவே சூரியன் உதித்துவிட்டது. கார்கள் வேகமாக ஓடி மறைகின்றன. ஒன்றுமே நடக்காதது போல மக்கள் அவர்கள் வேலையைப் பார்த்துக்கொண்டு போவார்கள். அவர்களை அழைத்து உங்களுடைய அன்பர் இறந்துவிட்டார், உங்கள் கணவர் உங்களை விட்டுப் போய்விட்டார் என்பது ஏன் அவர்களுக்குத் தெரியாமல் போயிற்று என்று கேட்கத் தோன்றும்; ஆனால் முடியாது என்று உங்களுக்குத் தெரியும். உங்கள் வாழ்க்கையில் ஒரு முக்கியமான நிகழ்ச்சி நடந்திருப்பது பற்றி அவர்களுக்கு எப்படித் தெரியாமற் போயிற்று என்று நீங்கள் நினைப்பீர்கள். "அவர்கள் எல்லாவற்றையும் நிறுத்திவிட்டு என்னோடு சேர்ந்து அழ வேண்டும்," என்று கருதுவீர்கள். ஆனால், அவர்கள் நிறுத்துவதில்லை. நீங்கள் என்ன துன்பத்தை அனுபவிக்கிறீர்கள் என்று அவர்களுக்குத் தெரியாது, யாருக்கும் தெரியாது; யாரும் கவலைப்படுவதாக இல்லை.

இதன் தன்மை, புதியதொரு வழித்தடம் தேட வேண்டும். ஆனால் இந்த மாதிரியான இழப்பைச் சந்தித்த முதற் பெண் நானில்லை. நானே கடைசியாகவும் இருக்க மாட்டேன். என்னுடைய தாயைப் பற்றி எண்ணிக் கொண்டேன். படிக்காத அவர் எத்தனை அறைகூவல்களைச் சந்தித்திருக்கிறார். எனக்கிருக்கும் பரந்த அனுபவம் எதுவுமில்லாமல், கல்வியோ, சொத்தோ இல்லாமல் என்னுடைய தந்தையை விட்டுத் தனியாக இருந்து, அதுவும் குறிப்பாக மாவ் மாவ் புரட்சியின் போது கூடச் சமாளித்து விட்டார். நான் இப்போதைய இக்கட்டில் அவரை நினைத்துக் கொண்டேன்.

அப்போது எனது திருமண வாழ்க்கையில் நான் யாரையும் சார்ந்திராத ஒருத்தியாக ஆகிவிட்டிருந்தது எனக்குப் பெரிதும் உதவியது. மிவாங்கியின் பணி, என்னுடைய வேலை ஆகியவற்றினாலும், என்னுடைய பொறுப்புணர்வினாலும் நானே பல்கலைக்கழகத்திலும் வீட்டிலும் பல முடிவுகளை எடுத்து வந்தேன். ஆகவே அவர் போன பிறகு என்னுடைய வழக்கமான பணியில் எந்த மாற்றமும் ஏற்படவில்லை. என்ன, அவருக்காக நான் செய்து வந்த வேலை இப்போது இல்லை. வழக்கமான நேரத்திற்கு எழுந்து பல்கலைக்கழகத்திற்குப் போனேன். மாலையில் வீடு வந்து குழந்தைகளுக்காகச் சமைத்து, அவர்களுடைய வீட்டுப் பாடங்களில் உதவி, குளித்தார்களா என்பதைச் சரிபார்த்துப் படுக்க வைத்தேன். "என்னுடைய கணவன் இல்லையே, நான் என்ன செய்யப் போகிறேன்," என்று என்னிடமோ, வேறு யாரிடமோ

கேட்க வேண்டிய அவசியமில்லை. நான் எப்போதும் போலவே என்னுடைய வேலைகளைச் செய்தேன்.

எனக்கு அந்த வேளையில் கை கொடுத்த இன்னொன்று பசுமைப் பகுதி இயக்கப் பணியில் நான் ஏற்படுத்திக் கொண்ட அணுகுமுறை. என்னோடு பணியாற்றுபவர்களிடம், "இதுவரையில் யாரும் போகாத ஒரு பாதையில் நாம் போகிறோம். நாம் நேற்றுச் செய்தது சரியான பலனைத் தராவிட்டால், திரும்ப அதையே செய்யக் கூடாது, அது காலத்தை வீணடிப்பதாகும்," என்று கூறுவேன். இப்படிச் சிந்திப்பது மிவாங்கி என்னை விட்டுப் போனபோது எனக்கு மிகவும் உதவியது. இல்லையென்றால் நான் முழுவதுமாக ஒடிந்து போயிருப்பேன், அழிந்து போயிருப்பேன். முழு முயற்சியுடன் உன்னுடைய முழுத் திறனையும் பயன்படுத்தி ஒன்றைச் செய்கிறாய், வெற்றி கிடைக்கவில்லை என்றால் என்ன செய்வது? ஒன்றும் இல்லை. என்னுடைய மண வாழ்க்கையில் என்னால் முடிந்த அளவு செய்ய வேண்டியதை எல்லாம் செய்திருக்கிறேன், தோற்றுவிட்டேன். ஆனால் தோல்விக்கு என்னையே குற்றம் சாட்டிக்கொள்வதை நிறுத்த வேண்டும். மக்களும் என்னைத்தான் குறை சொல்வார்கள். அதற்கும் நான் தயாராக இருக்க வேண்டும். மேலும், நான் என்னுடைய உடன் பணியாளர்களுக்குக் கூறுவது போல, "தோல்வி அடைவது ஒரு குற்றம் அல்ல. எது முக்கியமென்றால், நீங்கள் தோல்வி அடைந்தால் மீண்டும் எழுந்து நடக்க மன உறுதியும் சக்தியும் வேண்டும்."

எனினும், நான் ஒரு பெரிய மாற்றத்தைச் செய்து கொண்டேன். நான் குடியிருந்த வீட்டில் மிவாங்கியைப் பற்றி அதிகம் சிந்தித்துக்கொண்டிருந்தேன். சுவர்களில் மாட்டியிருந்த குடும்பப் புகைப்படங்கள், அவர் உட்கார்ந்திருந்த நாற்காலி, அவர் வழக்கமாகப் பயன்படுத்தும் 'கோட்' எல்லாம் அவரை நினைவுபடுத்தின. ஆகவே புதிதாகத் தொடங்குவது என்று முடிவு செய்தேன். ரோஸ் அவென்யுவிலுள்ள பல்கலைக்கழகத்தின் ஒரு புதிய வீட்டிற்குக் குடி போனோம். அது அமைதியான இடம். அதிபர் மாளிகைக்கு அருகில் இருந்தது. வீட்டைச் சுற்றிலும் பெரிய தோட்டம். குழந்தைகள் விளையாட வசதியாக இருந்தது. நிறைய மரங்கள். அவற்றில் பல பழ மரங்கள். குழந்தைகள் மரங்களில் ஏறிப் பழத்தைப் பறித்து உண்பார்கள். அந்தப் பகுதிக் குழந்தைகளில் நல்ல நண்பர்கள் அவர்களுக்குக் கிடைத்தார்கள். பல மணி நேரம் வளாகத்திலேயே குழந்தைகள் எல்லாம் விளையாடினார்கள்.

மிவாங்கி போயிருக்காவிட்டால் எனக்கு என்ன ஆகியிருக்கும் என்று பலவேளை நினைத்ததுண்டு. இப்போது நான் போகும்

பாதையிலேயே போயிருப்பேனா என்றும் எண்ணியதுண்டு. ஒரு வகையில் பார்த்தால் அவர் போனதால்தான் நான் இந்தப் பாதையைத் தேர்ந்தெடுக்க எனக்கு அனுமதி கிடைத்தது என்றே சொல்ல வேண்டும். அவர் இருந்திருந்தால் வேறு மாதிரி நடத்திருக்கலாம். நான் போயிருக்கும் பாதை நாங்கள் தேர்ந்துகொண்டதாக இருக்கும். என்னுடையதாக இருந்திருக்காது. மிகுந்த இக்கட்டான சூழ்நிலைகளிலும் வாய்ப்புகள் இருக்கின்றன என்பதற்கு இது ஒரு சான்று.

எனக்கும் என்னுடைய கணவருக்கும் இடையே ஏற்பட்ட பிரிவு 1979இல் வழக்கு மன்றத்திற்குச் சென்றது. நான் மணமுறிவுக்குத் தயாராக இல்லை. எப்படியாவது சமாதானம் ஏற்பட்டுவிடும் என்று நம்பினேன். எனக்குக் குடும்பம் தேவையாக இருந்தது. ஆனால் எனக்கு வேறொரு கணவர் வேண்டாம். எனினும் மிவாங்கி வேறு விதமாக நினைத்தார். ஆனால் அடுத்து நடந்தது எனக்குப் பெரிய அதிர்ச்சியாக இருந்தது. மண முறிவுக்குத் தேவையான நடவடிக்கைகளை எல்லாம் எங்களுக்குள் வைத்திருக்கலாம். அதைத்தான் நான் விரும்பினேன், எதிர்பார்த்தேன். ஆனால் அவர் அவற்றை அனைவரும் அறிந்துகொள்ள வேண்டுமென்று விரும்பினார். நாடாளுமன்ற உறுப்பினர் ஒருவருக்கும் அவரது மனைவிக்கும் மண முறிவு வழக்கு என்றால் எல்லாமே அம்பலத்துக்கு வந்துவிடும். பத்திரிகைகள் பல விதமாக எழுதும். எங்கள் சிக்கல்களைப் பற்றி விவாதிப்பார்கள், அரட்டையடிப்பார்கள். எனக்கு அது பிடிக்கவில்லை. எனவே எனது மனம் படாதபாடு பட்டது.

கென்யாவின் மேலை நாட்டு ஆதிக்கத்தால் ஏற்பட்ட புதிய பழக்கங்களில் ஒன்று மேலை நாட்டு முறை மண முறிவு. இதுவும் பல முரண்பாடுகளை எங்கள் வாழ்க்கையில் ஏற்படுத்தியது. மண முறிவுக்கான சட்ட நடவடிக்கை எல்லாம் எங்கள் சமுதாயத்திற்கு அன்னியமானது. எங்களை வேரோடு பிடுங்கி வேறொரு இடத்தில் புகுத்திவிட்டது. வழக்கு மன்றங்களின் வழியாக ஒரு புது மரபில் எங்களை ஆழ்த்திவிட்டது. அதே சமயம் வெளியிலுள்ள சமுதாயத்தில் திருமணம் மற்றும் குடும்ப அமைப்புகளில் வேறு சட்ட திட்டங்களைக் கொண்டிருந்தது. நாங்கள் இரண்டு உலகங்களையும் சமாளிக்க வேண்டியிருந்தது.

பிரிந்துபோன கணவன் மனைவி தொடர்பான வழக்குமன்ற நடைமுறை சூழ்நிலையை மிகவும் குழப்புவதாக இருந்தது. வன்கொடுமை, சோரம்போதல், மனத்தளவில் சித்திரவதை, மனப் பேதலிப்பு ஆகிய காரணங்களுக்காகத் தான் மண முறிவு

தரப்பட்டது. இதனால் காட்டுத்தனமான குற்றச் சாட்டுகளும், பச்சைப் பொய்களும் நிறைந்துவிட்டன. ஆனால் அந்தப் பொய்கள் அவ்வளவு கீழ்த்தரமாக, மனத்தைப் புண்படுத்தும்படியாகவா இருக்க வேண்டும்? மிவாங்கி என்மேல் சாட்டிய குற்றச்சாட்டு அவருக்குத் துரோகம் இழைத்து விட்டேன் என்பது. இதனால் அதிகமான இரத்த அழுத்தம் ஏற்பட்டது என்றும் வன் கொடுமைக்காரி என்றும் குற்றம் சாட்டினார். நான் அவை அனைத்தையும் மறுத்தேன். எனவே வழக்கு மன்றத்தில் வழக்கு நடக்கவேண்டியதாயிற்று.

வழக்கு மூன்று வாரங்கள் நடந்தது; ஆனால் அது மூன்று ஆண்டுகள் போலத் தோன்றிற்று. பத்திரிகைகள் வழக்கைப் பற்றி விபரங்கள் அனைத்தையும் விலாவாரியாக விவரித்தன. ஒவ்வொரு விசாரணையின்போதும் என்னுடைய குழந்தைகள், குடும்பம், நண்பர்கள் முன்னால் நான் துகிலுரிக்கப்பட்டது போல உணர்ந்தேன். என்னை உதறித்தள்ளிவிட்டுப் போகும் ஒருவருக்கு மனைவியாக இருந்தேன் என்பதுதான் எனக்குப் பெயர் தேடித் தந்தது! அது ஒரு மிகப் பெரிய பொய்த் தண்டனை! வழக்கு நடந்துகொண்டிருந்தபோது கணவன் மனைவியையும், அவர்கள் குடும்பங்களையும் அழிப்பதிலிருந்து காப்பாற்ற உதவும் சட்டங்களைக் கொண்டு வர நான் உறுதி பூண்டேன். இப்போது அவை போன்ற நீதிமன்றங்கள் வந்துவிட்டன. அதற்கு நான்தான் காரணம் என்று சொல்ல முடியாது. ஆனால் நான் உறுப்பினராக அரசு பதவிக்கு வந்தபோது, முதல் முறையாக ஒரு பெண் குடும்ப நீதிபதி நியமிக்கப்பட்டார் என்பது எனக்குப் பெருமை. அவர் பெயர் மார்த்தா கூடோ.

"நான் அதிகம் படித்தவள், பலசாலி, அதிக வெற்றிகள் பெற்றவள், பிடிவாதக்காரி, அடங்காதவள்," என்று மிவாங்கி வழக்கின்போது சொன்னதாக மேற்கோள் காட்டப்பட்டது. இது உடனே பத்திரிகைகளில் வெளியாகி உலகெங்கும் பரவிவிட்டது. ஆனால் அவர் அப்படிச் சொன்னதாக எனக்கு நினைவில்லை. ஆனால் அவருடைய உணர்வுகள் என்னவென்று பத்திரிகை உலகம் பார்த்தது அப்படித்தான். பத்திரிகையாளர் மத்தியில் எனக்கு ஆதரவோ அனுதாபமோ சிறிதுமில்லை. நிருபர்களும், ஆசிரியர்களும் மற்றவர்களைப் போலவே ஒரு மண வாழ்க்கை முறிகிறதென்றால் அதற்குக் காரணம் பெண் தனது வேலையைச் சரியாகச் செய்வதில்லை, கணவனுக்குக் கீழ்ப்படிவதில்லை என்றுதான் கருதினார்கள். அவர்களைப் பொறுத்தவரையில் கணவனின் அதிகாரத்தை எதிர்த்ததால் நான் பொது இடத்தில்

வைத்து சவுக்கால் அடிக்கப்பட வேண்டியவள். நான் படித்தவளாதலால் வெளிப்படையாக அவமானப்படுத்தப்படுவது மற்ற படித்த பெண்களுக்கு ஒரு எச்சரிக்கையாக இருக்கும். அவர்கள் அதிகாரத்தை எதிர்த்தால் அவர்களுக்கும் அதே கதிதான் என்று எச்சரிக்கை செய்யும்.

ஒரு குறிப்பிட்ட கட்டத்தில், நான் ஒரு பலிகடாவாக ஆக்கப்படுகிறேன் என்பது தெளிவாயிற்று. படித்த, சுதந்திரமான, புதுமைப் பெண் மேல் யாருக்காவது பழி வாங்கும் எண்ணம் இருந்தால் அவர்கள் என்மேல் காரி உமிழ்வதற்கு ஒரு வாய்ப்பு. ஆனால் நான் தலை நிமிர்ந்து நின்று கௌரவத்தோடு துன்பத்தைத் தாங்கிக்கொள்ளத் தீர்மானித்தேன். நான் ஒவ்வொரு பெண்ணும் கர்வத்துடன், படித்துத் திறமையோடு வெற்றியுள்ளவளாக இருப்பதற்கு வருத்தப்படாமல் இருக்க ஒரு முன் மாதிரியாக இருக்க விரும்பினேன். "என்னிடம் இருக்கும் திறனும் ஆற்றலும் கொண்டாடப்படுவதற்கு அல்லாமல் கேலி செய்யப்படுவதற்கு அல்ல" என்று நான் எனக்குள்ளே சொல்லிக்கொண்டேன்.

ஒரு சமயம் வழக்கு மன்றத்தில் ஒரு இக்கட்டான சூழலுக்குத் தள்ளப்பட்டேன். நான் சாட்சிக் கூண்டில் நின்றேன். மிவாங்கியின் வழக்கறிஞர் ஒரு கேள்வி கேட்டார். வழக்கு மன்றத்தில் ஒரு கேள்வி கேட்டால் ஆம், இல்லை என்றுதான் பதில் சொல்ல வேண்டும். வழக்கு மன்றமே ஒரு பயப்படும் இடமாக இருந்தது. என்னை அவர் கேள்வி கேட்டபோது யாரோ ஒருவர் என்னை ஒரு கேள்வி கேட்கிறார் என்று நினைத்தேன். எனக்குப் பயமில்லை. ஆகவே பதில் சொல்லாமல் நான் கேள்வி கேட்டேன். "நீங்கள் ஏன் என்னை இந்தக் கேள்வியைக் கேட்டீர்கள்?" என்றேன். வழக்குரைஞரும் பதில் சொல்லி இருக்க வேண்டும். அவர் நீதிபதியைப் பார்த்து "இவர் என்னை என்ன கேட்டார் என்று பார்த்தீர்கள் அல்லவா? வழக்கு மன்றத்திலேயே இவ்வளவு துணிவோடு கேள்வி கேட்டாரென்றால் வீட்டில் என்னுடைய கட்சிக்காரரை என்ன பாடுபடுத்தியிருப்பார் என்று நினைக்கிறீர்கள்?" என்றார். நானே என்னுடைய கழுத்தில் சுருக்கு மாட்டிக்கொண்டேன் என்பதை உணர்ந்தேன்.

வழக்கு தோற்றுவிடும் என்று எனக்குத் தெரிந்துவிட்டது. இந்த வாக்குவாதத்தால் நான் ஒரு பிடிவாதக்காரி, வழக்கு மன்றத்தில் கேள்விகளும் விளக்கங்களும் கேட்கத் துணிந்தவள் என்று நீதிபதி முடிவு செய்திருப்பார். நான் என் கணவருக்கு வீட்டில் பெருந்தொல்லை கொடுப்பவள் என்று காட்டுவதற்கு நீதிபதிக்கு இது போதும். வழக்கு மன்றத்தில் கூறப்பட்ட பல குற்றச்சாட்டுகள்

பொய் என்று நிரூபிப்பதற்குத் தேவையான ஆவணங்களைக் காரில் வைத்துவிட்டு என்னுடைய வழக்குரைஞருடன் உணவு அருந்தச் சென்றிருந்தேன். அப்போது அவற்றை யாரோ திருடிவிட்டார்கள். எனக்கு இது ஆச்சரியமாக இல்லை. தீர்ப்பு எனக்கு எதிராகக் கூறப்பட்டது. நான் இப்போது மண முறிவு பெற்றுவிட்டேன். என்னை ஏமாற்றி விட்டதாகவும், மோசமாக நான் நடத்தப்பட்டதாகவும் உணர்ந்தேன். உள்ளத்தில் வலியோடு வெளியேறினேன். முழுதாக உடைந்து போய்விட்டேன். இன்னும் மோசமானதெல்லாம் வரவிருந்தது.

காயம்பட்ட நான் இன்னும் அனுதாபப்படுவது போல மிவாங்கி நான் அவருடைய குடும்பப் பெயரைப் பயன்படுத்தக் கூடாது என்று தன்னுடைய வழக்குரைஞர் மூலம் தெரிவித்து விட்டார். 'ஒவ்வொரு புது சொந்தக்காரரிடம் கை மாறியவுடன் பெயரையும் மாற்றிக்கொள்ள நான் ஒன்றும் விலைக்கு வாங்கும் பொருளில்லை' என்று எனக்கு நானே சொல்லிக்கொண்டேன். இந்தப் பெயரை ஏற்றுக்கொள்ளவே முதலில் நான் எதிர்ப்பு தெரிவித்தேன். என்னுடைய உணர்ச்சிகளுக்கு வடிகாலாக என் பெயரில் ஒரு 'ய'-வைச் சேர்த்து மாத்தாயாக ஆகி விட்டேன். கிகியுயு மொழியில் அப்படித்தான் அது உச்சரிக்கப்பட வேண்டும். அதே பெயரை சிறிது மாற்றி வைத்துக்கொண்டதால் மிவாங்கியோடு என்றும் எனது ஒரு பகுதி தொடர்புடையதாக இருக்கும். அதே சமயம் எனக்கு ஒரு புதிய அடையாளமும் கிடைத்துவிட்டது. இனிமேல் என் அடையாளம் எதுவென்று நான்தான் முடிவு செய்வேன். இப்போது நான் வங்காரி முட்டா மாத்தாய்.

வழக்கு முடிந்து ஒரு வாரத்திற்குப் பிறகு 'விவா' என்ற இதழின் ஆசிரியர் என்னை நேர்காணல் செய்தார். அவர் தீர்ப்பைப் பற்றி என்னுடைய கருத்தைக் கேட்டார். நேரில் பார்க்காதவர்களின் சாட்சியை வைத்துத் தீர்ப்புகள் சொன்ன அந்த நீதிபதி ஒன்று திறமை இல்லாதவராக இருக்க வேண்டும், அல்லது ஊழல்காரராக இருக்க வேண்டும் என்று நான் பதிலளித்தேன். உண்மை என்னவென்றால் எங்கள் திருமணத்தைத் தீர்க்கப் போதுமான சாட்சியம் எதுவும் இல்லை.

'விவா' இதழில் வெளிவந்த என்னுடைய விடை பெரிய புயலைக் கிளப்பிவிட்டது. நான் சொன்னது நீதிபதியைக் கோபப்படுத்தியது. அதை நீதிமன்ற அவமதிப்புக் குற்றம் என்று கருதினார்கள். "நீதிபதிகளை மக்கள் கேவலமாகப் பேச முடியாது," என்றார் அவர். நான் கூறியதைத் திரும்பப் பெறாததால் அரசாங்கம் என்னை இன்னொரு நீதிபதி முன் நிறுத்தியது. நீதிமன்றத்தின்

பிடியிலிருந்து என்னை விடுவிக்கத் திறமையான வழக்குரைஞர்கள் தேவைப்பட்டார்கள். நான் நீதிபதியைத் திறமையற்றவர் என்றோ ஊழல்காரர் என்றோ கூறவில்லை என்று வாதாடினேன். ஆனால் அவர் இந்த முடிவு எடுத்ததற்கு இரண்டில் ஒன்றுதான் காரணமாக இருந்திருக்க வேண்டும் என்றுதான் சொன்னேன் எனக் கூறினேன்.

ஆனால், நீதிமன்றம் அதனை அவ்வாறு பார்க்கவில்லை. ஆசிரியருக்கு 6 மாதச் சிறைத் தண்டனை அல்லது 40000 கென்யா 'ஜீல்லாங்குகள்' அபராதம் என்று தீர்ப்பு வழங்கப்பட்டது. எனக்கு அபராதம் செலுத்த எந்த வாய்ப்பும் தரப்படவில்லை. எனக்கு ஆறு மாதச் சிறைத் தண்டனை. உடனே என்னை நைரோபியின் பெண்கள் சிறையில் அடைத்தார்கள்.

நிகழ்ச்சிகள் மிக வேகமாக நடந்தன. என்ன நடந்தது என்றோ இந்த இக்கட்டுக்குள் நான் எப்படித் தள்ளப்பட்டேன் என்றோ என்னால் ஆராய்ந்து பார்க்கக் கூட முடியவில்லை. இதற்கு முன்னர் நான் சட்டத்தை நேருக்கு நேர் சந்தித்ததில்லை. என்னுடைய மண முறிவின் விளைவாக நான் சிறையில் அடைக்கப்பட்டேன் என்பதை என்னால் நம்ப முடியவில்லை. கணவனை இழந்தேன்; விடுதலையையும் இழந்தேன். ஆனால் இது ஒரு தொடக்கம்தான் என்பது எனக்கு அப்போது தெரியவில்லை. வரும் ஆண்டுகளில் நான் பலமுறை சிறைச்சாலைகளுக்குள் செல்ல வேண்டியதிருக்கும் என்று எதிர்பார்க்கவில்லை. பின்னால் ஒரு சிறைப் பறவை என்று பெயரும் எடுத்துவிட்டேன்.

இப்போதும், பின்னர் நடந்த நிகழ்ச்சிகளின் போதும், வீட்டிற்குப் போய் என்னுடைய நிலையை எடுத்துச் சொல்லி குழந்தைகளிடம் விடை பெறுவதற்குக் கூட வாய்ப்பு கிடைக்கவில்லை. வீட்டில் வேலைக்கு இருந்த அம்மா குழந்தைகளைப் பார்த்துக்கொண்டார். நண்பர்களும் உறவினர்களும் அவர்களுக்கு நிலைமையை விளக்கினார்கள். நிலைமையை எப்படிப் புரிந்துகொண்டு அவர்கள் சமாளித்தார்கள் என்பது எனக்குத் தெரியவில்லை. இதைப் புரிந்துகொள்ளும் அளவிற்கு அவர்கள் இன்னும் வளரவில்லை.

நான் சிறையில் அடைக்கப்பட்ட போதெல்லாம் அதிக நாள்கள் இருக்க வேண்டியதாக இருக்காது. பொதுவாக ஒரு சில நாள்கள்தான் இருந்தேன். ஆனால், சிறையில் அடைபட்டிருப்பது எளிதல்ல. கூட்டம், அழுக்கு, குளிர், மனிதத் தன்மையையே இழக்கச் செய்யும் சூழல். சிறையில் அடைக்கப்படுவதற்கு முன்னர்தான் நான் தலை அலங்காரம் செய்திருந்தேன். முடியில் பாசிகளை வைத்திருந்தேன். மிகவும் கவனமாக உடை

உடுத்தியிருந்தேன். நீதிமன்றத்திற்குப் போவதற்கு முன்னர் மதிய உணவின்போது மற்ற பெண்களுடன் அரட்டை அடித்தேன். அப்போது "நான் இப்போதே நன்றாகச் சாப்பிட்டுவிடுகிறேன். ஏனென்றால் அடுத்து எப்போது சாப்பிடுவேன் என்று தெரியாது" என்றேன் நகைச்சுவையாக. அவர்கள், "கவலைப்படாதீர்கள் செம்மையாகத் தண்டத் தொகை போட்டு உங்களை விட்டு விடுவார்கள்," என்றார்கள்.

நான் நன்றாகச் சாப்பிட்டது நல்லதாகப் போயிற்று. நீதிபதி தீர்ப்புச் சொன்னவுடன், காவலர்கள் உடனே சிறைக்குக் கொண்டு போய்விட்டார்கள். காவல் நிலையத்திலிருந்த சிறை அளவில் சிறியது. நிறைய கைதிகள் அதில் திணிக்கப்பட்டிருந்தோம். பிறகு ஒரு வண்டியில் ஏற்றிச் சிறைச்சாலைக்குக் கொண்டு சென்றார்கள். முதலில் ஒரு சின்ன சிறை அறையில் அடைத்தார்கள். அப்போது மழை பெய்து கொண்டிருந்தது. மேற்கூரை சரியில்லை. மழைத் தண்ணீர் மேலே கொட்டியது. குளிர், இந்நிலையில் அங்கே அழகாக உடை உடுத்தித் தலையில் பாசிகள் வேறு வைத்திருந்தேன். அந்த இடம் ஈரமாக, அழுக்குடன், கெட்ட நாற்றத்தோடு இருந்தது. கூட்டம் வேறு. கீழே உட்கார இடமில்லை. அங்கிருந்த பெண்களில் பலர் சிறிய குற்றங்களுக்காகத் தண்டனை பெற்றவர்கள். கள்ளச்சாராயம் காய்ச்சியவர்கள். சில மணி நேரங்களுக்கு முன்னர் உயர் மட்டக் கூட்டத்தோடு இருந்தேன். இப்போது இது வித்தியாசமான கூட்டம்.

இறுதியாக இந்தக் காக்க வைக்கும் சிற்றறையிலிருந்து சிறைச்சாலையின் அறைக்குள் கூட்டிப் போக அலுவலர்கள் வந்தார்கள். அது பெரிய கட்டடம். உயரமான சுவர்கள். சுற்றிலும் முட்கம்பிகள் கட்டப்பட்டிருந்தன. அங்கே போனபோது காவலர்கள் என்னுடைய உடையையும் தலை அலங்காரத்தையும் பார்த்து விட்டு, "இது எங்கிருந்து வந்தது?" என்று கேலி பேசினார்கள்.

எனக்குச் சீருடை கொடுத்து, கழிப்பறையாக ஒரு கோப்பையையும் போர்வையையும் தந்து நான்கு பெண்களோடு ஒரு அறையில் அடைத்தார்கள். பெண் காவலர்கள் என்னுடைய சடையை வெட்டி விட்டார்கள். மிகுந்த மனச் சோர்வு ஏற்பட்டது. ஆனால் கூட இருந்த பெண்கள் என்னை மிக அன்போடு நடத்தினார்கள். என்னுடைய போர்வையை எப்படி மடிப்பது என்று சொல்லிக்கொடுத்தார்கள். "இதைப் போர்த்திக் கொள்ள பயன்படுத்தக்கூடாது. தரையில் இதை விரித்துப் படுக்க வேண்டும்" என்று சொன்னார்கள். மேலும் குளிருக்கு இதமாக அவர்களோடு சேர்ந்து முடங்கிப் படுக்கச் சொன்னார்கள்.

“நீ ஏன் இங்கே வந்தாய்?” என்று ஒரு பெண் கேட்டார். படித்த, உயர்மட்டத்திலுள்ள பெண் ஒருத்தியை சிறை அறையில் பார்த்தது அவருக்கு வியப்பாக இருந்திருக்க வேண்டும். “ஒரு நீதிபதியைப் பார்த்து அவரை ஊழல்காரரர் என்று சொன்னேன்.”

“உண்மைதானே,” என்றார் அவர். “நாளை நீதிபதிகள் நேர்மையாகத் தீர்ப்பு சொல்ல வேண்டும் என்று கடவுளிடம் மன்றாட வேண்டும்.” நீதிபதிகளுக்காகச் செபிப்பதை இப்போது தான் முதன்முதலில் பார்த்தேன். நானும் செபித்தேன். மிக இக்கட்டான நிலையில் நான் இருந்தேன். அந்தப் பெண்களின் மென்மை, அன்பு, இரக்கம் ஆகியவற்றை என்றுமே நான் மறக்க மாட்டேன்.

அடுத்த நாள் காலை வெளியே இருந்த நண்பர்கள் எனக்காகக் கடினமாக உழைத்திருக்கிறார்கள் என்பது தெரிய வந்தது. நான் சிறையிலடைக்கப்பட்டது எல்லாச் செய்தித்தாள்களிலும் வந்திருந்தது. எங்கள் அறையைச் சுத்தம் செய்த பிறகு பெண் காவலர்கள் எங்களுக்கு ஒவ்வொருவருக்கும் ஒரு வேலை கொடுத்தார்கள். எனக்குக் கைதி ஒருவரின் குழந்தையைப் பார்த்துக்கொள்ளும் வேலையைக் காவலர் கொடுத்தார். அவர் என்மேல் இரக்கம் வைத்திருக்க வேண்டும். வேறு கடினமான வேலையை அவர் எனக்குக் கொடுத்திருக்க முடியும். நான் அமர்ந்து குழந்தையைக் கவனித்துக்கொண்டேன்.

நான் சிறையில் அடைக்கப்பட்டது எனது குழந்தைகளை எவ்வளவு பாதித்திருக்கும் என்பதும் எனக்குக் கவலையாக இருந்தது. அப்போது அவர்களுக்குப் பத்து, எட்டு, ஆறு வயது தான். அவர்களை விட்டுவிட்டு நான் எப்படிச் சிறையில் ஆறு மாதங்களைக் கழிப்பது என்பது தெரியவில்லை. அதுவும் ஒரு வேடிக்கையான குற்றத்திற்காக நான் சிறையில் இருக்க வேண்டியிருந்தது. வெளியில் இருந்து வரும் ஏச்சுப் பேச்சுக்களை அவர்கள் எப்படிச் சமாளிப்பார்கள் என்பதும் கவலையாக இருந்தது. என்ன நடந்தது என்பதைப் புரிந்துகொள்ளக் கூட முடியாத வயது.

எனக்குக் கொடுக்கப்பட்ட தண்டனை குறித்து பொதுமக்களில் மகிழ்ச்சியடைந்தவர்களும் பலர் இருந்தார்கள். பிறர் என்னைச் சிறையிலடைத்து இவ்வளவு நீண்ட காலத் தண்டனை கொடுத்தது தவறு என்று கருதினார்கள். பல நீதிபதிகள் ஊழல் பேர்வழிகள் என்பது மக்களுக்குத் தெரியும். இது நான் விடுதலை ஆவதற்குப் பல வழிகளில் உதவியது.

சிறைச்சாலையில் என்னுடைய அனுபவம் ஒரு திருப்புமுனை. அது நாள் வரையில் எனக்குச் சட்டத்துடன் எந்தப் பிரச்சனையும்

இருந்ததில்லை. அதன்பிறகும் கூட நான் வேண்டுமென்றே கென்ய நாட்டுச் சட்ட அதிகாரிகளோடு மோதி சிறைக்குப் போவதாகச் சிலர் குற்றம் சாட்டினாலும், நான் சட்டத்தின் வரையறைக்குள்ளேயே நடக்க முயன்றிருக்கிறேன். ஆனால் என்னுடைய மண முறிவுக்குப் பிறகு, என்னுடைய சிறை வாழ்க்கைக்குப் பிறகு, மக்கள் என்மேல் பொறாமைப் பட்டதையும், எனக்குப் பாடம் கற்பித்து என்னை எனது இடத்தில் வைக்க விரும்பியதையும் என்னால் பார்க்க முடிந்தது. என்னுடைய அதிகப் பிரசங்கித் தனத்துக்குச் சரியான தண்டனை கிடைத்ததாக அவர்கள் மகிழ்ந்தார்கள். செய்தி தெளிவாக இருந்தது. கணவனையோ ஆண் அதிகாரிகளையோ எதிர்க்கும் எந்தப் பெண்ணுக்கும் நான் ஒரு பாடமாக இருந்தேன். "உன்னிடம் எதிர்பார்த்ததற்கு மாறாக நீ ஏதாவது செய்தால் உனக்கும் அவளுக்கு ஏற்பட்ட கதிதான். கவனமாக இரு, பெண்ணே," என்று எல்லாப் பெண்களுக்கும் ஓர் எச்சரிக்கை.

ஆனால் இந்தச் செய்தி என்னை முடக்கிப் போடவில்லை. உண்மையில் எனக்கு வலியைத்தான் தந்தது. நான் தவறு ஒன்றும் செய்யவில்லை என்று எனக்குத் தெரியும். நான் எந்தக் குற்றமும் செய்யவில்லை; அகந்தையோடு நடக்கவில்லை. ஆனால் எனக்கு நடந்ததைப் பாருங்கள். என்னுடைய அனுபவம் துன்பமானதாக இருந்தாலும், அதனால் ஒரு நல்ல விளைவு ஏற்பட்டது. குறிப்பாக வருங்காலத்தில் மண முறிவைச் சந்திக்கப் போகும் பெண்களுக்கு ஒரு வழிகாட்டியாக நான் இருந்தேன். நான் எனக்கு ஏற்பட்ட இடர்ப்பாடுகளுக்கு மத்தியிலும் உறுதியாக இருந்ததைப் பார்த்த ஆண்கள், அவர்கள் தங்கள் மனைவியரிடமிருந்து மண முறிவு பெற வேண்டுமென்றால், அதனை நேர்மையுடனும் மரியாதையுடனும் செய்தாலே அவர்கள் குழந்தைகளுக்கும் குடும்பங்களுக்கும் நல்லது என்பதை அவர்கள் உணர்ந்தார்கள்.

இவ்வளவு கடுமையான நேரத்திலும், நான் காலையில் எழுந்து வேலையைத் தொடர்ந்து செய்ததற்குக் காரணம் என்னுடைய குழந்தைகள்தான். காலையில் விழித்ததும் அவர்களுடைய கண்களைப் பார்ப்பேன். அவர்களுக்காக ஏதாவது செய்ய வேண்டும் என்று தீர்மானிப்பேன். அவர்களைப் பள்ளிக்கு அனுப்ப வேண்டும். அவர்களுக்கு உணவும் உடையும் கொடுக்க வேண்டும். பள்ளிக் கட்டணம் கட்ட வேண்டும். குழந்தைகள் இல்லாவிட்டால் என் வாழ்க்கையில் ஒரு பெரிய வெற்றிடம் இருந்திருக்கும்.

அப்போது வெர்டிஸ்டைன் மபியா எனக்குப் பெரிதும் உதவினார். அவர் நல்ல அறிவுமிக்க தோழி. 1976ஆம் ஆண்டு

அவருக்கும் பெரிய இடி. அவருடைய கணவர் ஒரு கார் விபத்தில் இறந்துவிட்டார். நான்கு குழந்தைகள். அப்படிப்பட்ட துன்பத்தை அனுபவித்த அவர் என்னுடைய உணர்ச்சிகளையும் புரிந்துகொண்டார். நடந்ததை நான் மறந்துவிட விரும்பினேன் என்றும், அது பற்றிப் பேச விரும்பமாட்டேன் என்றும் அவருக்குத் தெரியும். எனவே மண முறிவு பற்றியும் அதற்குப் பின்னர் நடந்த நிகழ்வுகள் பற்றியும் நாங்கள் அதிகம் பேச மாட்டோம். மாறாக பிற உலக விபரங்களைப் பற்றிப் பேசினோம். அதுபோல அவரும் அவர் என்னைப் பற்றிக் கேள்விப்பட்ட விபரங்களைப் பற்றியும் பேசமாட்டார். பல்கலைக்கழகத்தில் என்னோடு பணியாற்றியவர்கள் என் நிலை பற்றி செய்த விமர்சனங்களிலிருந்தும் என்னைக் காப்பாற்றினார். ஒரு பெரும் பள்ளத்தாக்கைக் கடக்க உதவினார்.

பணம்தான் பிரச்சினையாக இருந்தது. மிவாங்கி எனக்கு உதவி செய்ய வேண்டுமென்று சட்டப்படி எந்த நிபந்தனையும் இல்லை. எப்படி இருப்பினும் அவருடைய சொத்தில் பங்கு கேட்பதில்லை என்று தீர்மானித்துவிட்டேன். ஏனென்றால் அவருடைய நட்பும் உறவும் பணத்தை விடப் பெரிய இழப்பாக இருந்தது. எனக்குக் கடன் சுமை; சேமிப்பு எதுவுமில்லை. வழக்கு நடத்த வழக்குரைஞர்களை அமர்த்தியதில் அதிகம் செலவாகிவிட்டது. அவர்களும் அவர்களுக்குரிய கட்டணத்தை உடனே கேட்டார்கள். மண முறிவு ஏற்பட்டுவிட்டால் என்னால் கொடுக்க முடியாது என்று நினைத்தார்கள்.

என் கணவருக்கும் எனக்கும் இடையே ஏற்பட்டவற்றிலிருந்து என் குழந்தைகளைக் காப்பாற்ற விரும்பினேன். எனக்கு ஏற்பட்ட வலியையும் நான் அனுபவித்த போராட்டத்தையும் அறிந்துகொள்ளக் குழந்தைகளுக்கு வயது போதாது. ஆனால் பல வேளைகளில் உண்மை நிலையை அவர்களிடமிருந்து என்னால் மறைக்க முடியவில்லை. ஒரு நிகழ்வு எனக்குத் தெளிவாக நினைவிருக்கிறது.

வெப்பம் அதிகமாக இருக்கும் பருவ காலத்தில் நைரோபியிலுள்ள விடுதி ஒன்றின் நீச்சல் குளத்திற்குக் குழந்தைகளைக் கூட்டிப் போவேன். வாவெருவுக்கும், வஞ்சிராவுக்கும் பிளாஸ்டிக்கால் ஆன பைகளை வாங்கிக் கொடுத்திருந்தேன். அவர்கள் பத்திரமாக நீந்துவதற்கு அந்த ஏற்பாடு. அவை விலை குறைவுதான். எளிதாகக் கிடைக்கும்தான். ஆனால் என்னால் இன்னொன்று முட்டாவிற்காக வாங்க முடியவில்லை. அவன் தன் பெரிய கண்களை விரித்து என்னைப் பார்ப்பான். அவன் என்ன கேட்கிறான் என்று எனக்குப்

புரிந்தது. ஆனால் அவனுக்கு அந்த மிதவைகளை வாங்கித் தரப் பணமில்லை. எனக்கு எப்படி இருந்திருக்கும்?

இன்னொரு முறை நீச்சல் குளத்திற்குப் போனபோது குழந்தைகள் தின்பண்டக் கடையிலிருந்து சாசேஜும், சிப்சும் கேட்டார்கள். மூன்று தட்டுக்கள் வாங்க என்னிடம் போதிய பணம் இல்லை. ஆதலால் ஒரு தட்டு வாங்கி மூன்று பேரையும் பகிர்ந்துகொள்ளச் சொன்னேன். ஆனால் மூத்தவன் வாவெருவுக்குப் பசி; நீச்சல் நெடுநேரம் அடித்திருந்தான். அவனுக்கென்று தனியாக சிப்சும் ஒரு தட்டும் வேண்டும் என்றான். "என்னிடம் பணம் இல்லை," என்றேன் அவனிடம். என் குழந்தைகள் சிப்ஸ் வேண்டுமென்று கேட்டார்கள். வாங்கித் தர என்னிடம் பணம் இல்லை. என்னிடம் பணம் இல்லை என்பதை அவர்களால் புரிந்துகொள்ள முடியவில்லை. எனக்கு என்ன செய்வதென்று தெரியவில்லை. மக்கள் உணவுப் பொருட்கள் வாங்கப் பணம் இல்லை என்று சொல்லும்போது அவர்களுக்கு என்ன மாதிரியான உணர்ச்சிகள் இருக்கும் என்பதை நானே அனுபவித்துவிட்டேன்.

பல்கலைக்கழகத்திலிருந்து நான் பெற்ற ஊதியம் குழந்தைகளுக்கும் எனக்கும் போதாது என்று தெளிவாகத் தெரிந்தது. அப்போதுதான் எனக்கு ஒரு வாய்ப்பு கிடைத்தது. ஐக்கிய நாடுகள் சபையின் வளர்ச்சிப் பணியின் திட்டம் ஒன்றுக்கு ஆறுமாத காலத்திற்கு ஒரு நிபுணர் தேவைப்பட்டார் என்று வெர்ட் சொன்னார். அந்த மண்டலத்தின் கால்நடை வளர்ச்சிக்குத் தடையாக இருப்பவை எவை என்று ஆராய ஆப்பிரிக்காவின் பொருளாதார ஆணையம் இந்தத் திட்டத்தை ஏற்படுத்திற்று.

எனக்குப் பணம் தேவையாகத்தான் இருந்தது. ஆனால் இந்த ஆலோசனை தரும் பணியின் தலைமை அகம் சாம்பியா நாட்டின் லுசாகாவில் இருந்தது. குழந்தைகளை அங்கு கூட்டிப் போக முடியாது. அவர்கள் பள்ளிக்குப் போக வேண்டும். நான் ஆப்பிரிக்கா முழுவதும் பயணம் செய்ய வேண்டும். மேலும் வழக்குரைஞர்கள் வேறு பணம் கேட்டுக்கொண்டிருந்தார்கள். இந்த வேலையை விட்டுவிட்டால் நானும் குழந்தைகளும் நடுத் தெருவில் நிற்க வேண்டியதுதான். நான் இல்லாதபோது குழந்தைகளை யாரிடம் விட்டுச் செல்வது என்று யோசித்தேன். அம்மாவிடம் விடலாமா? நைரோபியிலுள்ள உறவுக்காரர்கள் யாரிடமாவது ஒப்படைக்கலாமா?

நான் இல்லாதபோது குழந்தைகளுக்கு ஏதாவது நேர்ந்தது என்றால் முதலில் அவர்களுடைய தந்தையைத்தான் அழைப்பார்கள்.

குழந்தைகளைப் பராமரிப்பது அல்லது குழந்தைகளைச் சந்திக்கும் உரிமை ஆகியவை பற்றி நாங்கள் எந்த ஒப்பந்தமும் செய்துகொள்ளவில்லை. ஆனால், நான் இல்லாதபோது குழந்தைகளைப் பார்த்துக்கொள்ள அவர்தான் தகுதியானவர் என்ற முடிவுக்கு வந்தேன். "குழந்தைகளை யாராவது நேசிக்கிறார்களா என்றால் அது மிவாங்கியாகத் தான் இருக்க முடியும். அவர் அவர்களைக் கவனிக்காவிட்டால் வேறு யாராலும் முடியாது," என்று நினைத்தேன். எனவே நான், வாவெரு, வஞ்சிரா, முட்டா எல்லோரும் என்னுடைய ஃபாக்ஸ்வேகன் வண்டியில் ஏறிப் புறப்பட்டோம். "உங்கள் அப்பாவிடம் போகப் போகிறோம்," என்றேன் அவர்களிடம்.

அருகிலிருந்த அவருடைய வீட்டிற்குப் போனோம். மிவாங்கி என்னிடம் பேசமாட்டார் என்று எனக்குத் தெரியும். ஆனால் குழந்தைகளைத் திருப்பி அனுப்பமாட்டார் என்றும் தெரியும். மிவாங்கியின் சகோதரர் மகள் பெயரும் வஞ்சிராதான். அவளும் அவரோடு தங்கியிருந்தாள். அவள்தான் கதவைத் திறந்தாள். "கொஞ்ச நாள்கள் குழந்தைகளை இங்கே விட்டுப் போகிறேன். சீக்கிரம் வந்துவிடுவேன்" என்றேன். அவளிடம் நைரோபிக்குத் திரும்பி வர ஆறு மாதங்கள் ஆகும் என்று சொல்லவில்லை. குழந்தைகள் வெளி வாசல் கதவைத் தாண்டி உள்ளே போகும் வரையில் பார்த்துக்கொண்டிருந்தேன்.

மிவாங்கி தனது குழந்தைகளுடன் நெருக்கமாக இருக்க வேண்டுமென்று விரும்பினேன். எல்லாத் தந்தையரும் அவ்வாறு தான் இருக்க வேண்டும். இப்போதும் அதே கருத்துதான் எனக்கு. "உங்களுடைய அப்பாவிடம் நன்றாக இருப்பீர்கள்," என்று குழந்தைகளிடம் கூறினேன். நான் சாம்பியாவில் இருந்த அடுத்த சில மாதங்கள் குழந்தைகளோடு தொடர்பு வைத்திருந்தேன். ஆனால் அவர்களுடைய தந்தையுடன் இருப்பதற்கு அது இடையூறாக இருக்காமல் பார்த்துக் கொண்டேன். என்னுடைய ஆலோசனை வழங்கும் பணியில் அடிக்கடி நைரோபி வழியாகப் போனேன். அவர்களைப் பற்றிக் கேட்டுத் தெரிந்துகொள்வேன். மிவாங்கி அவர்களை நன்றாகக் கவனித்துக்கொண்டார் என்பதைக் கேட்டு எனக்கு மிக்க மகிழ்ச்சி.

குழந்தைகள் ஆறு மாதங்களுக்கு மேலேயே மிவாங்கியோடு இருந்தார்கள். சொல்லப் போனால் பல ஆண்டுகள் இருந்தார்கள். அவர்களாகவே 1985ஆம் ஆண்டுதான் என் வீட்டிற்கு வந்தார்கள். அவர்கள் திரும்பி வந்ததில் எனக்கு மகிழ்ச்சி. ஒரு அத்தியாயம்

முடிந்து விட்டது. எனினும் அவர்களுடைய தந்தையோடு தொடர்ந்து தொடர்பு வைத்துக் கொள்ள ஊக்கப்படுத்தினேன்.

குழந்தைகள் வளர்ந்தபிறகு நான் எவ்வளவு அதிர்ஷ்டக்காரி என்று உணர்ந்தேன். மண முறிவினால் கணவன், மனைவி, குழந்தைகள் எல்லோரும் பாதிக்கப்படுவார்கள். ஆனால் அதே சமயம் பிரியாத குடும்பத்திலும் பல குழந்தைகள் வீட்டில் நிலவும் இறுக்கத்தினால் பாதிக்கப்படுகிறார்கள். உடைந்த குடும்பத்திலுள்ள குழந்தைகள் பலர் நன்றாகவே வளர்கிறார்கள். என்னுடைய குழந்தைகள் என்னோடும், மிவாங்கியோடும் நல்ல உறவோடுதான் இருக்கிறார்கள்.

என்னுடன் நிரந்தரமாகத் தங்குவதற்கு அவர்கள் வந்தபிறகு அரசாங்கத்துடன் எனக்குப் பணி முரண்பாடுகள் ஏற்பட்டன. வாவெருவும், வஞ்சிராவும் உயர்நிலைக் கல்வியை முடித்திருந்தார்கள். ஒரு சில ஆண்டுகளில் முட்டாவும் முடித்து விட்டான். ஆகவே அவர்கள் அமெரிக்காவிற்கு உயர் கல்விக்குச் செல்வதற்கு இது வசதியாகப் போயிற்று. நான் அனுபவித்ததை அவர்களும் அனுபவிக்க வேண்டும் என்று விரும்பினேன். எனினும் அவர்களுடைய அம்மா தினமும் எதிர்கொள்ளும் போராட்டங்களை அவர்கள் பார்த்தால் நன்றாக இருந்திருக்குமோ என்று நான் எண்ணியதுண்டு. அப்போது தொலை தூரத்தில் இருந்து கொண்டு அம்மா எப்படி இருக்கிறாளோ என்று அவர்கள் கவலைப்பட வேண்டியதிருக்காது. ஆனால் அதே சமயம் எனக்கு ஏதாவது நேர்ந்துவிட்டால் அவர்கள் அமெரிக்காவில் சமாளித்துவிடுவார்கள் என்றும் நினைத்தேன். நான் அனுபவித்த போராட்டங்களைப் பற்றி எனது குழந்தைகள் புரிந்துகொள்கிறார்கள், சுய மரியாதையோடும், கௌரவத்தோடும் வாழ்வது எவ்வளவு முக்கியம் என்று அறிந்து கொண்டிருக்கிறார்கள் என்று நம்புகிறேன்.

1970-களும் 1980-களும் எனக்கு மிகவும் கடுமையான ஆண்டுகள். எல்லாத் திசைகளிலும் என்னை இழுத்தார்கள், தள்ளினார்கள். கென்யாவின் தேசியப் பெண்கள் குழுவின் பெயரால் நாங்கள் தொடங்கிய பசுமைப் பகுதி இயக்கம் வளரத் தொடங்கிற்று. உள்ளூர் பத்திரிகைகள் எங்களைப் பற்றி எழுதின. வெளிநாடுகளிலும் எங்களைக் கவனிக்கத் தொடங்கினார்கள். டச்சு நாட்டுப் பள்ளிக் குழந்தைகள் எங்களுடைய பணிக்கு உதவ பணம் திரட்டி அனுப்பினார்கள். எங்கள் குழுவின் மிகப் பெரிய பணியாகப் பசுமைப் பகுதி இயக்கம் வளர்ந்துவிட்டது.

நண்பர்கள் உற்சாகப்படுத்தியதால் கென்ய தேசிய மக்கள் குழுவின் தலைவர் பதவிக்குப் போட்டியிடத் தீர்மானித்தேன். அங்கே இன அரசியல் மேலோங்கியிருந்ததால் நான் மூன்று வாக்குகளில் தோற்றேன். அப்போதைய புதிய அதிபர் மோய் ஒரு கலஞ்சின் இனத்தவர். அவரும் அவர் இனத்தாரும் கிகியுயுக்களின் செல்வாக்கைக் குறைக்க நினைத்தார்கள். பெண்கள் குழு போன்ற பல அரசு சாரா அமைப்புகளிலும் தலையிட்டார்கள். நான் தலைவர் பதவிக்குத் தேர்ந்தெடுக்கப்படாததற்கு இதுதான் காரணமாக இருந்திருக்க வேண்டும். எனினும் துணைத் தலைவர் பதவிக்கு அமோக ஆதரவுடன் தேர்ந்தெடுக்கப்பட்டேன். இந்தத் தேர்தலில் தனி நபர் வாக்களிப்பதில்லை. இயக்கங்கள்தான் வாக்களிக்கும்.

நாங்கள் தலைவர் (Chairman) என்றுதான் அழைக்கப்பட்டோம். அதிபர் (President) என்று போடக் கூடாது. ஏனென்றால் மோய் பதவிக்கு வந்தவுடன் கென்யாவிற்கு ஒரு அதிபர்தான் இருக்க வேண்டும் என்று சட்டம் இயற்றப்பட்டது. அதன்பிறகு இயக்கங்களின் தலைவர்கள், தனியார் நிறுவனங்களின் தலைவர்கள் எல்லாம் 'ப்ரசிடெண்ட்' என்று அழைக்கப்படக் கூடாது. எனவே 'சேர்மன்' என்றுதான் அழைக்கப்பட்டார்கள்.

1980ஆம் ஆண்டு நான் மீண்டும் தலைவர் பதவிக்குப் போட்டியிட்டேன். உறுப்பினர்களிடையே யாரைத் தேர்ந்தெடுப்பது என்பதில் சண்டை. இப்போது என்னுடைய இனம் மட்டும் எனக்கு எதிராக இல்லை; அரசாங்கத்திலுள்ளவர்களும் தேர்தலில் அக்கறை காட்டினார்கள். அவர்கள் ஒரு குறிப்பிட்ட அமைப்பின் வழியாக என்னை வீழ்த்த முயன்றார்கள். அப்போதுதான் நான் அரசியலில் இல்லாவிட்டாலும் அரசியல் விளையாட்டில் பகடைக்காயாக ஆகிவிட்டேன் என்பதை உணர்ந்தேன்.

அந்த அமைப்பு 'பெண்களின் முன்னேற்றம்' என்பது கிராமப்புற மக்களுக்கு உதவுவதற்காக ஏற்படுத்தப்பட்டது. அதுவும் கென்ய தேசியப் பெண்கள் குழுவில் உறுப்பு அமைப்பு. அப்போது இருந்த தலைவர் அதிபருக்கு நெருக்கமானவர். அரசு தரப்பினரின் பெண்களின் முன்னேற்றம் அமைப்பு எங்கள் குழுவைத் தனது கட்டுப்பாட்டுக்குள் கொண்டு வர விரும்பியது. புதிய அதிபரைப் பெண்கள் எல்லாம் ஆதரிக்கிறார்கள் என்று காட்டுவதற்குத்தான் இந்த ஏற்பாடு.

அதிபர் மோய் துணை அதிபராக இருந்தவர். கென்யட்டா 1978இல் தனது எண்பத்து ஆறாம் வயதில் இறந்த பிறகு அதிபரானவர். அரசியல் அமைப்புப்படி புதிய அதிபர் போட்டியில்

தேர்ந்தெடுக்கப்பட வேண்டும். மோய் போட்டியின்றித் தேர்ந்தெடுக்கப்பட்டார். கென்யாவின் பல அமைப்புகள் இதை ஆதரித்தன. பெண்கள் குழுவும் ஆதரித்தது. நான் புதிய அதிபரின் கையைக் குலுக்குவது போலப் புகைப்படம் கூட வந்தது. ஆனால் பதவிக்கு வந்தவுடன் மோய் தனது அதிகாரத்தை உறுதிப்படுத்திக்கொள்ள பல நடவடிக்கைகளில் ஈடுபட்டார். அதில் ஒன்று பொது நல இயக்கங்களின் ஆதரவைத் தேடுவது.

அரசாங்கத்தின் கண்களில் நான் படித்தவள் என்பது ஒரு குறையாக இருந்தது. அப்போது கென்யாவில் அதிகம் படித்தவர்களின் எண்ணிக்கை மிகக் குறைவு. எங்களை ஆட்சியாளர்கள் சந்தேகக் கண்களுடன் பார்த்தார்கள். சமூகத்தில் மதிப்பான இடத்தில் இருந்தவர்கள் எல்லாம் அவர்களுடைய கணவர்களின் பதவிகளை வைத்தே மேலே வந்தவர்கள். அவர்களுக்குப் படிப்போ வேறு தகுதியோ கிடையாது. அதுபோல, கென்யாவின் மேல் தட்டு மக்களான தொழில் அதிபர்கள், அரசியல்வாதிகள், அரசு மேல் அதிகாரிகளின் எண்ணிக்கையும் குறைவு. எனவே இது ஊழலுக்கு ஏற்ற சூழலாக இருந்தது. மிவாங்கியுடனான என்னுடைய திருமணமோ, பல்கலைக்கழகத்தில் பணியாற்றியதோ எனக்கு அந்த மேல் தட்டில் இடம் பெற்றுத் தரவில்லை. எனினும் என்னுடைய கல்வித் தகுதிகளினாலும், பசுமைப் பகுதி இயக்கத்தினாலும், மண முறிவுச் சூழலினாலும் எனக்கு ஒரு பெயர் இருந்தது. அரசு மேலிடத்திற்கு என்னைத் தெரியும். ஆனால் படித்த தன்னிச்சையான ஒரு ஆப்பிரிக்கப் பெண் தலைமைக்கு வர விரும்பியது அவர்களுக்கு ஏற்புடையதாக இல்லை.

எனவே இப்போது நான் போட்டி போடுவதும் பிடிக்கவில்லை. எனினும், தலைமைப் பொறுப்பு கிடைத்தால் என் கடமைகளை நிறைவேற்றும் திறன் எனக்கு இருக்கிறது என்று நம்பினேன். ஆற்றலையும், திறனையும், சாதனையையும் கண்டறிந்து அவற்றிற்கு வெகுமதி அளிக்காததே கென்யாவின் வளர்ச்சியின்மைக்குக் காரணம் என்று நம்பினேன்.

ஆனால் நான் போட்டியிடுவதை எதிர்த்தவர்களுக்கு ஒரு சிக்கல். அவர்களும் அவர்களுடைய அடிவருடிகளும் தங்களுடைய ஆளைத் தேர்ந்தெடுக்க வைத்து கென்ய தேசியப் பெண்கள் குழுவைக் கைப்பற்றப் போகிறோம் என்று வெளியில் சொல்ல முடியாது. எனவே அவர்கள் என்னை எதிர்ப்பதற்கு ஒரு காரணத்தைக் கண்டுபிடித்தார்கள். நான் மண முறிவு பெற்றவளாதலால் நான் கென்யப் பெண்களுக்கு ஒரு மோசமான எடுத்துக்காட்டு. பெண்கள் அமைப்புக்குத் தலைமை தாங்கத் தகுதி அற்றவள் என்று

குற்றம் சாட்டினார்கள். ஆனால் துணைத் தலைவராக 1979-இல் தேர்ந்தெடுக்கப்பட்டபோதே நான் மண முறிவு பெற்றுவிட்டேன். இதை முழுவதுமாக மறந்து விட்டார்கள். இது நியாயமற்றது. ஏற்கெனவே என்னுடைய மண முறிவுக்குத் தண்டனையை அனுபவித்துவிட்டேன். இப்போது செத்த மாட்டை அடிக்கிறார்கள்.

எங்கள் குழுவில் உள்ள சில பெண்கள் என்னுடைய வேட்பு மனுவைத் திரும்பப் பெற்றுக்கொள்ளுமாறு சொன்னார்கள். மீண்டும் மண முறிவுப் பிரச்சினையைக் கிளப்பினால் எனக்கும் குழந்தைகளுக்கும் மன நிம்மதி கெடும் என்றார்கள். நான், "எல்லாவற்றையும் இழந்துவிட்டேன், இழப்பதற்கு இனி என்ன இருக்கிறது?" என்றேன். சில பெண்கள் தங்கள் கணவர்களால் எச்சரிக்கப்பட்டுள்ளதாகச் சொன்னார்கள். ஆனால் நான் இதனை ஒரு கொள்கைப் போராக எடுத்துக்கொண்டேன். போட்டியில் பெண்கள் என்னைத் தேர்ந்தெடுக்காவிட்டால் பரவாயில்லை. ஆனால் தேர்தலுக்கு முன்னரே பின்வாங்குவது தவறு என்று எண்ணினேன். நேர்மையான தேர்தலில் வெற்றி பெறுவேன் என்பது எனது நம்பிக்கை.

நேர்மையும் நீதியும் காற்றில் பறக்க என்னைப் பின்வாங்கிக் கொள்ள வற்புறுத்தப்பட்டபோது, நான் மிக உறுதியாக எதிர்க்கத் தீர்மானித்தேன். அந்தக் காலத்தில் அரசாங்கம் நீங்கள் பதவிக்கு வருவதை விரும்பாவிட்டால் நீங்கள் மரியாதையாக விலகிக் கொள்ள வேண்டும். ஆனால் நான் விட்டுக் கொடுக்கத் தயாராக இல்லை. தேர்தலுக்கு ஒரு வாரம்தான் இருந்தது. இப்போது அவர்கள் வேறு ஒரு யுத்தியைக் கையாண்டார்கள். சில இயக்கங்களைத் தேசியக் குழுவிலிருந்து விலக்கச் செய்தார்கள். அவற்றில் பெண்களின் முன்னேற்ற இயக்கமும் ஒன்று.

இது தேசியக் குழுவிற்குப் பேரிடி. ஏனென்றால் பெண்களின் முன்னேற்ற இயக்கம் பலம் வாய்ந்தது; கிராமப் பெண்கள் அதன் உறுப்பினர்கள், மற்ற இயக்கங்களில் மேல்மட்டப் பெண்கள் உறுப்பினர்களாக இருந்தார்கள். எனவே அவற்றை உயர் மட்ட இயக்கங்கள் என்றார்கள். மேலும் கிராமப் பெண்களின் வளர்ச்சிக்கு அவர்கள் ஒன்றுமே செய்ய மாட்டார்கள் என்று எங்களைப் பற்றிப் பிரச்சாரம் செய்தார்கள். இந்த இயக்கங்கள் விலகிய பிறகு எங்கள் குழுவில் பணமே இல்லை. தேர்தலில் ஏற்பட்ட இந்தச் சிக்கலில் சில அமைப்புகள் என்னை ஆதரித்தன. பிற அரசாங்கத்தோடு சேர்ந்து கொண்டன. இரண்டு ஆண்டுகளிலேயே மீண்டும் என்னுடைய நடத்தையைப் பற்றி, ஒழுக்கத்தைப் பற்றி, தகுதிகள் பற்றித் தேசிய ஊடகங்களில் விமர்சனங்கள் எழுந்தன.

ஆனால் நல்ல வேளையாக என்னுடைய நண்பர்கள் எனக்குப் பக்கபலமாக இருந்தார்கள். நான் தலைவராகப் போட்டியின்றித் தேர்ந்தெடுக்கப்பட்டேன். என்னுடைய வெற்றியைச் சில செய்தித்தாள்கள் கொண்டாடின.

என்னுடைய எதிர்ப்பினால் அடுத்த இருபது ஆண்டுகள் அரசாங்கம் கென்ய தேசிய மக்கள் குழுவை உதாசீனம் செய்தது. 'பெண்களின் முன்னேற்றம்' இயக்கத்திற்கு அதிக வெளிநாட்டு உதவிகள் கிடைத்தது. பிறகு அந்த இயக்கம் ஆளும் கட்சியின் ஒரு அங்கமாக அதனை மாற்றிக்கொண்டது. எனவே நாங்கள் பணம் திரட்டுவதற்கு வேறு பல யுத்திகளைக் கையாள வேண்டியிருந்தது. பசுமைப் பகுதி இயக்கம் மற்றும் நீராதாரம் ஆகியவற்றில் தீவிர கவனம் செலுத்தினோம். இதனால் ஓரளவு நிதி உதவிகள் கிடைத்தன. 1980-களில் நிதிக்காகப் போராட்டம் தான். ஆனால் அப்போதிருந்த ஆட்சியாளர்கள் என்னைக் 'கீழ்ப்படியாதவள்' என்று முத்திரை குத்திவிட்டார்கள். 1980இல் தலைவராகப் பொறுப்பேற்றபோது தொடர்ந்து நான் அரசாங்கத்தோடு மோத வேண்டி வரும் என்று எதிர்பார்க்கவில்லை.

இந்தத் தேர்தல் பெண்ணினத்துக்கும் அதிகாரத்திற்கும் இடையேயுள்ள மோதலைத் தேசிய அளவிற்குக் கொண்டு வந்துவிட்டது. நான் தலைவராகப் பொறுப்பேற்ற பிறகு எனது நண்பர்கள் சிலரும், ஆதரவாளர்களும் என்னுடைய தேர்தல் வெற்றி அவர்களுடைய கணவர்களோடு பிணக்கு ஏற்படக் காரணமாக இருந்தது என்றார்கள். எனவே என்னைப் பதவியிலிருந்து இறங்கச் சொன்னார்கள். "நீங்கள் என்னை நெடுங்காலம் ஆதரித்து வந்திருக்கிறீர்கள், அதனை நான் மறக்கமாட்டேன். ஆனால் பல பெண்கள் எனக்கு ஆதரவு அளித்திருக்கிறார்கள். என்மேல் நம்பிக்கை வைத்திருக்கிறார்கள். அவர்களை ஏமாற்ற முடியாது," என்று சொன்னேன். அவர்களுக்கு ஏற்பட்டிருந்த நெருக்கடி எனக்குப் புரிந்தது. ஆனால், நான் மனம் மாறவில்லை.

தேர்தலினால் நான் ஆற்றைக் கடந்து அக்கரைக்குப் போய் விட்டேன். நான் தொடர்ந்து போய்க்கொண்டுதான் இருக்க வேண்டும். 1987 வரையிலும் தொடர்ந்து தலைவர் பதவிக்குத் தேர்ந்தெடுக்கப்பட்டேன். அதன் பிறகு ஓய்வு பெற்றேன். இப்போராட்டம் ஆட்சியிலிருந்தவர்கள் பேசியது பற்றிய எனது உணர்வை அதிகப்படுத்தியது. என்னை அவர்கள் கேவலப்படுத்தினார்கள்; என்னால் எதிர்த்துப் பேசி என்னைப் பாதுகாத்துக்கொள்ள முடியவில்லை. அவர்களிடம் கணக்குகள் கேட்க, பெண்களுக்கு உரிமையைப் பெற்றுத் தர அவர்களுடைய

களத்திலேயே அவர்களைச் சந்திக்க வேண்டும். இதற்கு எனக்கு ஒரு வாய்ப்பு கிடைத்தது. 1982இல் நாடாளுமன்றத்தில் ஒரு இடத்திற்கான இடைத் தேர்தல் வந்தது.

இதுவரையிலும் அரசியலை நான் எனக்குரிய பணியாகக் கருதவில்லை. பல ஆண்டுகளாக நண்பர்கள் அரசியலில் குதிக்க என்னை வற்புறுத்தி வந்தார்கள். மிவாங்கி 1969, 1974 ஆண்டுகளில் போட்டியிட்டபோது நான் தேர்தலில் நின்றால் எளிதில் வென்று விடுவேன் என்றார்கள். என்னுடைய பேச்சுத் திறமை பற்றி நான் அறிந்துகொண்டேன். நாடாளுமன்றத்திற்குப் போட்டியிட்டால் நான் மிவாங்கியோடு மோத வேண்டியிருக்காது. அந்தக் காலத்தில் நாடாளுமன்றத்தில் ஒரு சில பெண்களே இருந்தார்கள். 1980 முதல் 1988 வரை இரண்டு பெண்கள் இருந்தார்கள். அதிபர் மோய் ஒரு சில பெண்களை நியமித்தார். எனினும் நாடாளுமன்றத்தில் ஆணாதிக்கமே இருந்தது. இப்போது என்னுடைய நியேரித் தொகுதிக்குப் போட்டி. கென்யாவில் ஒரு கட்சி ஆட்சியில் இருந்து வந்ததால் நான் ஆளும் கட்சியின் சார்பில்தான் போட்டியிட வேண்டும்.

தேர்தலில் நின்றால் நான் என்னுடைய பல்கலைக்கழகப் பணியிலிருந்து விலகிக்கொள்ளவேண்டும். நாடாளுமன்றம் அப்படி ஒரு சட்டம் இயற்றியிருந்தது. நைரோபிப் பல்கலைக்கழகத்தில் 1966ஆம் ஆண்டிலிருந்து பணியாற்றியிருக்கிறேன். ஆகவே வேலையை விடுவது என்பது பெரிய காரியம். ஆனால் 1982இல் நான் தேர்தலில் குதிக்கத் தீர்மானித்துவிட்டேன். பல்கலைக்கழகத்தில் விலகல் கடிதத்தையும் கொடுத்துவிட்டேன். இப்போது அதிகார வர்க்கம் என்னைப் போட்டியிடாமல் தடுக்கச் சதி செய்தது. வாக்காளராக நான் பதிவு செய்யவில்லை என்று கூறியது. ஆனால் சட்டப்படி எனக்குத் தகுதி உண்டு என்று நான் உறுதியாக நம்பினேன். ஒரு தொகுதியில் ஒரு குடிமகன் ஒரு முறை பதிவு செய்ய வேண்டும். ஆனால் தேர்தல்குழு நான் 1979ஆம் ஆண்டே பதிவு செய்திருக்க வேண்டும் என்று கூறி எனது வேட்பு மனுவைத் தள்ளுபடி செய்தது.

இது அரசியல் விளையாட்டு என்பது எனக்குப் புரிந்துவிட்டது. ஆளும் கட்சி நான் நாடாளுமன்றத்திற்குத் தேர்ந்தெடுக்கப்படுவதை விரும்பவில்லை. இப்போதும் நீதிமன்றத்திற்குச் செல்லத் தீர்மானித்தேன். சனிக்கிழமை காலை விசாரணை நாள். அன்று பிற்பகலுக்குள் நியேரியில் மனு செய்ய வேண்டும். நைரோபியிலிருந்து மூன்று மணி நேரப் பயணம். தீர்ப்புக்குப் பிறகு

நியேரியை அடைவது முடியாது என்பதால் என்னுடைய நண்பர்கள் விமானம் ஒன்றை ஏற்பாடு செய்திருந்தார்கள்.

நீதிமன்றம் நான் போட்டியிட முடியாது என்று தீர்ப்பு வழங்கியது. நடுப்பகலாகி விட்டது. சாதகமான தீர்ப்பாக இருந்திருந்தாலும் நான் நியேரியை நேரத்தோடு அடைந்திருக்க முடியாது. மீண்டும் நீதி வீழ்ந்தது. இதனால் பிறகு மக்களாட்சிக்கு ஆதரவான இயக்கங்களில் சேர முடிந்தது. ஆனால் தேர்தலில் நிற்க முடியாது போயிற்று. அடிமேல் அடி. பல்கலைக்கழகத்தில் திரும்பப் போய் நிலைமையை விளக்கி என்னுடைய துறைத் தலைவர் பதவியைத் திரும்பக் கேட்டேன். நான் பதவி விலகல் கடிதத்தை வியாழக்கிழமை பிற்பகல் கொடுத்தேன். வெள்ளிக் கிழமை காலையே வேலையை இன்னொருவருக்குக் கொடுத்துவிட்டார்கள். நான் அதிர்ந்துவிட்டேன். பதினாறு ஆண்டுகள் பணிக்குப் பிறகு இப்போது வேலை இல்லை என்கிறார்கள். பல்கலைக்கழகம் என்னை அருகில் வைத்துக்கொள்ளவே விரும்பவில்லை என்பது தெளிவாயிற்று. பல்கலைக்கழகத்தின் துணை வேந்தர் அதிபருக்குக் கீழ் பணியாற்றியவர். அதனால் அதிபரைப் பகைத்துக் கொள்ள அவர் விரும்பவில்லை.

இது போதாதென்று நானே பதவியிலிருந்து விலகியதால், பல்கலைப் பேராசிரியர்களுக்குரிய எந்தப் பயன்களையும் நான் அடைய முடியாது போயிற்று. வேலையை விடும்போது இது எனக்குத் தெரியாது. ஆகவே பல்கலைக்கழகத்திலிருந்து வெறும் கையோடு வெளியே வந்தேன். ஓய்வூதியமோ, மருத்துவப் படியோ எதுவுமில்லை.

நான் என்னுடைய அலுவலகத்திற்கு என்னுடைய பொருட்களை எடுத்துக்கொள்ளக் கூடப் போகவில்லை. வெர்ட்டைப் பார்ப்பதற்கு அதன்பிறகு இடையில் பல்கலைக்கழகத்தில் அவருடைய அலுவலகத்திற்குப் போயிருக்கிறேன். ஆனால் என்னுடைய துறைக்குப் போகவில்லை. ஆனால் வாழ்க்கை வேடிக்கைகள் நிறைந்தது. சக்கரம் ஒருவாறு முழுச் சுற்றுக்குச் சுற்றிவிட்டது. எனக்கு அமைதிக்கான நோபல் பரிசு கிடைத்தவுடன் என்னை அழைத்து அறிவியலில் முனைவர் பட்டத்தை ஆடம்பரமாக வழங்கிற்று.

நான் வேலையை விட்டு விலகி நீதிமன்றத்திற்குப் புறப்பட்ட வேளையில் பல்கலைக்கழக அலுவலர்கள் என்னுடைய வீட்டிற்கு வந்து வீட்டை உடனே காலி செய்ய வேண்டும் என்றார்கள். ஆசிரியப் பணியாளர்களுக்குத்தான் வீடு என்றார்கள். "நான்

இப்போது போக முடியாது. நான் நீதிமன்றத்திற்குப் போகிறேன்," என்றேன். நான் பிற்பகல் திரும்பிய போதும் அலுவலர்கள் அங்கேயே இருந்தார்கள். அவர்கள் திங்கள் அன்று காலி பண்ணும் ஆணையோடு வருவதாகச் சொல்லிவிட்டுச் சென்றார்கள். அடுத்தாற்போல எனக்கு என்ன நடக்கப் போகிறது என்று ஞாயிறு முழுவதும் எனக்குக் கவலை.

திங்கள் காலை எழுந்தபோது என்ன செய்யப் போகிறோம் என்று தெரியவில்லை. வேலை இல்லை; ஊதியம் இல்லை. ஓய்வு ஊதியமும் கிடையாது. சேமிப்பு என்றுகூட எதுவும் இல்லை. வீட்டிலிருந்து என்னை வெளியேற்றப் போகிறார்கள். மூன்றே நாள்களில் என்னுடைய வாழ்வாதாரம் எல்லாம் போய்விட்டது. நாற்பத்தி ஒன்பது வயதானபோது என்னிடம் ஒன்றுமே இருக்கவில்லை.

7
மாற்றங்களின் விதைகள்

நாம் இருக்கும் சூழலை நம்மால் கட்டுப்படுத்த முடியாது. ஆனால் நமக்கு எதிராகச் சூழ்நிலை திரும்பும்போது, அதற்கு நாம் தரும் எதிர்வினையைக் கட்டுப்படுத்த முடியும். தோல்வி ஏற்படும்போது அதனை ஒரு அறைகூவலாக எடுத்துக்கொண்டு போய்க்கொண்டே இருப்பேன். நமது நீண்ட பாதையில் தடுக்கி விழுவது ஒரு படிதான். அதிலேயே நின்றுவிட்டோமென்றால் நமது பயணத்தைத் தொடர முடியாது. வெற்றிபெற்றோரெல்லாம், பலமுறை தடுக்கி விழுந்தவர்கள்தான். ஆனால் அவர்கள் எல்லாம் திரும்பவும் எழுந்து தொடர்ந்து பயணித்தார்கள். நானும் அப்படித்தான் இருக்க முயற்சி செய்கிறேன்.

எனவே இப்போது எனக்கு வீழ்ச்சிதான். நான் முழுவதுமாக விழுந்துவிடவில்லை. அன்று அந்தத் திங்கள் காலை அமர்ந்து சிந்தித்தேன். பிறகு எழுந்து இயங்கத் தொடங்கினேன். வீடு கிடைக்குமா என்று பார்க்க செய்தித்தாள்களைப் புரட்டினேன். ஆறுமாத வாடகைக்கு ஒரு வீட்டு விளம்பரம் வந்திருந்தது. தொலைபேசியில் அழைத்தேன். வாடகை பரவாயில்லை. என்னுடைய பொருட்களை எல்லாம் மூட்டை கட்டி அந்த வாரமே புது வீட்டிற்குக் குடி போய்விட்டேன். ஆறு மாதம் மட்டும் என்பதால் மூட்டைகளை எல்லாம் அவிழ்க்கவில்லை.

ஆறு மாதங்கள் கழித்து நான் என் பெயரில் 1975ஆம் ஆண்டில் வாங்கிய வீட்டிற்குப் போய்விட்டேன். வீடு நைரோபியில் வில்சன் விமான நிலையத்திற்கு அருகில் இருந்தது. அந்த இடம் பகட்டான இடமில்லை. வீடுகள் சிறியவை. தெரு அருகில் இருந்தன. சாலைகள் குண்டும் குழியுமாக இருந்தன. என்னுடைய வீடு பங்களா அமைப்பில் இருந்தது. அமைதியான இடம்.

குடியிருக்கவும் வேலை செய்யவும் தகுந்த இடம். சுற்றிலும் மரங்களையும் செடிகளையும் நட்டேன். அப்பகுதியிலேயே அதுதான் மிகப் பசுமையான இடமாக இருந்தது. எனக்கு வாழ்வு தந்த அந்த வீடு எனக்கு மிகவும் பிடிக்கும். அங்கு இருபத்தைந்து ஆண்டுகள் இருந்தேன்.

பல்கலைக்கழகத்தினை விட்டு வெளியேறிய முதல் சில மாதங்களில் எனக்கு நடந்தவை பற்றியும் அடுத்து என்ன செய்வது என்பது பற்றியும் சிந்தித்து வந்தேன். அதுவும் நல்லதுதான். ஏனென்றால் அதன்பிறகு அமைதியாகச் சிந்திக்க நேரமும் கிடைக்கவில்லை. என்னுடைய மணமுறிவின்போது நான் ஒரு தத்துவத்தை ஏற்றுக்கொண்டுவிட்டேன். அது எனக்கு மன உறுதியைத் தந்தது. ஒவ்வொரு அனுபவமும் ஒரு பாடம்தான். ஒவ்வொரு கருமேகத்திற்கும் வெள்ளிக் கோடுண்டு. ஒவ்வொருவரும் தங்கள் ஆழ்மனத்தை மேலே கொண்டு வர வேண்டும். தோல்வி கண்டு துவண்டுவிடக் கூடாது. உங்கள் நினைவு நிலை அந்த மட்டத்திற்கு வந்தால் நீங்கள் சரியென்று நம்புவதை நீங்கள் செய்ய எப்போதுமே ஆயத்தமாக இருப்பீர்கள்.

சரியென்று நமக்குத் தோன்றுவதை நாம் பிறரை மகிழ்விப்பதற்காகச் செய்வதில்லை, அதுதான் அறிவிற்கு உகந்தது என்பதால்தான் செய்ய வேண்டும். நாம் நேர்மையாக இருக்க வேண்டும். நாம் ஒருவர் மட்டுமே இருந்தாலும் துணிந்து நிற்க வேண்டும். இந்தக் கொள்கை நான் முதன்முதலில் பசுமைப் பகுதி இயக்கம் பற்றி எழுதிய கையேட்டில் இடம் பெற்றது.

என்னுடைய திருமண வாழ்க்கை முடிந்து போய்விட்டது. நாடாளுமன்றத் தேர்தலில் போட்டியிட முடியவில்லை. வேலையும் வீடும் போய்விட்டன. ஆனால் ஒன்று மட்டும் போகாமல் இருந்தது. கென்ய தேசிய மக்கள் குழுவின் தலைமைப் பதவி இன்றும் என்னிடத்தில்தான் இருந்தது. இன்னும் பசுமைப் பகுதி இயக்கத்தை வளர்த்து வந்தேன். அப்போது தேசியக்குழு ஏழ்மையில் இருந்தது. எல்லோரும் தன்னார்வத் தொண்டர்கள். இயக்கமும் இன்னும் சிறிய அளவில்தான் இருந்தது. நானும் பல்கலைக்கழகப் பணிகளுக்கு இடையில் நேரம் கிடைத்தபோதுதான் அலுவலகத்திற்குப் போனேன். இப்போது இயக்கத்தை முன்னின்று வளர்த்தால் அதற்கு நிதியுதவி கிடைக்கும், வளர்ச்சியும் ஏற்படும்.

ஓர் அமைப்பும் அதன் தலைமையும் வெற்றி பெற வேண்டுமென்றால் வெற்றுப் பேச்சு மட்டுமில்லாமல் செயல்

திட்டம் வேண்டும். முழுமூச்சுடன் அதனைச் செயல்படுத்த வேண்டும். நீங்களும் ஒரு போராளியாக மாற வேண்டும். 'இப்படி இருக்கக் கூடாது' என்று மக்களிடம் எடுத்துச் சொல்லி ஏன் இப்போதைய நிலைமை மாற வேண்டும் என்று விளக்க வேண்டும். அப்படிச் செய்யாவிட்டால் நீங்கள் பொருந்தாமல் போய் விடுவீர்கள். பசுமைப் பகுதி இயக்கம் செய்தித் தாள்களின் கவனத்தைக் கவர்வதும் முக்கியம் என்று அறிந்துகொண்டேன். அப்போதுதான் நாங்கள் என்ன செய்கிறோம், அதன் மதிப்பு என்ன என்ற செய்தி மக்களுக்குப் பரவும்.

வேலை போனபிறகு நான் உற்சாகமாகத்தான் இருந்தேன். வேலை இல்லை என்பதும், பல்கலைக்கழகப் பேராசிரியர் பணி போல் வேறொன்று கிடைக்காது என்பதும் உண்மைதான். நான் அதிகாரத்தில் இருப்போரைப் பகைத்துக்கொண்டதால், பல்கலைக்கழகத்திற்குள் நுழைய முடியாது. ஐக்கிய நாடுகள் சபையின் பணியானாலும், அரசாங்கம் அதனை முன்மொழிய வேண்டும்.

எனவே தனியார் நிறுவனங்கள் பலவற்றிற்கு விண்ணப் பித்தேன். "நீங்கள் அதிகமான கல்வித் தகுதி பெற்றிருக்கிறீர்கள்" என்று பதில் வந்தது. என்னை யாரும் வேலையில் அமர்த்தப் போவதில்லை. அரசாங்கத்தைப் பகைத்துக்கொண்டவள்.

நல்ல வேலையாக, அந்த ஆண்டு முடிவதற்குள் ஒரு வாய்ப்பு கிடைத்தது. அது என்னுடைய வாழ்க்கையையே மாற்றி விட்டது. பசுமைப் பகுதி இயக்கத்திற்கும் ஒருவழி பிறந்தது.அதற்கான விதைகள் முன்னாலேயே ஊன்றப்பட்டுவிட்டன. 1981இல் கென்யாவில் புதுப்பிக்கக்கூடிய ஆற்றல் பற்றிய ஒரு ஐ.நா. மாநாடு நடந்தது. பசுமைப் பகுதி இயக்கத்தின் பணிக்கு அதன் நோக்கங்கள் பொருத்தமாக இருந்தன. இரண்டு வாரங்கள் அரசு அலுவலகங்கள், சுற்றுச்சூழல், ஆற்றல், பொருத்தமான தொழில் நுட்ப இயக்கங்கள் ஆகியவற்றின் உறுப்பினர்கள் கலந்து ஆலோசனை நடத்தித் திரும்பப் பெறக் கூடிய ஆற்றல், பசுமை சக்தி, காடுகளைக் காத்தல் ஆகியவை பற்றிய முடிவுகளை எடுத்தார்கள்.

சுற்றுச்சூழல் தொடர்பு மையத்தின் உள்நாட்டு வாரியத் தலைவர் என்ற முறையில் உள்ளூர் அரசு சாரா அமைப்புகளை ஒருங்கிணைத்தேன். அனைத்தையும் உள்ளடக்கிய ஒரு பொது அமைப்பை உருவாக்கினேன். நைரோபி நகர மண்டபத்திற்கு எதிரில் பிரதிநிதிகள் சந்திக்கும் இடத்தில் ஒரு சிறு வனத்தை

ஏற்படுத்தினோம். முக்கிய பிரமுகர்கள் அங்கு இன்றும் மரங்கள் நடுகிறார்கள்.

மாநாட்டிற்கு ஆதரவாக நாங்கள் ஒரு பேரணியையும் நடத்தினோம். உகுரு என்ற விடுதலைப் பூங்காவிலிருந்து புறப்பட்டு மாநாட்டு மையத்தை அடைந்தோம். கென்யா மற்றும் பன்னாட்டு அரசு சாரா அமைப்புகள் அதில் பங்கு கொண்டன. உலக பாதுகாப்பு இணையம், இந்தியாவிலிருந்து சிப்கோ இயக்கம் ஆகியன முக்கியமானவை. சிப்கோ என்பது மரங்களை வெட்டுவதைத் தடுக்க, அணைத்துக்கொள்ளும் இயக்கம். பேரணியில் குழந்தைகளை மரக்கன்றுகளைக் கொண்டு வரச் செய்தேன். அவர்கள் அவற்றைப் பெரிய பிரமுகர்களிடம் கொடுத்தார்கள். குழந்தைகள் உலகெங்கு மிருந்து வந்திருந்த பேராளர்களிடம் அவற்றைக் கொடுத்தது கண்கொள்ளாக் காட்சி. நாளிதழ்கள் மொத்த நிகழ்ச்சியையும் வெளியிட்டன.

இந்த மாநாடு வேறு வழிகளிலும் சிறப்பிடத்தைப் பெற்றது. நான் தொழில் மயமான நாடுகளிலிருந்தும் வளரும் நாடுகளிலிருந்தும் வந்திருந்த பலரோடு பேச முடிந்தது. மெக்சிகோ மாநாட்டிற்குப் பிறகு ஏற்படுத்தப்பட்ட ஐ.நா.வின் பெண்களின் பத்தாண்டுகளுக்கான தன்னார்வ நிதிக்கு நான் ஒரு திட்டத்தை முன் வைத்திருந்தேன். இந்த நிதி பின்னர், ஐ.நா. பெண்கள் முன்னேற்ற நிதியாக (UNIFEM) மாறிற்று. இதன் தலைவி மார்கரட் ஸ்னைடர் என்பவர். அவர் கென்யாவில் இருந்தவர். எங்கள் பெண்கள் குழுவைப் பற்றி நன்கு அறிந்தவர். என்னுடைய திட்ட விண்ணப்பம் நியூயார்க்கில் ஏற்கப்படுமா என்று ஆவலோடு காத்திருந்தேன்.

1982ஆம் ஆண்டு ஒரு நாள் பிற்பகல் எங்கள் அலுவலகத்தில் வேலை பார்த்துக்கொண்டிருந்தேன். அப்போது ஒரு வெள்ளைக்காரரர் உள்ளே வந்தார். "நான் வங்காரி மாத்தாயைப் பார்க்க வேண்டும்" என்றார். "நான்தான்" என்றேன். தன்பெயர் வில்ஹெல்ம் எல்ஸ்ரட் என்றும் நார்வே வனக் கழகத்தின் செயல் இயக்குநர் என்றும் அவர் தன்னை அறிமுகப்படுத்திக் கொண்டார். "உங்கள் பசுமைப் பகுதி இயக்கம் பற்றிக் கேள்விப்பட்டோம். நீங்கள் என்ன செய்துகொண்டிருக்கிறீர்கள் என்று தெரிந்துகொள்ள விரும்புகிறோம்," என்றார். மேலும், "உங்களோடு கூட்டாகப் பணியாற்ற முடியுமா என்று பார்க்க வேண்டும்," என்றார். எனக்கு அவர் கூறியது தேனாக இனித்தது.

நானும் அவரும் பசுமைப் பகுதி இயக்கம் செய்கின்ற பணிகளைப் பற்றிப் பேசினோம். மரக் கன்றுகள் வளர்க்கும் இடங்களைக் காண்பித்தேன். நாங்கள் செய்கின்ற வேலைகளில் அவர் ஆர்வம் காட்டினார். அவர்களுடைய வனக் கழகமும் எங்கள் இயக்கமும் எவ்வாறு இணைந்து பணிபுரியலாம் என்று கேட்டார். நான் வேறு வேலை தேடிக்கொண்டிருந்ததால் என்னால் கூட்டுறவுப் பணியில் முழுவதுமாக ஈடுபட முடியாது. எனவே "யாரையாவது வேலையில் அமர்த்த வேண்டியதிருக்கும்," என்றேன்.

சில மாதங்களுக்குப் பிறகு வில்ஹெல்ம் நார்வேயிலிருந்து திரும்பி வந்தார். "நீங்கள் இப்போது வேலையில்லாமல் இருக்கிறீர்கள். நீங்கள் ஏன் இணைப்பாளராகப் பணியாற்றக் கூடாது?" என்று கேட்டார். அதிகமாகப் பணம் தர முடியாவிட்டாலும் எனக்கு வேலை கிடைக்கும் வரையில் சமாளிப்பதற்காக ஒரு சிறு தொகையைப் படியாகத் தருவதாகச் சொன்னார். நான் அவர் கூறியதைச் சிந்தித்துப் பார்த்து அதனை ஏற்றுக்கொள்ள முடிவு செய்தேன்.

பிறகு நடந்ததெல்லாம் வரலாறுதான். வேறு வேலையை நான் தேடவில்லை. இணைப்பாளராகப் பசுமைப் பகுதி இயக்கத்தைத் திடப்படுத்தி வளர்ப்பதே என்னுடைய ஒரே பணியாக ஆயிற்று. அதோடு ஐ.நா. பெண்களுக்கான தன்னார்வ நிதியிலிருந்தும் 1981 ஆம் ஆண்டு நிதி உதவி கிடைத்தது. 1,22,700 அமெரிக்க டாலர்கள் நிதி உதவிக்கு ஒப்புதல் தரப்பட்டது. நான் வாழ்நாளில் பார்த்திராத தொகை அது!

நைரோபியிலுள்ள ஐ.நா. வளர்ச்சித் திட்ட அலுவலகத்திற்குப் பணம் அனுப்பப்பட்டது. எனக்குத் தேவையான பணத்தைப் பெற்றுச் செலவழித்துக் கணக்கு காட்ட வேண்டும். அதன்பிறகு அடுத்த தவணை பணம் கிடைக்கும். இவ்வாறு ஒழுங்குபடுத்தப்பட்டது நல்லதாகப் போயிற்று. ஏனென்றால் மொத்தத்தொகையையும் ஒரே தடவையாகப் பசுமைப் பகுதி இயக்கத்திற்குக் கொடுத்திருந்தால் எங்களால் சமாளித்திருக்க முடியாது. நிதி உதவியின் ஒரு பகுதியாக எனக்கு ஆண்டுக்கு 600 அமெரிக்க டாலர் ஊதியம் கிடைத்தது. அது அதிகம் இல்லை என்றாலும் பல்கலைக்கழகத்தை விட்டு வந்து ஒன்றும் சம்பாதிக்காமல் இருந்ததற்கு இது எவ்வளவோ மேல். மேலும் என்னுடைய தனிப்பட்ட தேவைகளுக்கு எப்போதும் அதிகப் பணம் தேவைப்பட்டதில்லை.

இந்த நிதி உதவியைக் கொண்டு பசுமைப் பகுதி இயக்கத்தை என்னால் விரிவுபடுத்த முடிந்தது. மேலும் ஐ.நா. சபையிலிருந்து உதவிகள் கிடைத்ததால் எங்கள் இயக்கத்திற்கு மதிப்பும் கிடைத்தது.

இதனால் மற்றைய நிதி உதவி முகவர்களும் உதவ முன்வந்தார்கள். இப்போது எங்களால் வேலைக்கு ஆட்களை அமர்த்த முடிந்தது. உயர்நிலைப்பள்ளி முடித்த இளம் பெண்களைச் சட்டாம்பிள்ளைகளாக நியமித்தேன். அவர்கள் நைரோபியிலும் களத்திலும் சென்று மக்கள்குழுக்கள் என்ன செய்கிறார்கள் என்பதை நேரடியாகக் கண்காணித்தார்கள். தேவையான இடங்களில் தொழில்நுட்ப உதவிகளும் தந்தார்கள். உயிர்பிழைத்த கன்றுகளின் எண்ணிக்கையைக் கணக்கிட்டார்கள். பெண்களுக்குச் சன்மானங்கள் தருவதும் அவர்கள் வேலை.

பசுமைப் பகுதி இயக்கம் நிலைத்து நிற்குமா என்ற என்னுடைய கவலையை இது போக்கிற்று. பலர் நல்ல திட்டங்களை வைத்திருப்பார்கள். ஆனால் அவற்றைத் தொடங்க 'விதைப் பணம்' இருக்காது. அப்போது அவர்களுடைய திட்டங்கள் முளைவிடாமல் போய்விடும்.

1970களின் தொடக்கத்தில் வெறும் வார்த்தைகளாக, பேச்சாக இருந்தது, ஒருசில கன்றுப் பண்ணைகளாக மட்டும் இருந்தது இப்போது பல மில்லியன்கள் மரக் கன்றுகளாக வளர்ந்து விட்டது. ஆயிரக் கணக்கான பெண்கள் அதில் பங்கு கொண்டார்கள். மார்கரட் ஸ்னைடர் எனது தோழியாக ஆகிவிட்டார். அவரை பெக்கி என்று அழைக்கிறேன். அவருக்கும் தன்னார்வ நிதியத்துக்கும் என்றும் கடமைப்பட்டிருக்கிறேன். அவர்கள்தான் பசுமைப் பகுதி இயக்கத்தின் மருத்துவச்சிகள்.

இப்போது நான் கவலைப்பட்டதெல்லாம் என்னுடைய வேலையைப் பற்றித்தான். ஒரு கழுதையைப் போல வேலை செய்தேன். வேலையில் மூழ்கிப் போய்விட்டேன். எங்கள் செயல்பாடுகள் விரிவது கண்டும், மக்களைச் சந்திப்பது குறித்தும் நான் மிக உற்சாகம் அடைந்தேன். எனக்கு வேலை ஓர் அறைகூவலாகவே இருந்தது. என் பேராசிரியப் பணியில் பெற்ற அனுபவத்தை நான் புதிய வழியில் பயன் படுத்தினேன். மரம் நடுவது உண்மையில் பெரிய மாற்றத்தை ஏற்படுத்தியிருந்தது.

நார்வே வனக்கழகத்துடன் எங்களுடைய கூட்டுறவும் வெற்றிகரமாகத் தொடங்கியது. எங்கள் முதல் கூட்டுறவு முயற்சி முராங்காவிலுள்ள கருகியா தொடக்கப் பள்ளியில் ஆரம்பமாயிற்று. அது நைய்ரோபியிலிருந்து நியேரிக்குச் செல்லும் வழியில்

இருந்தது. அந்தப் பள்ளி வளாகத்தில் அதிபர் கென்யட்டா ஒரு மரத்தை நட்டிருந்தார். எனினும் பள்ளி நிர்வாகிகள் பசுமைப் பகுதி இயக்கமானது பள்ளி வளாகத்தில் வேறு மரங்கள் நட முடியுமா என்று கேட்டார்கள். நானும் உடனே ஒப்புக்கொண்டேன். அப்போது ஓர் இளைஞன், என்னோடு நைரோபியப் பல்கலைக்கழத்தில் நாற்றுப் பண்ணையில் வேலை பார்த்தவன், எனது அலுவலகத்திற்கு வந்தான். அவனுக்கு மரம் நடுவதில் ஆர்வம் அதிகம். இப்போது வேலையில்லை, ஒரு வேலையைத் தேடிக்கொண்டிருந்தான். “முரங்காவிற்குப் போகிறாயா? என்று கேட்டேன். அவன் ஒத்துக்கொண்டதும் விரிவாக்கப் பணியை அங்கே தொடங்குமாறு கூறினேன். கினியான் ஜீ என்ற அவன் இன்னும் அங்கேதான் பயிற்சியாளனாகப் பணியாற்றி வருகிறான்.

முரங்கா திட்டம் நன்றாகவே நடந்தது. போதுமான பணமும் மக்களின் ஒத்துழைப்பும் இருந்தன. நார்வே வனக்கழகத்தின் நிதி தீர்ந்த பிறகு வளர்ச்சி ஒத்துழைப்புக்கான நார்வே முகமை உதவிக்கு வந்தது. அது அரசாங்கத்தின் வெளிநாட்டு உதவி முகமை. பல ஆண்டுகள் உதவி கிடைத்தது. அந்தத் திட்டம் மிக வெற்றிகரமான திட்டமாக விளங்கிற்று. நாங்கள் நட்ட கன்றுகள் இப்போது அடர்ந்த மரங்களாக வளர்ந்துவிட்டன.

நானும் இந்த வேளையில் நிறையவே கற்றுக்கொண்டேன். இதைவிடச் சிறப்பாக, மாறுதலாகச் செய்ய முடியுமா என்று அடிக்கடி என்னைக் கேட்டுக்கொண்டேன். முதலில் பெரிய பண்ணைகளில் பெண்கள் சேர்ந்து நாற்றுகளை வளர்ப்பதை ஊக்கப்படுத்தினேன். அப்போது அவற்றை மேற்பார்வை பார்ப்பது எனக்கு எளிதாக இருந்தது. ஆயினும் பெண்களுக்கு இது பிடிக்கவில்லை என்பது தெரிய வந்தது. பண்ணை பல பெண்களின் ஊர்களிலிருந்து தொலைவில் இருக்கும். அப்போது அவர்கள் நெடுந்தூரம் நடக்க வேண்டியிருந்தது. தினமும் போய் தண்ணீர் ஊற்றுவது கடினமாக இருந்தது. பெண்கள் தாங்கள் நட்ட கன்றுகள் வளர்ந்தனவா, பட்டுப்போகாமல் இருக்கின்றனவா என்று மேற்பார்வை செய்ய முடியவில்லை.

எனவே மூன்று மைல்கள் பெண்கள் நடந்து போகாமல் இருக்க தங்கள் கிராமங்களிலேயே பண்ணைகளை அமைக்கச் சொன்னேன். இதனால் பண்ணைகளின் எண்ணிக்கை அதிகமானது. கிராமங்களுக்கும் இதனால் பயன். மரக்கன்றுகள் அவர்களுக்கு எளிதாகக் கிடைத்தன. பெண்களும் நடப்பட்ட கன்றுகளை மேற்பார்வை செய்ய முடிந்தது.

மேலும் நாங்கள் முதலில் ஏற்படுத்திய ஊக்கத் தொகைத் திட்டத்தையும் மாற்ற வேண்டியிருந்தது. கன்றுகளை வளர்த்துத் தரையில் நடுவதை மட்டும் எங்கள் நோக்கமாகக் கொண்டிருப்பது பயன் தராது. அவை வாடிப்போகாமல் இருக்க உறுதி செய்ய வேண்டும். அப்போதுதான் தரிசாகிப்போன நிலத்தை மீட்க முடியும். எனவே பெண்களிடம், "நீங்கள் கொடுக்கும் நாற்றுகளை மக்கள் நட்டால் மட்டும் போதாது. அவை ஆறு மாதங்களாவது உயிரோடு இருக்க வேண்டும். அப்போதுதான் உங்களுக்கு ஊக்கத்தொகை கிடைக்கும்," என்றேன். இன்றும் இப்படித்தான் பசுமைப் பகுதி இயக்கம் நடக்கிறது.

திட்டம் சிறக்க வேண்டி நான் வேறு வழிகளையும் மேற்கொண்டேன். பெண்கள் மரக்கன்றுகளை வளர்ப்பதில் தங்கள் நேரத்தைச் செலவிடுவார்கள். அவர்களுக்கு வேறு பொறுப்புகளும் இருந்தன. பயிர் செய்வது, சமைப்பது, குழந்தைகளைப் பார்த்துக் கொள்வது முதலான வேலைகளும் அவர்களுக்கு இருந்தன. அவர்கள் எதிர்பார்த்த உதவிகளில் ஒன்று விதைகளைத் தேர்ந்தெடுப்பது. பல பெண்களுக்கு எழுதப் படிக்கத் தெரியாது. எனவே எத்தனை நாற்றுகளை வளர்த்தோம், அவற்றில் எத்தனை கன்றுகளை நட்டோம், அவற்றில் ஆறு மாதத்தில் எத்தனை பிழைத்தன என்று கணக்கு போடுவதற்கு யாராவது உதவ வேண்டியிருந்தது. இந்த வேலைகளைச் செய்ய கணவர்கள் அல்லது மகன்கள் உதவியை நாடினார்கள். அவர்கள் 'நாற்றுப் பண்ணை உதவியாளர்கள்' என்று அழைக்கப்பட்டனர். அவர்களுக்கு இந்த வேலை கிடைத்ததால் அதிகப்படி வருமானம் கிடைத்தது. மேலும் பல மைல்கள் நடந்து விவசாயிகள், பள்ளி நிர்வாகிகள் ஆகியோரைச் சந்திக்க வேண்டியிருந்தது. இது இளைஞர்களால்தான் முடியும்.

இந்த இளைஞர்கள் படித்திருந்ததால் அவர்களுக்குப் பலவகைப்பட்ட மரங்களைப் பற்றிக் கற்றுத் தருவது எளிதாக இருந்தது. விதைகளை எப்படித் தயாரிப்பது, எப்படி நடுவது முதலியவற்றைக் கற்றுக்கொடுத்தோம். துல்லியமான பதிவுகளை எப்படிச் செய்வது என்று படித்துக்கொண்டார்கள். அவர்களை உள்ளூர் மொழியிலும் ஆங்கிலத்திலும் முறையாகப் பேசவும் எழுதவும் கட்டாயப்படுத்தினோம். அரசாங்கம் சரியான ஆவணங்களை எதிர்பார்க்கும். அவை ஆங்கிலத்தில் இருந்தால் விபரங்களுக்கு ஒரு மரியாதை கிடைக்கும்.

பசுமைப் பகுதி இயக்கத்தின் வேலையை மதிப்பிட வந்தவர்களுக்கு இந்த இளைஞர்களைப் பார்த்து வியப்பாக இருந்தது.

"இது பெண்களின் அமைப்பு என்று நினைத்தோம், ஆண்களும் இருக்கிறார்களே!" என்றார்கள். மேலும் இளைஞர்கள் பலர் நேர்மை தவறி நடந்தது எனக்கு ஏமாற்றமளித்தது. அவர்கள் மரங்களின் எண்ணிக்கையை அதிகப்படுத்திக் கணக்கு காட்டினார்கள். ஆனால் எங்களால் எளிதில் கண்டுபிடித்து விட முடியுமென்று அவர்களுக்குத் தெரியவில்லை. இந்த ஊழல் எனக்குப் பெரிய அதிர்ச்சியாக இருந்தது. சமுதாயத்தை எதிர்நோக்கி இருந்த அறைகூவல் எனக்கு வெட்ட வெளிச்சமாகத் தெரிந்தது. கீழ்மட்டத்திலேயே இவ்வளவு ஊழல் இருந்தால் அரசின் மேல் மட்டத்திலும் பொதுவாக சமுதாயத்திலும் எப்படி இருந்தது என்பதை என்னால் யூகிக்க முடிந்தது.

பசுமைப் பகுதி இயக்கம் வளரத் தொடங்கிய பிறகு கென்யா நாட்டு மக்களின் அடிமைத்தனத்திற்கான மூல காரணங்களை அடையாளம் காண விரும்பினேன். விறகு கிடைக்காமல் போனது ஏன், மக்களுக்கு சத்துணவு இல்லாதது ஏன், சுத்தமான குடிநீர் அருகிப் போனது ஏன், மேல் மண் போனதும், மழை ஒழுங்காகப் பெய்யாததும் எதனால், மக்கள் தங்கள் குழந்தைகளுக்குப் பள்ளிக் கட்டணம் கட்ட முடியாதது எதனால், அடிப்படைக் கட்டமைப்பு ஏன் சிதைந்து போகிறது என்பதையெல்லாம் கண்டறிய விரும்பினோம். நமது வருங்காலத்தை நாமே ஏன் அழித்துக்கொள்கிறோம்?

பசுமைப் பகுதி இயக்கம் மரம் நடுவதிலிருந்து படிப்படியாக கருத்துகளை விதைக்கும் இயக்கமாக வளர்ந்தது. பசுமைப் பகுதி நிலைப்பட்ட பகுதிகளிலுள்ள சிறு சமூகங்களில் கருத்தரங்குகள் நடத்தினோம். வயதான ஆண்களையும் பெண்களையும் அவரவர் சிக்கல்களை எடுத்துச் சொல்ல ஊக்கம் தந்தோம். அவர்கள் சொன்னவற்றை நான் எழுதிக் கொள்வேன். பட்டியல் சில சமயங்களில் 150க்கும் மேல் நீளும். "இந்தப் பிரச்சினைகள் எல்லாம் எங்கிருந்து வந்தன?" என்று நான் கேட்டேன். எல்லோருமே அரசாங்கத்தின் மேல்தான் பழி போட்டார்கள்.

அது ஓரளவு உண்மைதான். அரசாங்கம் பொது நிலங்களை வேண்டியவர்களுக்கு விற்றது. மரச்சாமான்கள் செய்வதற்கான மரப் பண்ணைகளை அமைக்க இயற்கையான மரங்கள் வெட்டப்பட்டன. இதனால் நீர் நிலைகளும், பல்லுயிர் வளமும் அழிந்துபோயின. காலனி ஆதிக்கத்தின் போது இருந்த கொள்கைகளை விடுதலை பெற்ற பின்பு வந்த அரசாங்கங்களும் கடைப்பிடித்தன. ஆனால் இப்போது அரசாங்கத்திற்கு வேண்டிய ஒரு சிறு கூட்டத்திற்கு அதன் பலன்கள் எல்லாம் சென்றடையுமாறு பார்த்துக்கொண்டது. அதற்குப்

பிரதியாக இந்தச் சிறு கூட்டம் அரசாங்கத்தை ஆதரித்து ஆட்சியில் தொடர உதவியது.

எனினும், அரசாங்கம் மட்டுமே குற்றவாளி இல்லை என்பதை மக்கள் புரிந்துகொள்ள வேண்டும் என்று உறுதியாக நம்பினேன். பிரச்சினைகளுக்குக் குடிமக்களும் காரணம், அவர்கள் உறுதியாக நம்புவதை அரசாங்கம் தர வேண்டும் என்று கேட்பதில்லை. இது ஒரு காரணம். இன்னொன்று மக்கள் தங்கள் உடைமைகளைப் பாதுகாப்பதில்லை. "இது உங்கள் நிலம். உங்களுக்குச் சொந்தம். நீங்கள் இதனைக் கவனிப்பதில்லை. மண் அரிப்பை அனுமதிக்கிறீர்கள். அதைத் தடுக்க நீங்கள் ஏதாவது செய்யலாம். மரங்களை நடலாம், என்றேன். மேலும் அவர்களுக்குச் சத்துகள் தந்த பாரம்பரிய உணவுப் பொருட்களைப் பயிரிடுவதை நிறுத்திவிட்டதை நினைவுபடுத்தினேன். அவற்றிற்குப் பதிலாக அவர்களுடைய மண்ணிற்குப் பொருந்தாதவற்றைப் பயிரிடுவதை எடுத்துக் காட்டினேன். அவர்களுடைய சிக்கல்களைத் தீவிரமாகச் சிந்தித்துத் தகுந்த தீர்வுகளைக் காணுமாறு ஊக்கப்படுத்தினேன். "நீங்கள் அரசாங்கத்தின் மேல் குற்றம் சுமத்துகிறீர்கள். நீங்கள் உங்களையே குற்றம் சொல்லிக்கொள்ள வேண்டும். உங்கள் நிலை பற்றி நீங்களே ஏதாவது செய்தாக வேண்டும். உங்கள் சக்திக்கு உட்பட்டவற்றைச் செய்யுங்கள்", என்று அறிவுரை தந்தேன்.

இங்ஙனம் பசுமைப் பகுதி இயக்கம் செயல்பட்ட இடங்களில் மக்கள் தங்களுடைய வாழ்க்கைத் தரத்தை உயர்த்துவதற்குத் தாங்களே பொறுப்பு என்பதை அறிந்துகொண்டார்கள். அரசாங்கம் கென்யா நாட்டு மக்களின் நலத்தையோ சுற்றுச் சூழல் பற்றியோ கவலைப்படாதபோது அரசாங்கம் செய்யும் என்று காத்திருப்பதில் பயனில்லை. இந்தத் தனிப்பட்ட பொறுப்புணர்வு சமூகங்களின் மொத்தப் பொறுப்பாக உருவானது. மேலும், சாதாரணப் பெண்களும் ஆண்களும் கூட்டங்களில் தங்கள் மொழிகளில் நேர்மையாகவும் திறந்த மனத்துடனும் உறுதியுடனும் பேசியது அதிசயமாக இருந்தது.

மக்கள் தங்கள் மொழிகளிலேயே பேச வேண்டுமென்று நான் வற்புறுத்தியது புரட்சிகரமானது. கென்யாவில் இயங்கிய பல அமைப்புகளும் அடிப்படை உறுப்பினர்களிடையே கிஸ்வாகிலி மொழியிலோ ஆங்கிலத்திலோ பேசின. படிக்காத கிராம மக்களுக்கு இந்த மொழிகளில் பேசியது முழுவதும் புரியாது. பேசவும் முடியாது. நான் எங்கள் மக்கள் பேசுவதை முழுவதுமாக அறிந்துகொள்ள விரும்பினேன். அதுபோல நாங்கள் பேசுவதையும் அவர்கள் புரிந்துகொள்ள வேண்டும். மொழி பெயர்ப்பு தேவையான

இடங்களில் உரையாடும்போது ஆங்கிலமும் கிஸ்வாகிலியும் தெரிந்த ஒருவரை மொழிபெயர்க்கச் செய்வோம்.

காலப்போக்கில் ‘மக்கள், சுற்றுச் சூழல் கல்வி’ கருத்தரங் கங்களாக இவை வளர்ந்தன. 1990களில் இக்கருத்தரங்குகளால் கென்யாவின் அண்மைக் கால வரலாறு ஆராயப்பட்டது. காடுகளும் நிலமும் எப்படிக் கூறுபோடப்பட்டன என்பது பற்றிப் படித்தார்கள். மக்களாட்சி, மனித உரிமைகள், பாலின வேறுபாடுகள், அதிகாரம் ஆகிய பிரச்சினைகளைப் பற்றியும் பேசினோம்.

மேலும் பசுமைப் பகுதி இயக்கத்தின் முக்கிய நோக்கங்களை அடைவதற்குப் பண்பாடு எவ்வளவு இன்றியமையாதது என்று உணர்ந்தேன். எங்கள் இயற்கை வளங்களைத் திறமையுடனும், நெடுநாள்கள் வருமாறும், சமமாகக் கிடைக்குமாறும் மேலாண்மை செய்யப் பண்பாடு உதவும். எங்கள் முன்னோர் பாராட்டி வளர்த்த பண்பாட்டுக் கூறுகள் பல கென்யாவின் சுற்றுச்சூழலைப் பாதுகாத்தன. ஐரோப்பியர் வருகைக்கு முன்னர், மரங்களைப் பார்த்தவுடன் அவற்றை மரச்சாமான்கள் செய்யப் பயன்படுபவையாக, யானைகளைத் தந்தங்கள் தரும் விலங்குகளாக, சிறுத்தைகளை அழகான தோல்களாகப் பார்த்ததில்லை. விற்பனைப் பொருட்களாக எண்ணியதில்லை. கென்யா வெள்ளையர் ஆதிக்கத்திற்கு வந்த பிறகு, அவர்களுடைய அறிவு, தொழில் நுட்பம், மதம், பண்பாடு ஆகியவற்றைப் பார்த்து எங்களுடைய மதிப்பீடுகளையும் பணப் பொருளாதாரமாக மாற்றிவிட்டோம். அனைத்தையும் பணம் தரும் மூலதனங்களாகப் பார்க்கத் தொடங்கினோம். எதையாவது விற்க முடிந்ததென்றால் அதனைப் பாதுகாக்க வேண்டிய அவசியமில்லை. இவற்றை எல்லாம் நாங்கள் ஆராய்ந்தோம். எனவே எங்கள் கருத்தரங்குகளில் எங்கள் பண்பாட்டுக் கூறுகளையும் இடம்பெறச் செய்தோம். ஆசியாவின் வளர்ச்சிச் சங்கிலியில் விட்டுப்போன கண்ணி பண்பாடோ என்று எண்ணினோம்.

1980களில் பசுமைப் பகுதி பெரிதும் வளர்ந்துவிட்டிருந்தது. எனக்கும் ஓய்வில்லாத வேலை. ஒரு நாளைக்குப் பதினெட்டு மணிநேரம் வேலை செய்தேன். இரண்டாயிரம் பெண்கள் குழுக்கள் நாற்றுகள் வளர்ப்பதிலும், மரங்கள் நடுவதிலும், பராமரிப்பதிலும் ஈடுபட்டிருந்தார்கள். ஆயிரம் பசுமைப் பகுதிகள் உருவாகிவிட்டன. பல மில்லியன் மரங்கள் நடப்பட்டன. இதன் வளர்ச்சி எவ்வளவு சிறப்பாக இருந்தது என்றால் இருபத்தொன்றாம் நூற்றாண்டில் கென்யாவில் மட்டும் 30 மில்லியன் மரங்கள் நடப்பட்டுவிட்டன.

பெண்கள் பத்தாண்டின் முடிவினைக் கொண்டாட நைரோபியில் 1985 ஜூலை மாதத்தில் மூன்றாவது பெண்கள் மாநாடு நடைபெற்றது. அதன் தொடக்க ஆண்டில் தான் கென்யாவில் பசுமைப் பகுதி இயக்கம் ஆரம்பமானது. இம்மாநாடு கென்யாவில் நடக்கும்போது கென்யப் பெண்களின் சாதனையைப் பெரிதுபடுத்திக் காட்டியிருக்கலாம். ஆனால் அப்படி நடக்கவில்லை. அரசாங்கத்திற்கு என் மேலிருந்த பகைமைதான் அதற்குக் காரணம். எங்களுக்குப் பொருட்காட்சியில் இடம் ஒதுக்கியிருந்தார்கள். அது தூரத்தில் இருந்தது. எங்கள் சாதனைகளை விளக்க நாங்கள்தான் ஏற்பாடுகள் செய்ய வேண்டியிருந்தது. நான் எங்களிடம் பணியாற்றிய பெண்களின் அனுபவங்களைப் பகிர்ந்துகொள்ள ஏற்பாடு செய்தேன். மாநாட்டிற்கு வந்திருந்த பேராளர்கள் பலரும் தூரத்தைப் பார்க்காமல் எங்கள் இடத்திற்கு வந்தார்கள். நானும் மாநாட்டுப் பேராளர்களை நைரோபிக்கு வெளியிலிருந்த பசுமைப் பகுதி இயக்கச் சூழலுக்கு அழைத்துச் சென்று நாற்றுப் பண்ணைகளைக் காட்டினேன். பெண்களுடன் பேசச் செய்தேன். மரங்கள் நடச் செய்தேன்.

மாநாட்டிற்கு வந்திருந்தவர்களில் ஒருவர் டெர்ரி வில்லியம்ஸ் என்ற அமெரிக்க இளம்பெண். அவர் அமெரிக்காவிற்குத் திரும்பச் சென்றபோது, அங்கு பசுமைப் பகுதி இயக்கத்தை ஆரம்பித்தார். நிதி திரட்ட ஏற்பாடு செய்தார். டெர்ரி எங்கள் இயக்கத்தைப் பற்றி எழுதி விளம்பரப்படுத்தினார்.

சுற்றுச்சூழல் தொடர்பு மையத்தின் சார்பில் பயிலரங்கங்களை ஏற்பாடு செய்தேன். பெண்கள் பற்றியும் சுற்றுச்சூழல் பற்றியும் விவாதித்தோம். ஒரு மாநாட்டிற்கு உலகின் பல நாடுகளிலிருந்தும் முப்பது பெண்கள் கலந்து கொண்டு உரையாற்றினார்கள். மாநாட்டின்போது முதல் முறையாக பெக்கி ஸ்னைடரைச் சந்தித்தேன். நாங்கள் இருவரும் சேர்ந்து மரக் கன்றுகள் நட்டோம். பசுமைப்பகுதி இயக்கத்திற்கு கென்யாவிலும் வெளிநாடுகளிலும் மதிப்பு அதிகமாயிற்று. மாநாட்டின்போது ஹெல்வியைச் சந்தித்தேன். ஐ.நா.வின் துணைச் செயலாளர் தலைவராக நியமிக்கப்பட்ட முதல் பெண் அவர். அவர்தான் மெக்சிகோ நகரத்தில் 1975இல் நடந்த பெண்கள் மாநாட்டை மேற்பார்வை செய்தார். அவர் ஓய்வுபெற்ற பிறகு பின்லாந்துக்குத் திரும்பிச் சென்றார். ஹெல்வியை நைரோபிக்கு அருகிலிருந்த நாற்றுப் பண்ணைகளுக்கு அழைத்துச் சென்று பெண்களை ஒன்றுதிரட்டி கன்றுகள் வளர்த்ததையும், பசுமைப் பகுதிகளை ஏற்படுத்தியது பற்றியும், அதனால் பெண்களுக்குக் கிடைத்த சிறிய ஊதியத்தையும்

பற்றி எடுத்துரைத்தேன். அவர் பின்லாந்துக்கு என்னை அழைத்தார். நானும் அடுத்த ஆண்டு சென்றேன். அதன் விளைவாக அவர் அமைத்திருந்த பெண்கள் இயக்கம் எங்களுக்காக நிதி திரட்டிற்று.

1986இல் ஐ.நா. பொருளாதாரத் திட்டத்தின் நிதியுதவியுடன் ஆப்பிரிக்காவின் பிற நாடுகளுக்கும் எங்கள் பணியை விரிவுபடுத்தினோம். அந்த நாடுகளிலும், பாலைவனமாதலும், காடுகளை அழித்ததால் தண்ணீர்ப் பஞ்சமும், கிராமங்களில் பசியும் தலைவிரித்தாடின. ஐ.நா.வின் உதவியுடன் பதினைந்து ஆப்பிரிக்க நாடுகளிலிருந்து பேராளர்கள் கலந்துகொண்டு நான்கு செயல்பட்டறைகளை நடத்தினோம். அனைத்து ஆப்பிரிக்கப் பசுமைப் பகுதி வலைத்தளம் உருவாயிற்று. செயல்பட்டறைகள், பயிற்சிகள் வாயிலாக எத்தியோப்பியா, டான்சானியா, உகாண்டா, ருவாண்டா, முசாம்பிக் முதலான நாடுகளுக்குப் பசுமை இயக்கம் பரவிற்று.

உள்நாட்டு, வெளிநாட்டு அச்சு ஊடகமும் எங்கள் பணி பற்றி ஆர்வம் காட்டின. சுற்றுச்சூழல் பற்றிய மாநாடுகளில் உரையாற்ற நான் அழைக்கப்பட்டேன். எனக்கும், பசுமைப்பகுதி இயக்கத்திற்கும் விருதுகள் பல கிடைத்தன. அதில் பல எதிர்பாராமல் கிடைத்தவை. ஒவ்வொரு விருது கிடைக்கும் போதும் எங்களுக்கு உற்சாகம் ஏற்படும். பல தோல்விகளுக்கும், ஏமாற்றங்களுக்கும் பிறகு கிடைத்த வெகுமதி. 1983ஆம் ஆண்டு கென்யாவின் அந்த ஆண்டிற்கான பெண் விருது கிடைத்தது. 1984இல் ஸ்வீடன் நாட்டு எழுத்தாளர் ஏற்படுத்திய நிறுவனத்தின் விருது கிடைத்தது. அதற்கு ‘மாற்று நோபல் பரிசு’ என்று பெயர். அமெரிக்காவில் 1986ஆம் ஆண்டு பதக்கத்தைத் தந்தார்கள். ஐ.நா. முன்னேற்றத் திட்டத்தின் பூவுலகு 500 என்ற விருது கிடைத்தது. 1988ஆம் ஆண்டு அமெரிக்கப் பாடகர் டென்வர் நிறுவிய வின்ட்ஸ்டார் விருது பெற்றேன்.

1989 ஆம் ஆண்டு பிரிட்டிஷ் பெண்கள் உதவிக் குழு உலகப் பெண்மணி விருதினை வழங்கியது. அப்போது நான் அன்னை தெரேசாவோடு கலந்துகொண்டது எனக்குப் பெருமையாக இருந்தது. விருதை வழங்கியவர் இளவரசி டயானா. எனக்கு அவரைச் சந்தித்தது மறக்க முடியாத நிகழ்ச்சி.

இந்த விருதுகளும் பாராட்டுகளும் எங்கள் முயற்சியின்மேல் உலகின் பார்வையைத் திருப்பின. அதே சமயம் உள்நாட்டிலும் எங்களைப் பற்றிய கணிப்பு மாறியது. இதனால் வரவிருந்த ஆண்டுகளில் கென்ய அரசிடமிருந்து வந்த அச்சுறுத்தல்களிடமிருந்து

இவை என்னைக் காப்பாற்றின. இந்த விருதுகளால் வேறு பயன்களும் கிடைத்தன. இவற்றின் மூலம் நிதியுதவியும் கிடைத்திருப்பது எங்கள் இயக்கத்திற்குப் பயனள்ளதாக இருந்தது. ஆப்பிரிக்க நாடுகளைப் பற்றி மோசமான செய்திகளையே கேட்டு வந்த மக்களுக்கு எங்கள் பணி ஒரு மாற்றாக அமைந்தது. எங்கள் பணி பற்றி விளக்க வேண்டியதாயிற்று. அப்போது "ஆப்பிரிக்காவில் நடக்கும் நல்ல நிகழ்ச்சிக்கு ஓர் எடுத்துக்காட்டு பசுமைப் பகுதி இயக்கம்'' என்று உலகம் எண்ணத் தொடங்கிற்று.

உலகம் எங்கள் பசுமைப் பகுதி இயக்கத்தை மதித்தாலும், உள்நாட்டில் ஆதரவு இல்லாதது மட்டுமில்லை, எதிர்ப்பும் இருந்தது. 1985 ஆம் ஆண்டு அரசாங்கம் எங்கள் இயக்கத்தின் வலிமையைக் குறைக்கும் நோக்கத்துடன் கென்ய தேசியப் பெண்கள் குழுவிலிருந்து பசுமை இயக்கத்தைப் பிரிக்க முடிவு செய்தது. அப்போது எங்கள் ஆண்டுக் கூட்டத்திற்கு வந்திருந்த அமைச்சர் தேசியக் குழு பெண்கள் பிரச்சினைகளையும், பசுமை இயக்கம் சுற்றுச் சூழலையும் கவனித்துக் கொள்ளுமாறு சொன்னார். இரண்டும் ஒன்றோடு ஒன்று இணைந்துள்ளன என்பது அவருக்குத் தெரியவில்லை. எங்களுக்கு ஊடகத்தில் கிடைத்த ஆதரவையும், நிதியுதவி செய்பவர்களின் உதவியையும் குறைக்கவே இந்தத் திட்டமாக இருந்திருக்க வேண்டும். மேலும் தேசியப் பெண்கள் குழுவின் ஆதரவு இல்லாவிட்டால் பசுமை இயக்கம் நசிந்து விடும் என்றும் அரசாங்கம் கருதியது. ஆனால் அரசாங்கத்தின் நோக்கம் எதுவாக இருந்தாலும் எங்களுக்கு இந்தப் புதுத் திட்டம் நன்மையாகவே இருக்கும் என்று எனக்குத் தோன்றியது. முதலாவதாக பசுமை இயக்கம் தனித்து இயங்கினால் அரசாங்கம் எங்கள் வேலையில் குறுக்கிடுவது குறைவாக இருக்கும். அடுத்து தேசியப் பெண்கள் குழுவின் தலைவியாக ஏழு ஆண்டுகளாக இருந்துவிட்டேன். மாற்றம் தேவைப்பட்டது. ஆகவே 1987ஆம் ஆண்டு நடந்த தேர்தலில் நான் போட்டியிடவில்லை. வெர்டிஸ்டைன் மிபயா பெண்கள் குழுவின் பொருளாளராக இருந்து வந்தார். இப்போது இயக்கத்தின் பொருளாளராக ஆகிவிட்டார். பசுமைப் பகுதி இயக்கம் ஒரு தனி அரசு சாரா அமைப்பாகப் பதிவு செய்யப்பட்டது.

பசுமைப் பகுதி இயக்கத்தைச் சில பெண்கள் பங்கேற்கும் மரக்கன்றுகள் இயக்கமாக, அரசு கருதும்வரை எந்தச் சிக்கலும் இல்லை. ஆனால் நாங்கள் மரங்கள் எப்படி மாயமாக மறைந்து போய் விட்டன எனக் காட்டியவுடன், மக்கள் தங்கள் உரிமைகளுக்குப் போராடுவது அவசியம் என்று விழிப்புணர்வு

ஏற்படுத்தியவுடன் அரசு உயர் அலுவலர்களும், நாடாளுமன்ற உறுப்பினர்களும் எங்களைக் கவனிக்கத் தொடங்கினார்கள். எங்கள் இயக்கம் அரசாங்கத் திட்டங்களை முன்னெடுத்து வைப்பதற்காகச் செயல்படவில்லை என்பதும் நாங்கள் ஆண்களையும் பெண்களையும் அரசு செய்யாத பணிகளைத் தாங்களே செய்துகொள்ள ஒருங்கிணைத்தோம் என்பதும் அரசுக்குப் பிடிக்கவில்லை.

எனவே எங்கள் செயல்திட்டங்களுக்கு முட்டுக்கட்டைகளைப் போடத் தொடங்கினார்கள். ஒன்பது பேருக்கு மேல் கூடினால் அரசின் உரிமம் பெற்றிருக்க வேண்டும் என்ற பழைய வெள்ளையர் ஆதிக்கக் காலத்துச் சட்டத்தைக் காட்டிப் பயமுறுத்தினார்கள். ஆனால் எங்கள் குழுக்களில் பதினைந்து, முப்பது உறுப்பினர்கள் இருந்தார்கள். "நாங்கள் ஏன் கூடக்கூடாது? நாங்கள் எதற்காக உரிமம் பெற வேண்டும்?" என்று அதிகாரிகளைக் கேட்டோம். மேலும் அனுமதி பெறாமல் கூட்டம் போடக்கூடாது என்று சொல்ல அதிகாரிகளுக்கு உரிமை இல்லை என்று பெண்களிடம் உறுதி அளித்தோம்.

இதற்குள் ஆயிரக்கணக்கான பெண்கள் மரம் நடுவதில் ஈடுபட்டு அதன் பயன்களையும் கண்கூடாகப் பார்த்துவிட்டார்கள். ஆகவே அவர்கள் பங்குகொள்வதை யாரும் தடுக்க முடியாது. அடித்தட்டிலிருந்த அரசு அலுவலர்களும் மரம் நட்டதால் ஏற்பட்ட விளைவுகளை நேரடியாகவே பார்த்தார்கள். அதோடு இனத் தலைவர்கள், துணைத் தலைவர்களின் மனைவியர் பலரும் பசுமைப் பகுதி இயக்கத்தின் தலைவிகளாகவும் உறுப்பினர்களாகவும் இருந்தார்கள்.

எண்பதுகளின் பிற்பகுதியில் கென்யாவில் ஊழல் தலைவிரித்தாடியது. பணம் இருந்து அதைத் தவறாகப் பயன்படுத்தாவிட்டால் அதனை முட்டாள்தனமாக மக்கள் எண்ணினார்கள். மேலும் ஆட்சியாளர்கள் அடக்கு முறையைக் கையாளத் தொடங்கிவிட்டார்கள். மக்களின் தேவைகளைக் கவனிக்காமல் மக்களாட்சியை ஒழிப்பதில் குறியாக இருந்தார்கள். அரசு எதிர்ப்பை வன்முறை கொண்டு அடக்கியது. ஒற்றைக் கட்சி ஆட்சி முறை வலுப்படுத்தப்பட்டது. அரசாங்கத்தை எதிர்த்தவர்கள் சிறையிலடைக்கப்பட்டார்கள். எதிர்ப்பு ஆர்ப்பாட்டங்களைக் கலைக்கக் காவலர் துப்பாக்கியால் சுட்டார்கள். நீதித் துறையின் உரிமை பறிக்கப்பட்டது. கென்யா ஒரு சர்வாதிகார நாடாக ஆகிவிட்டது. ஆப்பிரிக்காவின் பெரும்பான்மையான நாடுகளைப்

போலவே இங்கும் தனி மனிதர் ஒருவரின் இரும்புக் கரம் மக்களை ஆண்டது.

மக்களாட்சியைச் சீர்குலைக்கும் முயற்சி 1975 ஆம் ஆண்டே தொடங்கிவிட்டது எனலாம். அப்போது கென்யட்டாவின் ஆட்சி. அரசை எதிர்த்துப் பேசிய கிகியுயு நாடாளுமன்ற உறுப்பினர் ஒருவர் சிறையிலடைக்கப்பட்டதுடன், சில மணி நேரத்திலேயே கொல்லப்பட்டார். கொலையில் அரசு அலுவலர்களுக்குப் பங்குண்டு என்று சந்தேகம் எழுந்தது. மாணவர்கள் கிளர்ச்சியால் அரசு ஒரு விசாரணைக் குழுவை அமைத்தது. ஆனால் குற்றவாளிகள் கண்டுபிடிக்கப்படவே இல்லை. 1969ஆம் ஆண்டு டாம் மபோயா கொல்லப்பட்டது போலவே இப்போது இவரும் கொல்லப்பட்டார். எனவே நாட்டில் மக்களாட்சி கேள்விக்குறியாக ஆகிவிட்டது என்று பல கென்யர்கள் எண்ணத் தொடங்கினார்கள்.

1978ஆம் ஆண்டு அதிபர் மோய் பதவியேற்றவுடன் இருபத்தாறு அரசியல் கைதிகளை விடுவித்தார். ஆனால் அப்போது அவர் மேல் ஏற்பட்ட நம்பிக்கை விரைவில் தகர்ந்துவிட்டது. அதுவரையில் ஒரு கட்சி ஆட்சி முறை இருந்தாலும் அதற்குச் சட்டப்படி அனுமதி இல்லை. ஆனால் 1982ஆம் ஆண்டு அதிபர் அதனை அதிகாரப் பூர்வமாக ஆக்கிவிட்டார். அரசாங்கத்தை எதிர்த்தவர்கள் அச்சுறுத்தப்பட்டார்கள். பல தலைவர்கள் வெளிநாடுகளுக்கே சென்றுவிட்டார்கள். போகாதவர்கள் நாட்டை விட்டு வெளியேற வற்புறுத்தப்பட்டார்கள். சதி செய்ததாகக் குற்றம் சாட்டப்பட்டு பலர் சிறையில் அடைக்கப்பட்டார்கள். பலர் சிறையிலேயே சித்திரவதை செய்யப்பட்டு உயிரிழந்தார்கள். அவற்றைப் பற்றி எழுதிய செய்தியாளர்கள் துன்புறுத்தப்பட்டார்கள்.

1982 ஆகஸ்டில் நான் ஸ்வீடனில் இருந்தேன். அப்போது விமானப் படை, அதிபருக்கு எதிராக ஆட்சியைக் கைப்பற்ற முயன்றது. ஆனால் அது முறியடிக்கப்பட்டது. பிறகு நைரோபியில் சூறையாடல் நடந்தது. அரசின் காவல் படை பல நூறு கென்யர்களைச் சுட்டுக் கொன்றது. சட்டம் ஒழுங்கைப் பாதுகாக்க இந்த நடவடிக்கை என்று அரசு சொன்னது. இதனைப் பயன்படுத்தி அதிபர் தனது அதிகாரத்தை அதிகப்படுத்திக் கொண்டார். அரசாங்கத்தில் எதிர்ப்பாளர்கள் என்று கருதப்பட்டவர்களைப் பதவி நீக்கம் செய்தார்.

அரசுக்கு எதிரான கிளர்ச்சிகளுக்கு நைரோபிப் பல்கலைக்கழகம் ஒரு மையமாக ஆயிற்று. பாதுகாப்புப் படையினர் கிளர்ச்சி செய்த மாணவர்களோடு பலமுறை மோதினர். 1985இல்

பன்னிரண்டு மாணவர்கள் கொல்லப்பட்டார்கள். இரண்டு ஆண்டுகள் கழித்து பல்கலைக்கழகம் மூடப்பட்டது. பல மாணவர்கள் சிறையிலடைக்கப்பட்டார்கள். மாணவர்களையும் மக்களையும் பிளவுபடுத்த முயற்சிகள் மேற்கொள்ளப்பட்டன இனங்களின் அடிப்படையில் பிரித்து மோதவிட்டார்கள். இது பின்னர் பயங்கரமான விளைவுகளை ஏற்படுத்திற்று. 1990களின் தொடக்கத்தில் நாட்டின் பல பகுதிகளில் இனக்கலவரங்கள் வெடிக்க இது காரணமாயிற்று.

1988ஆம் ஆண்டு தேசியத் தேர்தல் நடந்தது. கென்யாவின் மக்களாட்சியைக் காக்கப் பலர் முயன்றார்கள். ஆனால் தேர்தல் கென்ய வரலாற்றிலேயே பெரிய களங்கமாக ஆயிற்று. வரிசையாக நின்று வாக்களிக்கும் முறை புகுத்தப்பட்டது. இதன்படி வாக்காளர்கள் தங்கள் வேட்பாளர்களுக்குப் பின்னால் நிற்பார்கள். தேர்தல் அதிகாரிகள் அவர்களை எண்ணுவார்கள். பிறகு அவர்களை வீட்டிற்கு அனுப்பிவிடுவார்கள். யாருக்கு எத்தனை வாக்குகள் கிடைத்தன என்று தெரியாது. அலுவலர்கள் சொன்னதுதான் சட்டம், அவர்கள் வெற்றி பெற்றவர்களை அறிவித்துவிடுவார்கள். பெரும்பாலும் குறைவான வாக்குகள் பெற்றவர்கள்தான் வெற்றி பெறுவர்.

தேர்தல் முடிந்த பிறகு கென்யாவின் நீதித்துறையின் அதிகாரங்களை மேலும் குறைக்க சட்டம் இயற்றப்பட்டது. செய்தித்தாள்கள் நெருக்கடிக்கு உள்ளாக்கப்பட்டன. 'டெய்லி நேஷன்' என்ற மக்கள் ஆதரவு பெற்ற செய்தித்தாள் தடை செய்யப்பட்டது. மக்களாட்சி ஆதரவாளர்களான என்னைப் போன்றவர்கள் செய்வது அறியாமல் சோர்ந்து போனோம். 'ஆளும் கட்சிதான் என்றும் இருக்கும்,' என்று எங்களுக்குள் சொல்லிக் கொண்டோம். அதிபர் மோய் ஆளும் கட்சி நூறாண்டுகள் ஆளும் என்று அறிவித்தார்.

நேர்மையைக் கொன்று, ஊழலை வளர்க்கும் ஓர் அரசியல் அமைப்பில் வாழ முடியாது என்று எனக்குத் தெரியும். அரசுக்கும் எனக்கும் மோதல் ஏற்பட அதிக நாள்கள் இல்லை. அதிகாரிகளுக்கும் எனக்கும் நேரடி மோதல் ஒரு சிறிய நிகழ்ச்சியில் தொடங்கிற்று. உகுரு பூங்காவைக் காக்க வேண்டிய கட்டாயம் எனக்கு ஏற்பட்டது. ஒரு தனி மனிதரின் முடிவை எதிர்க்க வேண்டியதாயிற்று.

8

விடுதலைக்காக ஒரு போராட்டம்

1989ஆம் ஆண்டு என்னுடைய அலுவலகத்திற்கு ஒரு சட்டக் கல்லூரி மாணவர் வந்தார். எனக்கு அவரைத் தெரியாது. இருப்பினும் அவர் எனக்காக ஒரு முக்கியச் செய்தி ஒன்றைக் கொண்டு வந்திருக்கிறார் என்பது மட்டும் தெளிவாகத் தெரிந்தது. உகுரு பூங்காவில் அரசு ஓர் அடுக்கு மாடிக் கட்டடம் கட்டத் திட்டமிட்டிருப்பதாகச் சொன்னார். நைரோபியின் மத்தியில் இருந்த இந்தப் பூங்கா லண்டனின் ஹைட் பார்க் போன்றது. பெரு நகரத்தின் கான்கிரிட் கட்டடங்களுக்கும் கூட்ட நெரிசலுக்கும் இடையில் ஒரு அமைதியான பசுமைப் பகுதி. அது புல்வெளிகள், பாதைகள், ஏரி, மரங்கள் நிறைந்த பூங்கா. நைரோபியின் லட்சக்கணக்கான மக்களுக்குப் பொழுதுபோக்கவும், நடைப் பயிற்சி செய்யவும், சுத்தமான காற்றைச் சுவாசிக்கவும் ஒரு புகலிடமாக அது இருந்தது.

அந்த இளைஞன் அவனுடைய தந்தையிடமிருந்து கட்டடம் கட்டப் போகும் திட்டம் பற்றித் தெரிந்துகொண்டிருக்கிறான். வெளியில் சொன்னால் அப்பாவும் அரசாங்கத்தில் பணியாற்றும் உறவினர்களும் பாதிக்கப்படுவார்கள். ஆனால் நானோ பயமில்லாமல் சுற்றுச்சூழல் பாதிக்கப்பட்டால் அதை எதிர்த்துக் குரல் கொடுப்பேன் என்று அவனுக்குத் தெரிந்திருந்தது. எனவேதான் என்னிடம் வந்தான். "நான் சொன்னதாக வெளியில் யாருக்கும் தெரிய வேண்டாம்," என்றும் என்னைக் கேட்டுக்கொண்டான். நான் யாரிடமும் அவனைப் பற்றிச் சொல்லமாட்டேன் என்று உறுதி அளித்தேன். அந்த உறுதிமொழியைக் காப்பாற்றியும் வந்திருக்கிறேன். "இப்படி ஒரு கட்டடம் எழுப்பப்படப் போவதாக எனக்கு ஒரு குறிப்பு கூட

வரவில்லை. நான் சுற்றுச்சூழல் அமைச்சருக்கு இது பற்றி எழுதிக் கேட்கிறேன்,'' என்றேன்.

அந்த இளைஞன் சொன்னது எனக்கு அதிர்ச்சியாக இருந்தது. நைரோபி முன்னர் 'பசுமை நகரமாக' இருந்து வந்தது. இப்போது இருபது ஆண்டுகளில் பெரிய கடைகளும், கட்டடங்களும் நிறைந்துவிட்டன. நகரில் வேறு பூங்காக்கள் இருந்தாலும் உகுரு பூங்காதான் பெரிது, மட்டுமில்லாமல் நகரத்தின் நடுவில் இருந்தது. அண்மைக் காலங்களில் இந்தப் பூங்காவே சுருங்கி விட்டது. ஒரு தங்கும் விடுதி, சாலை, கோல்ஃப் மைதானம், கால்பந்தாட்டக் களம் எல்லாம் கட்டிவிட்டார்கள். 1988இல் அதிபர் மோயின் பத்தாண்டு நிறைவைக் கொண்டாட நினைவுக் கட்டடம் வேறு கட்டிவிட்டார்கள்.

1989இல் பூங்காவின் பரப்பு முப்பத்தி நான்கு ஏக்கர்கள். இப்போது அந்த இடத்தில் அடுக்குமாடிக் கட்டடம் கட்டினால் அது பெரிதும் பாதிக்கும். சிறிது இடம்தான் அதற்கு ஒதுக்கப்படும் என்று அரசு தரப்பில் கூறினாலும், அதிக இடம் போய்விடும் என்று எனக்குத் தெரிய வந்தது.மேலும் உகுரு பூங்காவின் சிறப்பையே அது கெடுத்துவிடும். அந்த அறுபது அடுக்குமாடிக் கட்டடத்தில் கட்சியின் தலைமை அலுவலகம், கென்யா டைம்ஸ் செய்தித்தாளின் அலுவலகம், பல அலுவலகங்கள், பெரிய அங்காடிகள், அரங்கம், இரண்டாயிரம் கார்கள் நிறுத்த வசதி ஆகியவை இடம் பெறும்.

ஆப்பிரிக்காவிலேயே உயரமான கட்டடமாக அது இருக்கும். 200 மில்லியன் அமெரிக்க டாலர்கள் இதற்குச் செலவாகும். திட்டத்தின்படி அங்கு அதிபர் மோயின் பெரிய சிலை ஒன்றும் நிறுவப்படும்.

இந்த விபரங்கள் எல்லாம் எனக்குக் கிடைத்த உடன் அந்தத் திட்டம் எனக்கு மிக அபத்தமாகத் தோன்றிற்று. அரசாங்கம் இதற்காக இவ்வளவு கடன் வாங்க முடியாது. அது மட்டுமில்லை. இவையெல்லாம் வந்துவிட்டால் கார்கள் நிறைய வரும். போக்குவரத்து இடைஞ்சல் அதிகமாகும். (நைரோபியில்) நான்கு அடுக்கு மாடிகளுக்கு எப்படித் தண்ணீர் ஏற்ற முடியும்? ஒரு தனி மனிதனைப் பெருமைப்படுத்துவதற்காக மக்கள் நலன் முழுவதுமாகப் பாதிப்படையும்.

இந்தத் திட்டம் பற்றிப் பசுமைப் பகுதி இயக்கத்தின் ஆட்சிக் குழு உறுப்பினர்களுடன் விவாதித்தேன். முதலில் சம்பந்தப்பட்ட அரசு, தொழில் அலுவலகங்களுக்கு கடிதம் எழுதிக் கேட்பது என்று தீர்மானித்தோம். 1989 அக்டோபரில் கென்யா டைம்ஸ்

பத்திரிகையின் இயக்குநருக்கு ஒரு கடிதம் எழுதிக் கட்டடம் கட்ட வேண்டாமென்று கேட்டுக்கொண்டேன். அதில் அவர்கள் பங்கின் முக்கியத்துவம் பற்றி விளக்கியிருந்தேன். கடிதத்தின் படிகளை அதிபர், சுற்றுச்சூழல் அமைச்சர், அலுவலர்கள், ஐ.நா. சுற்றுச்சூழல் பாதுகாப்பு அலுவலகம், கென்யா செய்தித்தாள்கள் ஆகியவற்றிற்கும் அனுப்பினேன்.

நான் எழுதிய கடிதங்களுக்கு எந்த விடையும் கிடைக்கவில்லை. அதிபர் அலுவலகம் பதில் தராததால் நான் பிற அலுவலகங்களுக்கு எழுதினேன். இப்போது செய்தி பல இடங்களுக்குப் பரவும் என்று எனக்குத் தெரியும். மேலும் இந்தத் திட்டத்தை நிறைவேற்றுவதற்கு இரண்டு வரலாற்றுச் சின்னங்களாக விளங்கும் கட்டடங்களை இடிக்க வேண்டியது வரும் என்றும் தெரிய வந்தது. எனவே கென்யாவின் தேசிய அருங்காட்சி இயக்குநருக்கும் கடிதம் எழுதினேன். மேலும் யுனெஸ்கோ முதலான பன்னாட்டு நிறுவனங்களுக்கும் எழுதினேன். பத்திரிகை உலக நண்பர்கள் இது பற்றி அக்கறை காட்டினார்கள். பத்திரிகைகள் சுற்றுப்புறத்திற்கு ஏற்படப் போகும் ஆபத்தைப் பற்றி எழுதியவுடன் மக்களும் கவனிக்கத் தொடங்கினார்கள். சென்ற ஆண்டு நடந்த தேர்தலில் நடந்த ஊழல்களினால் பயந்து போயிருந்த மக்கள் அரசை எதிர்த்துப் பேச ஒருவராவது இருக்கிறார் என்று சமாதானம் அடைந்தார்கள்.

அக்டோபர் 26 அன்று நான் நைரோபியிலிருந்த பிரிட்டிஷ் தூதுவருக்கு இதில் தலையிடுமாறு கேட்டுக் கடிதம் எழுதினேன். இத்திட்டத்தின் முக்கிய பங்குதாரரான மாக்ஸ்வெல்லிடம் பேசுமாறு அவரைக் கேட்டுக்கொண்டேன். ஆப்பிரிக்க மக்களுக்கு நைரோபியின் பூங்காவில் அடுக்குமாடிக் கட்டடம் கட்டுவதால் சுற்றுச்சூழலுக்கு ஏற்படும் ஆபத்தைப் பற்றி ஒன்றும் தெரியாதிருக்கலாம். ஆனால் ஐரோப்பிய, அமெரிக்க, ஜப்பான் மக்களுக்குக் கண்டிப்பாகத் தெரிந்திருக்கும். அவர்கள் ஹைட்பார்க் நடுவில் கட்டடம் கட்ட அனுமதிப்பார்களாக என்றும் கேட்டேன்.

இன்னும் எனக்கு எந்தப் பதிலும் கிடைக்கவில்லை. எனவே ஐ.நா. வளர்ச்சித் திட்டத்தின் உள்நாட்டு அலுவலருக்கு ஒரு கடிதம் எழுதினேன். கென்ய மக்களின் அறியாமையைப் பயன்படுத்தி கென்யா டைம்ஸ் நிறுவனமும், பிற முதலீட்டாளர்களும் இத்திட்டத்தை நிறைவேற்றப் பார்க்கிறார்கள் என்று எழுதினேன். இது பூங்காவைக் காப்பதற்காக மட்டும் எழுந்த போராட்டம் அல்ல, குடி மக்களுக்கு அரசு கணக்கு சொல்ல வேண்டும் என்று எடுத்துச் சொல்லவும் பயன்பட வேண்டும்.

நான் இப்படிப் பல கடிதங்கள் எழுதினாலும், அதிகாரிகள் யாரும் நேரடியாக எனக்குப் பதில் சொல்ல மறுத்துவிட்டார்கள். மாறாக, ஊடகங்கள் மூலமாகப் பேசினார்கள். அமைச்சர் ஒருவர் ஊடகங்களிடம் பேசியபோது இந்தத் திட்டத்தை எதிர்ப்பவர்கள் அறியாமையில் பேசுவதாகக் குற்றம் சாட்டினார். நானும் அதற்கு என்னுடைய கவலைகளைத் தெளிவுபடுத்திப் பதில் எழுதினேன். பத்திரிகைக்கும் செய்தி தந்தேன்.

நவம்பர் 7 அன்று உள்ளாட்சி அமைச்சர் இந்தத் திட்டம் பூங்காவின் ஒரு சிறிய பகுதியைத்தான் எடுத்துக்கொள்ளும் என்றும் இந்தக் கட்டடம் கட்டடக் கலையின் ஒரு அதிசயமாகத் திகழும் என்றும் எழுதினார். இங்கும் இத்திட்டத்தை எதிர்ப்பவர்கள் அறியாமையில் பேசுகிறார்கள் என்றார். நான் அதற்கு விடையாக இந்த வளாகத்தினால் சுற்றுச்சூழலுக்கு ஏற்படும் ஆபத்து பற்றிக் கவலை கொள்ளுமாறு கூறினேன். வளர்ச்சித் திட்டங்களால் அமில மழையும், நச்சுப்பட்ட ஆறுகளும், காடுகள் அழிதலும்தான் மிஞ்சின என்றும், இதுவும் அது போலத்தான் என்றும் வாதாடினேன். எனவே அறியாமையில் உழலும் மக்களின் கருத்துகளை இல்லாமல், படித்த பலரையும் இது பற்றிக் கேட்க வேண்டும் என்றும் கேட்டுக்கொண்டேன். மேலும் "நான் அதிகாரிகளிடம் எல்லாம் முறையிட்டுவிட்டேன். அதற்கு எந்தப் பலனும் இல்லை. ஆகவே நைரோபிவாசிகள்தான் ஒரே குரலாக எதிர்ப்பு தெரிவிக்க வேண்டும். அச்சமில்லாமல் பேசுங்கள். உங்கள் எதிர்ப்புக் குரலை எழுப்புங்கள். அமைச்சர்கள் கேட்காவிட்டால் அதிபர் கேட்பார். ஆட்சிமன்றக் குழுவிற்கும் எட்டும். அதிபர் சுற்றுச்சூழலில் அக்கறை காட்டுபவர்," என்றேன்.

மோய் பற்றி நான் சொன்னது உண்மைதான். திருட்டுத் தனமாக யானைகளைக் கொன்று கடத்தப்பட்ட பல மில்லியன் மதிப்புள்ள தந்தத்தை அவர் கொளுத்தினார். உலகமே பாராட்டியது. எனவே அவருடைய இந்தப் புதிய முகத்தால் உலகத்தில் நல்ல பெயரை எடுப்பதற்காகவாவது என்னுடைய கோரிக்கையை நிறைவேற்றுவார் என்று நம்பினேன்.

நான் எழுதிய கடிதங்களில் எல்லாம் மையக் கேள்வி, "இப்படிக் கட்டடம் கட்டப் போவது உண்மையா?" என்பது தான். அரசாங்கம் இதற்கு ஆம் அல்லது இல்லை என்று பதில் சொல்ல வேண்டியதுதான். ஆகவே நிருபர்கள் அதிகாரிகளிடம் உண்மையா இல்லையா என்று வங்காரியிடம் சொல்லி விட்டீர்களா என்றுதான் கேட்டார்கள். அதிகாரிகளோ என்னைப் பற்றி அவதூறு பேசி என்னுடைய தலைக்கு ஏதோ ஆகிவிட்டது என்று பதில்

சொன்னார்கள். அதை அப்படியே பத்திரிகைகளும் எழுதும். நானும் திரும்ப ஏன் இப்படிச் சொன்னீர்கள் என்று கேட்பேன். இப்படியே கட்டடம் ஒரு தேசியப் பிரச்சினையாக ஆகிவிட்டது.

அதிகாரிகள் ஏன் உகுரு பூங்காவில் கோபுர வளாகத்தைக் கட்டவேண்டுமென்று பொருத்தமான அறிக்கை ஒன்றைத் தந்திருந்தார்கள் என்றால் நான் பதில் சொல்ல அமர்ந்து சிந்திக்க வேண்டியதிருக்கும். அவர்கள் கூறிய சமாதானம் எல்லாம் இந்தத் திட்டம் நாட்டின் தரத்தை உயர்த்தும் என்பதும், நைரோபி முழுவதையும் அதிலிருந்து பார்க்கலாம் என்பதும் தான். என்னுடைய கேள்விக்கு இது சரியான பதிலில்லை. எனினும் பன்னாட்டு மக்கள் கண்களில் நல்ல பெயரை எடுக்க வேண்டுமென்று ஆட்சியாளர்கள் நினைத்தார்கள். ஆனால் அரசாங்கம் அகந்தையோடு நடந்துகொண்டது. நான் எழுப்பிய கேள்விகளுக்குப் பதில் சொல்லாமல் என்னைத் தனிப்பட்ட முறையில் தாக்கி இழிவுபடுத்தினார்கள்.

நாடாளுமன்றத்தில் அவசர நிலையை விவாதிக்க வேண்டிய நேரத்தை என்னைப் பற்றிப் பேச உறுப்பினர்கள் எடுத்துக் கொண்டார்கள். அமைச்சர்கள் உட்பட பலரும் கோபமாகப் பேசினார்கள். வெளிநாட்டு அரசாங்கத்திற்கு நமது நாட்டைப் பற்றி எப்படி எழுதலாம் என்று கேட்டார்கள். விடுதலை பெற்று இத்தனை ஆண்டுகள் ஆகியும் கென்யாவைக் காலனி அடிமை ஆட்சிக்கு நான் திரும்பக் கூட்டிப் போவதாகக் குற்றம் சாட்டினார்கள்.

மேலும் பசுமைப் பகுதி இயக்கத்தை ஒரு போலி நிறுவனம் என்று ஓர் உறுப்பினர் குற்றம் சாட்டினார். வெறும் விளம்பரத் தட்டிகளைக் கட்டிவிட்டு அதன் தலைவர் உலகமெல்லாம் சென்று பணம் திரட்டுகிறார் என்றார். மக்களை அரசாங்கத்திற்கு எதிராகக் கிளர்ச்சி செய்யத் தூண்டுவதாகச் சொன்னார் ஒருவர். அடுத்ததாகத் தனிப்பட்ட முறையில் தாக்கத் தொடங்கினார்கள். கணவனைத் தள்ளிவிட்ட ஒருத்தியின் பேச்சை ஒரு பொருட்டாக மதிக்கக் கூடாது என்றும் இந்த வளாகத்தைக் குறை சொல்லும் என்னைப் போன்ற மண முறிவு பெற்ற பெண்கள் பேசுவது அறிவுக்குப் பொருந்தாது என்றும் கூற பசுமை இயக்கப் பெண்கள் கவனமாக இருக்க வேண்டும் என்று எச்சரித்தனர். ஓர் உறுப்பினர் எனக்குச் சாபம் வழங்கிய போது எல்லோரும் சிரித்தார்கள். அவைத் தலைவர் “மாத்தாய் இந்த அவையின் உணர்ச்சிகளைக் கேட்டிருப்பார்,” என்று கூறி விவாதத்திற்கு முற்றுப்புள்ளி வைத்தார்.

அவர்கள் சொன்னதைக் கேட்டேன். ஆனால் இந்த நிகழ்ச்சியைக் கேட்டுக்கொண்டு நான் சும்மா இருக்கப் போவதில்லை. செய்தித்தாள்கள் நாடாளுமன்ற உறுப்பினர்கள் பேராசிரியர் மாத்தாயைத் தாக்கினார்கள் என்று கொட்டை எழுத்தில் போட்டன. இதனாலேயே என்னுடைய கருத்துக்கு உலகெல்லாம் விளம்பரம் கிடைத்தது. என்னுடைய தொகுதி உறுப்பினர் பிலிப் லீக்கிக்கு நான் எனது நிலையை விளக்கிக் கடிதம் எழுதினேன். இந்தத் திட்டத்தில் மூலதனம் செய்யவிருந்த மேக்ஸ்வெல் பற்றித்தான் குறிப்பிட்டிருந்ததாகக் கூறினேன். என்னுடைய போராட்டம் வளாகம் கட்டுவதை எதிர்ப்பது இல்லை, அது உகுருப் பூங்காவில் கட்டப்படுவதற்குத் தான் எதிர்ப்பு, நாட்டின் உரிமையைக் காத்து வருங்காலச் சமுதாயத்திற்குத் தரத்தான் என்று விளக்கினேன். நான் கென்யாவை விட்டு ஐரோப்பாவிற்கு ஓடமாட்டேன்; இதுதான் என் வீடு. இங்குதான் நான் புதைக்கப்படுவேன் என்று அறிவித்தேன்.

என்னுடைய திருமண வாழ்க்கையைப் பற்றி வேறொரு இடத்தில் வேறொரு நேரத்தில் பேசுவேன் என்றும், இப்போதைய பிரச்சினையில் மட்டுமே கவனம் செலுத்த வேண்டும் என்றும் பேசினேன். உகுரு பூங்காதான் இப்போதைய சிக்கல், நான் ஒரு பெண் என்பதெல்லாம் இங்கே கேள்வியில்லை. பிரச்சினையைத் தீர்ப்பதுதான் அவசியம் என்றேன்.

நான் பேசியது பத்திரிகையில் பிரசுரமானது. என்னைப் பற்றி நாடாளுமன்றத்தில் உறுப்பினர்கள் கீழ்த்தரமாகப் பேசியது எனக்கு ஒன்றும் புதிதல்ல. நான் பலமுறை அவமானப்படுத்தப்பட்டிருக்கிறேன்; அப்போதும் நான் தவறு செய்யவில்லை; இப்போதும் தவறு செய்யவில்லை. நான் அதிபருக்கு நேரடியாகக் கடிதம் எழுதினேன். உகுரு பூங்காவைக் குழந்தைகளுக்காக, கென்ய மக்களுக்காகக் காப்பாற்ற வேண்டுகோள் விடுத்தேன். அதற்கு எந்தப் பதிலுமில்லை.

ஆனால் மக்கள் மத்தியில் இந்தச் சிக்கல் பெரிதாகப் பேசப்பட்டது. பல இயக்கங்களும் அமைப்புகளும் எதிர்ப்புகளைத் தெரிவித்தன. மக்களே எதிர்ப்பு தெரிவித்தார்கள். ஆண்களும் பெண்களும் செய்தித்தாள்களுக்குக் கடிதங்கள் எழுதினார்கள். பலர் துணிந்து தங்கள் பெயரையே போட்டிருந்தார்கள். கென்யாவில் உரிமைக் குரல் ஒலிக்கத் தொடங்கிவிட்டது. “நாங்கள் அறியாமையில் இருப்பவர்கள் இல்லை. நாட்டின் மக்களாட்சி என்பது மக்களுக்காக மக்களின் ஆட்சியாக இருக்க வேண்டும். கென்யாவில் பேச்சுச் சுதந்திரம் வேண்டும். நடைமுறையில் மக்களாட்சியாக இருக்க வேண்டும்,” என்று மக்கள் பேசினார்கள். மக்களும், நாளிதழ்களும்

என் பின்னால் இருந்தாலும் தெருவிற்குப் போராட்டத்தைக் கொண்டு செல்ல விரும்பவில்லை.

போராட்டத்தின்போது, என்னுடைய கொள்கை நேர்மையானது, நீதியானது என்று நான் நம்பியதால், எதற்குமே நான் அஞ்சவில்லை. இந்தப் போராட்டத்தை நான் தேடிப் போகவில்லை. என்மேல் குற்றம் சுமத்தப்பட்டது. சிக்கல் உடனே தீர்ந்துவிடாது என்று எனக்குத் தெரியும். ஆனால் ஒரு அறைகூவலைச் சந்தித்த பிறகுதான், அதைத் தீர்த்த பிறகு தான் அடுத்ததை எதிர்கொள்ள வேண்டும். ஒரு அறைகூவலை விட்டு ஓடிப் போகாமல், கொண்ட கொள்கையில் உறுதியாக இருந்தால் செய்யும் பணி நேர்மையானதாக இருந்தால், உங்களிடமிருக்கும் அனைத்தையும் கொடுத்தால் வெற்றி உறுதி.

எப்படி இருந்தாலும், என்னைப் பற்றிய செய்திகளால் பாதிக்கப்பட்டவர்கள் என் குழந்தைகளும் உறவினர்களும்தான். வாவெருவும், வஞ்சிராவும் அமெரிக்காவிலிருந்து இதைப் பார்த்துக்கொண்டிருந்தார்கள். பல நாள்கள் நான் நடந்து போனபோது பலர் என்னை விட்டு ஒதுங்கிப் போனார்கள். நண்பர்கள் பேச மறுத்தார்கள். பேசியவர்களையும் "நீ ஏன் இப்படிச் சண்டை போடுகிறாய்? உன்னுடைய இடமா இது? உனக்கு ஏன் வீண் வேலை?" என்று கேட்டார்கள். "ஏனென்றால் பொதுமக்களின் சொத்தைப் பிடுங்கிக் கொண்டார்கள், இனி உங்களுடைய நிலங்களையும் எடுத்துக்கொள்வார்கள்," என்றேன்.

பூங்காவைக் காப்பதற்காகத் தொடங்கிய போராட்டம் இப்போது கென்யர்களின் குரலை எழுப்புவதற்காகத் திருப்பப்பட்டது. மக்களின் உரிமைகளைப் பறித்து, எதிர்ப்பை அடக்கி, பெண்களையும் ஆண்களையும் வேலையிலிருந்து விரட்டும் சர்வாதிகார ஆட்சியை எதிர்த்துப் போராட்டம். சாதாரண மக்கள் தங்கள் உரிமையை இழந்து ஊமைகளாகிவிட்டார்கள். இப்போது அவர்கள் தங்கள் உரிமைக்காகக் குரல் கொடுக்கத் தொடங்கிவிட்டார்கள்.

போராட்டம் நாடாளுமன்றத்திற்கும், பொது மக்களின் மேடைக்கும் வந்துவிட்டாலும், போராட்டம் இன்னும் முடியவில்லை. நவம்பர் 15 அன்று உகுரு பூங்காவில் கட்டடம் தொடங்குவதற்கான தொடக்க விழா நடந்தது. நான் நீதிமன்றத்தில் வழக்கு தொடர்ந்தேன். வழக்கு தள்ளுபடி செய்யப்பட்டது. எதிர்பார்த்ததுதான். ஏனென்றால் இதற்குள் நீதிமன்றங்களே வழி தவறிப்போய்விட்டன. எனினும் இதனால் மக்கள் மத்தியில் விளம்பரம் கிடைத்தது; ஆதரவும் கூடியது. இப்போது பன்னாட்டு ஊடகங்களும் அடிக்கடி

செய்திகளை வெளியிட்டன. எனினும் தனிப்பட்ட முறையில் என்னைத் தாக்குவது நிற்கவில்லை. டிசம்பரில் அதிபர் மோய் வெளிப்படையாகவே இந்தச் சிக்கல் பற்றிப் பேசினார்.

திட்டத்தை எதிர்ப்பவர்களின் தலையில் பூச்சிகள் ஊர்கின்றன என்றார். கென்யாவின் சட்டக் கழகம், கென்யாவின் திருச்சபைகளின் தேசியக் குழு ஆகியவற்றைக் கண்டனம் செய்தார். ஒரு பெண் ஆப்பிரிக்க மரபைப் பின்பற்றி ஆண்களை மதித்து அமைதியாக இருக்க வேண்டும் என்று ஆலோசனை கூறினார்.

அதிபர் மோய் தனது பேச்சில் இந்த ஓடுகாலிப் பெண்ணுக்கு எதிராக ஏன் கென்யப் பெண்கள் பேசவில்லை என்று கேட்டார். அதைத் தொடர்ந்து அவருக்கு ஆதரவான பெண்கள் இயக்கம் என்னைக் கீழ்த்தரமாக விமர்சித்தது. எனக்கு எதிராகப் பேரணிகள் நடத்தினார்கள். ஒரு கட்டத்தில் அதிபர் மோய் கென்யப் பெண்களின் முன்னேற்றத்திற்கு வழங்கப்படும் உதவிகள் எல்லாம் அரசாங்கம் வழியாகத்தான் நடைபெற வேண்டும் என்று ஆணையிட்டார். இதனால் பசுமைப் பகுதி இயக்கத்திற்கு வந்துகொண்டிருந்த நிதி உதவி தடைப்பட்டது. அதோடு நானும் முயுழிரு கட்சியிலிருந்து நீக்கப்பட்டேன். நானும் எனது இயக்கமும் உகாண்டா எல்லையிலிருந்து தொகுதிக்குள் நுழைய தடை விதிக்கப்பட்டோம். நான் என்னுடைய நாட்டிலேயே ஒரு நாடு கடத்தப்பட்டவளாக ஆனேன். எனவே கென்ய அரசு என்னையும், பசுமைப் பகுதி இயக்கத்தையும் ஒழித்துக் கட்டும் நடவடிக்கைகளைக் கைவிடுமாறு செய்ய உலக அளவில் நடவடிக்கை எடுக்குமாறு மூன்றாம் உலக இணையத்தைக் கேட்டுக் கொண்டேன்.

அரசாங்கம் என்னை முகம் பார்க்கும் கண்ணாடி போலப் பயன்படுத்த நினைத்தது என்று கண்டுகொண்டேன். பெண்கள் என்னைப் பார்த்து எனக்கு ஏற்பட்ட கதி அவர்களுக்கும் ஏற்பட வேண்டும் என்று கேட்டுக்கொள்ளச் செய்வது அரசின் நோக்கம். ஆனால் அவர்களுக்கு நான் வேறு விதமான கண்ணாடியைக் காட்டினேன். என்னை யார் என்று அவர்கள் அறிந்துகொள்ளுமாறு செய்தேன்.

1989ஆம் ஆண்டு கிறிஸ்துமசுக்குப் பத்து நாள்களுக்கு முன்னர் பசுமை இயக்கத்தினை அலுவலகத்திலிருந்து வெளியேற்ற அரசு முடிவு செய்தது. கென்யப் பெண்களின் தேசியக் குழுவிற்கான அலுவலகம் அரசுக்குச் சொந்தமான கட்டடத்திலிருந்து இயங்கி வந்தது. கென்யட்டா அந்த இடத்தைக் கொடுத்திருந்தார். மோய்

ஆட்சிக்கு வந்தபிறகு எங்களுக்கு வேறு அலுவலகம் தரப்பட்டது. இது பழைய கட்டடம். அது அரசின் கட்டடம் என்பதையே அரசு மறந்து விட்டிருந்தது. நான்தான் எங்கள் அலுவலக முகவரியை ஒரு நேர்காணலில் கொடுத்துவிட்டேன். உடனே அரசு பிடித்துக் கொண்டது. அரசாங்க இடத்திலிருந்தே அரசாங்கத்திற்கு எதிர்ப்பா? அரசின் குடியரசு தின விழாவிற்கு அடுத்த நாள் காவலர்கள் எங்களை அலுவலகத்திலிருந்து வெளியேறுமாறு ஆணையிட்டார்கள். இருபத்து நான்கு மணி நேர அவகாசம் தரப்பட்டது. நான் மேல் முறையீடு செய்தேன். அதைத் தள்ளுபடி செய்து விட்டார்கள். எங்களுக்கு வேறு இடம் தரவும் யாரும் முன் வரவில்லை. பசுமை இயக்கத்தைக் கைவிட வேண்டும் என்ற நிலை. நான் அலுவலகத்தை என்னுடைய வீட்டிற்கே மாற்றி விட்டேன். வீட்டையே அலுவலகமாக மாற்றச் சில மாறுதல்கள் செய்ய வேண்டியிருந்தது. பணியாற்றியோர் எண்ணிக்கை எண்பதாக இருந்ததால் மாறுதல்கள் செய்வது அவசியமாயிற்று. நாங்கள் புது இடத்திற்கு வந்த அன்றே காவலர்கல் எங்கள் பழைய அலுவலகத்தில் நுழைந்து புத்தகங்களையும், கோப்புகளையும் வெளியே எறிந்துவிட்டார்கள்.

1990ஆம் ஆண்டின் தொடக்கத்தில் சமாதானமாகப் போக முடிவு செய்தேன். கோபுர வளாகம் பற்றி வெளிப்படையாகப் பேச சுதந்தரம் தந்ததற்காக அதிபருக்கு நன்றி செலுத்தி ஓர் அறிக்கை வெளியிட்டேன். மேலும் எங்களுடைய முதன்மைப் பணியான மரங்கள் நடுவதிலும் கவனம் செலுத்த விரும்பினேன். ஆனால் ஒரு சில நாள்களிலேயே பசுமைப் பகுதி இயக்கம் ஐந்தாண்டுகள் தணிக்கை செய்யப்பட்ட கணக்கை ஒப்படைக்க வேண்டும் என்று ஆணை வந்தது. பொருளாளராக இருந்த வெர்டிசைன் பத்து ஆண்டுகள் கணக்கைக் கொடுத்தார். ஆவணங்களோடு சேர்த்து அரசாங்கம் தனது கட்சியான முயுழிரு ஓராண்டிற்கான கணக்கைத் தர வேண்டுமென்று கேட்டு எழுதிய கடிதத்தையும் இணைத்தேன். ஏனென்றால் கட்சியின் கணக்கு தணிக்கை செய்யப்படுவதில்லை என்று எனக்குத் தெரியும். எனவே பதிலே வரவில்லை.

எனது வீட்டிலேயே அலுவலகத்தை வைத்திருந்தது மிகத் தடையாக இருந்தது. எனக்கும் முட்டாவுக்கும் மட்டும் படுக்கை அறைகள் இருந்தன. மற்ற பகுதிகளெல்லாம் அலுவலகமாக மாறிவிட்டது. வாவெருவின் படுக்கை அறை என்னுடைய அலுவலக அறையாக மாறியது. இளைஞனான முட்டாவிற்கு நண்பர்களை வரவேற்பதற்குக் கூட இடம் இல்லை. ஆனால் அவனுக்கு நிலைமை புரிந்திருந்தது.

இப்படி ஏழு ஆண்டுகள் அங்கே கழித்தோம். ஆனால் 1999இல் ஒரு சிக்கல். எனது நண்பர் ஒருவர் ஓர் இளைஞனை அழைத்து வந்தார். அவன் அரசியல் காரணங்களுக்காகப் பல்கலைக்கழகத்திலிருந்து நீக்கப்பட்டான். அவனைச் சிறிது காலம் எங்களோடு வைத்திருக்குமாறு நண்பர் கூறினார். அப்போது படித்த இளைஞர்களுக்கு எந்தத் திறனும் இருக்காது. அவன் வேலை நிறுத்தத்தில் ஈடுபட்டதால் அவனைப் புரட்சிவாதி என்று கருதி விலக்கிவிட்டார்கள். அவனுக்காக நான் இரக்கப்பட்டு எங்களோடு இருக்க அனுமதித்தேன். எனக்கு உதவியாக வைத்துக்கொண்டேன். அவன் விரைவிலேயே வேலைகளைக் கற்றுக்கொண்டான். ஆனால் என்னிடம் பணியாற்றுபவர்களிடம் அவர்களுக்குப் போதுமான ஊதியம் தரப்படவில்லை என்று கூறினான்.

வேலை செய்யும் இடமும் வசதியில்லாதது. அலுவலகத்தை நான் வேறிடத்திற்கு மாற்ற வேண்டும் அல்லது வேலையை விட்டுப் போக வேண்டும் என்று அவர்களை நம்ப வைக்க முயன்றான்.

நான் எப்போதுமே பணியாளர்களிடம் வெளிப்படையாக இருப்பேன். 'நன்றாக வேலை செய்தால் பணம் பெற முடியும், உங்களுக்கு ஊதியம் தருவேன். என்னிடம் பணம் இல்லை என்றால் தரமுடியாது' என்று கூறியிருந்தேன். ஓய்வு ஊதியம் கிடைக்காது என்பதும் அவர்களுக்குத் தெரியும். "மாதப் படி தருவேன். என்னால் பணம் தர முடியாவிட்டால் நான் ஒரு மாத முன்னறிவிப்பு கொடுத்து விடுவேன். நீங்கள் போவதாக இருந்தாலும் ஒரு மாத முன்னறிவிப்பு கொடுக்க வேண்டும்," என்று கூறியிருந்தேன். இந்த ஒப்பந்தத்தில் அவர்கள் கையொப்பமிட்டிருந்தார்கள்.

இந்த இளைஞனின் கிளர்ச்சிப் பேச்சு நன்றாக வேலை செய்திருக்கிறது. ஒரு நாள் காலையில் 45 பணியாளர்கள் வேலை நிறுத்தம் செய்தார்கள். முன் கதவை அடைத்து உள்ளே வருபவர்களைத் தடுத்தார்கள். நானும் முட்டாவும் வீட்டிலேயே சிறையில் வைக்கப்பட்டது போல ஆனோம். நாங்கள் வெளியே போக முடியாது, உள்ளேயும் வர முடியாது. எனவே நான் காவல்துறைக்குத் தகவல் தெரிவித்தேன். காவல்துறையினர் தொழிலாளர் நலத் துறை அலுவலர்களுடன் வந்தார்கள். நாங்கள் தரும் ஊதியத்தைக் கேட்டறிந்தார்கள்; ஒப்பந்தப் பத்திரத்தைப் பார்த்தார்கள். வீட்டைச் சுற்றிப் பார்த்தார்கள். அவர்களுக்கு வியப்பாகப் போயிற்று. "இங்கேயா இத்தனை பேரை வைத்துக் கொண்டு வேலை செய்கிறீர்கள்? நீங்கள் எங்கே தங்கி இருக்கிறீர்கள்?" என்று கேட்டார்கள்.

"நானும் எனது மகனும் படுக்கை அறைகளில் தங்கியிருக்கிறோம். மற்ற இடமெல்லாம் அலுவலகம்தான்," என்றேன். நாங்கள் முந்தைய அலுவலகத்திலிருந்து துரத்தப்பட்டதெல்லாம் அலுவலர்களுக்குத் தெரியும். இந்தச் சிறிய இடத்தில் இருந்து கொண்டு பசுமை இயக்கத்தை விடாமல் நடத்தி வந்தது அவர்களைக் கவர்ந்தது. "ஏன் இவர்கள் இவ்வளவு நன்றி கெட்டு இருக்கிறார்கள்? அவர்களுக்குக் கிடைக்கும் ஊதியம் நாங்கள் வாங்குவதை விட அதிகம்," என்றார்கள்.

விசாரணைக்குப் பிறகு அலுவலர்கள் வேலை நிறுத்தம் சட்ட விரோதமானது என்றார்கள். செய்தியாளர்களுக்குத் தெரியப்படுத்தப்பட்டு அவர்களும் வந்திருந்தார்கள். அவர்களும் கூட எங்களுக்கு ஆதரவாக இருந்தது கண்டு வேலை நிறுத்தம் செய்தோர் அதிர்ச்சி அடைந்தார்கள். ஆனால் எனக்கு ஏற்பட்ட பெரிய ஏமாற்றம் இந்த வேலை நிறுத்தத்தைத் தூண்டிவிட்டது நான் அடைக்கலம் அளித்த இளைஞன் என்பதுதான். நான் அவனை வேலைக்குத் திரும்ப எடுத்துக்கொள்ளவில்லை. அவன் மேல் எனக்குக் கோபமில்லை. அவன் அவ்வளவு கீழ்த்தரமாக நடந்துகொண்டான் என்பதுதான் வருத்தம்.

பல நண்பர்கள் எங்கள் அலுவலகத்திற்கு வந்து பார்த்து நாங்கள் இட நெருக்கடியால் அல்லாடுவதைக் கவனித்தார்கள். நெதர்லாந்து வளர்ச்சிக் கூட்டுறவு இயக்கம் நாங்கள் தனியாக ஓர் இடத்தை வாங்க வேண்டும் என்று விரும்பியது. ஆனால் அவர்களிடம் போதுமான நிதி வசதி இல்லை. ஆனால் மற்ற நண்பர்கள் சேர்ந்து ஒரு வீட்டை வாங்க முன் வந்தார்கள். ஆஸ்டிரிய சேர் ஆர்வம் காட்டியது. பயிற்சிக்கு என்று ஒரு வீடும், அலுவலகத்திற்கு வேறு இடமும் பார்க்க வேண்டியதாயிற்று. இப்போது என்னுடைய வீடு காலியானது எனக்கு மகிழ்ச்சியாக இருந்தது. ஆனால் சில நாள்களிலேயே இவ்வளவு பெரிய வீட்டில் எப்படி இருப்பது என்று தெரியாமல் திகைத்தேன். கிலிமணி சந்தில் இருந்த அலுவலகம் மிக வசதியாக இருந்தது. இன்னும் பசுமைப் பகுதி இயக்கத்திற்கு அதுதான் தலைமை அலுவலகம்.

அலுவலகத்தில் இட நெருக்கடி இருந்தாலும் உகுரு பூங்காவைக் காப்பதிலும், எங்கள் உரிமைக்காகப் போராடுவதிலும் நாங்கள் தளர்ந்துபோகவில்லை. 1990-களின் தொடக்கத்தில் எங்களுடைய எதிர்ப்பை அதிகாரிகள் கண்டுகொள்ளாமல் இருக்க முடியாது என்ற நிலை ஏற்பட்டது. 1989ஆம் ஆண்டு கனடா, அமெரிக்கா, பிரிட்டன், மேற்கு ஜெர்மனி முதலிய நாடுகளின் அரசியல்வாதிகளுக்கும், போராளிகளுக்கும், ஊடகங்களுக்கும்

கடிதம் எழுதி முதலீட்டாளர்கள் ஆதரவு தராமல் செய்யுமாறு கேட்டுக்கொண்டேன்.

வளரும் நாடுகளிலுள்ள மக்களுக்கு டைம்ஸ் கோபுர வளாகம் கட்டுவது ஏற்படுத்தும் அழிவைப் பற்றித் தெரியாதிருக்கலாம். ஆனால் வளர்ந்த நாடுகள் தெரியாது என்று தட்டிக் கழிக்க முடியாது என்பதை விளக்கினேன். தங்கள் மக்களை அடக்கி ஆளும் சர்வாதிகாரிகளோடு அவர்கள் உறவு வைத்துக்கொள்ளக் கூடாது என்று கேட்டுக்கொண்டேன்.

அமெரிக்க, பிரிட்டிஷ் செய்தித்தாள்களான *நியு யார்க் டைம்ஸ், லாஸ் ஏஞ்சல்ஸ் டைம்ஸ், இன்டிப்பெண்டண்ட்* போன்றவை எங்கள் போராட்டத்தைப் பற்றி எழுதின. இதனால் சுற்றுச்சூழல் ஆர்வலர்கள், உரிமைக்காகப் போராடுபவர்கள் எங்கள் நிலையை அறிந்துகொண்டார்கள். ஆப்பிரிக்கர்கள் தங்கள் சுற்றுச்சூழலைக் காக்கப் போராடுகிறார்கள் என்கிற செய்தி முதன்முதலாக உலகிற்குத் தெரிந்தது. அமெரிக்காவிலும், பிரிட்டனிலும் உள்ள மக்கள் முதலீட்டாளர்களுக்கு நெருக்கடி தந்ததால், ஒரு ஏழை நாடு இத்தனை பெரிய கட்டடத்திற்கு இவ்வளவு பெரிய நிதியை செலவழிக்க வேண்டுமா என்று கேள்வி கேட்டார்கள்.

கடைசியில் எங்கள் குரல் கேட்கப்பட்டது. 1990 ஜனவரி 29 அன்று வளாகம் கட்டுவதற்கான திட்டம் மாற்றப்பட்டுவிட்டது என்று அரசு அறிவித்தது. பிறகு அறுபது மாடிக் கோபுரம் உயரம் குறைக்கப்பட்டுவிட்டதாகவும், உத்தேச செலவும் குறைக்கப்பட்டு விட்டதாகவும் சொன்னார்கள். உலக வங்கியும் பிற நிறுவனங்களும் பின் வாங்கின. முதலீடு வராததால் திட்டம் அப்படியே கிடப்பில் போடப்பட்டது.

1992ஆம் ஆண்டு பிப்ரவரியில் உகுரு பூங்காவில் கட்டடம் கட்டவிருந்த பகுதியைச் சுற்றி இருந்த வேலி அகற்றப்பட்டு விட்டதாகச் செய்திகள் வந்தது. அன்று நைரோபி நகரில் கென்யட்டா பன்னாட்டு மாநாட்டு மையத்தில் பெண்கள் கூட்டம் ஒன்று நடந்தது. நான் அங்கே போனபோது அங்கிருந்த பெண்கள் உற்சாகமாக இருந்தார்கள். வெற்றிக் கொண்டாட்டத்திற்குப் பூங்காவிற்குப் போகத் தீர்மானித்தோம். போகும் வழியில் ஒரு பூங்கொத்து வாங்கிக்கொண்டு போய் திட்டம் இறந்து புதைக்கப்பட்டுவிட்டது என்று அதனைத் தொங்கவிட்டேன்.

உகுரு பூங்காவின் அழிவைத் தடுக்க எங்களால் முடிந்ததற்கு இரண்டு காரணங்கள். ஒன்று வனங்களை அரசு தவறாகப் பயன்படுத்துகிறது என்று செய்தித்தாள்கள் உலகிற்குத் தெரிவித்தன.

அரசு தவறு செய்கிறது என்றும், பழி வாங்கும் நடவடிக்கையில் ஈடுபடுகிறது என்றும் பத்திரிகைத் துறைக்குத் தெரிந்தது. பத்திரிகையின் ஆதரவு இல்லாமல் நாங்கள் ஒன்றும் செய்திருக்க முடியாது. இரண்டாவதாக கென்ய மக்கள் சுதந்திரத்திற்காகக் குரல் கொடுக்கிறார்கள் என்று பணக்கார நாடுகளின் தூதுவர்களுக்கும், புரவலர்களுக்கும் முதன் முறையாகத் தெரிய வந்தது. ஆளும் கட்சியின் அராஜகம் பற்றி வெளி நாட்டுத் தூதரகங்கள் அறிந்துகொண்டார்கள். கென்யாவில் மனித உரிமைகல் பறிக்கப்பட்டது உலகச் செய்தியாகியது.

பனிப் போர்க் காலத்தில் கென்யா பொதுவுடைமை ஆட்சிக்கு எதிராக இருந்தது என்று மேற்கத்திய நாடுகள் கருதின. எனவே கென்யா போன்ற நாடுகளில் நடைபெற்ற சர்வாதிகார ஆட்சி பற்றிக் கண்டுகொள்ளாமல் இருந்தன. ஆனால் 1989இல் பெர்லின் சுவர் உடைந்த பிறகு, பனிப்போர் விலகத் தொடங்கிய பிறகு மேலை நாட்டு உதவியை நம்பியிருந்த அரசுகள் தங்கள் சர்வாதிகாரத்தைக் குறைத்துக்கொண்டன.

எனினும், உலகில் நிலைமை மாறிக் கொண்டிருந்தாலும், கென்யர்கள் வாய் மூடி மௌனிகளாக இருந்தார்கள். அரசாங்கத்தை எதிர்த்தால் என்ன நடக்குமோ என்று அஞ்சிக் கொண்டிருந்தார்கள். எனவேதான் நான் கடிதங்கள் எழுதத் தொடங்கியவுடன் எல்லோரும் வியப்படைந்தார்கள். அதிலும் ஒரு சாதாரண பெண் அரசாங்கத்தின் பெரிய திட்டத்தையே நிறுத்த முடிந்தது கண்டு ஆச்சரியமடைந்தார்கள். அதுவும் ஓராண்டுக்கு முன்னர் நடந்த பொதுத் தேர்தலில்தான் தோல்வி அடைந்தவர்கள் வெற்றி பெற்றதாக அறிவித்ததை தலைகுனிந்து பார்த்துக்கொண்டிருந்த மக்கள் அவர்கள். மத்திய கென்யாவிலிருந்து ஒருவர் என்னிடம் வந்து, “நிமிர்ந்து நிற்கும் ஒரே ஆண் நீங்கள்தான்,” என்று கூறி வாழ்த்தியது இன்றும் எனக்கு நினைவிருக்கிறது. நாங்கள் இருவருமே சிரித்துக் கை குலுக்கிக் கொண்டோம். அரசாங்கம் எங்களைப் பழி வாங்கும் என்று மக்கள் எதிர்பார்த்தார்கள். ஆனால் அப்படி ஒன்றும் நடக்கவில்லை. மக்கள் தங்கள் கையில் அதிகாரம் வந்து விட்டதுபோல உணர்ந்தார்கள்.

உண்மையில் ‘பூங்கா அரக்கனைக்’ கொன்றது மக்களை உற்சாகப்படுத்தியது. அப்போதிருந்து நாங்கள் மிகுந்த தன்னம்பிக்கையோடு முன்னேறினோம். என்னைப் பொறுத்தவரையில் கென்யாவில் ஒரு கட்சி ஆட்சி முறைக்கு முடிவின் தொடக்கம் என்று நான் கருதினேன். இப்போது வெற்றி பெற்றாலும் நாட்டிற்கு உண்மையான மக்களாட்சி வர இன்னும்

பத்தாண்டுகள் ஆகும். அதற்குள் வன்முறையும் அச்சமும் நிறைந்த சாலைகளில் பயணிக்க வேண்டியிருக்கும். நம்பிக்கை, உறுதி, கொள்கைப் பிடிப்பைத் துணைகொண்டே நாங்கள் முன்னேறிச் செல்ல வேண்டும்.

9
விடுதலைக்கு ஒரு திருப்புமுனை

சுதந்திரமான ஒரு நாட்டில் வசிப்பவர்களுக்கு ஒரு ஆள் அதிகாரத்தில் இருக்கும் நாட்டின் வாழ்க்கையை விவரிப்பது கடினம். யாரை நம்புவது என்று உங்களுக்குத் தெரியாது. உங்களை, உங்கள் குடும்பத்தை, உங்கள் நண்பர்களை எந்த நேரத்திலும் எந்த நீதி விசாரணையுமின்றிச் சிறையிலடைக்கலாம். அரசியல் வன்முறைகள், போலியான விபத்துகள் அல்லது நேரடியான தாக்குதல்களில் உயிரிழப்போர் சாதாரணம். எந்த நேரமும் அச்சத்திலேயே வாழ வேண்டும்.

1990ஆம் ஆண்டிற்குப் பிறகு, டைம்ஸ் கோபுர வளாகத் திட்டம் புதைக்கப்பட்ட பிறகு என் மேலும், பசுமைப் பகுதி இயக்கத்தின் மேலும் அரசின் கெடுபிடி அதிகமாயிற்று. அரசுக்கு எதிரானவர்கள் மேல் தாக்குதல்கள் அன்றாட நிகழ்ச்சிகளாயின. அரசியல் களம் அதிகாரத்தின் அடக்குமுறையில் நடந்தது. கென்யாவின் மக்கள் ஆதரவு பெற்ற வெளிநாட்டு அமைச்சர் ராபர்ட் படுகொலை செய்யப்பட்டார். அவர்தான் அடுத்த அதிபர் என்று சொல்லப்பட்டார். அவரது கொலையைத் தொடர்ந்து வன்முறை வெடித்தது.

நான் இப்போது ஒரு அரசியல்வாதியாகக் கருதப்பட்டதால் நான் கவனமாக இருக்க வேண்டியிருந்தது. அதே சமயம் என்னால் வாயை மூடிக்கொண்டிருக்கவும் முடியாது. ராபர்ட்டின் கொலைக்குப் பிறகு ஒரு நாள் நான் நியூயார்க்கிற்குப் பசுமைப் பகுதி இயக்கம் பற்றிப் பேசப்போனேன். ஐ.நா. சபையின் ஆலய மையத்தில் பேசியபோது உகுரு பூங்காவைக் காப்பாற்ற நடந்த போராட்டம் பற்றியும் கென்யாவின் அரசியல் நிலவரம் பற்றியும் பேசினேன். பெக்கியும் என்னுடைய பிற நண்பர்களும் மிகவும் கவலை கொண்டார்கள். என்னைத் தனியாக அழைத்து நான்

கென்யாவிற்குத் திரும்பக் கூடாது என்று தடுத்து விட்டார்கள். ஐ.நாவில் எனக்கு மூன்று மாதம் பணிக்கு ஏற்பாடுகள் செய்தார்கள். UNIFEMஇல் வேலை. நான் பெக்கி, மரிலின் கார் ஆகியோருடன் தங்கினேன்.

ராபர்ட்டின் இறப்பிற்குப் பிறகு மக்களாட்சி ஆதரவாளர்கள் மன உறுதி கொண்டார்கள். மே 1990இல் பல முக்கிய அரசியல் தலைவர்கள் பல கட்சி ஆட்சி முறைக்குக் குரல் கொடுத்தார்கள். ஜூலை 7ஆம் நாள் மக்களாட்சி முறைக்கு ஆதரவாகப் பேரணிகள் நடந்தன. அரசாங்கம் அதனைத் தடுத்தாலும், பல்லாயிரக் கணக்கில் மக்கள் திரண்டார்கள். ஆனால் கூட்டத்தைக் காவலர்கள் தாக்கியதால் கலவரம் வெடித்தது. தெருச் சண்டையில் பலர் உயிரிழந்தார்கள், காயமடைந்தார்கள்.

ஆனால் அந்த நாளும் ‘சபா சபா’ என்ற அந்தப் பேரணியும் வரலாற்று முக்கியத்துவம் வாய்ந்தவையாக ஆயின. அது மோய் ஆட்சிக்கு நிர்ப்பந்தத்தை ஏற்படுத்திற்று. மேலும் விடுதலைக்கான போராட்டம் 1963ஆம் ஆண்டோடு முடிவடையவில்லை என்று எனக்கு உணர்த்திற்று. கிஸ்வாகிலி மொழியில் ஜூலை 7 (7/7)-ஐக் குறிக்கின்ற சபா சபாவைப் பெருமைப்படுத்தும் வகையில் உகுரு பூங்காவில் இறந்தோர் நினைவாக மரக் கன்றுகள் நடத் தீர்மானித்தேன். அடுத்த சில ஆண்டுகள் அரசின் கைக்கூலிகள் நாங்கள் நட்ட மரங்களை அழிக்க முயன்றனர். ஆனால் எங்களைப் போலவே அவையும் பிழைத்துக் கொண்டன. மழை வந்தால், மொட்டை மரங்களும் துளிர்த்து விடும். சபா சபா உற்சாகப்படுத்தியது போல என்னை இந்த மரங்களும் உற்சாகப்படுத்தின. எவ்வளவுதான் அழிக்க முயன்றாலும், உண்மையும் நீதியும் மீண்டும் தளிர்விடும் என்று எனக்கு இது காட்டியது.

1980-களிலேயே, வெளிநாட்டுக் கொடையாளர்களும், பன்னாட்டு அமைப்புகளும், தூதுவர்களும் நாட்டில் நிலவும் அரசியல் அடக்கு முறை, ஊழல் முதலியன பற்றிக் கவலை தெரிவித்தார்கள். பல நாடுகள் கென்யாவிற்கு உதவியை நிறுத்தி விட்டன. காரணம் மனித உரிமை மீறல்களும், நிதி உதவிகளைச் சரிவரப் பயன்படுத்தாததும்தான். எனவே அரசாங்கம் சீர்திருத்தம் செய்வதற்காக ஒரு குழுவை அமைத்தது.

1991இல் ஆகிங்கா ஆடிங்காவும் மற்றவர்களும் மக்களாட்சியைத் திரும்பக் கொண்டு வருதல் (FORD) என்ற அமைப்பை உருவாக்குகிறார்கள். நான் உட்பட பல மக்கள் உரிமைக்காகப்

போராடுபவர்களை அதில் சேர அழைத்தார்கள். நான் அழைக்கப்பட்டதற்குக் காரணம் என்னைச் சுற்றுச்சூழல் பாதுகாப்புப் போராளி என்று மட்டுமல்லாமல் மனித உரிமைகளுக்காகக் குரல் எழுப்புபவர் என்று கருதியதும் தான். அரசு அந்த இயக்கத்தைத் தடை செய்தது. எனினும் அந்த இயக்கம் 1991 நவம்பரில் மக்களாட்சி உரிமைக்கான பேரணி ஒன்றை நடத்தத் திட்டமிட்டது. காவலர்கள் கமுஞ்சி பூங்கா முழுவதையும் சுற்றி வளைத்துக்கொண்டார்கள். நூற்றுக்கணக்கான கிளர்ச்சியாளர்கள் கூடிவிட்டார்கள். காவலர்கள் கண்ணீர்ப் புகைக் குண்டுகளையும், ரப்பர் குண்டுகளையும் வெடித்தார்கள். இருவர் இறந்தார்கள். பல எதிர்க்கட்சித் தலைவர்களும், பத்திரிகையாளர்களும் கைது செய்யப்பட்டார்கள்.

ஆனால் பல கட்சி ஆட்சி முறைக்கான குரல் வலுத்தது. டிசம்பரில் அதிபர் மோய் மீண்டும் அதனைக் கொண்டு வர வேண்டுமென்ற கட்டாயத்தில் இருந்தார். 1991இல் தேசிய அளவில் தேர்தல் நடத்த வேண்டியதாயிற்று. ஒரே கட்சி ஆட்சி முறையை அரசு மாற்ற ஒத்துக்கொண்டாலும், அரசியல் சாசனத்தைச் சீர்திருத்துவதைப் பெயரளவில் செய்தது. அரசியல் செயல்பாடுகளைக் கட்டுப்படுத்த முழு அதிகாரத்தையும் வைத்துக்கொண்டது. போலிக் குற்றச்சாட்டுகளைச் சுமத்திக் கைது செய்யப்படுவோம் என்ற அச்சத்திலேயே இருந்தோம். எந்த வழக்கும் நடத்தப்படாது. உண்மையான மக்களாட்சி பற்றி வெளிப்படையாகப் பேசினாலே துன்புறுத்தப்படுவோம் என்ற பயம் இருந்தது. இந்தச் சூழலில் 1992 ஜனவரி 10 அன்று நைரோபியிலுள்ள வீதி ஒன்றில் ஒரு கூட்டம் போட்டோம். அப்போது தொலைபேசி அழைப்பு வந்தது. மோய் இராணுவத்திடம் அதிகாரத்தை ஒப்படைக்கப் போவதாகத் தொலைபேசியில் பேசியவர் சொன்னார். அதிபர் விமானத்தில் போகாமல் தொடர் வண்டியில் போகத் திட்டமிட்டிருந்தார். இதுவே நிலைத்தன்மை இல்லை என்று காட்டியது. இராணுவம் எந்த நேரத்திலும் ஆட்சியைப் பிடிக்கலாம் என்று சொன்னார்கள்.

அரசாங்கமே முன்னின்று இராணுவ ஆட்சியை ஏற்படுத்தினால் அதிபர் மோய் தேர்தலைச் சந்திக்க வேண்டியதிருக்காது. இந்த வதந்தியை அரசே ஏற்படுத்தியிருக்கலாம்; அதன் மூலம் எதிர்க்கட்சிகளை அடக்கிவிடலாம். எனினும் சொல்லப்பட்ட செய்தியை நான் தீவிரமாகவே எடுத்துக்கொண்டேன். பேசியவர் அரசியல் படுகொலைக்கு நானும் ஒரு குறி என்று சொன்னதால் மட்டுமல்ல, அத்தகைய ஆபத்து உண்மையில் இருக்கத்தான் செய்தது. ஆயர் அலெக்சாண்டர் முகே மனித உரிமைகளுக்காகக்

குரல் கொடுத்தவர். அவர் தனது உயிருக்கு ஆபத்து என்று தனது அச்சத்தை வெளிப்படுத்தினார். அவரும் மர்மமான முறையில் ஒரு கார் விபத்தில் இறந்தார்.

எங்கள் உயிருக்கு ஆபத்து என்று அறிவிக்க நாங்கள் யாரிடமும் அனுமதி பெற வேண்டியதில்லை. மேலும் இதனால் எங்களுடைய உயிருக்குப் பாதுகாப்பு கிடைக்கும் என்று நம்பினோம். எங்களுக்கு மட்டுமில்லை பல கென்யர்களுக்கும் இந்த எச்சரிக்கை தேவைப்பட்டது. எனவே நாங்கள் ஊடகத்திற்கு இது பற்றிச் சொல்லத் தீர்மானித்தோம். நைரோபி செய்தி மையத்திற்குச் சென்றோம். அங்கு உள்நாட்டு வெளிநாட்டு செய்தி நிறுவனங்களின் அலுவலகங்கள் இருந்தன. அதிபர் அரசில் மாற்றம் செய்ய விரும்பினால் தேர்தலை நடத்த வேண்டும்; இராணுவத்திடம் அதிகாரத்தைத் தரக் கூடாது என்று அறிக்கை தந்தோம். எங்களைக் கொலை செய்யத் திட்டமிடப்பட்டிருந்ததையும் வெளிப்படுத்தினோம்.

அதிபர் இந்த வதந்தியை மறுத்தார். குழுசுனு இயக்க உறுப்பினர்களைத் தாக்கினார். எங்களுடைய அறிக்கையைத் தந்த பிறகு எங்கள் வீடுகளுக்கு நாங்கள் போய்விட்டோம். சிறிது நேரத்திலேயே செய்தி நிறுவனத்திற்கு நேர்காணல் தந்த அனைவரையும் ஒவ்வொருவராகக் காவல்துறை கைது செய்து வருவதாகத் தொலைபேசியில் சொன்னார்கள். நான் என்னுடைய வீட்டுக்குள்ளேயே இருந்துகொண்டு யாரையும் வீட்டுக்குள் வர முடியாமல் செய்ய தடுப்புகளை வைத்தேன். வீட்டைச் சுற்றி இருந்த வேலியைத் தாண்டி யாரும் உள்ளே வந்துவிடலாம். ஆனால், வீட்டுக் கதவுகளும் சன்னல்களும் வலுவாக இருந்தன.

ஆறு ஆண்டுகளுக்கு முன்னர் நான் வெளிநாட்டிலிருந்து கொண்டு வந்திருந்த பரிசுகளைக் குழந்தைகள் விரித்துப் பார்த்துக்கொண்டிருந்தார்கள். கடைசியில் களைப்பில் தூங்கிவிட்டோம். காலை மூன்று மணிக்குப் பெரிய சப்தம் கேட்டது. விழித்துப் பார்த்த நாங்கள் மீண்டும் தூங்கப் போய்விட்டோம். ஆனால், நுழைந்தது திருடர்கள். அவர்கள் வாவெருவின் அறைக்குச் சென்று அவனை எழுப்பி "அம்மா எங்கே" என்று கேட்டிருக்கிறார்கள். இதற்கு இடையில் திருடர்கள் எங்கள் அறைக்குள் நுழைந்துவிட்டார்கள். இருட்டாக இருந்ததால் நான் கத்திவிட்டேன். ஒருவன் என் வாயை மூடி "கத்தாதே, கத்தினால் கொன்றுவிடுவோம்," என்றான். கையில் பட்டாக்கத்தி வைத்திருந்ததால் பயந்து சப்தம் எதுவும் போடவில்லை. மற்ற திருடர்கள் எல்லாப் பெட்டிகளையும் திறந்து பார்த்தார்கள்.

சப்தம் கேட்டு உள்ளே வந்த எனது அம்மாவை, "தூங்கப் போ, பாட்டி" என்று ஒருவன் சொன்னான். அவரும் போய்விட்டார். வாஞ்சிராவிடம் ஒரு திருடன், "உங்கள் அம்மா பணத்தை எங்கே வைத்திருப்பார்?" என்று கேட்டான். வாஞ்சிரா, "அம்மா வீட்டில் பணம் வைத்திருக்க மாட்டார்," என்றான். எல்லா உடைகளையும், நாடா பதிப்புக் கருவியையும், நான் வாங்கி வந்திருந்த பரிசுப் பொருட்களையும், என்னுடைய திருமணத்தின்போது அணிந்த ஒன்பது மாலைகளுள்ள கழுத்தணியையும் எடுத்துக் கொண்டார்கள்.

திருடர்கள் கதவை உடைத்துக்கொண்டு உள்ளே வந்திருந்தார்கள். எச்சரிக்கை மணி எதையும் பொருத்தவில்லை. நாய் ஒன்றும் இருந்தது. அது குரைக்காமல் ஏதோ செய்து விட்டார்கள். காலையில் காவலரை அழைத்தேன். அவர்கள் கை ரேகைகள் கலைந்துவிட்டன என்று கூறிவிட்டார்கள். அப்போது வீட்டை உடைத்துக்கொண்டு திருடர்கள் வந்ததால் வீட்டைப் பாதுகாப்பாக வைத்திருப்பதன் அவசியத்தை அறிந்தேன். ஆகவேதான் இப்போது வீட்டுக் கதவுகளையும் சன்னல்களையும் உறுதியாக அமைத்தேன். எனவே இப்போது காவலர்கள் எளிதில் வீட்டிற்குள் வர முடியாது. வாவெருவும், வாஞ்சிராவும் அமெரிக்கா சென்று விட்டார்கள். முட்டாவை அவனுடைய அப்பாவிடம் அனுப்பி விட்டேன். பிறகு வீட்டை மூடித் தாழிட்டுவிட்டேன்.

காவலர் வந்து வெளிக் கதவைத் தட்டினார்கள். நான் உள்ளே விட மறுத்துவிட்டேன். பத்துக் காவலர்கள் வேலியைத் தாண்டிக் குதித்து வீட்டைச் சூழ்ந்து கொண்டார்கள். நாய்களால் சூழப்பட்ட முயல் போல நான் உணர்ந்தேன். "கதவைத் திற," என்றார்கள்.

"நான் கதவைத் திறக்கப் போவதில்லை. நீங்கள் என்னைக் கைது செய்ய வந்திருக்கிறீர்கள்," என்றேன். பல மணி நேரம் இப்படிக் கழிந்தது. அவர்கள் கதவைத் திறக்கச் சொல்ல, நான் மறுக்க இந்தப் போர் நீடித்தது. கடைசியில் நான்கு காவலர்களை விட்டுவிட்டு மற்றவர்கள் போய்விட்டார்கள். இரவு முழுவதும் அவர்கள் காவல் காத்தார்கள். இதற்குள் நான் முற்றுகையிடப்பட்டிருக்கிறேன் என்ற செய்தி பரவி விட்டது. பத்திரிகைக்காரர்கள், நண்பர்கள் வீட்டிற்கு வெளியே கூடிவிட்டார்கள். அந்த நண்பர்களில் ஒருவர் அருட்திரு திகோதி நிலோயா. இவர் மக்களாட்சி இயக்கத்தில் தீவிர உறுப்பினர். அவர் வீடும் தாக்குதலுக்கு உள்ளாகியிருந்தது. நான் சாப்பிடுவதற்காக வாழைப்பழம் கொண்டு வந்தார். அதைக் கொடுக்க வேண்டுமென்றால் நான் கதவைத் திறக்க வேண்டும் என்றார்கள் காவலர்கள். "டாக்டர் நிலோயா, நான் திறக்கமாட்டேன். உணவு கொண்டுவர உங்களை அவர்கள்

அனுமதிக்கவில்லை என்றால் திரும்பக் கொண்டு போய்விடுங்கள். குற்றம் ஒன்றும் செய்யாததற்காகக் கைது செய்யப்படுவதை விடப் பட்டினியாகவே இருக்கிறேன்," என்றேன்.

வீட்டிற்குள்ளிருந்து நான் பல உள்நாட்டு, வெளிநாட்டுச் செய்தியாளர்களிடம் பேசினேன். சிலர் வேலியைத் தாண்டி உள்ளே வந்திருந்தார்கள். சிலரிடம் தொலைபேசியிலேயே பேசினேன். இராணுவம் ஆட்சியை மேற்கொள்வது பற்றிய வதந்திகள் குறித்தும், அதை நாங்கள் ஏன் எதிர்க்கிறோம் என்றும் விளக்கினேன். 1988 தேர்தலில் கள்ளத்தனம் செய்தது பற்றியும் இப்போது அதிபர் தேர்தல் நடத்தப் பயப்படுகிறார் என்றும் தெரிவித்தேன். இப்போது வீட்டிற்குள் இருந்தது எனக்குப் பாதுகாப்பாக இருந்தது. முற்றுகை தொடர்ந்தது. ஆனால், காவலர்கள் தொலைபேசித் தொடர்பைத் துண்டித்து விட்டார்கள். எனக்குப் பயம் வந்துவிட்டது. இராணுவ ஆட்சி வந்துவிடும் என்ற வதந்தி கென்ய மக்களைப் பயத்தில் ஆழ்த்தியது. இராணுவத்தினர் கூட பயந்தார்கள் என்று சொன்னார்கள்.

நான்கு காவலர்களும் தங்கள் காவலைத் தொடர்ந்தார்கள். இரண்டாம் நாள் இரவு. இரவில் நைரோபியில் குளிரும். ஆகவே சமையல் அறைச் சன்னல் வழியாக ஒரு காவலரை அழைத்து, "நீங்கள் உங்கள் கடமையைச் செய்கிறீர்கள். நான் எனது வேலையைச் செய்கிறேன். கதவைத் திறக்கமாட்டேன். ஆனால் பணம் தருகிறேன், போய் பால் வாங்கி வந்தீர்கள் என்றால் சூடாகத் தேநீர் போட்டுத் தருகிறேன்," என்றேன். அவர்களும் பால் வாங்கி வந்தார்கள். நான் தேநீர் போட்டுச் சன்னல் வழியாகக் கொடுத்தேன்.

இதன் மூலம் காவலர்களிடம் ஓர் உறவை ஏற்படுத்திக் கொண்டேன், இறுக்கமும் குறைந்தது. அவர்கள் எனக்குத் துன்பம் தர விரும்புகிறார்கள் என்று நான் நம்பவில்லை. நான் கடைசியில் வெளியே வந்துவிடுவேன் என்று நினைத்தார்கள். காவல் துறையில் பலர் அரசுக்கு ஆதரவானவர்கள். பலர் எங்கள் மேல் அனுதாபம் வைத்திருந்தார்கள். அடக்குமுறைச் சட்டங்களை நிறைவேற்றி ஊழலுக்குத் துணை போகிறோம் என்று அவர்களுக்குத் தெரியும்.

முற்றுகையின் மூன்றாவது நாள் நிலைமை மோசமானது. கதவுகளிலிருந்த பூட்டுகளும், இரும்புக் கிராதிகளும் அதிகாரிகளின் கண்ணை உறுத்தியிருக்க வேண்டும். கம்பிகளை அறுத்த சப்தம் எனக்குக் கேட்டது. சிறிது நேரத்திலேயே எல்லாம் முடிந்துவிடும் என்று நினைத்தேன். திடீரென்று நான் தேநீர் கொடுத்த மூன்று காவலர்களும் முன்னறையில் இருந்தார்கள்.

என்னைத் தள்ளிக்கொண்டே போய் காவல் துறை வண்டியில் ஏற்றி அவர்கள் அலுவலகத்திற்கே கூட்டிப் போனார்கள்.

வீட்டுக் கதவைத் திறந்து போட்டுக்கொண்டே போய் விட்டார்கள். வெளியில் நின்றுகொண்டிருந்த நூற்றுக் கணக்கானோர் வீட்டினுள் நுழைந்து சூறையாடியிருக்கலாம். ஆனால் அதற்குள் மிவாங்கி இதுபற்றிக் கேள்விப்பட்டு அவருடைய நண்பர் மூலம் இரண்டு பாதுகாப்பு வீரர்களை அனுப்பி வைத்தார். அவர்கள் யாரும் உள்ளே நுழையாமல் காவல் காத்தார்கள். மிவாங்கியே நேரில் வந்து கதவுகளைப் பூட்டிவிட்டுப் பாதுகாப்பு வீரர்களை அங்கேயே இருக்கச் செய்தார்.

என்மேல் சுமத்தப்பட்ட குற்றச்சாட்டுகள் மிகவும் கடுமையானவை. வதந்திகளைப் பரப்பியது, தேசத் துரோகம் முதலான குற்றச்சாட்டுகளால் எனக்கு மரண தண்டனை கூட கிடைக்கும். ஆனால் நானோ என் போன்ற போராளிகளோ கைது செய்யப்பட்டால் உடனே எங்கள் ஆதரவாளர்கள் செய்தியை எல்லோருக்கும் பரப்பிவிடும் ஏற்பாட்டைச் செய்திருந்தோம். அவர்கள் உடனே செய்தித்தாள்களுக்குத் தெரிவித்துவிட்டு ஏன் கைது செய்யப்பட்டோம் என்று காரணம் கேட்பார்கள்.

நான் சிறைச்சாலையில் அடைக்கப்பட்டேன். காவல் நிலையத்திலுள்ள சிற்றறை. ஈரமான தரையில் குளிரில் நடுங்கிக்கொண்டு விரிப்பு இல்லாமல் படுத்திருந்தேன். அழுக்குத் தரை. வேண்டுமென்றே தரையில் தண்ணீரைக் கொட்டியிருந்தார்களோ என்று எனக்குச் சந்தேகம். முதல் முறை சிறையிலடைத்தபோதாவது போர்த்திக் கொள்ளப் போர்வை கிடைத்தது. இப்போது அதுவுமில்லை. தனியான அறை. எனக்கும் ஐம்பத்து மூன்று வயது ஆகிவிட்டது. மூட்டு வாதம் வேறு. முதுகு வலி. ஈரமாக இருந்ததால் என்னுடைய ஆர்த்ரைட்டிஸ் அதிகமாகி மூட்டு வலி தாங்க முடியவில்லை. நான் இறந்துவிடுவேன் என்று நினைத்தேன்.

காவலர்கள் என்னை எதுவும் கண்டு கொள்ளவில்லை. நிலைக் கதவை மூடித் திறக்கும் சப்தம் வேறு. இருபத்தி நான்கு மணி நேரமும் விளக்கு எரிந்துகொண்டிருக்கும். தூங்கவே முடியாது. வெளியில் என்ன நடக்கிறது என்று எதுவும் தெரியாது. என்னால் ஒன்றுமே செய்ய முடியவில்லை. வெளியிலிருப்போர் எனக்காக என்ன செய்வார்கள் என்றே தெரியவில்லை. அந்தச் சிறையில் உட்கார்ந்திருந்தபோது நடப்பது எதுவும் என் கையில்

இல்லை என்ற நிலை. எனக்கு அரசாங்கம் தந்த மிகப் பெரிய தண்டனையாகத் தோன்றியது.

நீதிமன்றத்திற்கு என்னைக் கொண்டுபோனபோது என்னுடைய கால்கள் மரத்துப் போய்விட்டிருந்தன. வலியிலும், பசியிலும் மிகச் சோர்ந்து போயிருந்தேன். எனவே நீதிமன்றத்திற்குள் நான்கு பெண் காவலர்கள் என்னைத் தூக்கிக்கொண்டு போனார்கள். என்னால் ஒன்றுமே செய்ய முடியாதது பரிதாபமாக இருந்திருக்க வேண்டும். என்னைப் பார்த்த மக்கள் அதிர்ச்சி அடைந்தார்கள். என் மேல் சுமத்தப்பட்ட குற்றச்சாட்டுகளை வாசித்தபோது என்னால் நிற்கக் கூட முடியவில்லை. "வங்காரியை என்ன செய்துவிட்டார்கள்? அவரைக் கொன்று விட்டார்கள்," என்று மக்கள் உரக்கச் சொன்னார்கள்.

மக்களுக்கு உரிமை தரப்பட வேண்டும் என்ற கருத்தைப் பல நீதிபதிகள் ஆதரித்தார்கள். ஆனால் அவர்களால் அரசை எதிர்த்துக் குரல் கொடுக்க முடியவில்லை. ஆனால் எனது வழக்கை விசாரித்த நீதிபதி நேர்மையானவர். எனினும் எங்களுக்குப் பிணை விடுப்புதான் அவரால் தர முடிந்தது. என்னோடு குற்றம் சாட்டப்பட்ட வழக்குரைஞர்கள் பாலும், ஜேம்சும் அடிக்கடி காவல் நிலையத்திற்கு வரவேண்டியிருந்தது. இது எங்கள் வேலையைப் பாதித்தது. மேலும் எப்போது வேண்டுமென்றாலும் நாங்கள் கைது செய்யப்படலாம்.

என்னை நீதிமன்றத்திலிருந்து ஆம்புலன்ஸ் வண்டிக்குத் தூக்கிப் போனார்கள். அப்போது சுற்றி நின்ற பெண்கள் என்னைக் கண்டு கதறி அழுதார்கள். எனக்கு வலி தாங்க முடியவில்லை. என்னால் இனி நிற்க முடியுமா என்பதே ஐயமாக இருந்தது. அப்போது செயல்பாட்டில் பெண்கள் என்ற அமைப்பினர் பதாகைகளைத் தூக்கிப் பிடித்துக்கொண்டு நிற்பதைப் பார்த்தேன். அப்போது எனக்காகக் கவலைப்பட மக்கள் இருக்கிறார்கள்; எனது நலத்தில் அக்கறை காட்ட அவர்கள் இருக்கிறார்கள் என்பது எனது இதயத்தைத் தொட்டது. "வங்காரி கென்யாவின் துணிச்சலுள்ள மகளே," என்று ஒரு பத்திரிகையில் எழுதியிருந்தது. இன்னொன்று "நீ தனியாக நடக்க மாட்டாய்" என்று அறிவித்தது. தனது நாட்டுக்காகப் போராடும் பெண் நான் என்பதை அவர்கள் புரிந்துகொண்டிருந்தார்கள்.

பல திசைகளிலிருந்தும் எனக்கு ஆதரவுகள் வந்தன. பத்தொன்பது வயதான என் மகன் முட்டா எனது வழக்கைப் பற்றி ஊடகத்தினரைத் தொடர்புகொண்டு பேசினான். வெளிநாட்டு

நண்பர்களும் நான் பாதுகாப்பாக இருக்க வேண்டும் என்பதற்காக ஆவன செய்தார்கள். பசுமைப் பகுதி இயக்க உறுப்பினர்கள் நான் ஆபத்தில் இருக்கிறேன் என்று எச்சரிக்கை விடுத்தார்கள். அமெரிக்காவில் பெக்கியும் வேறு பல பன்னாட்டு இயக்கங்களின் தலைவர்களும் அமெரிக்காவின் வெளிநாட்டு உறவுக்கான ஆட்சி மன்றக் குழுவிடம் மோயின் அடக்குமுறையை எடுத்துச் சொன்னார்கள்.

அதன் விளைவாக, அல்கோர், எட்வர்டு கென்னடி முதலிய எட்டு உறுப்பினர்கள் கென்ய அரசுக்குத் தந்திகள் அனுப்பினார்கள். அல்கோரும், கென்னடியும் விடுதலைக்காகப் போராடும் தலைவர்களைச் சிறையில் அடைப்பது கென்ய உறவினைப் பாதிக்கும் என்று கடிதங்கள் எழுதினார்கள். யாருடைய யோசனையைக் கேட்டதோ தெரியவில்லை. நவம்பர் 1992இல் எங்கள் மேலிருந்த வழக்குகளை அரசு திரும்பப் பெற்றுக் கொண்டது. எங்களுக்கு விடுதலை. எங்கள் பணியைத் தொடர ஆயத்தமாகிவிட்டோம்.

கென்யாவில் 1990-களின் தொடக்கத்தில் அரசாங்கத்தின் கெடுபிடிகள் அதிகமாயின. மனித உரிமை மீறல்கள் சாதாரணமாகி விட்டன. அரசியல் புரட்சிக்காகப் பல இளைஞர்கள் சிறையிலடைக்கப்பட்டார்கள். 1992 ஜனவரியில் நான் மருத்துவமனையில் சிகிச்சை பெற்று வந்தேன். அப்போது கொலை செய்யப்பட்ட அரசியல்வாதி ஒருவரின் மனைவி என்னைப் பார்க்க வந்தார். அவருடன் வந்த பெண் ஒருவர் சிறையில் அடைபட்டுக் கிடக்கும் இளைஞனின் தாய். ‘அரசியல் கைதிகளை விடுதலை செய்’ என்றதொரு அமைப்பை ஏற்படுத்தியிருப்பதாக அவர் கூறினார். சிறையிலிருந்த கைதிகள் பலர் அரசு எதிர்ப்புக்காகக் கைது செய்யப்பட்டார்கள். அவர்கள் அனைவருக்கும் தெரிந்த போராளிகள். தாய்மார்கள் நானும் அவர்கள் இயக்கத்தில் சேர்வேன் என்று எதிர்பார்த்தார்கள். மருத்துவமனையிலிருந்து வந்தவுடன் அவர்களைச் சந்திப்பதாக உறுதியளித்தேன்.

பிப்ரவரியில் மருத்துவமனையிலிருந்து வந்துவிட்டேன். பல வாரங்களுக்குப் பிறகு இப்போது ஓரளவு நடக்க முடிந்தது. முழங்கால் முழுவதுமாகக் குணமாகவில்லை. நான் இன்னும் பிணையில்தான் வெளியில் இருந்தேன். எந்த நேரமும் என்னை மீண்டும் சிறைப்படுத்தலாம். எனினும் நான் அந்தத் தாய்களுக்கு உதவத் தீர்மானித்துவிட்டேன். என் வீட்டில் சந்திக்கலாம் என்று சொன்னேன். ஆனால் அந்தத் தாய்மாரில் பலர் என்னைச் சந்திப்பதற்கு, அதுவும் எனது வீட்டில் சந்திப்பதற்குப் பயந்தார்கள்.

நான்தான் அரசின் குறி என்று அவர்களுக்குத் தெரியும். ஆனால் என் வீடு அலுவலகமாகவும் இருந்ததால் காவலர் வந்தால் அவர்களெல்லாம் பசுமைப் பகுதி இயக்கத்தின் உறுப்பினர்கள் என்று சொல்லிக்கொள்ளலாம்.

பெரும்பாலான பெண்கள் இயக்கத்தினரின் உறுப்பினர்கள் தான். மனித உரிமையைக் காத்தலும், மக்களாட்சித் தத்துவத்தை வளர்ப்பதும் எங்கள் கடமை என்று நான் நினைத்தேன். அவர்கள் எனது வீட்டிற்கு அடிக்கடி வந்தார்கள். அவர்களுடைய கதைகளைக் கேட்டபோது நான் மிகவும் வருந்தினேன். எனது மகன்களோ சகோதரர்களோ சிறையில் அடைபட்டுக் கிடந்தால் நான் சும்மா இருப்பேனா?

கூட்டங்களின்போது, இந்தப் பெண்கள் அரசுத் தலைமை வழக்கறிஞரைச் சந்தித்து முறையிடுமாறு கூறினேன். நானும் கூட வருவதாகக் கூறினேன். உகுரு பூங்காவில் சந்தித்த அரசு வழக்கறிஞரின் அலுவலகத்திற்குச் செல்வது என்று முடிவு செய்தோம். "நாம் மக்களுக்குத் தெரியும் வகையில் குரல் கொடுத்தால்தான் அரசு பதில் தரும். அமைதியாக அரசு வழக்கறிஞரிடம் சென்று வேண்டுகோள் விடுத்தோமென்றால் ஒன்றும் நடக்காது. ஆம், ஆம் என்று சொல்வார்; ஒன்றும் செய்ய மாட்டார்," என்றேன். நாம் அவரைச் சந்திக்கும்போது "மூன்று நாள்கள் உகுரு பூங்காவில் நமது மகன்கள் விடுதலை ஆவதற்காக உண்ணாநோன்பு இருக்கப் போவதாகவும் செபம் செய்வோம் என்றும் கூறுவோம்" என்றேன். அவரைச் சந்திக்கப் போகும்போது படுக்கையையும் எடுத்துப் போகலாம் என்றும் சொன்னேன். அப்போதுதான் அரசு வழக்கறிஞருக்குத் தாய்மார் தங்கள் மகன்கள் விடுதலை செய்யப்படும் வரையில் நைரோபியை விட்டுப் போக மாட்டார்கள் என்று தெரியும்.

1992 பிப்ரவரி 28 அன்று ஐந்து தாய்மார் மற்றும் அவர்களுடைய ஆதரவாளர்கள் உகுரு பூங்காவில் படுக்கைகளுடன் சந்தித்து வழக்கறிஞர் அலுவலகத்திற்குச் சென்றோம். அவர் எங்களை வரவேற்றார். பெண்கள் பேசியதை நான் அவருக்கு மொழி பெயர்த்துச் சொன்னேன். கூட்டம் முடிந்த போது நாங்கள் பூங்காவிற்குச் சென்று பதில் கிடைக்கும் வரையில் காத்திருப்போம் என்று கூறினோம். "பூங்காவிற்குப் போகாதீர்கள். உங்கள் மனுவைக் கொடுத்துவிட்டீர்கள். வீட்டுக்குப் போங்கள். நாங்கள் அவர்கள் மேலுள்ள வழக்குகளை மறு ஆய்வு செய்கிறோம்," என்றார். நாங்கள் வெளியே வந்து பூங்காவில் முகாமிட்டோம். மற்றவர்களும்

எங்களோடு சேர்ந்துகொண்டார்கள், எங்களுக்குப் பாதுகாப்பாக இருக்க.

மாலை வந்தது. சிறைப்பட்ட இளைஞர்கள் விடுதலை செய்யப்படவில்லை. ஐம்பத்து இரண்டு பேர் சிறையிலிருந்தார்கள். நாங்கள் 52 மெழுகு திரிகள் பொருத்தினோம். முகாம் தெரு முனையில் இருந்ததால் போக்குவரத்து தடைப்பட்டது. விளக்கு ஏன் எரிகிறது என்று பார்க்கக் காரில் சென்றவர்கள் வண்டிகளை நிறுத்தினார்கள். நடந்து போனவர்களும் நின்றுவிட்டார்கள். அவர்களுக்குப் பெண்கள் தாங்கள் உண்ணாநோன்பு இருந்ததற்கான காரணத்தை விளக்கினார்கள். இருட்டும்போது ஐம்பது பெண்கள் கூடி விட்டார்கள். குளிர்கால நெருப்பை மூட்டினோம்.

எங்கள் போராட்டத்திற்கு ஆதரவு சாதாரண மக்களிடமிருந்து கூட வந்தது. மழையில் நனைந்து விடுவோம் என்று ஒரு இந்தியர் ஒரு பெரிய 'டெண்டை'க் கொண்டு வந்தார். உண்ணாநோன்பில் அமர்ந்திருந்த பல தாய்மார் அறுபது வயதுக்கு மேற்பட்டவர்கள். சிலர் பணத்தை உதவி நிதியாக அளித்தார்கள். பலர் தண்ணீர், குளுகோஸ், பழச்சாறு முதலியவற்றைத் தந்தார்கள். நாங்கள் விடுதலைப் பாடல்களைப் பாடியபோது பலர் எங்களோடு சேர்ந்துகொண்டார்கள்.

தாய்மார்களுக்குப் பல ஆதரவாளர்கள் இருந்தார்கள். அவர்கள் எங்களைப் பார்க்க அடிக்கடி வந்தார்கள். அவர்களில் ஒருவர் ஜான் என்று அழைக்கப்பட்ட டாக்டர் முகாங்கா வின்னர். நானும் அவரும் சேர்ந்து கென்யாவில் பசுமைக் கட்சியைத் தொடங்கினோம். இரவும் கழிந்தது. சனிக்கிழமை பிறந்தது. இரவும் வந்தது. இன்னும் மகன்கள் வரவில்லை. ஞாயிற்றுக் கிழமை பிரார்த்தனை நடத்தத் தீர்மானித்தோம். அருட்திரு நியோஜாவும் வேறு போதகர்களும் கைகளில் திருவிவிலியங்களை ஏந்திப் பூங்காவிற்கு வந்து இறை மன்றாட்டை நடத்தினார்கள். பலரும் எங்களோடு சேர்ந்து கொண்டார்கள். நண்பர்களிடம் கேட்டுக் கொண்டபடி சுதந்திரச் சதுக்கம் என்று எழுதப்பட்ட தட்டியை வைத்தார்கள். அந்த இடத்திற்குப் பின்னால் அதே பெயர் நிலைத்துவிட்டது.

மூன்று நாள்களும் அரசின் அடக்கு முறையால் பாதிக்கப்பட்ட பலர் வந்து தங்கள் கதைகளைச் சொன்னார்கள். எதிரிலிருந்த அரசாங்கக் கட்டடம் ஒன்றைக் காட்டி, "இந்தக் கட்டடத்தின் அடியில் சித்திரவதை செய்யும் அறைகள் இருப்பது உங்களுக்குத் தெரியாது. சித்திரவதைக்கு உள்ளான பலர் கை கால்களை

இழந்திருக்கிறார்கள். பலர் இறந்து போய்விட்டார்கள்," என்றார்கள். கொடுங்கோன்மையை அனுபவித்த பலர் பேசியதைக் கேட்டவர்கள் மன உறுதி கொண்டு துணிந்து தங்கள் கருத்தைத் தெரிவித்தார்கள். "நான் என்னுடைய கதையைச் சொல்கிறேன். நான் இதற்கு முன்னால் வெளியே சொன்னதில்லை. நான் சிறையிலிருந்து விடுதலையாகிப் பத்தாண்டுகள் ஆகின்றன. இப்போதுதான் நான் சிறையில் அனுபவித்த கொடுமைகளை வெளியில் சொல்கிறேன்," என்றார் ஒருவர். ஒரு சிலர் தங்களைக் கொடுமைப்படுத்தி அடித்ததால் தங்கள் ஆண்மையை இழந்துவிட்டதாகச் சொன்னார்கள். அவர்களுடைய கதைகளைக் கேட்கக் கேட்க நாங்கள் செபம் செய்தோம்; நிம்மதியும், ஆறுதலும், மனத் துணிவும் வேண்டிப் பாடல்கள் பாடினோம்.

அரசாங்கம் குடி மக்களைக் கொடுமைப்படுத்திய கதைகளை மக்களும், கிறிஸ்தவ மத குருக்களும் கேட்டார்கள். நாங்கள் இப்படிச் சித்திரவதைகள் நடந்தன என்று கேள்விப் பட்டிருந்தாலும், இவ்வளவு கொடுமைகள் நடந்திருக்கும் என்று எதிர்பார்க்கவில்லை. எனவே அதிர்ந்து போனோம். ஆனால் முதல் தடவையாக இந்த விபரங்களைக் கேட்டவர்களுக்கு அவற்றை நம்ப முடியவில்லை.

திங்கள் கிழமை ஆயிற்று. இன்னும் எந்தச் செய்தியும் வரவில்லை. நாங்கள் மூன்று நாள்கள் போராட்டம் நடத்தப் போவதாகச் சொல்லியிருந்தோம். ஆனால் இப்போது போராட்டத்தைக் கை விட முடியாது. அடுத்த நாள் காலை துணை இராணுவப் படையினர் கம்புகளுடனும், துப்பாக்கிகளுடனும் வந்துவிட்டார்கள். பிற்பகல் மூன்று மணிக்குப் போராட்டக்காரர்களில் ஒருவரை மட்டும் அழைத்துக் கலைந்து போகச் சொல்லுமாறு கூறினார்கள். ஆனால் உடனேயே கண்ணீர் புகைக் குண்டுகளை வீசி எங்களை முன்னும் பின்னும் இருந்து கம்புகளால் தாக்கினார்கள். ஒரே கொந்தளிப்பு, மக்கள் சிதறி ஓடினார்கள்.

எங்களோடு போராட்டத்தில் குதித்திருந்த இளைஞர்கள் பலர் திருப்பித் தாக்கினார்கள். போர் பிற்பகல் முழுவதும் நடந்தது. துப்பாக்கிச் சத்தமும், கண்ணீர்ப் புகைக் குண்டுகளின் சத்தமும் கேட்டுக்கொண்டே இருந்தன. இப்போது நாங்கள் அமைத் திருந்த கூடாரத்திற்கும் காவலர்கள் வந்துவிட்டார்கள். உள்ளே இருந்த ஐம்பது பேரும் எங்களைத் தாக்கமாட்டார்கள் என்று நினைத்தோம். நாங்கள் ஐம்பது பேரும் கைகளை இணைத்துக் கொண்டு துணிச்சலாய் நின்றோம். காவலர் தங்கள் கம்புகளால் தாக்கத் தொடங்கினார்கள். அப்போது நாங்கள் பொருத்தி வைத்திருந்த

விளக்குகள் விழுந்து கூடாரம் தீப்பற்றி விடக் கூடாது என்று நான் கவலைப்பட்டுக் கொண்டிருந்தேன். அந்த நேரம் என் தலைமேல் ஒரு அடி விழுந்தது. நான் மயங்கிக் கீழே விழுந்துவிட்டேன். நல்ல சமாரியர் ஒருவர் என்னையும், கடுமையான காயம்பட்ட இன்னும் இரண்டு பெண்களையும் காப்பாற்றி மருத்துவமனையில் சேர்த்துவிட்டார்.

கூடாரத்திலுள்ள பெண்கள் பயப்படவில்லை; அங்கிருந்து ஓடவில்லை. மாறாக, மிகத் துணிச்சலான வீரச் செயலை அவர்கள் செய்தார்கள். தங்கள் ஆடைகளைக் களைந்து மார்பகங்களைக் காட்டினார்கள். தாய்க்கும் அவருடைய மகள் அல்லது மகன் போல இருக்கும் ஒருவருக்கும் இடையிலுள்ள உறவு ஆப்பிரிக்கக் கலாச்சாரத்தில் புனிதமானது. உங்கள் அம்மாவின் வயதுள்ள எல்லோருமே உங்களுக்குத் தாய் தான். அவருக்கு உரிய மரியாதை தரப்பட வேண்டும். தங்கள் மார்பகங்களைக் காவலரிடம் காட்டிய தாய்மார் கோபத்துடனும், வெறுப்புடனும், 'என்னுடைய உடலை உனக்குக் காட்டியதால், நீ என்னை மானபங்கப்படுத்தியதால் என் மகன் போன்ற உன்னைச் சபிக்கிறேன்,' என்று கூறியதாகப் பொருள்.

நான் மருத்துவமனைக்குப் போனபோது மிகவும் சோர்ந்து போயிருந்தேன். நிறைய நீர் இழப்பு ஏற்பட்டுவிட்டது. மருத்துவமனையில் எனது மருத்துவரே இருந்தார். அந்தக் கால கட்டத்தில் நீங்கள் நம்பக் கூடிய மருத்துவர்கள் வேண்டும். நான் மருத்துவமனையில் கண்விழித்தபோது தலைகீழாக என்னைத் தொங்க விட்டிருப்பது போல இருந்தது. என்னோடு வந்திருந்த லிலியனிடம் நான் கீழே விழுந்து கொண்டிருப்பது போல உணர்கிறேன் என்று சொன்னேன். அவர் என்னுடனேயே இருந்து என்னைக் கவனித்துக்கொண்டார். அது அவருடைய பெரிய தியாகம். இரவும் பகலும் என்னைப் பாதுகாத்து வந்தார். சகோதரிகளின் உறவு அவ்வளவு ஆழமானது.

எனக்கு ஓரளவு குணமானவுடன் செய்தியாளர்களை அழைத்தேன். என்னை அடித்து நினைவிழக்கச் செய்யுமாறு நான் காவலரைக் தூண்டியதாகக் குற்றம் சாட்டினார்களாம். நானே கண்ணில் காயமும் தலையில் பெரிய பந்தளவிற்கு வீங்குமாறும் அடிக்கடிச் சொன்னேனாம். எனக்கு இவ்வாறு நடந்தபிறகு நான் அந்த ஆபத்தான இடத்திற்குச் செல்லக் கூடாது; என்றாலும் என்னுடைய வாயை அடைக்க முடியாது. உண்மையைச் சொல்லாமல் இருக்க மாட்டேன்; நான் ஓடிப் போகமாட்டேன். தங்கள் மக்களுடைய

விடுதலைக்காகப் போராட அந்தத் தாய்மாருக்கு உரிமை உண்டு என்று சொன்னேன்.

அன்று மாலை பூங்காவில் இன்னும் இருந்த பெண்களை பலவந்தமாக வெளியேற்றி அவர்களுடைய வீடுகளுக்கு அனுப்பினார்கள். அப்போது அந்தப் பெண்கள், "அரசாங்கம் எங்கள் மகன்களைக் கொண்டு வந்தால்தான் இந்த இடத்தை விட்டு நகர்வோம்," என்று சப்தமிட்டார்கள். அதிகாரிகள் அவர்களிடம் உண்ணாநோன்பைக் கை விட வேண்டும் என்றும் நைரோபிக்குத் திரும்பக் கூடாது என்றும் எச்சரித்தார்கள். சுதந்திரச் சதுக்கத்தைச் சுற்றிக் காவல் போட்டார்கள். காவலர்கள் போனவுடன் எங்களுடைய படுக்கை போர்வைகள், விளக்கு, கூடாரம் அனைத்தும் காணாமல் போய்விட்டன.

நடந்த நிகழ்ச்சிகளை நான் திரும்பிப் பார்க்கும் போது, அரசாங்கத்தை ஆட்டி வைத்தது சித்திரவதையின் கதைகள்தான் என்பது தெரிய வருகிறது. நாங்கள் செய்தது மிக ஆபத்தானது என்று அரசு நினைத்தது. பெண்களை, அதுவும் வயதானவர்களை அரசு துன்புறுத்தாது என்று தவறாக எண்ணிவிட்டோம். ஆனால் அரசுக்கு இரக்கமோ, நீதி உணர்வோ இல்லை. நாட்டையும் அதன் பாதுகாப்பையும் ஆபத்திற்கு உள்ளாக்குகிறோம் என்று அரசு குற்றம் சாட்டியது. நாட்டில் புரட்சி உருவாகிக் கொண்டிருக்கிறது என்று அரசுக்குத் தெரிந்துவிட்டதால் அடக்குமுறையை எங்கள் மேல் கட்டவிழ்த்துவிட்டது.

மருத்துவமனைக்குக் கொண்டு செல்லப்பட்டபிறகும், தாய்மார்களை விரட்டிவிட்ட பிறகும் சுதந்திரச் சதுக்கத்தின் கதை முடியவில்லை. நாங்கள் வணங்காது நின்றோம். காவலர்கள் தாக்கியதற்கு அடுத்த நாளே பெண்கள் சுதந்திரச் சதுக்கத்திற்குத் திரும்பி வந்துவிட்டார்கள். ஆனால் அந்த இடம் காவலர்களால் சூழப்பட்டிருந்ததால், அருகிலிருந்த புனிதர்களின் பேராலயத்தில் அடைக்கலம் புகுந்தார்கள். 1990-களிலேயே பேராலயத்தின் குருக்கள் விடுதலைக்கு ஆதரவாகப் பேசினார்கள்; அரசின் அடக்குமுறைக்கு எதிராகக் குரல் கொடுத்தார்கள். இப்போது பேராலயத்தின் முதன்மைக் குருவான அருட்திரு பீட்டர் நிஜங்காவினைச் சந்தித்தார்கள். அவர் தற்காலிகமாக இடம் தந்து அவர்களோடு போராடிய பெண்களைக் கண்டுபிடிக்க உதவினார். பலர் என்னோடு மருத்துமனையிலிருப்பதாக அறிந்து எங்களைப் பார்க்க வந்தார்கள். அன்றிரவு பல பெண்கள் பேராலயத்திலேயே தங்கியிருந்தார்கள். இரவு விழிப்பு, அதுவும் ஒரு இரவுதான்

இருக்கும் என்று எதிர்பார்த்தார்கள். ஆனால் அது ஓராண்டு நீடித்தது. உண்ணாநோன்பும் தொடர்ந்தது.

எனக்குக் குணமானவுடன் நான் நேராகப் பேராலயத்திற்குப் போய்த் தாய்மாருக்கு உதவி செய்வதில் ஈடுபட்டேன். மற்றவர்களோடு சேர்ந்து உணவு, உடை முதலியவற்றைச் சேகரித்தேன். தாய்மாரைத் தவிர, அவர்களுடைய உறவினர்களாகிய ஆண்கள் காவல் காத்தார்கள். ஓராண்டுப் போராட்டத்தின்போது எதிர்ப்புகளுக்கும் அச்சுறுத்தல்களுக்கும் மத்தியில் பெரும்பாலான பெண்கள் உறுதியாக நின்றார்கள். நானும் பெண்களோடேயே இருந்தேன். நான் வெளிநாடுகளுக்குப் போன நாள்களைத் தவிர மற்ற வேளையெல்லாம் பேராலயம்தான் தங்குமிடம் என்பதால் அது எனக்கு இரண்டாவது வீடாகி விட்டது. நானும் இந்தத் தாய்மாருடைய மகன்களின் கதைகளை விவரித்துக் கையேடுகள் அச்சடித்து நைரோபியின் தெருக்களில் விநியோகித்தேன். 'இந்த இளைஞர்களின் நம்பிக்கைகள் என்ன, எதற்காகப் போராடினார்கள், அவர்களுக்கு என்ன நடந்தது, அவர்களின் பெற்றோர் யார்? ஏன் அரசாங்கம் அவர்களை எதிரிகளாக அறிவித்துள்ளது?' என்று விளக்கியிருந்தேன். அவர்களை ஏன் விடுதலை செய்ய வேண்டும் என்று காரணம் காட்டியிருந்தேன்.

தாய்மார்களும் அவர்கள் கதைகளைச் சொன்னார்கள். அதிகாரிகள் ஒருவருடைய வீட்டிற்கு வந்து அவர் மகன் துப்பாக்கிகளை புதைத்து வைத்திருப்பதாகச் சொன்னார்கள். அவர் இல்லை என்று சொன்னாலும் கேட்காமல் அவரையே தோண்டச் சொன்னார்கள். அவரும் தனது வெறும் கரங்களில் தோண்ட விரல்களில் எல்லாம் இரத்தம் கொட்டியது. ஆனால் துப்பாக்கி எதையும் கண்டெடுக்கவில்லை. இப்படிப்பட்ட கதைகள் தாய்மாரின் உறுதியை இன்னும் அதிகப்படுத்தின.

ஒருநாள் இரவு என்னை எழுப்பி பேராலயத்திற்கு வெளியில் காவலர்கள் வந்து கதவைத் திறக்குமாறு கூறுகிறார்கள் என்று சொன்னார்கள். நான் சன்னல் வழியாக வெளியில் பார்த்தேன். காவல்துறை ஆணையரும், துணை இராணுவத்தினரும் நின்றிருந்தார்கள். முரடர்கள் யாரும் இல்லை. "தாய்மாரே, உங்கள் குரலை அதிபர் கேட்டிருக்கிறார்," என்றார் ஆணையர். "உங்கள் மேல் அனுதாபம் கொண்டிருக்கிறார். கதவைத் திறந்து வீட்டிற்குப் போங்கள். உங்கள் மகன்கள் வீட்டிற்கு வந்து விடுவார்கள்."

சில பெண்கள் கதவைத் திறக்கலாம் என்று சொன்னார்கள். அதிபர் நேர்மையானவர் என்று நம்பினார்கள். அவர்களுக்கு

எப்படியாவது மகன்களைப் பார்த்து விட வேண்டுமென்று ஆசை. ஆனால் மற்றவர்கள் கதவைத் திறக்கக்கூடாது என்று சொன்னார்கள். திறந்தால் உள்ளே நுழைந்து அனைவரையும் கைது செய்து வெளியே தள்ளிவிடுவார்கள் என்று எண்ணினார்கள். இதற்கிடையில் இராணுவத்தினரின் எண்ணிக்கை ஐநூறைத் தாண்டிவிட்டது. நல்ல வேளையாக படைவீரர்களில் பலர் ஆழ்ந்த சமய நம்பிக்கை உடையவர்கள். ஆதலால் பேராலயக் கதவை உடைக்க மறுத்துவிட்டார்கள். ஆணையரும் பிற அலுவலர்களும் போய்விட வளாகத்தைச் சுற்றிப் படைவீரர்கள் நின்றுகொண்டார்கள். கோவில் ஒரு இராணுவ முகாம் போலக் காட்சியளித்தது. ஆங்கிலிக்கன் திருச்சபையின் பேராயரோடு அரசு பேச்சு வார்த்தை நடத்த வேண்டியது அவசியமாயிற்று. இறுதியில் இராணுவ வீரர்கள் வளாகத்தை விட்டுப் போய்விடுவது என்றும், தாய்மார் ஆலயத்தினுள் தங்குவது என்றும் முடிவு செய்யப்பட்டது.

எனினும் தாய்மார் தொடர்ந்து பேராலயத்திற்குள் இருந்தது கோயில் உறுப்பினரைப் பிளவுபடுத்திவிட்டது. கென்யாவில் ஆங்கிலிக்கன் திருச்சபை அரசாங்கத்திற்கு ஆதரவாக இருக்க வேண்டும் என்று எதிர்பார்க்கப்பட்டது. வெள்ளையர் ஆட்சியின்போது தேசியத் திருச்சபையாக இருந்தது. இந்தப் பாரம்பரியத்தின் விளைவாக, குருக்களே அரசியல் கைதிகளின் தாய்மாருக்கு ஆதரவும் அடைக்கலமும் தந்தது சில கிறிஸ்தவர்களுக்குப் பிடிக்கவில்லை. பேராலயம் அரசியலில் ஏன் ஈடுபட வேண்டும் என்று கேள்வி கேட்டார்கள். அவர்களுடைய மத நம்பிக்கைக்கும் மனித உரிமைகளுக்கும் உள்ள தொடர்பு அவர்களுக்கும் புரியவில்லை. ஆனால் அருட்திரு நிஜங்காவும் ஆங்கிலிக்கன் திருச்சபையின் தலைமையும் நீதி, நேர்மை, நல்லாட்சி, சட்டத்தைக் கடைப் பிடித்தல் ஆகியவற்றில் உறுதியாக நின்றார்கள். எனவே தாய்மார் தங்கள் போராட்டத்தைக் கோவிலுக்குள்ளேயே தொடர்ந்தார்கள்.

பேராயருக்கும் அரசுக்கும் ஒப்பந்தம் ஏற்பட்ட பிறகு நாங்கள் கோயிலுக்குள்ளிருந்து வளாகத்தினுள் இருந்த திறந்த வெளிக்கு வர முடிந்தது. இதற்கிடையில் பேராலயம் ஒரு திருத்தலமாக ஆகிவிட்டது. மக்களாட்சி முறைக்காகப் போராடி பல அரசியல் தலைவர்கள் வருகை புரிந்து தங்களுடைய ஆதரவை வெளிப்படுத்தினார்கள். எல்லாச் சபை கிறிஸ்தவத் தலைவர்களும் அங்கு வந்து தாய்மாரோடு செபித்தார்கள். விரைவிலேயே பேராலயம் மக்கள் கூடும் ஒரு தேசிய அரங்கமாக மாறிவிட்டது. நாட்டின் மோசமான ஆட்சியில் மக்கள் படும்

துன்பங்களைப் பற்றிக் கேட்கும் பொது இடமாக அது ஆகிவிட்டது. செய்தியாளர்கள் செய்திகள் பெறும் இடமாகவும் இருந்தது.

எனினும் தாய்மாருக்கு இருந்த ஆபத்து முழுவதுமாக நீங்கவில்லை. எந்த நேரத்திலும் அரசு எங்களைக் கைது செய்து எங்கள் போராட்டத்தை நிறுத்திவிடும் என்று அஞ்சினோம். எனவே தாய்மார்கள் அனைவரும் ஒருவரையொருவர் சங்கிலியால் பிணைத்துக்கொள்ளலாம் என்று சொன்னேன். அப்போது யாராவது ஒருவர் கைது செய்யப்பட்டாலும் அனைவரையும் இழுத்துச் செல்ல வேண்டியதிருக்கும். பெண்கள் என்னை நம்பினார்கள். நான் அவர்கள் பேசியதை ஆங்கிலத்தில் மொழி பெயர்த்துச் சொல்ல முடியும். அதோடு தேசிய அளவில் மக்களாட்சிக்காக நடக்கும் போராட்டத்தில் அவர்களுடைய மகன்களை விடுதலை செய்வது ஒரு பகுதி என்று நான் தெளிவுபடுத்தினேன். எனவே எனது தலைமையை ஏற்றார்கள்.

இந்த வேளையில் அரசு வேறொரு உத்தியைக் கையாண்டது. பெண்களின் ஒற்றுமையைக் குலைத்து இயக்கத்தை உடைக்க முயன்றது. தனித் தனியாக ஒவ்வொரு பெண்ணையும் சந்தித்து, போராட்டத்தைக் கை விட்டால் அவருடைய மகனை விடுதலை செய்வதாக உறுதியளித்தது. நான்கு பெண்கள் வெளியே சென்று அதிபருடன் தேநீர் அருந்தினார்கள். அவர்களிடம் நான் அவர்களைத் தவறாக வழி நடத்துகிறேன் என்றும், அவர்கள் வீட்டிற்குப் போக வேண்டும் என்றும், அவர்களுடைய மகன்கள் விடுவிக்கப்பட்டு விடுவார்கள் என்றும் சொல்லியிருக் கிறார்கள். விடுதலை செய்ய மாட்டார்கள் என்று எங்களுக்கு நன்றாகவே தெரியும். விடுவிக்கப்படவில்லை; நால்வரில் ஒருவர் கோவிலுக்குத் திரும்பிவிட்டார்.

தாய்மாரின் இந்த வன்முறையற்ற அமைதிப் போராட்டம் கென்யாவை மட்டுமல்லாமல் உலக நாடுகளின் கவனத்தையும் கவர்ந்தது. அரசாங்கமே நடத்தும் சித்திரவதை, எடுத்ததற்கெல்லாம் சிறைவாசம் மக்களின் உரிமைகளையும், குரலையும் ஒடுக்குவதால் பாதிக்கப்பட்டவர்கள் சந்திக்கும் ஒரு மையமாக இது ஆகிவிட்டது. பல திசைகளிலிருந்தும் அரசுக்கு நிர்பந்தம் ஏற்பட்டது. 1993ஆம் ஆண்டு போராட்டம் நின்றது. ஐம்பத்திரண்டு பேரில் ஒருவரைத் தவிர மற்றெல்லோரும் விடுதலை செய்யப்பட்டார்கள். அரசியல் கைதியாக இல்லாத விடுபட்ட ஆளுக்காகவும் போராடி அவருக்கு 1997இல் விடுதலை பெற்றுத் தந்தோம்.

இளைஞர்கள் விடுதலை பெற்றதற்காக புனிதர்கள் பேராலயத்தில் நன்றியறிதல் மன்றாட்டை நடத்தினோம். அப்போது நான் போராட்டத்தில் பங்கு கொண்ட தாய்மாருக்குச் சான்றிதழ் வழங்கினேன். நிகழ்ச்சியின்போது தங்கள் மகன்களுடன் கர்வத்தோடு நடந்து போனார்கள். இப்போது அவர்கள் நன்றாகத் தூங்க முடியும். அரசியல் கைதிகளின் விடுதலைக்காக ஏற்பட்ட இந்தச் சிறிய இயக்கத்தை கலைத்து விடக் கூடாது என்று தீர்மானித்தோம். மற்றைய கைதிகளின் விடுதலைக்காகவும், சிறைச்சாலைகளில் கைதிகள் மரியாதையுடன் நடத்தப்பட வேண்டும் என்பதற்காகவும் போராடத் தீர்மானித்தோம். விடுதலை பெற்ற இளைஞர்கள் இந்த இயக்கத்தில் சேர்ந்து தலைமைப் பொறுப்பை ஏற்றுக் கொண்டார்கள். இன்றும் அது தொடர்கிறது.

பேராலயத்தை விட்டு நான் நேராக என்னுடைய வீட்டிற்குச் சென்றேன். மன நிறைவுடன் வீட்டிற்கு வந்துவிட்டோம் என்ற உணர்வு. மீண்டும் வீட்டில் வந்து எனது படுக்கையில் படுத்தது ஒரு நிம்மதி. மரப்பலகை பெஞ்சில் படுத்திருந்ததற்கும் என்னுடைய படுக்கைக்கும் எவ்வளவு வேறுபாடு! அவ்வப்போது வீட்டிற்கு வந்து குளித்தாலும், பகலில் அணிந்த உடையுடனேயே இரவிலும் தூங்க வேண்டியிருந்தது. எனினும் எவ்வளவு துன்பம் இருந்தாலும், நான் போராட்டத்தை விட்டு ஒதுங்கி விடத் தயாராக இல்லை. எனவே கடைசி வரையில் நாங்கள் ஒன்றாகவே இருந்தோம். வரவிருந்த ஆண்டுகளிலும் இந்த உறவு தொடர்ந்தது.

அவ்வப்போது நான் வெளிநாடுகளுக்குப் பயணம் செய்ய வேண்டியிருந்தது. பன்னாட்டு உறவுகளை நான் விட்டு விட முடியாது. இதனால் எனக்கும், போராடிய தாய்மாருக்கும் பாதுகாப்பு கிடைத்தது. பல நாடுகளில் எனக்கு விருதுகள் கொடுத்தார்கள். சான் பிரான்சிஸ்கோவில் கோல்ட்மேன் சுற்றுச்சூழல் பரிசு, லண்டனில் பசித் திட்டத்தின் ஆப்பிரிக்கத் தலைமைப் பரிசு ஆகியவை குறிப்பிடத்தக்கவை. இவற்றால் எங்கள் பசுமைப் பகுதி இயக்கம் பற்றியும், விடுதலைக்கான எங்கள் போராட்டம் பற்றியும் என்னைப் பற்றியும் உலகிற்குத் தெரிய வந்தது.

பூமியைக் காத்து மீட்பது எப்படி, விடுதலை, மனித உரிமைகளின் தேவை என்ன, ஊழலின் காரணங்கள் எவை என்பன பற்றிப் பல இடங்களில் பேசினேன். ஆனால் நான் பெற்ற விருதுகள், பங்கு கொண்ட நிகழ்ச்சிகள் எல்லாம் இருட்டடிப்பு செய்யப்பட்டன. சில வேளைகளில் நான் பயணம் செய்வதற்கு இடைஞ்சல்கள் செய்தார்கள். அப்போது வெளிநாட்டிலுள்ள என்னுடைய

ஆதரவாளர்கள் உதவிக்கு வந்தார்கள். 1992இல் சுற்றுச்சூழல் மற்றும் வளர்ச்சிக்கான ஐ.நா. மாநாட்டில் (UNCED) நான் கலந்துகொள்ள வேண்டியிருந்தது. ரியோ டி ஜெனிரியோவில் நடந்த அந்த மாநாடு புவி உச்ச மாநாடு ஆகும். அப்போது கெய்ரோ நீதிமன்றத்திலும் நான் இருக்க வேண்டியிருந்தது. நான் நைரோபியின் தலைமை நீதிபதியிடம் வேண்டுகோள் செய்தேன். அவரும் அனுமதி வழங்கினார். நானும் அதிபர் மோயும் ரியோவிற்குப் பயணம் ஆனோம்.

ரியோவில் நான் அரசுப் பேராளர்களிடம் பேசினேன். பல பேச்சரங்கங்களில் கலந்துகொண்டேன். செய்தியாளர்கள் கூட்டத்தில் பின்னால் துணை அதிபராகப் பதவி வகித்த அல் கோருடனும், தலாய் லாமாவுடனும் சேர்ந்து கலந்து கொண்டேன். உலகெங்குமிருந்து வந்திருந்த சுற்றுச்சூழல் ஆர்வலர்களுடன் தொடர்பு கொள்ள முடிந்தது. அதேவேளையில் கென்யாவின் அதிகாரப்பூர்வமான குழு, என்னையும், பசுமைப் பகுதி இயக்கத்தையும் இழிவுபடுத்த முயன்றது. கென்யாவில் பெண்களைத் தூண்டி விட்டதாகவும், சுதந்திரச் சதுக்கத்தில் அவர்கள் ஆடைகளைக் களையச் செய்ததாகவும் குற்றம் சாட்டினார்கள். இதனால் கிராமப்புறப் பெண்களைத் தவறாக வழிநடத்துவதாகவும் அதனால் என்னை உச்சிமாநாட்டில் பேச அனுமதிக்கக் கூடாது என்றும் சொன்னார்கள். ஆனால் நடந்தது நேர்மாறாக இருந்தது. அரசாங்கம் என்னைச் சிறுமைப்படுத்த நினைத்ததாலோ என்னவோ பன்னாட்டு அரசுசாராத் தன்னார்வ அமைப்புகள் என்னை அவர்களுடைய பிரதிநிதியாகத் தேர்ந்தெடுத்தன.

இந்த புவி உச்சி மாநாட்டில் (Earth Summit) நான் இரண்டாம் முறையாக அல் கோரைச் சந்தித்தேன். அல் கோர் 1990இல் கென்யா வந்திருந்தபோது பசுமைப் பகுதி இயக்கத்தைப் பார்வையிட்டிருக்கிறார். நாங்கள் இருவரும் சேர்ந்து போடோ மரமொன்றை நட்டோம். அது இன்றும் இருக்கிறது. அவருடைய எர்த் இன் பேலன்ஸ் என்ற நூலில் எங்களைப் பற்றிக் குறிப்பிட்டிருக்கிறார். ரியோவில் சந்தித்த பிறகு சில ஆண்டுகள் கழித்து ஹெய்ட்டியில் காடுகளை அழித்தலால் ஏற்படும் விளைவுகளைப் பற்றி ஆராய அவருடன் வருமாறு அழைத்தார். அங்கு நாங்கள் அதிபரையும் அரசு அலுவலர்களையும் சந்தித்தோம். இராணுவ ஹெலிகாப்டரில் சென்று கிராமப்புறங்களைப் பார்வையிட்டோம். இவ்வளவு மோசமாக அழிக்கப்பட்ட ஒரு நாட்டை நான் அதுவரையில் பார்த்ததில்லை. மலை உச்சிகளில்

மக்கள் பயிரிட்டுக் கொண்டிருந்தார்கள். எல்லா மரங்களும் வெட்டப்பட்டிருந்தன. யாரோ சவரக் கத்தியை எடுத்து நிலத்தை மழித்துவிட்டது போலிருந்தது. மழை வந்தவுடன் மண் அரித்துக் கொண்டு போய்விடும்.

2000ஆம் ஆண்டு இரண்டு ஹெய்ட்டிப் பெண்கள் கென்யா வந்து பசுமைப் பகுதி இயக்கத்தைப் பற்றித் தெரிந்துகொண்டார்கள். ஆனால் அவர்களால் ஹெய்ட்டியில் எதுவும் செய்ய முடியவில்லை. மேலும் ஹெய்ட்டியில் இருந்து ஆட்களைக் கொண்டு வந்து பயிற்சி பெறப் போதிய பண வசதியும் அவர்களிடம் இல்லை. 2004 செப்டம்பரில் இரண்டு பெரிய புயல்கள் வீசி மூவாயிரம் பேர் இறந்த செய்தி வந்தது. மண் சரிவுகள், வெள்ளங்கள் அழிவை ஏற்படுத்திவிட்டன. அப்போது பத்தாண்டுகளுக்கு முன்னர் நான் பார்த்த ஹெய்ட்டியை நினைத்துக்கொள்வேன். கென்யாவில் பயிர் செய்யக் காடுகளைத் திறந்து விட வேண்டும் என்று மக்கள் பேசும்போது, ஹெய்ட்டி மக்களை எண்ணிப் பார்ப்பேன். அங்கு நடந்தது கென்யாவிலும் நடக்காமல் தடுக்க என்னால் முடிந்ததைச் செய்வேன் என்று உறுதி பூண்டேன்.

ஹெய்ட்டிக்கு உதவ நாங்கள் பெரிதும் முயன்றோம். ஆனால் அது எளிதாக இல்லை. அந்நாட்டின் அரசியல் நிலவரம் ஒரு காரணம். எனினும் ஒரு நாள் ஹெய்ட்டிக்குச் சென்று அங்கு லட்சக் கணக்கில் மரங்கள் நட்டு அல் கோரின் கனவான பசுமை ஹெய்ட்டியை உருவாக்கும் திட்டத்தை நனவாக்க வேண்டும்.

10

போராட்டம் தொடர்கிறது

1992ஆம் ஆண்டு நடைபெற்ற தேர்தல்கள் கென்யாவின் மக்களாட்சி இயக்கத்தின் மையமாக அமைந்தன. 1966ஆம் ஆண்டுக்குப் பிறகு இப்போதுதான் ஒன்றுக்கு மேற்பட்ட கட்சிகள் சட்டப்படி தேர்தலில் போட்டியிடலாம். எனினும் எதிர்க்கட்சிகள் அனைத்தும் ஒன்று சேர்ந்தால்தான் அதிபரின் கட்சியான KNAU-வைத் தோற்கடிக்க முடியும் என்பது தெளிவாயிற்று. அதுதான் பெரிய கட்சி. விடுதலைக்குப் பிறகு அதுதான் ஆட்சியில் இருந்திருக்கிறது. மற்ற சிறிய கட்சிகள் அல்லது மண்டலக் கட்சிகள் ஆட்சி அமைக்க முடியாத அளவிற்குத் தேர்தல் முறையை அதிபர் மாற்றிவிட்டார். மேலும் தொலைக்காட்சி, வானொலி ஆகியவை அவர் கட்டுக்குள் இருந்தன. அரசாங்கத்தின் பண பலமும் அவருக்கு இருந்தது. தனியாரின் ஊடகங்கள் அரசால் கட்டுப்படுத்தப்பட்டன. கென்ய மக்கள் மாற்றத்திற்காகத் துடித்துக்கொண்டிருந்தார்கள். என்றாலும் அவர்களின் ஆசை நிறைவேற வேண்டுமென்றால் எதிர்க்கட்சிகள் ஒன்று சேர வேண்டும்.

மக்களாட்சியை மீட்டெடுக்கும் இயக்கம் ஓராண்டிற்குள்ளேயே உடைந்துவிட்டது. மாற்றிபாவும் ஆடிங்காவும் FORD என்று அழைக்கப்பட்ட இயக்கத்தின் தலைமைப் பதவிக்குப் போட்டியிட்டார்கள். அதனால் கட்சி உடைந்து அந்த இருவரும் தனித்தனிக் கட்சியை ஆரம்பித்துவிட்டார்கள். அதிபர் மோயிடமிருந்து பிரிந்து வந்த முன்னாள் துணை அதிபர் தனிக்கட்சி ஆரம்பித்துவிட்டார். இதனால் FORD உறுப்பினர்கள் ஒரு நடுநிலைக் கட்சியை உருவாக்கினார்கள். அதன் தலைவராக நான் செயல்பட்டேன். தேர்தலின்போது எல்லோரும் ஒன்று சேரக்கூடிய இடமாக எங்கள் கட்சி இருக்குமென்று நம்பினோம். எதிர்க்கட்சிகள் பற்றித் தெரிந்துகொள்ளவும், தங்கள் கருத்தைப்

பகிர்ந்துகொள்ளவும், கேள்விகள் கேட்கவும் பொதுமக்களுக்கு வாய்ப்பளிக்கும் இடமாக அது இருக்க வேண்டும் என்று விரும்பினோம். இதற்காக உள்ளிருந்து கற்றுத் தருதல் யுத்தியைக் கையாளத் திட்டமிட்டோம். என்னுடன் பணியாற்றுபவர்கள் இதனை வரவேற்றாலும், ஒருங்கிணைத்துச் செல்வது யார் என்ற கேள்வியை எழுப்பினார்கள். நானே அதனைச் செய்ய முன் வந்தேன். அமெரிக்காவில் நான் பெற்ற பயிற்சியும், பல கருத்தரங்குகள் நடத்திய அனுபவமும் எனக்குக் கை கொடுக்கும் என்று நினைத்தேன். அதன்படி நைரோபியில் ஒரு கூடாரம் அமைத்து அதில் பல உள்ளிருந்து கற்றல் வகுப்புகளை நடத்தினேன். எல்லோரும் ஒன்று சேர வேண்டியது ஏன் அவசியம் என்ற விழிப்புணர்வை ஏற்படுத்துவது இதனால் சாத்தியமாயிற்று. நைரோபியின் மத்திய பகுதியில் கூடாரம் இருந்ததால் நல்ல கூட்டம் கூடியது. செய்தித்தாள்களுக்கும் விபரம் தெரிவித்துவிட்டேன். இந்நிகழ்ச்சி காலை முழுவதும் நடக்கும். ஒவ்வொருவரும் தங்கள் கருத்தை முன் வைக்கவும், கேள்விகள் கேட்கவும் வாய்ப்பளித்தேன். நன்றாகவே இந்த முயற்சி நடைபெற்றது. புனிதர்கள் பேராலயத்தில் நடைபெற்ற கூட்டங்களில் மக்களும், எதிர்க்கட்சி உறுப்பினர்களும் சேர்ந்து கூட்டு வழிபாடுகள் நடத்தினோம்.

இந்த மத்திய வளாக இயக்கத்தின் தலைமையகம் பசுமைப் பகுதி இயக்கத்தின் அலுவலகத்திலிருந்து செயல்பட்டது. எங்கள் பணியாட்கள் கூடாரம் அமைப்பது, தட்டிகள் வைப்பது முதலிய பணிகளில் உதவினார்கள். டாக்டர் மகங்காவின் மருந்துக் கடைக்கு எதிரில் இருந்ததால் அங்கு தளவாடச் சாமான்களை வைத்துக் கொள்ள முடிந்தது. அவர்கள் தேவையானபோது மருந்துகள் கொடுத்து உதவினார்கள்.

அதிகாரிகள் எங்களுடைய உள்ளிருந்து கற்றலுக்கு எந்த இடையூறும் தரவில்லை. எனினும் சில திட்டங்களைக் காவலர்கள் கண்காணித்து வந்தார்கள். எதிர்க்கட்சி உறுப்பினர்கள் பற்றிய தகவல்களை ஒற்றர்கள் அப்போதைக்கப்போது காவலருக்குத் தெரிவித்து வந்தார்கள். ஒரு நாள் மாலை எங்கள் வீட்டில் கூட்டம் நடத்தினோம். கலந்துகொண்டவர்களில் பெரும்பாலானோர் வழக்குரைஞர்கள். ஒன்பது பேருக்கு மேல் கூடினால் அதற்கு அனுமதி பெற்றிருக்க வேண்டும் என்ற காலனி ஆட்சி சட்டம் இன்னும் நடைமுறையில் இருந்தது. திடீரென்று மூன்று காவலர்கள் வீட்டின் கதவைத் தட்டினார்கள். நான் அவர்களைச் சந்தித்தேன்.

“நீங்கள் சட்டத்திற்குப் புறம்பான கூட்டம் நடத்துகிறீர்கள். உரிமம் எங்கே?” என்று என்னைக் கேட்டார்கள்.

நான் சப்தமாக “ஆயுதம் தாங்கிய காவலர்கள் வெளியே நிற்கிறார்கள்,” என்றேன். உள்ளே இருந்தவர்களுக்கு எச்சரிக்கையாக இருக்க அப்படிச் செய்தேன். நாங்கள் அரசாங்கத்திற்குப் பயப்படவில்லை என்று காட்ட விரும்பினோம். 1989ஆம் ஆண்டில் என்றால் எங்களை உடனே கைது செய்திருப்பார்கள். ஆனால் 1992இல் நிலைமை மாறிவிட்டிருந்தது. பத்திரிகை, மக்கள் கருத்து, பலமான எதிர்க்கட்சி ஆகியவை அதைத் தடுத்துவிட்டன. எனவே அன்றிரவு நாங்கள் யாரும் பயந்து ஓடவில்லை. நாங்கள் பயந்தவர்கள் இல்லை என்பதைக் காவலர்கள் கண்டுகொண்டார்கள். அன்று நான் ஒரு புதிய யுத்தியைக் கையாளத் தீர்மானித்தேன். அவர்களை வீட்டிற்குள் அழைத்துக் கூட்டம் நடந்த அறைக்குள் கூட்டிச் சென்றேன். நெருக்கமாக எல்லோரும் உட்கார்ந்திருந்ததால் காவலர்களுக்கு எதுவும் தரமுடியவில்லை. அவர்களிடம், “இது என்னுடைய வீடு. இவர்கள் என்னுடைய நண்பர்கள். என்னைப் பார்க்க வந்திருக்கிறார்கள். நாங்கள் நாட்டு நிலவரம் பற்றிப் பேசிக் கொண்டிருக்கிறோம்,” என்று அங்கிருந்தவர்களை ஒவ்வொருவராக அறிமுகம் செய்து வைத்தேன். பிறகு அவர்கள் பக்கம் திரும்பி “உங்களை அறிமுகப்படுத்திக் கொள்ளுங்கள்,” என்றேன். இதைக் கேட்டவுடன் காவலர் உட்பட அனைவரும் சிரித்துவிட்டார்கள்.

“ஒன்பது பேருக்கு மேல் ஒரு கூட்டத்தில் கூடக்கூடாது,” என்றார் அதிகாரி.

“இது என்னுடைய வீடு. ஒன்பது பேருக்கு மேல் வந்து விட்டதால் அவர்களை வெளியே போகச் சொல்ல முடியாது. என்னைப் பார்க்க வந்திருக்கிறார்கள்,” என்றேன். பிறகு என்னுடைய விருந்தினர்களைப் பார்த்து, “நீங்கள் எல்லாம் எதற்காக வந்திருக்கிறீர்கள்?” என்று கேட்டேன். அவர்களில் ஒருவர் ஜான், அவர் சிறந்த வழக்குரைஞர். அவர் “வங்காரி செயலாளர். உங்களுக்கு என்ன வேண்டுமோ அவர் சொல்வார். அவர் கூட்ட நடவடிக்கைகளைக் குறிப்பெடுக்கிறார்,” என்றார்.

“நான் விரும்புவது காவல் அதிகாரிகள் அமர்ந்து அவர்களே குறிப்புகள் எடுக்க வேண்டும் என்பதுதான்,” என்றேன்.

மீண்டும் அனைவரும் சிரித்துவிட்டார்கள். அதன்பிறகு நாங்கள் எங்கள் மக்களாட்சித் தத்துவம் பற்றிய விளக்கங்களைத் தந்தோம். “உங்களுக்கும் சேர்த்துத் தான் நாங்கள் விடுதலை பெற முயல்கிறோம். ஏனென்றால் உங்களையும் சேர்த்துத் தான் தவறாகப்

பயன்படுத்துகிறார்கள். ஒன்பது பேருக்கு மேல் கூடக் கூடாது என்பது காலனி ஆட்சியில் ஏற்பட்டது. இது அடிமைப்படுத்தும் சட்டம். இப்படிப்பட்ட சட்டங்களைத்தான் மாற்ற வேண்டும் என்று நாங்கள் சொல்கிறோம்."

நாங்கள் பேசியதைச் சிறிது நேரம் கேட்டுவிட்டுப் புறப்படத் தயாரானார்கள். அவர்களில் ஒருவர் "எவ்வளவு சீக்கிரம் முடிக்க முடியுமோ அவ்வளவு சீக்கிரம் முடித்துவிடுங்கள்," என்றார்.

"சீக்கிரமே முடித்துவிடுகிறோம். நிகழ்ச்சி நிரலில் இன்னும் ஒரு சில செய்திகள்தான் இருக்கின்றன," என்றேன். அவர்கள் போன பிறகு நாங்களும் கூட்டத்தை முடித்துவிட்டோம். அவர்கள் மேலும் ஆயுதம் தாங்கிய காவலர்களுடன் வரலாம்.

எங்கள் கட்சியின் குறிக்கோளுக்குத் தொடர்புடைய சுதந்திரமும் நேர்மையும் உள்ள தேர்தலுக்கான இயக்கம் ஒன்றை பல தலைவர்களுடன் இணைந்து தொடங்கினேன். டிசம்பரில் வரவிருக்கும் தேர்தல் பற்றி மக்களுக்கு விழிப்புணர்வு ஏற்படுத்த பல கருத்தரங்குகள் நடத்தினோம். தேர்தல் சம்பந்தமான அறிக்கைகளை உள்ளூர் மொழிகளில் மொழிபெயர்த்தோம். மக்களைத் தேர்தலுக்கு ஆயத்தமாக்கும் கென்யாவின் தேசியத் திருச்சபை, கத்தோலிக்க நீதி அமைதிக்குழுக்கான ஆணைக்குழு ஆகியவற்றின் முயற்சிகளுக்கு எங்கள் பணியும் துணையாக இருந்தது.

1992 ஜூன் முதல் டிசம்பர் வரை பல கூட்டங்கள், திறந்தவெளி அரங்குகள் முதலியவற்றை ஏற்பாடு செய்தோம். அவற்றில் அனைவரும் தங்கள் கருத்தைச் சொல்ல முடிந்தது. நூற்றுக் கணக்கான பேர் பங்கு கொண்டார்கள். கருத்தரங்குகளில் மக்கள் அரசியல்வாதிகளைக் கேள்விகள் கேட்டார்கள். பசுமை இயக்கத்தின் கொள்கையான முடிவுகள் எடுப்பதை உள்ளூர் மக்களிடம் விட்டுவிடுவது இங்ஙனம் செயல்படுத்தப்பட்டது.

என்றாலும் எங்கள் முயற்சிகள் எல்லாம் வீணாயின. எதிர்க்கட்சிகள் ஒன்றுபட்டு வரவில்லை. தங்கள் அதிபர் வேட்பாளர் யார் என்பதை முடிவு செய்ய முடியவில்லை. எல்லா எதிர்க்கட்சிகளும் ஒன்று சேர விரும்பினாலும், தங்கள் கட்சி ஆள்தான் அதிபர் வேட்பாளராக இருக்க வேண்டும் என்று பிடிவாதமாக இருந்தார்கள். எங்கள் இயக்கத் தலைவர்களை எல்லாம் அழைத்து ஒரு கூட்டத்தை ஏற்பாடு செய்தோம். "மக்களிடம் பேசுங்கள்," என்றோம். பல கட்சிகளின் தலைவர்கள் வரவில்லை. சில கட்சிகள் தங்கள் பிரதிநிதிகளை அனுப்பி வைத்தன. ஆனால், இதனால் நாங்கள்

மக்களுக்கு ஒரு பாடத்தைக் கற்றுத் தந்தோம். தங்கள் தலைவர்கள் இணைந்து ஒரு கூட்டாக அரசை எதிர்க்க விரும்பவில்லை என்று மக்கள் அறிந்து கொண்டார்கள்.

தேர்தலுக்கு முந்தைய ஆண்டில் கொலைகள் கென்யாவில் சாதாரணமாகிவிட்டன. 1992இல் மட்டும் 2000 பேர் கொல்லப்பட்டார்கள். அவை அரசின் தூண்டுதலால் நடந்த இனக் கலவரங்களில் நிகழ்ந்தவை. மேலும் எதிர்க்கட்சித் தலைவர்கள் பேரணிகள் நடத்த அனுமதிக்கப்படவில்லை. மார்ச்சில் உகுரு பூங்காவில் நடக்கவிருந்த பேரணியைப் புனிதர்கள் பேராலயத்திற்கு மாற்ற வேண்டியதாயிற்று. ஏனென்றால் இராணுவம் பூங்காவைச் சுற்றி வளைத்திருந்தது. பேராலயத்திற்குள் காவல் படையினர் பேரணியினரைத் துரத்தி வந்து இரத்தம் சிந்த அடித்தார்கள். இதற்கு முன்னர் புனித இடத்தில் காவலர்கள் யாரும் மக்களை அடித்ததுமில்லை. மக்கள் இரத்தம் சிந்தவுமில்லை.

வேட்பு மனு தாக்கல் செய்த சமயத்தில் முரடர்களை அரசு ஏவி விட்டு ஐம்பது எதிர்க்கட்சித் தலைவர்களை மனு செய்ய விடாமல் தடுத்துவிட்டார்கள். இதனால் இருபது தொகுதிகளில் KNAU கட்சி போட்டியின்றித் தேர்ந்தெடுக்கப்பட்டது. தேர்தலுக்கு முந்திய நாள் பதினாறு பேர் அடித்துக் கொல்லப்பட்டார்கள். பசுமைப் பகுதி இயக்கத்தினரும் தாக்கப்பட்டார்கள்.

தேர்தல் நடந்தபோதும் அது நீதி நேர்மையோடு நடைபெறவில்லை. வாக்குப் பெட்டிகள் திருடப்பட்டன. வாக்காளர்கள் அச்சுறுத்தப்பட்டார்கள். தேர்தல் முடிவுகள் வந்தபோது ஆளும் கட்சிக்கு 36 விழுக்காடு வாக்குகள் மட்டுமே கிடைத்தன. ஆனால் எதிர்க்கட்சிகளிடம் ஒற்றுமை இல்லாததால் அதுதான் நாடாளுமன்றத்தில் பெரிய கட்சியாக இருந்தது. மோய்தான் மீண்டும் அதிபர். பெரும்பான்மையான கென்யர்கள் மாற்றத்தை விரும்பினாலும் எதிர்க்கட்சிகளிடம் ஒற்றுமை இல்லாததால் தோல்வி அடைந்தோம்.

ஆனாலும் ஒரு நல்ல செய்தி. நாடாளுமன்றத்திற்குப் பத்தொன்பது பெண்கள் போட்டியிட்டு ஆறு பேர் வெற்றி பெற்றார்கள். அவர்களில் ஐந்து பேர் எதிர்க்கட்சிகளைச் சார்ந்தவர்கள். உள்ளாட்சித் தேர்தல்களிலும் பல பெண்கள் தேர்ந்தெடுக்கப்பட்டார்கள். நல்ல ஆப்பிரிக்கப் பெண் அரசியலில் ஈடுபடமாட்டாள் என்று நம்பி வந்த ஒரு நாட்டில் இவர்கள் போட்டியிட்டதும், வெற்றி பெற்றதும் பெரிதுதான்.

1993ஆம் ஆண்டு நல்ல ஆண்டாக விடியவில்லை. கென்யாவுக்கு ஜனவரியில் புதிய நாடாளுமன்றம் கூடியவுடன் அதிபர் அதனைத் தற்காலிகமாக நிறுத்தி வைத்தார். அது அவருடைய உரிமை. மீண்டும் நாடாளுமன்றம் மார்ச்சில் கூடியது. அதற்குள் ஆளும் கட்சி எதிர்க்கட்சி உறுப்பினர்களைத் தன் பக்கம் இழுக்க முயற்சித்தது. எதிர்க்கட்சிகள் மேலும், மக்கள் மேலும் அடக்குமுறை கட்டவிழ்த்து விடப்பட்டது. எதிர்க்கட்சி உறுப்பினர்களைத் தாக்கிப் பேசினார்கள். அவர்கள் கடமையைச் செய்யத் தடுக்கப்பட்டார்கள். மேலும் அதிபர் பல கட்சி ஆட்சி, இனக் கலவரங்களுக்கு வழி வகுக்கும் என்று சொல்லி வந்ததை நிரூபிப்பது போல இன மோதல்களும் வன்முறைகளும் வெடித்தன. 1991, 1992, 1993ஆம் ஆண்டுகளில் மீண்டும் மீண்டும் இனக் கலவரங்கள் ஏற்பட்டது. 1993இல்தான் சுதந்திரச் சதுக்கத்தில் தாய்மார்கள் தங்கள் போராட்டத்தை விலக்கிக்கொண்டார்கள். நான் என் இளமைப் பருவத்தைக் கழித்த பிளவுப் பள்ளத்தாக்கில்தான் கலவரம் தீவிரமாக இருந்தது.

ஆப்பிரிக்கர்களைப் பிளவுபடுத்த அரசியல்வாதிகள் கையாண்ட ஆயுதம் இனப்பாகுபாடுதான். 1994இல் ருவாண்டாவில் இனக் கலவரத்தில் ஒரு மில்லியன் மக்கள் கொல்லப்பட்டார்கள். சூடானில் தார்டிர் பகுதியில் ஆயிரக் கணக்கானோர் கொல்லப்பட்டார்கள். நூற்றுக்கணக்கான ஆண்டுகளாகச் சகோதரர்கள் போல இருந்த மக்கள் அதிகாரத்தில் இருப்போரின் தூண்டுதல் இல்லாமல் ஒருவரை ஒருவர் தாக்கிக்கொள்வது சாத்தியமில்லை. அரசியல்வாதிகள் கையாளும் தந்திரம் என்ன? மக்களின் துன்பங்களுக்கெல்லாம் காரணம் மற்ற இனங்கள் தான் என்று பழியை அவர்கள் மேல் சுமத்துகிறார்கள். இந்த அவலத்தினால் பல உயிர்கள் பலியாயின. வளர்ச்சிக்காகச் செலவிடப்பட வேண்டிய ஆண்டுகள் வீணாகிப்போயின.

இன உணர்வு நிலத்தோடு தொடர்புபடுத்தப்பட்டதென்றால் உடனே தீப்பற்றிக்கொள்ளும். ஓர் எடுத்துக்காட்டு நைவாஷா என்ற இடத்திலுள்ள பண்ணை. அங்கு 1977இல் பசுமை இயக்கம் ஆர்வத்துடன் மரக் கன்றுகளை நட்டது. இந்தப் பண்ணையின் பெரும் பகுதி மனிதர் கைபடாத கன்னி நிலம். அக்சாசியா மரங்களும், ஒட்டகச் சிவிங்கிகளும், கலைமான்களும், வரிக்குதிரைகளும் நிறைந்திருந்தன. ஆனால் மலைப்பகுதிகளிலிருந்து பெருங்கூட்டம் இங்கு வந்து தங்கி பயிர் செய்யத் தொடங்கியது. இதனால் காட்டு விலங்குகள் மறைந்து போயின. மரங்கள் வெட்டப்பட்டு நீரோடைகள்

வறண்டன. இந்தப் பகுதி மிக வேகமாகப் பாலைவனமாக ஆகிக் கொண்டிருக்கிறது. இந்த இடத்தைத் தொடாமல் மேய்ச்சல் நிலமாக வைத்திருக்க வேண்டும். இந்த மண்ணிற்குப் பயிர்கள் வளராது. வறண்ட காலத்தில், ஆடு மாடு வளர்ப்போர் தண்ணீரைத் தேடி இடத்திற்கு இடம் போவார்கள். அவர்களும் இங்கே வருவார்கள். இங்கும் மேய்ச்சல் நிலம் பாழ்பட்டுப் போய்த் தண்ணீரும் இல்லாதது கண்டு எரிச்சலடைவார்கள். இதனால் அங்கே குடியிருக்கும் இனத்தாருக்கும் இந்த நாடோடி இனத்தாருக்கும் இடையே தகராறுகள் வரும். சுற்றுச்சூழல் பாழ்பட்டதால் வந்த சண்டைகளுக்கு இது ஓர் எடுத்துக்காட்டு தான்.

மேலும், கென்யாவில் நில அரசியலும் தீவிரமாகிவிட்டிருந்தது. சுதந்திரத்திற்குப் பிறகு மக்கள் நிலம் வாங்கும் திட்டத்தைக் கொண்டு வந்தார்கள். எனது தந்தையைப் போன்ற கிகியுயுக்கள் குடியேறியவர்களின் நிலங்களைக் கென்யட்டாவின் ஆட்சியின்போது வாங்கினார்கள். இதனால் கிகியுயுக்களின் அதிகாரமும், நில உரிமையும் அதிகமானது கண்டு கிகியுயுக்கள் அல்லாத பிற இனத்தார் கோபப்பட்டார்கள். இந்த வெறுப்பை அரசியல்வாதிகள் பெரிதுபடுத்தித் தங்கள் வசதிக்காகப் பயன்படுத்திக்கொண்டார்கள்.

அதிபர் மோய் பதவிக்கு வந்த பிறகு கென்யட்டா ஆட்சியின்போது இருந்த தவறுகளைத் திருத்துவதாகச் சொல்லிக் கொண்டு, சில இனங்களை அவர்கள் இடங்களிலிருந்து அப்புறப்படுத்தி மற்ற இனங்களைச் சமாதானப்படுத்த அரசு முயன்றது. இதனால் இனப் போராட்டம் பல இடங்களில் வெடித்தது. பிளவுப் பள்ளத்தாக்கிலும், கரையோரப் பகுதிகளிலும் இந்த மோதல்கள் அதிகமாக இருந்தன. இதனால் கிகியுயுக்கள், லாகியாக்கள், மாசாய்கள், சபோட்டுகள் முதலிய இனங்கள் அதிகம் பாதிக்கப்பட்டன. இவர்கள் கென்யாவில் தங்கள் நிலத்தின் மேலும், அடிப்படை இயற்கை வளங்கள் மேலும் அதிகப் பற்று வைத்திருந்தார்கள். எனவே யாராவது தங்கள் நிலத்தை அபகரிக்க நினைத்தால் அவர்கள் உடனே எதிரிகளாகக் கருதப்பட்டார்கள். இந்த வரலாற்றையும், மனப் போக்கையும் பயன்படுத்தித்தான் 1990-களில் அரசாங்கத்தின் ஆட்கள், பிளவுப் பள்ளத்தாக்கில் வெளி இனத்தார் மேல் தாக்குதல் நடத்தத் தூண்டிவிட்டார்கள்.

பிளவுப் பள்ளத்தாக்கிலும், நியான்சாவிலும், மேற்கு மாநிலங்களிலும் 1993இல் வெடித்த இன வன்முறைகள் அரசாங்கம் மற்றும் ஆளும் கட்சியின் மூத்த உறுப்பினர்களால் தூண்டிவிடப்பட்டன என்று நம்பப்பட்டது. அரசாங்கம் தான்

நகரங்களிலும், ஊர்களிலும் தலைவர், துணைத் தலைவர்களை நியமித்தது. எனவே ஆட்சியாளருக்குப் பிடிக்காதவர்களைத் தீர்த்துக் கட்ட அவர்களைப் பயன்படுத்துவது எளிதாயிற்று. அதனால்தான் மக்களாட்சி இயக்கம் உள்ளூர் ஆட்சி அமைப்பையே மாற்ற வேண்டுமென்று போராடியது. ஆனால் 2002இல் ஆட்சிக்கு வந்த மக்களாட்சி அரசும் இதனை அப்படியே வைத்துக்கொண்டது.

இன மோதல்களின் காரணங்கள் எங்களுக்குத் தெரிந்தவுடன் அரசின் சூழ்ச்சிதான் இது என்பதை மக்களுக்கு வெளிப்படுத்த விரும்பினோம். இது உண்மையில் இனங்களுக்கு இடையேயுள்ள போர் இல்லை, ஆனால் திட்டமிடப்பட்ட சதி என்பதை மக்களுக்குக் கூற விரும்பினோம். மக்கள் என்னை அணுகி உதவி கேட்டார்கள். நானும் உதவும் நிலையில்தான் இருந்தேன்.

1993 பிப்ரவரியில் எதிர்க்கட்சியிலிருந்த பல நண்பர்களை ஒன்று திரட்டினேன். டாக்டர் மகாங்கா உட்பட பல தலைவர்களைப் பிளவுப் பள்ளத்தாக்கிற்குக் கூட்டிச் சென்றேன். அங்கே நேரடியாக விபரங்களைத் தெரிந்துகொண்டோம். வீடுகள் எரிக்கப்பட்டதையும் பள்ளிகள் அழிக்கப்பட்டதையும் காட்டினார்கள். மக்கள் போவதற்கு இடமில்லை. பெண்கள் தங்கள் கணவன்மாரையும், ஆண்கள் மனைவிமாரையும், பெற்றோரையும், பெண் மக்களையும் இழந்துவிட்டார்கள். வீடுகளிலிருந்து துரத்தப்பட்டு மக்கள் கோவில்களில் தூங்கினார்கள். அது ஒரு பேரழிவு. எல்லாமே அரசின் ஒத்துழைப்புடனேயே நடந்திருக்கிறது. "இது சரியில்லை; அரசியல்வாதிகளை நிறுத்தியாக வேண்டும்," என்று நினைத்தேன். எனவே வன்முறைக்கு ஆளானவர்களை ஒன்று திரட்டினேன். அவர்களுக்குக் கூட்டங்கள் நடத்தி எதிர்த்துத் தாக்கக் கூடாது என்று அறிவுரை வழங்கினோம். இது இனத் தகராறு இல்லை, அரசியல்வாதிகளின் சூழ்ச்சி என்று விளக்கினேன். "அவர்களை நீங்கள் தாக்கி வெற்றி பெற முடியாது. அதனால் நிலைமை இன்னும் மோசமாகும்," என்று வேண்டினேன். நான் சொன்னது சரியாயிற்று. ஓராண்டிற்குப் பின்னர் ருவாண்டாவிலும் இப்படித்தான் நடந்தது.

இந்தச் செய்தியைக் கையேடுகள் மூலமாக அனைவருக்கும் தெரிவித்தேன். இப்படி மோதல்கள் தொடர்ந்தால் வன்முறைகள் அதிகமாகும். பாதுகாப்புப் படைகளின் கை ஓங்கும், சட்டம் ஒழுங்கு சீர்குலையும் என்று நான் எச்சரித்தேன். இதன் விளைவாகப் படைவீரர்களே ஒருவருக்கு எதிராக ஒருவர் திரும்பிவிடுவார்கள் என்று எழுதினேன்.

சோமாலியாவிலும் இப்படித்தான் நடந்தது என்று கூறி கென்ய மக்களைச் சிந்திக்குமாறு வேண்டினேன். அதோடு பழங்குடியினர் மோதல்களில் பாதிக்கப்பட்டவர்களுக்காக நிவாரணத் தன்னார்வ நிறுவனம் ஒன்றையும் தொடங்கினேன். வன்முறையைக் குறைக்கப் பல செயல்பாடுகளை முன் வைத்தேன். அவற்றில் ஒன்று இளைஞர்களுக்காகக் கால்பந்துக் குழுக்கள் அமைத்தது. விளையாட ஆரம்பித்தால் தங்கள் வேறுபாடுகளை மறந்துவிடுவார்கள் என்று நம்பினேன். மேலும் பெரியவர்களிடம் வன்முறையைக் கைவிட்டு அமைதி வழியைக் கடைப்பிடிக்குமாறு செய்ய கருத்தரங்குகள் நடத்தினேன்.

முகாம்களைச் சென்று பார்த்தபோது பல பெண்கள் பைத்தியம் பிடித்தது போல இருந்தார்கள். தோட்டங்களில் வேலை பார்த்தவர்கள் இரவும் பகலுமாகச் சும்மா உட்கார்ந்திருப்பதற்கு அவர்களால் முடியவில்லை. எனவே அவர்கள் விவசாயம் செய்வதற்காக நிலங்களைக் குத்தகைக்கு எடுத்துத் தர முயன்றோம். அவர்களை மரக்கன்றுகளை வளர்க்கச் சொன்னோம். கன்றுகள் பெரிதானவுடன் அவற்றை வேறு இன மக்களுக்குக் கொடுத்து ‘இவை அமைதியின் மரங்கள். மோதல்களில் எங்களுக்கு விருப்பமில்லை. அமைதியை வளர்க்கவே விரும்புகிறோம்,’ என்று சொல்லுங்கள் என்று உற்சாகப்படுத்தினோம்.

முதலில் வேறு குலத்தவர் இந்த நாற்றுப் பண்ணைகளுக்கு வர மாட்டார்கள். ஆனால் நாளடைவில் வந்து நாற்றங்கன்று வாங்கிச் சென்றார்கள். அவர்களுடைய நிலங்களில் நட்டார்கள். அவற்றை அவர்கள் அமைதியின் அடையாளங்களாகப் பார்த்தார்களா என்பது எனக்குத் தெரியாது. எனினும் இரண்டு பக்கத்தினரும் மரக் கன்றுகளை நட்டுப் பேணி வளர்த்தார்கள். சில வேளைகளில் இரண்டு இனங்களையும் ஒன்றாகச் சேர்த்து சண்டை நடந்த இடங்களில் அமைதி மரங்களை நட்டேன்.

வன்முறைக்கு ஆளானவர்கள் இதனால் மகிழ்ச்சி அடைந்தார்கள். ஆனால் வன்முறையாளர்கள் ஏற்கவில்லை. பிப்ரவரி வந்தது. இந்த இனங்கள் மத்தியில் வேலை செய்வது மிகவும் ஆபத்தானதாக ஆயிற்று. மக்கள் உண்மையைத் தெரிந்து கொண்டு விடக்கூடாது என்பதற்காக அப்பகுதிகளுக்குள் யாரும் நுழையக் கூடாது என்று தடை போட்டது அரசாங்கம். நாங்கள் அங்கே வன்முறையைத் தூண்டிவிடுவதாகக் குற்றம் சாட்டினார்கள். முந்தைய ஆண்டு அனுபவத்திலிருந்து அரசாங்கம் செய்ய நினைத்ததைச் செய்துவிடும் என்று தெரியும். எனவே சட்டத்தின் பக்கமே இருக்க விரும்பினேன்.

என்னைச் சிறையிலடைக்க ஒரு வாய்ப்பை அரசு எதிர்பார்த்துக் கொண்டிருந்தது.

பெரும்பாலும் நான் ஆபத்திற்கு என்னை உட்படுத்திக் கொள்வதில்லை. முடிந்த அளவு நான் மாறுவேடத்தில் இரவில் சென்றேன். அதிகாலையில் நைரோபியிலிருந்து டாக்டர் மாகங்காவுடன் புறப்பட்டு விடிவதற்கு முன்னர் பிளவுப் பள்ளத்தாக்கிற்கு வந்துவிடுவேன். என்னுடைய ஆதரவாளர்கள் உதவியுடன் போகும் வழியில் கார்களை மாற்றிக்கொள்வோம். ஒரு முறை கன்னியர் உடையில் சென்றேன். என்னுடைய சடைப்பின்னல்களை எடுத்து விட்டுத் தலையில் துண்டைக் கட்டிக்கொள்வேன். யாருக்கும் அடையாளம் தெரியாது. பாதுகாப்புப் படை இருக்கும் இடங்களை உள்ளூர் மக்கள் தெரிவிப்பார்கள். அந்த இடங்களை நாங்கள் தவிர்த்துவிடுவோம். நான் போகும் இடங்களில் பத்திரிகைக்காரர்கள் இருக்குமாறு பார்த்துக்கொண்டேன். வன்முறைக்கு உட்பட்டவர்களின் கதைகள் அப்போதுதான் உலகிற்குத் தெரியும்.

ஆபத்து அருகிலேயே எப்போதும் இருந்தது. ஒருமுறை நைரோபியிலிருந்து பிளவுப் பள்ளத்தாக்கில் உள்ள 'எரிந்த காடு' என்ற ஊருக்குப் போய்க்கொண்டிருந்தோம். நடு இரவில் இரண்டு கார்களில் புறப்பட்டோம். முன்னால் சென்ற காரில் நான், டாக்டர் மாகங்கா மற்றும் கென்யப் பத்திரிகையாளர்களும் வந்தார்கள். இரண்டாவது வண்டியில் ஜெர்மன் தொலைக்காட்சியினரும், உள்ளூர்ச் செய்தியாளர்களும் வந்தார்கள். காட்டில் போகும்போது, ஒரு கூட்டம் பண்டைய போர் உடையில் கைகளில் வில், அம்பு, பட்டாக்கத்தியுடன் பாதையைக் கடந்துகொண்டிருந்தது. அவர்களிடம் துப்பாக்கிகளும் இருந்திருக்கலாம். அவர்கள் கடந்த வேகத்தைப் பார்த்தவுடன் யாரையோ கொல்லத்தான் போய்க் கொண்டிருந்தார்கள் என்பது தெரிந்தது. இருளில் அவர்களை அடையாளம் தெரியாவிட்டாலும் அவர்கள் இளைஞர்கள் என்பது தெரிந்தது. இதற்கு முன்னர் எப்போதும் இவ்வளவு பயந்ததில்லை. எதிரில் கொலை வெறியோடு ஒரு கூட்டம்.

அவர்கள் போக வழிவிட்டோம். கார் விளக்குகள் பிரகாசமாக எரிந்தன. அவர்கள் மோலோ என்னும் இடத்திற்குப் போகிறார்கள் என்பது தெரிந்தது. அந்தச் சில நிமிடங்கள் பயங்கரமாக இருந்தன. விளக்குகளை அணைத்திருந்தால் அவர்கள் எங்களைத் தாக்கியிருப்பார்கள். நல்ல வேளையாக நாங்கள் யார் என்று அவர்களுக்குத் தெரியவில்லை. இல்லை என்றால் எங்களைக் கொன்றிருப்பார்கள். வன்முறையாளர் களைப் பற்றிப் படிப்பது

வேறு; நேரில் அவர்களைப் பார்ப்பது வேறு. மோலோ நகரம் அழிக்கப்பட்டுவிட்டது என்றும், பலர் கொல்லப்பட்டார்கள் என்றும் பின்னர் தெரிந்துகொண்டோம்.

காலையில் 'எரிந்த காடு' என்ற அந்த ஊருக்கு வந்தோம். மோதல்களால் பாதிக்கப்பட்ட குலங்களின் மக்களைச் சந்தித்து மாவட்ட ஆட்சியாளர் கூட்டிய கூட்டத்தில் கலந்துகொண்டோம். வீடுகளை இழந்த குடும்பங்களின் மூத்தவர்கள் வந்திருந்தார்கள். நாங்கள் இருந்தது அவர்களுக்குத் தெரியும். ஆனால் நாங்கள், உள்ளூர் அதிகாரிகள் எங்களைக் கண்டுபிடிக்க முடியாதவாறு அமர்ந்திருந்தோம். இரண்டு பக்கங்களிலிருந்தும் கருத்துகள் சொல்லப்பட்டன. மாவட்ட ஆணையர் எல்லோரையும் அறிமுகப்படுத்திக்கொள்ளச் சொன்னார். "நான் வங்காரி மாத்தாய்," என்று சொன்னவுடன் அவரால் நம்ப முடியவில்லை. என்னை எப்படிக் கூட்டத்திற்கு அனுமதித்தார்கள்? நாங்கள் ஏன் வந்திருக்கிறோம்? என்பதில் அவருக்கு அதிர்ச்சி. அன்று பலருக்குத் தண்டனை கிடைக்கும். உடனே கூட்டத்தை நிறுத்திவிட்டு எங்களை வெளியேறச் சொன்னார்.

ஜெர்மன் தொலைக்காட்சி நிறுவனமும், கென்யப் பத்திரிகையாளர்களும் அனைத்தையும் பார்த்துக் கொண்டிருந்தார்கள். ஏற்கெனவே ஜெர்மன் நிறுவனம் படம் எடுத்துவிட்டிருந்தது. காவலர்கள் பன்னாட்டு ஊடகங்கள் உண்மை நிலையை உலகிற்குக் காட்டி விடக்கூடாது என்பதில் குறியாக இருந்தார்கள். கேமரா இயக்கிய பெண்ணைப் பார்த்துக் காவலர்கள் கத்தினார்கள். படம் எடுப்பதை நிறுத்தாவிட்டால் சுட்டுவிடுவதாகப் பயமுறுத்தினார்கள். அப்பெண்ணும், "அப்படியானால் சுடுங்கள்," என்றார். எனக்குப் பயம். ஏன் இப்படிச் சொன்னார். அவரையும் எங்கள் எல்லோரையும் சுட்டு விட்டால்?

ஆனால் சுடவில்லை. எங்களைத் துப்பாக்கிக் குழாய்களைக் கொண்டு வெளியே தள்ளிவிட்டார்கள். ஆனால் அதற்குள் தேவையானவற்றை எல்லாம் பதிவு செய்துவிட்டோம். நடந்த நிகழ்ச்சிகள் அனைத்தையும் உலக நாடுகள் பார்த்துவிடும்.

ஆனால் இதற்குள் அதிகாரிகளுக்குச் செய்தி பரவியிருக்கும். எனவே அன்று பிற்பகல் எரிந்த காட்டை விட்டுப் புறப்பட்ட போது பல முன்னெச்சரிக்கை நடவடிக்கைகளை எடுத்தோம். நைரோபிக்குப் போகும் வழியில் பல கார்களையும் ஓட்டுநர்களையும் மாற்றிக்கொண்டோம். அன்றிரவு மிகத் தாமதமாக நகரத்திற்கு வந்து சேர்ந்தோம்.

ஜெர்மன் தொலைக்காட்சி மற்றும் பல ஊடகங்கள் வழியாக பிளவுப் பள்ளத்தாக்கு மற்றும் பிற பகுதிகளில் நடந்த வன்முறைச் செய்திகள் உலகெங்கும் பரவின. பல மனித உரிமைக் காவலர்கள் கென்யாவிற்கு வந்து நேரடியாக இனக் கலவரங்களில் நிகழ்ந்த வன்முறைகளைப் பற்றித் தெரிந்து கொண்டார்கள். அவர்களில் கெர்ரி கென்னடியும், ஜெல்லி ஜேக்கனும் முக்கியமானவர்கள். இது மிக முக்கியமானது. ஏனென்றால் என் மக்களுக்கு என்ன நடந்தாலும் கென்ய அரசு கண்டுகொள்ளாது. ஆனால் அரசு என்ன செய்கிறது என்கிற செய்தி உலகின் கவனத்தைக் கவர்ந்தவுடன் அரசு துரிதமாக வேலை செய்தது. ஏனென்றால் வெளிநாட்டு உதவி, இராணுவப் பயிற்சிக்கான நிதி, நல்லெண்ணம் ஆகியவற்றை கென்ய அரசு நம்பியிருந்தது. பல சர்வாதிகார நாடுகள் பயப்படுவதெல்லாம் உலக நாடுகள் மத்தியில் மோசமான பெயர் எடுக்கக் கூடாது என்பதற்காகத்தான். என்னுடைய அரசாங்கத்திடமிருந்தே என்னைப் பாதுகாத்துக் கொள்ள உலக நாடுகளின் ஆதரவைத் தேட வேண்டியதிருந்த எனக்கு வேதனையாக இருந்தது.

தொடக்கத்தில் பசுமைப் பகுதி இயக்கம் பகுதியில் பிளவுப் பள்ளத்தாக்கு செய்த பணிகள் பற்றி அரசு கண்டுகொள்ளவில்லை. 1993இல் நடத்திய கருத்தரங்குகள் பொதுவாக எல்லோருக்காகவும் நடத்தப்படவில்லை. அதனால் பாதுகாப்புப் படைகளுக்கு அவை நடந்ததே தெரியாது.

மேலும் கால்பந்துகள் தருவது பற்றியும், மரங்கள் நடுவது பற்றியும் என்ன புகார் தர முடியும்? ஆனால் நாங்கள் எரிந்த காட்டிற்குப் போய் வந்த பிறகு மோதல்கள் தொடர்ந்ததால், அரசு எங்களைத் தாக்கத் தொடங்கியது. அதிபர் 1993 பிப்ரவரியில் நிகழ்த்திய உரையில் நான் கிகியுயுக்களை, காலஞ்சின்களைத் தாக்குமாறு கூறிக் கையேடுகளை வினியோகிக்க ஏற்பாடுகள் செய்ததாகக் குற்றம் சாட்டினார். நாங்கள் அங்கு போய் மோதல்களைத் தூண்டிவிட்டதாகவும் கூறினார்.

மேலும் வன்முறைக்கு ஆளானவர்கள் தங்கள் வீட்டிலுள்ள பொருள்களுக்குத் தாங்களே தீ வைத்துவிட்டதாகவும் அறிவித்தார். இவர்களும் திருச்சபைகளின் தேசியக் குழுவும் இதை வைத்துப் பணம் பண்ணினார்கள் என்றார்.

வழக்கம்போலவே எனது நிலைமையைத் தெளிவுபடுத்தி அதிபருக்குக் கடிதம் எழுதினேன். அதைப் பத்திரிகைகளுக்கும் கொடுத்தேன். எரிந்த காட்டிற்கு நான் போய் என்ன செய்தேன்

என்று விளக்கினேன். மோதலை அதிகப்படுத்தாமல் அமைதி ஏற்படுத்த வழி செய்ய வேண்டுமென்று அதிபரைக் கேட்டுக் கொண்டேன். வழக்கம்போலவே பதில் எதுவும் வரவில்லை. மாறாக என் மேலும் கிகியுயுக்கள் மேலும் தாக்குதல் தொடர்ந்தது.

ஆளும் கட்சியின் ஏடான 'கென்யா டைம்ஸ்' நான் கிகியுயுக்களின் தலைமைக்காகப் பாடுபடுவதாக எழுதியது. நான் அரசைக் கவிழ்த்து, கிகியுயுக்களைக் காலெஞ்சின்களுக்கு எதிராகத் திருப்பி விட முயல்கிறேன் என்று ஒரு நகர்மன்ற உறுப்பினர் மக்களிடம் அறிவித்தார். நான் கென்யாவின் சிட்ரஸ் மரங்களை அழிப்பதற்காக வண்டுகளைப் புகுத்தி விட்டதாகச் சொன்னார். ஒரு ஆளும் கட்சி நாடாளுமன்ற உறுப்பினர் நான் பிளவுப் பள்ளத்தாக்குக்குள் நுழைந்தால் எனக்குப் பிறப்புறுப்பில் சேதம் செய்துவிடுவதாக அச்சுறுத்தினார். கென்யாவின் தேசியப் பெண்கள் குழு இதனைக் காட்டுமிராண்டித்தனமானது என்று எழுதியது. அதிபர் மோய் இந்தப் பழக்கத்தை ஐந்தாண்டுகளுக்கு முன்னரே தடை செய்துவிட்டார். கென்யாவிலிருந்து இதனை ஒழிக்கப் பல பெண்கள் குழுக்கள் முயன்றுகொண்டிருந்தன. பெண்கள் சிலரும் என்னைத் தாக்கினார்கள். ஆப்பிரிக்கப் பெண்களின் கடமை கீழ்ப்படிவதாகும் என்றார்கள்.

பல குற்றச்சாட்டுகள் வேடிக்கையாக இருந்தாலும், அச்சுறுத்துவனவாகவும் இருந்தன. எதுவும் நடக்கலாம் என்று தோன்றியது. பிப்ரவரி மாதம் முகமூடி அணிந்தவர்கள் டாக்டர் மாகங்காவைத் துப்பாக்கி முனையில் கடத்திவிட்டார்கள். அவருக்கு நடந்தது பற்றி நான் மிகவும் பயந்து போய் விட்டேன். மாகங்காவிற்கு என்ன நடந்தது, அவர் சித்திரவதை செய்யப்பட்டாரா என்பதெல்லாம் பெரிய புதிராக இருந்தது. மாகங்கா கடத்தப்பட்ட பிறகு என்னுடைய உயிருக்கும் ஆபத்து என்று அறிந்தேன். என்னை நைரோபியில் பல வாகனங்கள் பின் தொடர்ந்தன.

இது என்னை அதிர்ச்சியடையச் செய்தது. ஏனென்றால் சாலைகளில் 'விபத்து'களில் பலர் இறந்தது பழைய கதை இல்லை. எனவே மக்களிடம் இது பற்றித் தெரிவிக்க முடிவு செய்தேன். வெளிப்படையான ஒரு கடிதத்தை அரசு தலைமை வழக்கறிஞருக்கு எழுதினேன்.

நக்குருவில் கிறிஸ்து அரசர் ஆலயத்தில் ஒரு கருத்தரங்கத்தை ஏற்பாடு செய்தேன். என்னைக் காவலர் துன்புறுத்த மாட்டார்கள்

என்று தலைமை வழக்கறிஞர் உறுதி தர வேண்டுமென்று கேட்டேன். ஆனால் தரவில்லை.

நைரோபியிலிருந்து நக்குருவிற்குப் போகும் வழியில் காவலர்கள் காத்திருப்பார்கள் என்று தெரிந்ததால் நான் இரண்டு நாள்களுக்கு முன்னரே சென்று கோவிலுக்கு அருகில் ஒரு வீட்டில் இரகசியமாகத் தங்கியிருந்தேன். பாதிக்கப்பட்ட இனத்தார், பத்திரிகையாளர்கள் மற்றும் கென்யாவிற்கு நிதி உதவி அளிக்கும் நாடுகளின் தூதரக அதிகாரிகள் ஆகியோரையும் கருத்தரங்கத்திற்கு அழைத்திருந்தேன். அரசு வழக்கறிஞர் ஆயுதம் தாங்கிய காவலரை அனுப்பி வைத்தார். இதுபற்றிய செய்தியை என்னுடைய ஆதரவாளர்கள் எனக்குத் தெரிவித்துவிட்டதால் நான் கோயில் மண்டபத்திற்குப் போகவில்லை. ஆனால் பத்திரிகையாளர்களும், வெளிநாட்டுத் தூதரக அதிகாரிகளும், கத்தோலிக்கத் திருச்சபை வழிகாட்ட மாவட்ட, மண்டல ஆணையாளர்களும் காவலரும் உடன் வர மோதல் நடந்த இடங்களைப் பார்வையிட்டார்கள். நானும் அங்கு சென்றேன். அங்கு தீ வைக்கப்பட்ட வீடுகள், கரிந்து போன தரை ஆகியவற்றைப் பார்த்தோம். அதோடு வீடுகளை இழந்த குடும்பங்களின் முகாம்களையும் பார்த்தோம். எனக்குப் பாதுகாப்பு அளிக்க ஒரு தூதுவர் என்னைத் தனது காரில் நைரோபிக்கு அழைத்துச் சென்றார்.

டாக்டர் மாகங்காவைக் கடத்திப் போன பிறகு என்னைக் கைது செய்வதற்கு முன்னரே நடவடிக்கை எடுக்கத் தீர்மானித்தேன். எனவே என்னுடைய வழக்குரைஞர்களின் ஆலோசனைப்படி நீதிபதியிடம் சென்று காவலர் என்னைக் கைது செய்ய இருப்பதாக முன் பிணை வேண்டும் என்று கேட்டேன். ஆனால் அடுத்த நாள் என்னுடைய உயிருக்கு உண்மையாகவே ஆபத்து இருப்பது தெரிய வந்தது. என்னுடைய சொந்த நாட்டிலேயே செய்ய வேண்டி நேரும் என்று எதிர்பார்க்காத ஒன்றைச் செய்தேன். தலைமறைவானேன். நான் சிறைப்படுத்தப்படுவேன் என்ற அச்சத்தை விட குண்டர்களை வைத்தோ, பாதுகாப்புப் படையைக் கொண்டோ அடித்துவிடுவார்கள் என்ற பயமே அதிகம். மேலும் என்னைக் கொலை செய்யக் குறி வைத்திருக்கிறார்கள் என்று என்னுடைய நண்பர்கள் எச்சரித்தார்கள்.

நான் தலைமறைவாகப் போவதற்கு முன்னர் உலகெங்குமுள்ள என்னுடைய நண்பர்களுக்கு ஓர் அறிக்கையைத் தயாரித்து அனுப்பினேன். அதிபர் இன மோதல்களையும் படுகொலைகளையும் தடுக்காவிட்டால் கென்யாவிற்கு உதவிகளை நிறுத்துமாறு அந்நாட்டு அரசுகளை வற்புறுத்த வேண்டுமென்று

கேட்டிருந்தேன். "உலகம் லைபீரியாவிலும், சோமாலியாவிலும் நடப்பதைப் பார்த்துக் கவலை கொள்ளும் அதே நேரத்தில் கென்யாவில் இனங்களையே அழித்து விடும் முயற்சிகள் நடக்கின்றன" என்று குறிப்பிட்டிருந்தேன். அமெரிக்காவிலும், பிரிட்டனிலுமிருந்த நண்பர்கள் அவர்கள் நாட்டு நாடாளுமன்ற உறுப்பினர்களைத் தொடர்பு கொண்டார்கள். மனித உரிமைகள் இயக்கம் நிலைமையைப் பற்றிய விழிப்புணர்வை ஏற்படுத்திற்று. 'அம்னெஸ்டி இன்டர்நேஷனல்' அமைப்பு கென்யாவின் ஆபத்தான நிலைமை பற்றி எச்சரிக்கை விடுத்தது. எல்லோரும் அதிபரையும் அரசையும் எங்கள் உயிருக்குப் பாதுகாப்பையும் மக்களாட்சி முறைக்கான இயக்கத்திற்கு முழு உரிமையையும் தர வேண்டுமென்று கேட்டுக்கொண்டது.

அடக்குமுறை ஆட்சியில் இருப்பவர்களுக்குச் செய்தியைப் பரிமாறிக்கொள்ளவும், பாதுகாப்பாக இருக்க உதவவும் இரகசியத் தளங்கள் இருக்கும். அப்படிக் கென்யாவிலும் ஒரு இரகசிய வலைத்தளங்கள் இருந்தன. நான் ஒரு வீட்டில் இருப்பேன். அங்கே யாராவது அழைத்து "உங்களை வேறு இடத்திற்கு மாற்ற வேண்டும்," என்று சொல்வார்கள். யாரையாவது காவலர் பிடித்து விசாரிக்கப் போகிறார்கள் என்கிற செய்தி வரும். காவலர்கள் வருவதற்கு முன்னர் வேறொரு இடத்தில் ஒளிந்துகொள்வேன்.

எனக்கு உதவ நண்பர்களும், திருச்சபை அதிகாரிகளும், வழக்குரைஞர்களும், வெளிநாட்டுத் தூதர்களும் இருந்தார்கள். ஒருமுறை ஒரு கோவிலின் விருந்தினர் இல்லத்தில் ஒளிந்திருந்தேன். அங்கே யாரும் தேடமாட்டார்கள், பாதுகாப்பான இடம். பேராயர் இதற்கு அனுமதி அளித்திருந்தார். எனினும் அங்கு அதிக நாள்கள் தங்கவில்லை. ஒரே இடத்தில் அதிக நாள்கள் தங்குவது ஆபத்து. எனவே வேறு இடத்திற்கு இரண்டு வாரங்களுக்குப் பிறகு மாறிவிட்டேன். அடிக்கடி இடம் விட்டு இடம் மாறுவதும் ஆபத்துதான். இரவில்தான் பயணம் செய்ய வேண்டும். அதுவும் காரில் கீழே படுத்துக்கொண்டேன். சில சமயங்களில் மாறுவேடம் அணிந்தேன். வெளிநாட்டுத் தூதர்கள், குறிப்பாக நார்வே நாட்டுத் தூதரக அலுவலக நண்பர்கள் எனக்கு உதவினார்கள்.

நான் தலைமறைவாக ஒளிந்து இருந்தபோது டோக்கியோவில் நடந்த பன்னாட்டு பசுமைச் சிலுவை இயக்கத்திற்கு அழைக்கப்பட்டேன். அதனை முன்னாள் சோவியத் அதிபர் கார்பச்சேவ் நிறுவியிருந்தார். நான் மறைந்து வாழ்வதாகவும், என்னிடம் பயணம் செய்யத் தேவையான ஆவணங்கள் இல்லை என்றும் தெரிவித்தேன். ஆனால் அதிபர் கார்ப்பச்சேவ்

நேரடியாகத் தலையிட்டு அதிபர் மோயிக்கு எனக்குத் தேவையான ஆவணங்களைத் தர வேண்டுமென்று எழுதினார். கென்ய அதிபர் அதிர்ச்சி அடைந்தார். நான் பயணம் செய்ய முடியாதது பற்றித் தனக்கு எதுவும் தெரியாது என்று கூறிய அதிபர், நான் டோக்கியோ போக முடியாது என நான் ஏன் நினைத்தேன் என்று தனக்குப் புரியவில்லை எனவும் செய்தியாளர்கள் மூலம் தெரிவித்தார்.

நான் தங்கியிருந்த மறைவிடத்திற்கு என்னுடைய நண்பர்கள் அந்தச் செய்தி அனுப்பினார்கள். நான் வெளியே வந்து தேவையான ஆவணங்களைப் பெற்றுக்கொள்ள வேண்டும் என்று நண்பர்கள் யோசனை சொன்னார்கள். அதிபர் வெளிப்படையாகவே சொல்லியிருப்பதால் என்னுடைய உயிருக்கு ஆபத்திருக்காது என்று கருதினார்கள். எனவே வெளிநாடு செல்ல அனுமதி கேட்ட பின் சம்பந்தப்பட்ட அதிகாரிகள் தேவையான ஆவணங்களைக் கொடுத்தார்கள். ஆனால் அவை கிடைப்பதற்கு முன்னரே டோக்கியோ மாநாடு ஏறத்தாழ முடிந்து விட்டது. எனினும் 1993 ஏப்ரலில் ஸ்காட்லாந்துக்குச் சென்று அங்கு எடின்பரோ பதக்கத்தைப் பெற்றேன்.

நீதிக்காகவும் உரிமைக்காகவும் போராடுவது உங்களைத் தனிமைப்படுத்தி உற்சாகம் இழக்கச் செய்யும். ஆனால் என்னுடைய போராட்டத்தில் பல நண்பர்களும், அமைப்புகளும் எனக்கு ஆதரவாக இருந்தனர். கென்யாவிலும், வெளிநாடுகளிலும் இருந்த பலர் எப்போதும் எனக்குத் துணையாக இருந்தார்கள். குறிப்பாக என்னுடைய இக்கட்டான வேளைகளில் பக்கபலமாக இருந்தார்கள். அவர்களுக்கெல்லாம் நான் என்றும் கடமைப்பட்டிருக்கிறேன்.

இந்த நண்பர்களும், எனக்குக் கிடைத்த விருதுகளும், நான் கலந்துகொண்ட மாநாடுகளுமே என்னை உயிரோடு வைத்திருந்தன என்று சொன்னால் அது மிகையாகாது. எடின்பரோவில் செய்தியாளர்களிடம் கூறியதுபோல, ‘என்னுடைய பணியை முடிப்பதற்கு முன்னர் நான் இறக்க விரும்பவில்லை.” ஸ்காட்லாந்துக்கு அடுத்து, 1993ஆம் ஆண்டு மே மாதம் பெண் தலைமைக்கான விருதினைப் பெற சிகாகோ சென்றேன். ஜூன் மாதம் ஐ.நா-வின் மனித உரிமைகளுக்கான உலக மாநாட்டில் கலந்துகொள்ள வியன்னா சென்றேன். அங்கு பல பிரதிநிதிகளையும், அரசு சாராத் தொண்டு நிறுவனப் பணியாளர்களையும் சந்தித்தேன். இனக் கலவரத்தால் பாதிக்கப்பட்டவர்களைப் பற்றிய புகைப்படக் கண்காட்சியை நடத்தினேன். கென்ய அரசின் ஆய்வறிக்கைகளை விநியோகித்தேன். ஆனால், கென்யப் பிரதிநிதிகள் புகைப்படங்களையும்,

அறிக்கைகளையும் திருடிவிட்டார்கள். எனக்குக் கோபமும் எரிச்சலும் ஏற்பட்டாலும் மாநாட்டில் இன மோதல்கள் பற்றியும், கென்யாவில் மனித உரிமை மீறல்கள் பற்றியும் மாநாட்டிலிருந்த அனைவருக்கும் தெரிவிக்க முடிந்தது. அவர்கள் திருடியதே எனக்கு ஒரு வாய்ப்பாக இருந்தது. படிப்படியாக இன மோதல்கள் குறைந்து வந்தன. ஆனால் அவற்றின் விளைவுகள் இன்றும் இருக்கின்றன. கொள்கையற்ற அரசியல்வாதிகள் தூண்டிவிட்ட போதிலும் நாட்டின் பல பாகங்களிலும் இனக் கலவரங்கள் நடந்துகொண்டிருக்கின்றன. 1997இல் தேர்தலின்போது கூட நடந்தன. இன்றும் கூட அரசியல்வாதிகள் நினைத்தால் கலவரங்களை நடத்திக் காட்டி விடுவார்கள். 1990-களில் வீடுகள் இடிந்து உள்நாட்டிலேயே அகதிகளாக ஆனவர்கள் இன்னும் மறுவாழ்வு பெறவில்லை. ஐ.நாவின் அகதிகளுக்கான ஆணையம் உள்நாட்டிலேயே அகதியானவர்களுக்கு உதவுவதில்லை.

1991இல் இனக் கலவரங்கள் தொடங்கிய நாளிலிருந்து சுற்றுச்சூழல் மற்றும் ஆட்சிமுறை பற்றிய பாடம் கற்றுத் தரப்படும்போது நிலம், மக்கள் உரிமை பற்றிய பாடங்களும் இடம் பெற வேண்டும் என்று சொல்லி வந்திருக்கிறேன். பசுமை இயக்க உறுப்பினர்களுக்கு அவை தரப்பட்டு வந்தன. கென்யர்களில் ஒரு பகுதியினர் இன்னொரு பகுதியினரை அன்னியர்கள் என்று கருதி வந்திருக்கிறார்கள். ஒவ்வொரு இனமும் ஒரு தனிநாடு போல, குட்டி நாடு போல இருந்தது என்று சொல்லலாம். ஒவ்வொரு இனத்திற்கும் தனித் தனி மொழி, பழக்க வழக்கங்கள், உணவு முறை, நடனங்கள், மரபுகள், பண்பாட்டு வரலாறுகள் இருந்தன. ஆனால் பத்தொன்பதாம் நூற்றாண்டின் இறுதியில் வெளிநாட்டுக்காரர்கள் தங்கள் மரபுகளைத் திணித்து எங்களை ஒன்றாகக் கொண்டு வந்து ஒரே நாடாக ஆக்கினார்கள். வரலாற்றின் இந்த உண்மையை மறுக்க முடியாது. நாங்கள் ஒரே நாட்டில் இருப்பதால் மட்டுமே நாங்கள் ஒரே மாதிரியான மக்கள் இனம் இல்லை. எங்களுடைய வாழ்க்கை முறை பிளவை உண்டாக்கும், அழிவைத் தரும் என்பதை நாம் ஏற்றுக் கொள்ள வேண்டும். ஆனால் அதே வேளையில் கூட்டாகச் சேர்ந்து, ஒருவரை மதித்து நடப்பதையே நோக்கமாக உடைய வழிமுறைகளைக் கையாள வேண்டும். பழமையை மதித்துப் புதியதை நோக்கிச் செலல் வேண்டும். அப்போது கென்யா என்ற ஒன்றுபட்ட நாட்டை உருவாக்க முடியும். எனவேதான் இன மோதல்களுக்குப் பிறகு பசுமை இயக்கம் நடத்திய கருத்தரங்குகளில் ஒரே நாடு என்பது மையக் கருத்தாக இருந்தது. எனது வீட்டிலேயே பல கருத்தரங்குகளை மாலைகளில் நடத்தினேன். பகலில்

பசுமை இயக்கப் பணியாளர்கள் நிறைந்து வேலைகள் நடந்துகொண்டிருக்கும். நான் காலை ஒரு மணி வரையில் கூடப் பாடம் நடத்திக்கொண்டிருப்பேன். வந்தவர்கள் பெரும்பாலும் ஆண்கள்தான். பெண்கள் நெடுந்தூரம் நடந்து வர முடியாது. இரவில் குழந்தைகளைப் பார்த்துக் கொள்ள ஆட்கள் வேண்டுமே. அப்போது அலுவலகத்திற்கு யார் வருகிறார்கள், என்ன வேலைகள் நடக்கின்றன என்று கண்காணிக்க அரசின் ஆட்கள் இருந்தார்கள்.

தொடக்கத்தில் கருத்தரங்கில் கலந்து கொண்டவர்கள் வீட்டிலேயே தூங்கிவிடுவார்கள். நாற்பது, ஐம்பது பேருக்குப் படுக்கைகள் கொடுக்க முடியாது. ஆனால் வீட்டைச் சுத்தமாக வைத்திருந்ததால் அவர்கள் தரையிலேயே படுத்துத் தூங்கினார்கள். பிறகு அவர்கள் தங்குவதற்கு அருகிலுள்ள விடுதிகளில் அறைகளை ஏற்பாடு செய்தோம்.

ஆபத்துக்கும், அச்சுறுத்தலுக்கும் மத்தியில் வேடிக்கையான அபத்தங்களும் இருந்தன. ஓர் இரவு நடந்த நிகழ்ச்சியை மறக்க முடியாது. நான் வீட்டில் பெரிய கூட்டம் நடத்தினேன் என்று அரசுக்கு யாரோ தகவல் கொடுத்திருக்க வேண்டும். வாயிற் காவலர் ஜன்னல் வழியாக, "எழுந்திருங்கள், காவல் அதிகாரிகள் கூப்பிடுகிறார்கள்," என்றார்.

"காவலர்களா? இப்போது காலை மூன்று மணி இருக்குமே," என்றேன் தூக்கக் கலக்கத்தில்.

"ஆமாம், வளாகத்திற்குள் வந்துவிட்டார்கள். வெளிக் கதவைத் திறந்துகொண்டு நுழைந்துவிட்டார்கள்," என்றார். சொன்னவுடன் அங்கிருந்து ஓடிப்போய்விட்டார். தன்னையும் சிறைபிடித்து விடுவார்கள் என்று அச்சம்.

"கதவைத் திறங்கள், உள்ளே ஆண்கள் இருக்கிறார்கள் என்று எங்களுக்குத் தெரியும்," என்றார்கள் அதிகாரிகள். தங்கள் கம்பைக் கொண்டு சன்னல் திரைச்சீலைகளை விலக்கிப் பார்த்தார்கள். "நீங்கள் கூட்டம் நடத்தக் கூடாது. உள்ளே ஆட்கள் இருக்கிறார்களா என்று பார்க்க வேண்டும்," என்றார்கள். அவர்கள் குரல் பயமுறுத்துவதாக இல்லை. "இங்கே இருந்தார்கள், ஆனால் போய்விட்டார்கள். நான் தனியாக இருக்கிறேன்," என்றேன். ஆனால் காவலர்கள் நம்பவில்லை. திறக்குமாறு திரும்பத் திரும்பச் சொன்னார்கள். எனவே நான் தொலைபேசியில் காவல்துறையின் அவசர எண்ணை அழைத்தேன்.

"ஹலோ," என்றார் ஒரு அதிகாரி.

"நான் வங்காரி மாத்தாய் பேசுகிறேன். என்னுடைய வளாகத்திற்குள் முரடர்கள் நுழைந்திருக்கிறார்கள். தங்களைக் காவல்துறை அதிகாரிகள் என்று கூறிக் கொள்கிறார்கள்," என்றேன்.

அந்த அதிகாரியும் உடனே, "அவர்கள் குண்டர்கள் இல்லை, காவலர்கள்தான். நாங்கள்தான் அனுப்பினோம்," என்றார்.

நானும் பதிலுக்கு, "அப்படியானால் அவர்களை வீட்டிற்குப் போகச் சொல்லுங்கள். இங்கே ஒன்றுமில்லை," என்றேன்.

ஆனால் அவர் அப்படிச் செய்யத் தயாராக இல்லை. "கதவைத் திறங்கள். நாங்கள் உள்ளே வந்து உறுதி செய்துகொள்கிறோம். பயப்படுவதற்கு ஒன்றுமில்லை," என்றார்.

நானும் அவர் சொன்னதை நம்பவில்லை. "இந்த அகால நேரத்தில் காவலர்களுக்குக் கதவைத் திறந்துவிடுவேன் என்று நினைக்கிறீர்களா? முடியாது," என்று சொல்லிவிட்டேன். இப்போது வெளியில் நிற்கும் காவலர்களைச் சமாளிக்க வேண்டும். "இங்கே ஒருவருமில்லை," என்றேன். "திறங்கள். நான் ஒரு பெண்," என்று ஒரு பெண்ணின் குரல் கேட்டது.

"இந்த நேரத்தில் இந்த ஆண்களோடு இங்கே என்ன செய்து கொண்டிருக்கிறீர்கள்?" என்று கேட்டேன்.

"நான் ஒரு பெண் காவலர்" என்றார் விடையாக. "அப்படியானால் என் பயம் உங்களுக்குப் புரியும். என்னை நீங்கள் நம்பாவிட்டால் நான் உங்களை நம்ப முடியாது," என்றேன். பிறகு உள்ளே ஆண்கள் இருக்கிறார்கள் என்பது போல நடித்து "நீங்கள் நன்றாகத் தூங்குங்கள். ஏனென்றால் வெளியில் காவலர்கள் இருக்கிறார்கள்," என்றேன் சப்தமாக. இப்படியே சிறிது நேரம் ஓடியது. பிறகு நான் அறைக்குள் சென்று உட்கார்ந்துவிட்டேன். அலுவலர்களும் களைப்படைந்திருக்க வேண்டும். பிறகு சப்தம் இல்லை. நானும் தூங்கிவிட்டேன். காலையில் பார்த்தால் வெளியில் காவலர்கள் யாரும் இல்லை. என்னுடைய காவலாளியும் திரும்பிவிட்டார்.

1995ஆம் ஆண்டு ஐ.நா. சபை பெண்களுக்கான அனைத்துலக மாநாட்டை பெய்ஜிங்கில் நடத்தியது. நான் ஏற்கெனவே நைரோபியில் ஒரு பெண்கள் மாநாட்டை நடத்தியிருந்தேன். ஐ.நா. மாநாட்டில் விவாதிக்கப்படவிருந்த பிரச்சினைகளை நாங்கள் ஆராய்ந்தோம். சுற்றுச்சூழல், வளர்ச்சி, ஏழ்மை, கடன், பெண்கள் உரிமை ஆகியவை பற்றி விவாதித்தோம். அந்த ஆகஸ்டில் நான் சீனாவிற்கு முதன்முறையாகச் சென்று அங்கு அரசு சாரா அமைப்புகள் நடத்திய ஆய்வுப் பட்டறைகளில் கலந்துகொண்டேன்.

ஒரு கூட்டத்தில் 'ஆப்பிரிக்காவின் வளர்ச்சிக்கான தடைகள்,' என்ற தலைப்பில் ஆய்வுக் கட்டுரை ஒன்றை வாசித்தேன். அதில் ஆப்பிரிக்காவின் ஆன்மீக, பொருளாதார மறுமலர்ச்சி பற்றியும் நாங்கள் நைரோபியில் விவாதித்த செய்திகள் பற்றியும் எடுத்துரைத்தேன்.

அரசின் மாநாட்டிலும் கலந்துகொண்டேன். அனைத்துலக ஆட்சி ஆணையத்தின் சார்பாக நான் ஓர் அறிக்கையை வாசித்தேன். அதில் உலகெங்கும் பெண்கள் கொண்டு வர விரும்பிய விழுமியங்களைப் பற்றிய கருத்துகளை முன் வைத்தேன். அவற்றில் மனித உரிமைகள், நீதி, சமத்துவம், வன்முறை தவிர்த்தல் முதலியன வலியுறுத்தப்பட்டன. பெய்ஜிங்கில் நான் இருந்தபோது என்னுடைய பழைய நண்பர்களைச் சந்தித்தேன். என்னைப் போலப் பெண்கள் உரிமைகளுக்காகப் பாடுபட்ட பெல்லாவைச் சந்தித்தேன். இளம் வழக்குரைஞர்களிடம் பேசினேன். புதிய தலைமுறையினர் புரட்சிகரமான கருத்துகளுடன் உலகை மாற்ற உறுதி எடுத்துக் கொண்டிருப்பதைக் கண்டு மகிழ்ந்தேன். மேலும் கென்யாவில் 1990களில் நான் துன்பத்தில் ஆழ்ந்திருந்தபோது எனக்குப் பக்கபலமாக இருந்தவர்களை நேரில் சந்திக்கும் வாய்ப்பு கிட்டியது. எங்களுக்கு இப்போது வயதாகிவிட்டது; ஞானமும் கூடிவிட்டது. ஆனால் நாங்கள் எங்கள் கொள்கையில் மாறாமல் அதே துடிப்புடன் இருக்கிறோம்.

11

அரசியல் கதவுகளைத் திறந்து...!

1992 தேர்தலுக்குப் பிறகு ஒரு செய்தியாளரிடம், "ஒரு பெண் அரசியல்வாதிக்கு யானைத் தோல் வேண்டும்," என்றேன். 1997 டிசம்பரில் அடுத்த தேர்தல் வந்தது. இதில் எதிர்க்கட்சிகளுக்கு நல்லதொரு வாய்ப்பு இருப்பதாகத் தெரிந்தது. மக்களாட்சி ஆர்வலர்களும் நிதியுதவி செய்த நாடுகளும் தந்த நிர்ப்பந்தத்தால் எதிர்க்கட்சிகள் அனைத்துக்கும் அங்கீகாரம் தந்தது அரசு. இதனால் உண்மையான மக்களாட்சி ஏற்பட வாய்ப்பு அதிகமாயிற்று. அதே சமயம் எதிர்க்கட்சிகளை இணைப்பது பெரும்பாடாக இருந்தது. தேர்தலுக்கு முந்தைய மாதங்களில் எதிர்க்கட்சிகளிடம் ஒரு பொது அதிபர் வேட்பாளரை ஒரு மனதாகத் தேர்ந்தெடுக்குமாறு வேண்டுகோள் விடுத்தேன். இல்லாவிட்டால் 1992இல் போலவே இப்போதும் தோற்றுவிடுவோம் என்று எச்சரித்தேன்.

1992 தேர்தலின்போதே என்னை அதிபர் பதவிக்குப் போட்டியிடுமாறு சொன்னார்கள். பத்தாண்டுகளுக்கு முன்னர் இடைத் தேர்தலில் போட்டியிட்டாலும் அரசியலில் முழுவதுமாக இறங்க எனக்கு விருப்பமில்லை. எதிர்க்கட்சிகள் வெற்றி பெற உழைத்தாலும், என்னுடைய முதற்பணி தேர்தல் அரசியலுக்கு வெளியே சமுதாய மாற்றத்தை ஏற்படுத்துவது தான். அதே சமயம் நாடாளுமன்றத்திற்கு வெளியே செய்யக் கூடியது குறைவுதான் என்பதையும் அறிந்திருந்தேன்.

1997இல் என்னுடைய நண்பர்களும், மக்களாட்சி ஆர்வலரும், நியேரி ஆண்களும் பெண்களும் நான் தேர்தலில் நிற்க வேண்டுமென்று வற்புறுத்தினார்கள். செப்டம்பர் மாதத்தில் எல்டோரெட் என்ற இடத்திலும், முராங்கிலும் நான் நாடாளுமன்றத்தில் அதிபர் பதவிக்குப் போட்டியிட

வேண்டுமென்று வற்புறுத்தி ஆயிரம் பேர் பேரணி நடத்தினார்கள். கென்யா அரசியல் அமைப்பின்படி அதிபராக ஆக நாடாளுமன்ற உறுப்பினராக இருக்க வேண்டும். அதே சமயம் இரண்டு பதவிகளுக்கும் ஒரே நேரத்தில் போட்டியிடலாம். நான் அவர்கள் சொன்னவற்றைப் பற்றிச் சிந்தித்தேன். எனக்கு யானைத் தோல் இருக்கிறதா என்று கேட்டுக்கொண்டேன்.

நான் தேர்தலில் நிற்க வேண்டுமென்று சொன்னவர்களின் வாதம் எளிமையானது. நான் இதுவரையில் பசுமைப் பகுதி இயக்கம் மூலம் செய்தவற்றை நாடாளுமன்றத்தின் மூலம் செய்யலாம் என்றார்கள். "நாடாளுமன்றத்தில் இல்லாமலே அவரால் இவ்வளவு செய்ய முடியும் என்றால் உள்ளே இருந்தால் எவ்வளவு செய்ய முடியும்?" என்று கேட்டார்கள். மோசமான நிர்வாகம், வளங்களைத் தவறாகப் பயன்படுத்துதல், சுற்றுச்சூழலை அழித்தல், கென்யாவின் கோடிக்கணக்கான மக்களின் வறுமை - முதலான அனைத்தும் ஒன்றுக்கொன்று தொடர்புடையன என்று தெரிந்துகொண்டிருந்தேன். பசுமை இயக்கப் பணிகள் வளர்ச்சிக்கு அனைத்தும் இணைந்த ஒரு அணுகுமுறை தேவையென்று எனக்குக் கற்றுக்கொடுத்திருந்தது.

பல கட்சிகள் முறையை அரசு மீண்டும் கொண்டு வந்திருந்தாலும், ஊழல் முதலான அரசு அதிகாரங்களைத் தவறாகப் பயன்படுத்துவது தொடர்ந்தது. வறுமை அதிகமாகி விட்டது. நாடு போன பாதையைத் திருப்ப மக்கள் சக்தியற்றவர்களாக இருந்தார்கள். இன்னும் காடுகளின் பெரும்பகுதி அழிக்கப்பட்டு வந்தது. இதனால் தண்ணீர் கிடைப்பது அரிதானது. எரிக்க விறகு கிடைக்கவில்லை. சத்தான உணவு மக்களுக்குக் கிராமங்களில் கிடைக்கவில்லை.

இந்நிலையில் தேர்தல் நெருங்க நெருங்க அதிபர் பதவிக்குப் போட்டியிடுவது பற்றிச் சிந்திக்கத் தொடங்கினேன். எதிர்க்கட்சிகள் பொது வேட்பாளர் பற்றி முடிவு செய்ய முடியவில்லை. எதிர்க்கட்சிகளை இணைக்க நான் பொது வேட்பாளராக நிற்க முடியுமா? என்னுடைய பணிகளைப் பற்றி மக்களுக்கு நன்றாகவே தெரியும். மேலும் கென்ய மக்கள் உட்பட பலரும் நல்லவர்கள் அரசியலுக்கு வருவதில்லை என்று குறை சொன்னார்கள். கென்யாவில் அரசியல்வாதிகள்தான் நாட்டின் சுற்றுச்சூழல் சீரழிவிற்குக் காரணமாக இருந்தார்கள். நல்லவர்கள் அரசியலில் ஈடுபடுவது நல்லதல்ல என்று சொல்லுவது சரியாகாது. உங்கள் விதியைப் பொய்யர்கள் கையிலும் ஏமாற்றுக்காரர்களிடமும் ஏன் விட வேண்டும்?

நான் தேர்தல் பிரச்சாரத்தில் ஈடுபட எனக்கு ஒரு அரசியல் கட்சியின் ஆதரவு வேண்டும். அப்போதைய அரசியலில் கட்சிகளுக்கு என்று எந்தத் தனிப்பட்ட கொள்கையும் இல்லை. தனி மனிதரைச் சுற்றியே கட்சிகள் இயங்கின. 1997இல் லிபரல் கட்சி என்பது யாருக்கும் தெரியாது. ஒரு கட்சி என்னை ஆதரிப்பதாகக் கூறிற்று. தேர்தலுக்கு ஐந்து வாரங்களுக்கு முன்னர் நான் அதிபர் வேட்பாளர் என்று அறிவித்தேன். இகித்தேயை உள்ளடக்கிய பெரு என்ற நாடாளுமன்றத் தொகுதியில் வேட்பாளராக நின்றேன். இருபத்தேழு கட்சிகள் போட்டியிட்டன. அதிபர் பதவிக்குப் பதினைந்து பேர் போட்டியிட்டோம். அவர்களில் நான் உட்பட இரண்டு பேர் பெண்கள். இன்னொருவர் சேரிட்டி நிகிலு. நான் போட்டியிட்டதற்குக் காரணம் எதிர்க்கட்சிகளை எல்லாம் ஒன்றாக இணைத்துவிடலாம் என்கிற நம்பிக்கைதான்.

நான் மற்ற வேட்பாளர்களுடன் பேச்சு நடத்தியபோது என்னுடைய நோக்கத்தைத் தவறாகப் புரிந்துகொண்டார்கள். கென்யாவின் மத்திய பகுதிகளில் போட்டியிட்டவர்களுடன் பேசியவுடன் என்னைப் 'பழங்குடியினர்' என்று பட்டம் கட்டி விட்டார்கள். என்னுடைய பிரச்சாரம் எளிதாக இல்லை. என்னிடம் பணம் இல்லை. நண்பர்களும் ஆதரவாளர்களும் நிதி திரட்டினார்கள். இதுவரையில் எனக்கு ஆதரவாக இருந்த ஊடகம், தேர்தல் அரசியலில் நான் குதித்ததைக் குறை சொன்னது. நாட்டுக்குப் பசுமை இயக்கம் மூலம் பணியாலேயே நல்ல தொண்டு செய்யலாம் என்று அறிவுரை வழங்கியது. அதுவும் குறிப்பாக ஆளும் கட்சிக்கு ஆதரவாக இருந்த ஊடகங்கள் என்னைக் கடுமையாக எதிர்த்தன.

இப்படிப்பட்ட பிரச்சாரங்களால் நான் அதிபர் பதவிக்காக உண்மையிலேயே போராடுகின்றேனா என்கிற ஐயம் மக்கள் மத்தியில் எழுந்தது. மேலும் சேரிட்டி நிகிலுவினுடைய வாய்ப்பைப் பாதிக்கவே நான் போட்டியிடுகிறேன் என்று வேறு சொன்னார்கள். எதிர்க்கட்சிகளை ஒன்றாக இணைக்கும் என் முயற்சியை இப்படித் திரித்துச் சொன்னது எனக்கு வேதனையாக இருந்தது. ஒரு கட்சி ஆட்சியில் அவதிப்பட்ட மக்களுக்குப் புதிய அமைப்பின் சிறப்பை எடுத்துக்காட்டும் என் விருப்பம் இப்படி வீணானது. மேலும் 1997 தேர்தல் எனக்கு இன்னொன்றையும் தெளிவாக்கிற்று. இனப் பாகுபாடு, தனி மனித வழிபாடும் மக்களாட்சி முறையைக் கேலிக் கூத்தாக்கி விட்டன. ஆகவே ஒவ்வொரு இனமும் அவர்களுடைய ஆளுக்கு முக்கியத்துவம் அளித்தது. அவரைச் சுற்றி ஒரு கூட்டம் கூடியது. தனி மனித வழிபாடுதான் அங்கிருந்ததே தவிர கொள்கையோ கோட்பாடோ

எதுவும் இருக்காது. ஆகவே ஒரு இனத்திற்குப் பெரியவரான ஒருவரை நாடாளுமன்றத்திற்கு அனுப்பித் தங்கள் பைகளை நிரப்பிக்கொள்வதில் குறியாக இருந்தார்கள். தங்கள் இனத்திற்குத் தேவையானதை அவர் அரசு செய்யுமாறு பார்த்துக் கொள்வார் என்று நம்பினார்கள். இந்த வேட்பாளர்கள் தங்கள் இனத்தார் மேல் ஆதிக்கம் செலுத்தினார்கள். இதனால் மக்கள் அதிகாரம் இழந்தவர்களாக ஆனார்கள். தங்கள் மகனோ மகளோ தேர்தலில் வெற்றி பெற்றால் 'நாம் சாப்பிடுவதற்கான நேரம்' என்று அந்த இனம் பெருமைப்பட்டுக்கொள்ளும்.

ஒவ்வொரு அரசியல் கட்சியும் தனது தேர்தல் அறிக்கையின் நோக்கங்கள், தத்துவம், கொள்கைகள் என்று குறிப்பிட்டிருக்கும் பலவும் பெயருக்குத்தான். பதிவு செய்வதற்கான நிபந்தனைகளை நிறைவேற்றுவதற்காகச் சொல்லப்படுபவை. அவை படிப்பதற்கு நன்றாக இருக்கும். ஆய்வு மாணவர்களுக்கு வேண்டுமென்றால் உதவலாம். ஆனால் கென்ய மக்களாகிய நாங்கள் கொள்கைகளையும் நோக்கங்களையும் விவாதிக்கும் அளவிற்கு முதிர்ச்சி அடையவில்லை. இது ஆளும் கட்சிக்கும், எதிர்க்கட்சிகளுக்கும் பொருந்தும்.

எனவே மக்கள் தகுதியானவர்களைத் தேர்ந்தெடுப்பார்கள் என்று நான் வீண் கனவு கண்டேன். எனினும் எனக்கு மக்கள் உண்மையில் எவ்வளவு ஆதரவு தந்தார்கள் என்று என்னால் கணிக்க முடியவில்லை. ஏனென்றால் தேர்தலுக்கு முதல் நாள் நான் போட்டியிலிருந்து விலகிக்கொண்டதாக வதந்திகளைப் பரப்பிவிட்டார்கள். நான் அப்படி எந்த முடிவையும் எடுக்கவில்லை. இதனைப் பொய் என்று சொல்லவும் முடியவில்லை. தேர்தல் அன்று ஊடகங்களில் எல்லாம் இந்த வதந்திகள் பரவிற்று. எனக்கு மிகக் குறைந்த வாக்குகளே கிடைத்தன. இதனால் எனக்குப் பெரிய ஏமாற்றம்! ஆனால் எனக்கு ஓர் உண்மை புரிந்தது.

வெளிநாட்டுப் பார்வையாளர்கள் தேர்தலின்போது நடந்த பல குளறுபடிகளைப் பற்றித் தெரிவித்தனர். எனினும் 1997 தேர்தல் 1992 தேர்தலுக்குப் பரவாயில்லை. எதிர்க்கட்சிகள் பெற்ற வாக்குகளின் விழுக்காடும், தேர்ந்தெடுக்கப்பட்ட உறுப்பினர் எண்ணிக்கையும் கணிசமாக இருந்தாலும் ஆளும் கட்சியே அதிக இடங்களைப் பெற்றிருந்தது. மோய் மீண்டும் ஐந்தாண்டுகளுக்கு அதிபர். எதிர்க்கட்சிகள் மூன்றில் இரண்டு பங்கு வாக்குகள் பெற்றாலும் ஒற்றுமையில்லாததால் ஆட்சிக்கு வர முடியவில்லை.

எனக்குப் பெரிய ஏமாற்றம், மீண்டும் தோல்வி. அரசியல் களத்தை மாற்றுவது எளிதல்ல. தேர்தலுக்குப் பிறகு நான் எனது அலுவலகத்திற்குத் திரும்பி வந்து பசுமைப் பகுதி இயக்கத்தின் பணிகளைத் தொடர்ந்தேன். நாடாளுமன்றத்திற்குத் தேர்ந்தெடுக்கப்பட்டிருந்தால் இந்தப் பணிகள் பாதிக்கப்பட்டிருக்கும் என்று என்னை நானே தேற்றிக் கொண்டேன்.

அரசியல் கலாச்சாரத்தை மாற்ற இன்னும் என்னால் ஏதாவது செய்ய முடியும் என்று நம்பினேன். நானும் எனது ஆதரவாளர்களும் சேர்ந்து மெசின்ஜிரா பசுமைக் கட்சி என்ற ஒரு கட்சியைத் தொடங்கினோம். மெசின்ஜிரா என்றால் கிஸ்வாகிலி மொழியில் சுற்றுச்சூழல் என்று பொருள்.

மேலும் உலகின் வேறு பல பசுமைக் கட்சிகளுடன் சேர்ந்து கொண்டோம். கென்யாவில் பசுமைக் கட்சி இன்னும் தொடக்க நிலையிலேயே இருக்கிறது. ஜெர்மனி போன்ற நாடுகளில் இருப்பது போலப் பசுமை அரசியலுக்குக் கென்யாவில் இன்னும் இடம் கிடைக்கவில்லை. பல ஆப்பிரிக்க நாடுகளிலும் இதே நிலைமைதான். பசுமை சங்கம் ஒன்றை உண்டாக்கி வளர்த்துப் பசுமை விழுமியங்களைப் பரப்புவதற்கு இன்னும் நிறைய உழைக்க வேண்டும். அப்போதுதான் அவற்றை முன் வைக்கும் வேட்பாளர்கள் தேர்ந்தெடுக்கப்படுவார்கள். தேர்தலுக்குப் பிறகு நான் மீண்டும் பசுமை இயக்கத்தின் தலைமைப் பொறுப்பை ஏற்றேன். அதுவே எனக்குப் போதுமான வேலைகளைத் தந்தது. ஏனென்றால் ஆளும் கட்சி நாட்டின் இயற்கை வளங்களை, அதிலும் குறிப்பாகக் காடுகளை அழித்துக் கொண்டிருந்தது. இப்போது அவற்றைப் பாதுகாக்கும் பொறுப்பு எங்களுக்கு அதிகமானது.

குறிப்பாக, நைரோபியிலுள்ள கருரா காட்டைக் காப்பதில் எங்களுக்கு அரசோடு நேரடி மோதல் ஏற்பட்டது. பொது இடங்களை அரசு பயன்படுத்தும் முறை இயற்கை வளங்களைப் பாதித்தது. முந்தைய ஆட்சிக் காலத்தில் காட்டுப் பகுதிகளை ஆயிரக்கணக்கான ஏக்கர் கணக்கில் தனியாருக்குக் கொடுத்து விட்டது அரசு. அப்போது இருந்த அளவிற்கு இப்போது நிலத்தைத் தாரை வார்த்துக் கொடுக்க முடியாது. எனினும் நிலத்தை அபகரித்தல் (Land grabbing) சாதாரணமாகி விட்டது. பசுமைப் பகுதி இயக்கம் பலவற்றைத் தடுத்து நிறுத்தியிருக்கிறது. ஒரு புகழ்மிக்க இந்தியக் குடும்பம் கொடுத்திருந்த ஜிவான்ஜி தோட்டம் என்கிற தாவரப் பூங்காவை அரசு விற்க முயன்றபோது அதைப் பசுமை இயக்கம் தடுத்து நிறுத்தியது. பொது நிலங்களைத் தனியாருக்குத் தரும் ஆபத்து இருந்தால் அந்தப் பகுதியைப் பாதுகாக்கப் பெரிய

தட்டிகளை எழுப்புவோம். மக்கள் ஆபத்தைத் தெரிந்துகொண்டு நிலத்தைப் பாதுகாக்க நடவடிக்கை எடுத்தார்கள். எனினும் பல நேரங்களில் எங்களுக்குத் தோல்விதான் ஏற்பட்டது. காரணம், மிக இரகசியமாக அரசு பேரத்தை முடித்துவிடும். கட்டடம் எழும்பும்போது தான் மக்களுக்குத் தெரிய வரும். அரசு நிலத்தில் இன்று பல அலுவலகக் கட்டடங்கள், வணிக மையங்கள், வழிபாட்டுத் தலங்கள் கூடக் கட்டப்பட்டிருப்பதைக் காணலாம். நிலத்தை அபகரிப்பதை நான் கடுமையாக எதிர்த்தேன். அரசாங்கம் இயற்கை வளங்களைக் கொள்ளையடிப்பதைத் தடுக்காவிட்டால் சகாரா பாலைவனம் தெற்கே பரவி கென்யாவை விழுங்கிவிடும். அப்போது பசுமை இயக்கத்தின் பணி வீண் தான்.

நான் தென்மேற்கு மாவ் காடுகள் மற்றும் கருரா காடுகளைப் பாதுகாக்க வேண்டுமென்று சுற்றுச்சூழல் அமைச்சருக்கு 1997இல் கடிதம் எழுதினேன். 1998இல் ஒரு மிகப் பெரிய நில அபகரிப்பு நடந்தது. நைரோபிக்கு வடக்கேயிருந்த கருரா காட்டில் அரசு அதனுடைய கூட்டணிக் கட்சிகளைச் சேர்ந்தவர்களுக்கு இடம் ஒதுக்கியது. பொது இடத்தை ஆய்வுக் கூடத்திற்காகவோ, நாற்றுப் பண்ணைக்காகவோ ஒதுக்குவதை ஏற்றுக்கொள்ளலாம். ஆனால், காட்டுப் பகுதிகளை அரசின் நண்பர்களுக்குக் கொடுப்பது அநியாயம். 1996ஆம் ஆண்டே கருரா காட்டின் பாதுகாக்கப்பட்ட பெரிய நிலப்பரப்பு தனியாருக்குத் தரப்பட்டு விட்டது தெரிய வந்தது.

இது என்னைப் பெரிதும் பாதித்தது. தெற்கே வறண்ட பகுதியில் இருந்து பாதுகாப்பாக கருரா காடு இருந்தது. அதுபோல மேற்கு மற்றும் வடக்கிலுள்ள மலை நிலங்களிலிருந்து வரும் காற்றையும் தடுத்து வந்திருக்கிறது. அதனுடைய 2500 ஏக்கர் இயற்கைக் காடுகள் நான்கு பெரிய ஆறுகளின் நீர்ப்பிடிப்புப் பகுதிகளாக இருந்து வந்திருக்கின்றன. மேலும் அதனுடைய வன வளம் பல அபூர்வ இன உயிரினங்களைக் காப்பாற்றி வந்திருக்கிறது. நைரோபியின் ஓரத்தில் இருந்ததால் கருரா காடுகள் நெரிசல் மிக்க நகருக்கு நுரையீரல் போல இருந்தது.

பசுமைப் பகுதி இயக்கத்திற்குப் பல பகுதிகளிலிருந்தும் செய்திகள் கொண்டு வருபவர்கள் இருந்தார்கள். கருரா காட்டிற்குப் பக்கத்திலுள்ள கிராமங்களிலிருந்து மக்கள் ஆடுகளை மேய்க்கச் சென்றார்கள். அவர்கள் காட்டில் நடப்பவற்றைப் பற்றி உடனுக்குடன் செய்திகள் அனுப்பினார்கள். 1998இல் நானே நேரில் தெரிந்துப் கொள்ள காட்டிற்குப் போனேன். அங்கே ஏற்கெனவே சாலை போடப்பட்டு சாக்கடை வடிகால் தோண்டிக்

கொண்டிருந்தார்கள். வீடுகள் கட்டுவது தொடங்காவிட்டாலும், வேலைக்காரர்கள் தங்குவதற்கான வீடுகள் கட்டப்பட்டிருந்தன. செப்டம்பரில் அரசு உயர் வழக்கறிஞருக்கு இது பற்றிக் கடிதம் எழுதினேன். ஆனால் அரசு அலட்சியம் செய்தது. ஆனால் நாங்கள் செய்தித்தாள்களுக்குத் தெரிவித்தோம். 'டெய்லி நேஷன்' என்ற செய்தித்தாள் ஹெலிகாப்டரை அனுப்பிப் புகைப்படங்கள் எடுத்து முதல் பக்கத்தில் வெளியிட்டது. வானிலிருந்து எடுக்கப்பட்ட அந்தப் படங்கள் காட்டில் எவ்வளவு பகுதி அழிக்கப்பட்டிருந்தது என்பதைக் காட்டியது.

ஏற்கெனவே அழிந்து போன காட்டுப் பகுதியை மீட்பதற்காகவும் கருரா காட்டில் இன்னும் வேறு பகுதிகளை அழிப்பதைத் தடுப்பதற்காகவும் நாங்கள் பேரியக்கத்தைத் தொடங்கினோம். முதலில் அரசுக்குத் தெரிவிப்போம். அவர்கள் கேட்காவிட்டால் செய்தியாளர்களைச் சந்தித்து ஊடகங்களும், மக்களும் இதுபற்றி அறியச் செய்வோம். எப்படியாவது அழிக்கப்பட்ட நிலத்தை மீட்டு மரங்களை நடுவோம்.

நான் பல முறை கருரா காட்டிற்குச் சென்றேன். நாங்கள் போவதற்கு முன்னர் அரசுக்குத் தெரிவித்துவிட்டுச் சென்று பார்வையிட்டோம். முதல் நாளே கருரா காட்டில் வீட்டடி மனைகளையும், டிராக்டர்களையும், கட்டட வேலைக்காரர்களையும், இளைஞர்கள் பலரையும் பார்த்தோம். எங்களுக்குச் சிறிது சந்தேகம் ஏற்பட்டது. எனினும் காட்டிற்குள் நுழைந்துவிட்டோம். அந்த இளைஞர்கள் எங்களைத் தாக்க இருந்தார்கள் என்பது எங்களுக்குத் தெரியாது. நாங்கள் மரங்கள் நட்டுக் கொண்டிருந்தபோது அவர்கள் வெட்டுக் கத்திகளோடு வந்துவிட்டார்கள். நாங்கள் நட்ட மரங்களை எல்லாம் பிடுங்கிப் போட்டார்கள். எங்களையும் தாக்கியிருப்பார்கள். நல்லவேளையாகக் கட்டட வேலையாட்கள் அங்கு வந்ததால் தப்பித்தோம். அவர்களிடம் நாங்கள் மரம் நடுவதைத் தடுக்க வேண்டுமென்று சொல்லியிருந்தார்கள். அவர்களும் எங்களைப் பின்தொடர்ந்து வந்திருக்கிறார்கள். அவர்கள் அந்த இளைஞர்களைச் சமாதானப்படுத்தினார்கள். அன்று மோதல் இல்லாமல் திரும்பினோம்.

நாங்கள் திரும்பவும் பலமுறை வந்து காட்டில் நாற்றுப் பண்ணை ஒன்றை ஏற்படுத்தினோம். வேலை செய்பவர்களிடம் நாங்கள் நைரோபியின் சுற்றுச்சூழலில் காட்டின் இடத்தைப் பற்றி விளக்கி, கருரா காடு பணக்காரர்கள் வசிப்பதற்காக அழிக்கப்படுகிறது என்று தெரிவித்தோம். அவர்களும் அவர்களுடைய குழந்தைகளும் வீடுகள் கட்டப்படுவதால் பயனடையமாட்டார்கள் என்று

சொன்னோம். பலவேளைகளில் எங்களுடைய வாதம் அவர்களுக்குச் சரியென்று படும். எங்களை மரங்கள் நட அனுமதிப்பார்கள். செய்தியாளர்களையும் இந்தக் கருத்தரங்கம் போன்ற நிகழ்வுகளுக்கு அழைப்போம்.

அக்டோபர் 7 அன்று எங்களுடைய அணுகுமுறை வேறாக இருந்தது. காட்டை அடைந்தவுடன் பன்னிரண்டு எதிர்க்கட்சி நாடாளுமன்ற உறுப்பினர்களுடன் கட்டட மனைகளுக்கு நேராகச் சென்றோம். செய்தியாளர்களும் எங்களுடன் சேர்ந்து கொண்டார்கள். சிறிய பங்கா என்று அழைக்கப்பட்ட அரிவாள்களுடன் வேலையாட்கள் தயாராக இருந்தார்கள். அவர்களிடம் மரங்களை வெட்ட வேண்டாம், மரங்கள் நட எங்களை அனுமதியுங்கள் என்று வேண்டிக்கொண்டோம். ஆனால், அவர்கள் எங்களது வேண்டுகோளைச் சட்டை செய்யவில்லை. மோதலுக்கு ஆயத்தமாகிவிட்டார்கள். ஒரு கலவரமே அங்கு மூண்டுவிட்டது. நான் மற்ற பெண்களுடன் மரம் நடக் காட்டுக்குள் போய்விட்டேன். திடீரென்று கூச்சல். மக்கள் பல திசைகளிலும் ஓடினார்கள். திடீரென்று புகை. "காட்டுத் தீயாக இருக்கக் கூடாது," என்று வேண்டிக்கொண்டே போனேன். ஒப்பந்தக்காரர்கள் கொண்டு வந்திருந்த டிரக்குகள், டிராக்டர்கள் எரிந்துகொண்டிருந்தன.

நல்ல வேளையாக ஒருவரும் காயமடையவில்லை. சொத்துகள் அழிவதைக் கண்டு நான் வருந்தினாலும், இந்த வண்டிகளும், கட்டடங்களும் ஏன் காட்டுக்குள் இருக்க வேண்டும் என்று எனக்குப் புரியவில்லை. ஒப்பந்தக்காரர் யாரையும் நீதிமன்றத்திற்குக் கொண்டு செல்ல முடியவில்லை. ஏனென்றால் வேலையாட்கள் அனைவரும் ஓடிவிட்டார்கள். யார் மேல் புகார் கொடுப்பது என்று அவருக்குத் தெரியவில்லை. கென்ய மக்கள் காடுகள் அழிக்கப்படுவதை விரும்பவில்லை என்பது தெளிவாயிற்று.

அக்டோபர் 17 அன்று நாங்கள் கருரா காட்டிற்குச் சென்று கட்டடம் கட்டுவதைத் தடுத்து மரங்கள் நடப்போகிறோம் என்று அறிவித்தோம். நாங்கள் அங்கே போனபோது அந்த இடத்தைச் சுற்றிலும் வேலி இருந்தது. 'தனியார் சொத்து' என்று எழுதிய பெரிய அறிவிப்புப் பலகை தொங்கியது. நாங்கள் கருராவின் முதன்மை வன அலுவலருக்கும், காவல் துறைக்கும் நாங்கள் போவது பற்றித் தெரிவித்தோம். காவல்துறை எங்களுக்கு அனுமதி மறுத்துவிட்டது. ஆனால் நாங்கள் பயப்படவில்லை. இது பொதுவான மக்களுக்கான காடு. அன்று எங்களுடன் பொது மக்களும், மாணவர்களும் வந்திருந்தார்கள். நாங்கள் காட்டிற்குள் செல்ல அனுமதிக்கப்படாததால் வாயிலருகிலேயே இரண்டு

மரக் கன்றுகளை நட்டுவிட்டுச் சென்றுவிட்டோம். அடுத்த நாள் போனபோது அவற்றைப் பிடுங்கிப் போட்டிருந்தார்கள்.

எனினும் நாங்கள் அடிக்கடி காட்டிற்குள் செல்ல வேண்டியிருந்தது. நாங்கள் நட்ட நாற்றுக்களைக் கவனிக்க வேண்டியிருந்தது. மேலும் எவ்வளவு தூரம் கட்டட வேலை நடக்கிறது என்பதைக் கண்காணிக்கவும் வேண்டியிருந்தது. எனவே நாங்கள் அடிக்கடி காட்டிற்குள் போய் வருவோம் என்று தெரிவித்தோம். உடனே அதிகாரிகள் நாங்கள் போகும் பாதைகளுக்கு எல்லாம் காவல் போட்டுவிட்டார்கள். ஆனால் கருராவின் வடக்குப் பகுதியிலிருந்த சதுப்பு நிலம் வழியாக நாங்கள் நுழைய முடியும் என்பது அவர்களுக்குத் தெரியவில்லை. இந்தச் சதுப்பு நிலத்தின் வழியாக வருவதற்கு ஒரு வழிகாட்டியை எங்கள் ஆதரவாளர்கள் கொடுத்தார்கள். ஆண்களும், பெண்களுமாய் இருபதுபேர் சதுப்பு நிலத்தில் இறங்கிவிட்டோம். என் கையில் தண்ணீர் குவளை. செய்தியாளர்களும் உடன் வந்தார்கள்.

போகும் வழியில் ஆற்றின்மேல் போடப்பட்டிருந்த மரக்கட்டை மேல் நடந்து செல்ல வேண்டியிருந்தது. மிகக் கவனமாகச் செல்ல வேண்டும். கூட வந்திருந்தவர்களில் சிலர் விழுந்து விட்டார்கள். நாங்கள் காட்டிற்குள் போன பிறகுதான் காவலர்களுக்கு நாங்கள் அங்கே வந்திருப்பது தெரிய வந்தது. நான் நாற்றுக்குத் தண்ணீர் ஊற்றிக்கொண்டிருந்ததைப் பார்த்த அவர்கள் அயர்ந்து போனார்கள். என்னைத் தவிர மற்ற எல்லோரையும் காவலர்கள் வெளியேற்றிவிட்டார்கள். என்னை மட்டும் ஆற்றில் தண்ணீர் எடுத்து நாற்றுக்களுக்கு ஊற்றுவதை அனுமதித்தார்கள். நான் உள்ளே நுழைந்தது அவர்களுக்குத் தெரியும் என்றும் நான் தண்ணீர் மட்டும்தான் ஊற்றினேன் என்றும் மேலதிகாரிகளுக்குத் தெரிவிக்கலாம். காவலுக்கு இருந்த ஒருவரிடம் நான் தண்ணீர் ஊற்ற அனுமதிக்க வேண்டும் என்றும் இல்லாவிட்டால் அவை கருகிவிடும் என்றும் சொன்னேன். அவரும் என் வேலையை முடிக்க அனுமதித்தார். ஒரு மணி நேரத்தில் என் உடையெல்லாம் நனைந்துவிட்டது. மிகவும் களைப்படைந்துவிட்டேன். அந்தக் காவல் அதிகாரி தனது காரிலேயே என்னை வெளிக்கதவு வரையில் கொண்டு வந்து விட்டார். என்னோடு வந்த ஆதரவாளர்களும், செய்தியாளர்களும் என்னைச் சந்திக்கக் காத்திருந்தார்கள். நான் காலில் காலணி இல்லாமல் அவற்றைக் கழுத்தில் போட்டுக் கொண்டு வந்தேன். அடுத்த நாள் கென்ய செய்தித்தாள்கள் என்னுடைய நேர்காணலை வெளியிட்டன. மக்கள் இதனைப் பெரிதும் வரவேற்றார்கள்.

அக்டோபர் 17-க்குப் பிறகு இந்தப் போராட்டம் ஒரு அனைத்துலக விஷயமாயிற்று. உலக ஊடகங்களும் அமைப்புகளும் கவனம் செலுத்தத் தொடங்கின. ஐ.நா-வின் சுற்றுச்சூழல் திட்டத்தின் செயல் இயக்குநர் கருரா காடு விலைமதிப்பற்ற இயற்கைச் செல்வம் என்றும், நகரம் அதை இழக்க முடியாது என்றும் அறிக்கை ஒன்றை வெளியிட்டார். அந்தத் திட்டத்தின் அலுவலர்கள் கருரா காட்டைத் தனியாருக்குக் கொடுக்க இருப்பதைக் கேட்டு அதிர்ச்சிக்குள்ளானார்கள். எங்களுடைய பேரணிகளையும் அவர்கள் யாருக்கும் தெரியாமல் வந்து பார்த்திருக்கிறார்கள். அவர்கள் கென்யாவின் உயர் அதிகாரிகளைச் சந்தித்து கருரா காடு காக்கப்பட வேண்டும் என்று சொன்னார்கள். இது எங்களை ஊக்கப்படுத்திற்று. எங்கள் போராட்டத்தில் நாங்கள் தனியாக இல்லை, ஒரு முக்கிய ஐ.நா. சபை அமைப்பு எங்கள் பின்னால் இருக்கிறது என்பது எங்களுக்கு உற்சாகமூட்டிற்று.

ஆப்பிரிக்க, ஐரோப்பிய, அமெரிக்கப் பேராளர்கள் கலந்து கொண்ட ஈரோ ஆப்பிரிக்கப் பசுமை மாநாடு நைரோபியில் நடைபெற்றது. பேராளர்கள் நூறு பேரை கருராவிலுள்ள எங்களுடைய நாற்றுப் பண்ணையைப் பார்க்குமாறு அழைத்தேன். அரசுக்கும் தெரிவித்தேன். ஆயுதம் தாங்கிய காவலர்கள் காட்டிற்கு வந்திருந்தார்கள். எனினும் நாங்கள் மரம் நடுவதை அவர்கள் தடுக்கவில்லை.

இதன்பிறகு, அரசாங்கம் பிரச்சினையைத் தீவிரமாக்கத் தீர்மானித்தது. காட்டில் ஏற்கெனவே இடங்கள் ஒதுக்கப் பட்டவர்கள் தங்கள் வீட்டடி மனைகளைப் பாதுகாத்துக் கொள்வது அவர்கள் பொறுப்பு என்று கூறிவிட்டது. இப்போது கைக்கூலிகள் அமர்த்தப்பட்டார்கள். வங்காரியும் அவளது ஆட்களும் உள்ளே நுழைய முடியாது. நுழைந்தால் வன்முறைக்குத் தயாராக இருக்க வேண்டும். இப்போது எங்களுக்கு ஆபத்து அதிகமானது. ஆயுதம் தாங்கிய இந்தக் கைக்கூலிகள் காடு முழுவதும் பரவலாக இருந்தார்கள். அங்கே காமெராக்களுக்கு அப்பால் என்ன நடந்தாலும் யாருக்கும் தெரியாது. எனவே 1998 ஜனவரி 8 அன்று கருரா காட்டிற்குள் செல்லாமல் வெளிக் கதவருகில் மரம் நட்டுவிட்டு அரசு நிலத்தை மக்களுக்குத் திருப்பித் தர வேண்டும் என்று அறிக்கை வெளியிடத் தீர்மானித்தோம். எங்களைப் பாதுகாப்பதற்கு முக்கியமானவர்கள் சிலர் எங்கள் பக்கம் இருக்க வேண்டியது அவசியமாயிற்று. ஆறு நாடாளுமன்ற உறுப்பினர்கள், செய்தியாளர்கள், பன்னாட்டுப் பார்வையாளர்கள், பசுமை இயக்க உறுப்பினர்கள், மனித உரிமை ஆணைய உறுப்பினர்கள்

முதலியோரும் ஜனவரி 8 காலையில் அங்கு வந்தபோது இருநூறு கைக்கூலிகள் பட்டாக்கத்தி, கம்பு, சாட்டை, வில் அம்பு, வாள் சகிதம் எங்களுக்காகக் காத்திருந்தார்கள். எங்களை நோக்கி வந்து எங்களைச் சூழ்ந்துகொண்டு நாங்கள் காட்டிற்குள் நுழையக் கூடாது என்றார்கள்.

நான் அமைதியாக, "நாங்கள் காட்டுக்குள் நுழையவில்லை. இங்கே கதவருகிலேயே மரக் கன்றுகள் நடப் போகிறோம்," என்றேன்.

அவர்கள் "நடக் கூடாது," என்றார்கள்.

"நான் மரம் நடாமல் இந்த இடத்தை விட்டுப் போக மாட்டேன்," என்றேன்.

"இது தனியார் இடம்," என்றார்கள் அவர்கள்.

இது உண்மை இல்லை. "இது பொதுமக்கள் நிலம். இங்கு மரம் நடுவதற்கு எங்களுக்கு முழு உரிமை உள்ளது," என்றேன். வாக்குவாதம் நீண்டு கொண்டே போனது. நான் "மரம் நட நேரம் வந்துவிட்டது," என்று அறிவித்துவிட்டுக் குழி தோண்ட ஆரம்பித்தேன்.

உடனே கூலிகள் எங்களைக் கேவலமாக ஏச ஆரம்பித்தார்கள். "நீ யாரென்று நினைத்துக்கொண்டிருக்கிறாய், பெண்ணே?" என்று கத்தினார்கள். அவர்கள் பேசியது என்னைப் பாதித்தது. ஏனெனில் அவர்களில் பலருக்கு என்னுடைய மகன்களுடைய வயது. அங்கிருந்த இளைஞர்கள் போதைப் பொருள் அல்லது மதுவின் போதையில் இருந்திருக்க வேண்டும்.

வன்முறை எப்போது வெடிக்குமென்று யாருக்கும் தெரியாது. எங்கள் மேல் திடீரென்று கம்பிகளாலும், சாட்டைகளாலும் தாக்குதல் ஆரம்பமானது. கற்கள் பறந்தன. என்மேல் அடி விழுந்தபோது வலியை விட வியப்புதான் அதிகமாக இருந்தது. தொடக்கத்திலிருந்தே எங்களை அடித்துக் காயப்படுத்துவதுதான் அந்த முரடர்களின் நோக்கமாக இருந்தது என்பது தெரியும். எனினும் இப்படி அடிப்பார்கள் என்று எதிர்பார்க்கவில்லை. தலையில் கை வைத்தேன்.

இரத்தம் கொட்டிக் கொண்டிருந்தது. ஆனால் என்னுடைய அறிவு தெளிவாக இருந்தது. "இவன் ஏன் என்னை அடிக்க வேண்டும்?" என்று கேட்டுக்கொண்டேன். தாக்கப்படும்போது ஓடிவிடுங்கள் என்று எப்போதும் எங்கள் ஆதரவாளர்களுக்குச் சொல்லியிருக்கிறோம். "காட்டை விட்டுவிடுங்கள்" என்று

சொல்வது வேறு. பிறகு அடிபட்டுக் காயங்களுக்குக் கட்டுப்போடுவது வேறு. அதுவும் எங்களோடு வந்திருந்தவர்கள் பலர் இளைஞர்கள் அடிபட்டால் பிறகு எங்கள் பக்கமே வராமல் போய் விடுவார்கள். எங்களுடைய வீரத்தை விட எங்கள் விடாமுயற்சிதான் எங்களுக்கு வெற்றிகளைத் தேடித் தந்திருக்கிறது.

மக்கள் ஓடிக் கொண்டிருந்தபோது நான் அதே இடத்தில் நின்றுவிட்டேன். நகர முடியவில்லை. டாக்டர் மாகங்காவும் லிலியனும் என்னைப் பிடித்து இழுத்தார்கள். நாங்கள் மூவரும் ஓடினோம். நாங்கள் பல திசைகளிலும் சிதறி ஓட ஓட குண்டர்கள் எங்கள் மேல் கற்களை வீசினார்கள். நாங்கள் வந்த கார்களை உடைத்து நொறுக்கினார்கள். மக்கள் ஓடிய போது ஒருவர்மேல் ஒருவர் விழுந்தார்கள். எனக்குப் பயமாகப் போய்விட்டது. நான்கு நாடாளுமன்ற உறுப்பினர்கள், சில செய்தியாளர்கள், இரண்டு ஜெர்மன் சுற்றுச்சூழல் ஆர்வலர்கள் காயமடைந்தார்கள். நல்லவேளையாகக் குண்டர்கள் எங்களைத் தொடர்ந்து வரவில்லை. வேலிகளைத் தாண்டிக் குதித்து ஓடி சாலைக்கு வந்து இரண்டு மைல்களுக்கு அப்பாலிருந்த காவல் நிலையத்தை அடைந்தோம். என்னுடைய தலையில் இன்னும் இரத்தம் வந்துகொண்டிருந்தது. எங்கள் மேல் நடத்தப்பட்ட தாக்குதல்களைப் பற்றிக் காவலர்களிடம் தெரிவித்துக் குண்டர்களைச் சிறையிலடைக்குமாறு கேட்டுக்கொண்டோம். ஆனால், காவலர்கள் அந்த இடத்தை விட்டு நகரவில்லை. என்னைப் புகார் மனு ஒன்று எழுதிக் கொடுக்குமாறு சொன்னார்கள். நான் புகாரை எழுதி என் தலையிலிருந்து வந்த இரத்தத்தில் என் விரலில் தொட்டு ஓ என்று தாளில் குறியிட்டேன். பிறகு அங்கிருந்து நைரோபி மருத்துவமனைக்குச் சென்றேன். அங்கு மருத்துவர்கள் என்மேல் இன்னொரு அடி விழுந்திருந்தால் நான் உயிர் பிழைத்திருக்க மாட்டேன் என்று கூறினார்கள்.

காவலர் ஏன் எந்த நடவடிக்கையும் எடுக்கவில்லை என்பது பின்னால் தெரிந்தது. ஒரு செய்தித்தாள் அன்று மாலை வெளியிட்ட செய்தியில் ஒரு காவல் அதிகாரி குண்டர்களுடன் பேசிக் கொண்டிருந்ததைப் படம் பிடித்துப் போட்டிருந்தது. எங்களுக்கும் கென்யர்களுக்கும் இது திட்டமிடப்பட்ட தாக்குதல்தான் என்பது விளங்கிற்று. அடுத்த சில நாள்கள் உள்நாட்டு வெளிநாட்டு செய்தித்தாள்களில் இந்தச் செய்தி முதலிடத்தைப் பிடித்து உலகெங்கும் கண்டனக் குரல்கள் எழுந்தன. அமெரிக்கத் தூதுவர், கென்யாவின் கிறித்துவ மதத் தலைவர்கள், எதிர்க்கட்சி உறுப்பினர்கள், செய்தியாளர்கள் அனைவரும் தாக்குதலைக் கண்டித்துப் பேசினார்கள். ஐ.நா. சபையில் பொதுச் செயலாளர்

கோஃபி அன்னான் போராட்டக்காரர்களைத் தாக்கியதையும், வன்முறையையும் கண்டித்து அறிக்கை ஒன்றை வெளியிட்டார்.

பல வெளிநாட்டுத் தூதரகங்களும், பன்னாட்டு நிறுவனங்களும், தனியாரும் தங்கள் குரலை எழுப்பினார்கள். 'காட்டை ஏன் அழிக்க வேண்டும், அதை எதிர்த்துக் கிளர்ச்சி செய்தவர்களை ஏன் அடிக்க வேண்டும்?' என்று அதிபரைக் கேட்டார்கள். ஜனவரி 8 அன்று நடந்த வன்முறைக்குப் பிறகு திருச்சபையினர் முழுவதுமாக ஈடுபட்டனர். பொதுக் காட்டைத் தனியாருக்கு விற்பதையும், மக்களையும் நாடாளுமன்ற உறுப்பினர்களையும் வன்முறைத் தாக்குதலுக்கு உட்படுத்தியதையும் வன்மையாகக் கண்டித்தார்கள்.

அதிபர் தன் கருத்தைச் சொன்னார், கருரா காட்டில் வளர்ச்சிக்கான ஆடம்பரக் கட்டடங்கள் எழுப்புவதை ஏன் தடுக்க வேண்டும் என்று தனக்குப் புரியவில்லை என்றார். நைரோபியின் பல பகுதிகள் காடுகளை அழித்துத்தான் கட்டப் பட்டன என்றார். இந்தப் புதிய கட்டடங்கள் வருங்காலத்தை நோக்கி நடைபோடுவதற்கு ஓர் எடுத்துக்காட்டு என்று வாதிட்டார். ஆனால் பலர் அவர் கூறியதை ஏற்கவில்லை. கிளர்ச்சி வலுத்தது. பல்கலைக்கழக மாணவர்கள் தனியாகவே எதிர்ப்புகளை நடத்தினார்கள்.

ஜனவரி மாத இறுதியில் மாணவர்கள் ஒரு டிராக்டர், பேருந்துகள் முதலியவற்றைக் கொண்டு கருரா காட்டிற்குள் போவதைத் தடை செய்த வெளிக் கதவை இடிக்க முற்பட்டார்கள். ஆனால் அது உறுதியாக நின்றது. உடனே காவலர்கள் அவர்கள் மீது பாய்ந்தார்கள். மாணவர்கள் சிதறி ஓடினார்கள். பலர் ஐ.நா. சுற்றுச்சூழல் திட்ட வளாகத்திற்குள் புகுந்தார்கள்.

துரத்தி வந்த சிறப்புக் காவலர் படையினர் உள்ளே வரமாட்டார்கள் என்று நினைத்தார்கள். அன்று ஆட்சிக் குழுவின் கூட்டம் நடைபெறுவதாக இருந்தது. மேலும் அதன் இயக்குநர்களாக முதலில் இருந்த முஸ்தபா டோல்பா பிறகு வந்த டாக்டர் டாப்ஃபர் ஆகிய இருவரும் பசுமைப் பகுதி இயக்க ஆதரவாளர்கள். ஆனால், மாணவர்கள் எதிர்பார்த்தது போல இந்த வளாகம் அவர்களைக் காவலரிடமிருந்து காப்பாற்றவில்லை. உள்ளே நுழைந்து மாணவர்களை அடித்தார்கள். இரண்டு பேர் கடுமையான காயங்களுடன் மருத்துவமனையில் அனுமதிக்கப்பட்டார்கள். இயக்குநர் எல்லா நடைமுறை வழக்கங்களையும் உடைத்து நேரடியாக அரசிடம் புகார் செய்தார். அடுத்த நாள் நகரம் முழுவதும் கலவரம் வெடித்தது. காட்டை அழிப்பது பற்றியும், அதை எதிர்க்கும் பொதுமக்களைத் தாக்குவது பற்றியும் மாணவர்கள்

கொதித்து எழுந்தார்கள். ஆறு மணி நேரம் காவலருடன் சண்டை. கண்ணீர்ப்புகைக் குண்டுகள் வெடித்தன. நைரோபி பல்கலைக்கழகம் மூடப்பட்டது. நாட்டையே எரிக்கும் இந்தப் பிரச்சினைக்கு ஒரு முடிவு கட்ட வேண்டியது அதிபருக்கு அவசியமாயிற்று.

நல்லவேளையாக இரண்டு பக்கத்திலும் அமைதி ஏற்பட்டது. கருரா காட்டிற்கு எங்கள் இயக்க உறுப்பினர்கள் மரம் நடச் சில முறை சென்றார்கள். ஒரு நாள் ஒரு முதியவர் கட்டடம் கட்ட வந்தவர்கள் போய்விட்டார்கள் என்று தெரிவித்தார். 1999 ஆகஸ்ட் 16 அன்று பொது நிலத்தைப் பிறர்க்குக் கொடுப்பதை உடனடியாகத் தடை செய்வதாக அதிபர் அறிவித்தார். காட்டில் கட்டடம் கட்டும் வேலை நின்றுவிட்டது. கூலிப் பட்டாளமும் அகற்றப்பட்டது.

எனினும், சட்ட விரோதமாகக் கருரா காட்டில் மரங்கள் வெட்டப்படுவது நிற்கவில்லை. வனத் துறைத் தலைமை அதிகாரிக்கு நாங்கள் புகார் அளித்தோம். வனக்காவலர் காட்டில் பல இடங்களில் நிறுத்தப்பட்டார்கள். ஆனால் ஏற்கெனவே அரசிடம் வீட்டுமனைகள் வாங்கியவர்கள் மரங்களை வெட்டுவதில் குறியாக இருந்தார்கள். 2002 தேர்தல் வரை இது தொடர்ந்தது. அதன்பிறகு, புதிய அரசுக்கும், பசுமை இயக்கத்திற்கும் நல்லுறவு ஏற்பட்டது. கருரா காட்டை மீட்டெடுக்க உறுதி பூண்டோம். அரசும் இயக்கமும் ஒத்துழைக்க முடிவு செய்தன. இன்றும் அது தொடர்கிறது.

கருரா காட்டைக் காப்பதற்காக நான் நடத்திய போராட்டத்தை வைத்து நான் வீரமிக்கவள் என்று மக்கள் கருதுகிறார்கள். நான் குண்டர்களையும் காவலர்களையும் துணிச்சலாக எதிர்கொண்டதைக் குறிப்பிடுகிறார்கள். ஆனால் சுற்றுச்சூழலை அழிக்கவோ, மற்றவர்களின் உரிமையைப் பறிக்கவோ யாரும் ஏன் முயல வேண்டும் என்பது எனக்குப் புரியவில்லை என்பதுதான் உண்மை. நகரிலிருந்த ஒரே காட்டையும் அழித்து நண்பர்களுக்கும், அரசியல் ஆதரவாளர்களுக்கும் பெரிய வீடுகள் கட்டவும் கோல்ஃப் மைதானங்களை உண்டாக்கவும் ஏன் யாரும் முற்பட வேண்டும்?

என்னைப் பொறுத்தவரையில் 1970-களில் நான் பார்த்த சத்துணவுப் பற்றாக்குறையால் நலிந்த பெண்களைப் போல, உகுரு பூங்காவில் பெரிய வளாகம் கட்ட முற்பட்டதைப் போல, விசாரணை இல்லாமல் சிறையிலடைக்கப்பட்ட கைதிகள்போல, கருரா காட்டை அழிப்பதும் தாங்க முடியாத ஒன்றாக இருந்தது. இந்தச் சிக்கல்களுக்குத் தீர்வு காண வேண்டும். ஆனால் அதிகாரிகள் தீர்வு காண முடியாமல் தடுத்துவிட்டார்கள். என்னிடம் மக்கள்

காண்பது துணிச்சல்; ஆனால் உண்மையில் அது விடாமுயற்சி. நான் தீர்வை நோக்கிச் சென்றதால், ஆபத்துக்களைப் பார்க்கவில்லை. எனக்கு என்ன நடக்கும் என்பது பற்றிக் கற்பனை செய்ய எனது மனத்திற்கு நான் இடம் தருவதில்லை. அதனைத்தான் பயம் என்று நான் கருதுகிறேன். என்ன ஆபத்து வரும் என்று பார்க்காமல், தீர்வை மட்டும் பார்த்தால், நீங்கள் யாரையும் எதிர்கொள்ளலாம். துணிச்சலானவராக, பயமில்லாதவராக நீங்கள் தோன்றுவீர்கள்.

நாங்கள் ஆபத்தைத் தேடிப் போனோம் என்று சொல்ல முடியாது. நாங்கள் எங்களைப் காப்பாற்றிக்கொள்ள வழி தேடினோம். ஒரு தீவிரமான சூழலில் அகப்பட்டுக்கொண்டால் காடுகளைக் காப்பாற்ற வேண்டிய அவசியத்தைப் பற்றிப் பாடல்கள் பாடுவோம், நடனமாடுவோம். அப்போது எங்கள் முன்னால் நின்ற அலுவலர்கள் உடனே மாறிவிடுவார்கள். அவர்களுடைய முகங்களில் கடுகடுப்பு மறைந்து இளக்கம் தோன்றும். பெண்கள்தான் பாடுகிறார்கள்; ஆடுகிறார்கள் எந்த ஆபத்துமில்லை என்று நினைப்பார்கள். நாங்கள் முழுவதும் நடனமாடத் தயாராக இருந்தோம். நாங்கள் பாடுவதும் ஆடுவதும் எங்களை உறுதிப்படுத்தின என்பது அவர்களுக்குத் தெரியாது. இறுதியில் பார்த்தால் யாருக்கும் காயம் ஏற்படாது. ஆனால் எது முக்கியமென்றால் நாங்கள் பயப்படவில்லை என்று காட்டினோம். நாங்கள் நீதிக்காக நேர்மையுடன் போராடினோம். நாங்கள் நம்பிய கொள்கைகளைக் காக்க உறுதியாக நின்றோம். காடு பொது இடம், அங்கு வீடுகள் கட்டக் கூடாது என்று அறிவித்தோம். அங்கே வேலிகள் அமைத்துக் கதவுகளை வைத்து நாங்கள் நுழையக் கூடாது என்று சொன்னது எங்கள் உரிமையைப் பறிக்கும் செயல். நாங்கள் எப்படி எங்கள் எதிர்ப்பைத் தெரிவித்தோம்? நீங்கள் எல்லாம் தவறு நிகழ்வதைப் பற்றிப் பேசிக்கொண்டே போகலாம். ஆனால் இந்தச் சூழலில், அது எங்களது உரிமைகளை மறுப்பதாகும். அதற்கு எங்கள் பதில் என்ன? மரங்களை நடுவது தான். இன்று அங்கு அழகான காடு இருக்கிறது. நைரோபி நல்ல காற்றைச் சுவாசிக்க உதவுகிறது. இழந்த மரங்களை மீண்டும் பெற காடு அதன் பல்லுயிர்த் தன்மையையும் அழகையும் திரும்பப் பெற இன்னும் அதிகம் அதிகமாய் மரங்கள் நடப்படுகின்றன.

பசுமைப் பகுதி இயக்கம் முதிர்ச்சி அடைந்து புதிய சவால்களை எதிர்கொண்டது. தனிப்பட்ட விவசாயிகள் தங்கள் நிலங்களில் மரம் நடுவது வெற்றிகரமாக நடைபெற்றுக் கொண்டிருந்தது. அவர்கள் தாங்களாகவே மரங்கள் நட்டு தங்கள் விறகு, வேலி, தீவனம், உணவு ஆகியவற்றை உண்டாக்கிக்கொண்டார்கள். மேலும் பொது

நிலங்களிலும் நாங்கள் கவனம் செலுத்த வேண்டியதாயிற்று. கருரா மற்றும் பிற காடுகளில் எங்கள் அனுபவம் எங்களுக்குப் புதிய கடமைகளைத் தந்தது. மக்களுக்காக இவை காக்கப்பட வேண்டும். தனியார் மயமாவதையும் நில அபகரிப்பையும் தடுக்க வேண்டும். பல்லுயிர்த் தன்மையைப் பேண வேண்டும். 2000ஆம் ஆண்டு முதல் இதுவே இயக்கத்தின் முக்கிய குறிக்கோளாக ஆனது.

பெண்கள் குழுக்கள், அழிந்து வரும் காடுகளில் மரக் கன்றுகளை நட்டனர். அதன் மூலம் கென்யாவின் காடுகளை அவற்றின் இயற்கை நிலைக்கு மீட்டுக் கொண்டு வர முயன்றோம். எங்களுடைய முந்தைய அணுகுமுறையை மாற்றி இப்போது கென்ய அரசின் வனத் துறையுடன் இணைத்து இவற்றைச் செயல்படுத்தினோம். அவற்றில் காடுகளின் அருகில் வசித்த சமூகங்கள் பங்கு பெற்றன. இதன்மூலம் ஐந்து தண்ணீர் கோபுரங்களான, கென்ய மலை, ஆபர்டேர்ஸ், மாவ் மலைகள், செராங்கினி மலைகள், எல்கான் சிகரம் ஆகியவற்றைத் திரும்ப மீட்க முடியும் என்ற நம்பிக்கை இருந்தது. இந்த ஐந்து கோபுரங்கள்தான் கென்யாவின் தண்ணீர்த் தேவைகளை நிறைவேற்றின. ஆறுகள், மழைப் பொழிவு, நிலத்தடி நீர் ஆகியவை இவற்றைச் சார்ந்தே இருந்தன. இவை விவசாயம், நீர் வழி மின்சாரம், மக்களின் அன்றாடத் தேவைகள், காட்டுப் பயிர் ஆகிய அனைத்தையும் காத்து கென்யாவின் சுற்றுலாத் தொழிலையும் வளர்க்கும்.

பசுமைப் பகுதி இயக்கம் வேறு பல காடுகளையும், இயற்கை நிலைகளையும் காக்க வேண்டிய அவசியம் பற்றிய விழிப்புணர்வை ஏற்படுத்திற்று. குறிப்பாக, காங்கேறு அமேசான் காடுகளைக் காக்கும் நடவடிக்கைகள் மேற்கொள்ளப் பட்டிருக்கின்றன.

2000ஆம் ஆண்டு எனக்குப் பெரிய இழப்பைத் தந்தது. என்னுடைய அம்மா மார்ச் 8இல் இறந்து போனார். அது அனைத்துலகப் பெண்கள் தினம். அவருக்குத் தொண்ணூற்று நான்கு வயது. உலகப் பெண்கள் எல்லாம் ஒன்றுபட்டுக் கொண்டாடும் நாளில் அவர் இறந்தது மனதை நொறுக்கியது. 1970-களில் அவர் என்னோடு இருக்க வந்துவிட்டார். அப்போது அவருக்கு உடல்நலக் குறைவு ஏற்பட்டது. அவரைப் பார்த்துக் கொள்வது எனக்கு ஒரு பெரிய மகிழ்ச்சியைத் தந்தது. நான் செய்தவற்றையெல்லாம் அவர் ஆதரித்தார். என்னுடைய பணிகளையெல்லாம் பற்றி அவருக்குப் புரிந்திருந்ததா என்று எனக்குத் தெரியாது. எனக்காக அவர் வருத்தப்பட்டிருப்பார். ஆனால் அதே சமயம் என்னுடைய சாதனைகளைப் பார்க்கும் வரையில் இருந்தார் என்பது எனக்கு மகிழ்ச்சியைத் தந்தது.

எண்பது வயதுக்கு மேலும் அம்மா நன்றாக வேலை செய்தார். ஊரிலும் அவருடைய வேலைப் பளு குறைந்துவிட்டது. அவரது வீட்டிற்கு மின் வசதி இல்லாவிட்டாலும், தண்ணீர் வசதி இருந்தது. எனவே அவர் தண்ணீர் எடுக்க ஆற்றிற்குப் போக வேண்டியதில்லை. எனது வீட்டில் வந்திருந்தாலும், இகித்தேயிலுள்ள தனது வீட்டிற்கே போக விரும்புவார். அங்கே அவரது பண்ணைக்குச் சென்று பசுமை இயக்கத்திற்காக அவர் வளர்த்த மரக் கன்றுகளைப் பார்க்க விரும்புவார். ஆனால் ஒரு முறை கூட்டிப் போனபோது அவருக்கு உடல்நலக் குறைவு ஏற்பட்டது. ஆகவே திரும்ப வேண்டியதாயிற்று.

அவர் கடைசி வரையில் போராடினார். நைரோபியில் தனது கடைசி நாள்களில் பச்சிலைகள், பட்டைகளைக் கொண்டு மருந்து தயாரித்துக்கொண்டார். தானாகவே நடந்தார். சக்கர நாற்காலியில் மிகவும் களைப்படைந்தால்தான் உட்கார்வார். எண்பது வயதுக்கு மேல் ஒரு அறுவைச் சிகிச்சை நடந்தது. அவருடைய செரிமானம் பாதிக்கப்பட்டது. முதலில் அவருடைய தசைகள், பிறகு உடல் முழுவதுமே செயலிழந்து போயிற்று. உடலில் நீர் குறைந்ததால் மருத்துவமனைக்கு எடுத்துச் சென்றோம். நிமோனியா வந்துவிட்டது. ஒரு பக்கம் என் உள் மனம் "வீட்டிற்குக் கூட்டிப் போய்விடு," என்றது. இன்னொரு மனம் "நீ மருத்துவர் இல்லை," என்றது. நான் அருகில் இல்லாதபோது அவர் உயிர் போனது. இது எனக்கு மிக வருத்தம்.

எனது தங்கை பியாட்ரிஸ் வச்சாத்தாவும் நானும் எனது தாயின் உடலைக் காரில் நியேரிக்கு எடுத்துச் சென்றோம். 1960இல் அவர் கட்டிய வீடு வழியாகத்தான் போனோம். வழியெல்லாம் சவப்பெட்டியிலேயே என் கை இருந்தது. "நான் அவரைத் திரும்பப் பார்க்கப் போவதில்லை," என்று நினைத்துக்கொண்டே போனேன். எங்கள் வீட்டுத் தோட்டத்தில் புதைத்தோம். அடுத்தநாள் குடும்பத்தினர் அனைவரும் கல்லறைக்குப் போய் மலர்களையும் மரத்தையும் நட்டோம். என்னுடைய தங்கை மோனிக்கா இரண்டு ஆண்டுகள் கழித்து இறந்துவிட்டாள். அவளையும் அம்மாவின் அருகிலேயே புதைத்தோம். அதன்பிறகு நான் அங்கே போகவில்லை. ஆனால் நாங்கள் நட்ட மரம் உயரமாக வளர்ந்துவிட்டது. அங்கே போகிறவர்களுக்கு என்னுடைய அம்மா அங்கே இருக்கிறாள் என்றே அது நினைவுபடுத்துகிறது.

அம்மா இறப்பதற்குப் பல ஆண்டுகளுக்கு முன்னரே தன்னுடைய எழுபத்தைந்து வயதில் என்னுடைய தந்தை இறந்து விட்டார். என்னுடைய சகோதரர் மற்றும் சில நண்பர்களும்

மறைந்துவிட்டார்கள். ஆனால் அம்மா இறந்ததுதான் என்னைப் பெரிதும் பாதித்தது. என்னுடைய குழந்தைகள் நல்ல நிலைமையில் இருக்கிறார்கள் என்று தெரிந்தபிறகுதான் அவர் இறந்தார் என்பது எனக்கு ஆறுதல். அவர்கள் அமெரிக்காவில் இருந்தபோது அடிக்கடி அம்மாவுடன் தொலைபேசியில் பேசுவார்கள். கடைசி மகன் முட்டா அம்மாவோடு சிறிது காலம் தங்கியிருந்தான். அம்மாவுடைய அறையில் அமர்ந்து பேசிக்கொண்டிருந்த மாலைப் பொழுதுகளை என்னால் மறக்க முடியாது. அம்மா எனக்கு என்றுமே ஒரு தோழிதான்.

என்னுடைய அம்மா ஒரு சுற்றுச்சூழலியல் வல்லுநர் இல்லைதான். ஆனால் அவருக்கு இயற்கையைப் பார்க்கத் தெரிந்தது. அதன் அழகை ரசிக்கத் தெரிந்தது. அவருடைய இளமைப் பருவத்துக் கதை ஒன்றை எனக்குச் சொன்னார். நியேரியிலிருந்து நைவாஷாவிற்குக் காடுகள் வழியாக நடந்து போவார். நடக்கும்போது குரா ஆற்றின் கிளைகளைப் பார்ப்பார். அவற்றின் சப்தத்தை நான் இகித்தே வீட்டில் இருக்கும்போது கேட்டிருக்கிறேன். குராவுக்கும் அதன் கிளை நதிகளுக்கும் சேர்த்து மகுரா என்று பெயர். ஆயாடேர்சியிலிருந்து வழிந்தோடின அவை. அவற்றில் நிறைய டிரெண்ட் மீன்கள் இருக்கும் என்று அம்மா கூறினார். அப்போது கிகியுயுக்கள் மீன் உண்ண மாட்டார்கள். ஆகவே மீன்பிடிப்பு கிடையாது. ஆனால் அவரும் அவருடைய தோழிகளும் ஓடைகளின் கரையில் அமர்ந்து மீன்கள் நீந்துவதைப் பார்த்து அவற்றின் அழகில் திளைப்பார்களாம்.

என்னுடைய அம்மா இல்லை, பல ஆறுகள் இல்லாதது போல் அங்கு மீன்களும் இல்லை. இயற்கையின் செல்வத்தை அறிந்tஹு மதித்த வாழ்க்கை முறையும் இல்லை. காடுகள் அழிக்கப்பட்டுவிட்டதால் ஆறுகள் இல்லை; சிற்றோடைகள் தான் இருக்கின்றன. குரா ஆறு ஆர்ப்பரித்து ஓடவில்லை. கற்கள் மேல் கூட ஓடுவதில்லை. நான் அதன் அருகில் நின்றால் கூட ஆறு ஒன்றும் பேசுவதில்லை. அதன் ஆரவாரம் ஊமையாக்கப்பட்டுவிட்டது.

எங்கள் மக்கள் சொல்வார்கள்: *அரோகோமா குவுரகா* "மழை பெய்யும் இடத்தில் அவள் தூங்கட்டும்." என்னைப் பொறுத்தவரையில் அந்த இடம் காலைப் பனியால் ஈரமாக இருக்கிறது. எனவே பசுமையாக இருக்கிறது. ஒருவேளை விண்ணகமும் பசுமையாக இருக்கலாம்.

★★★

12

எழுந்து நட...!

நான் சுமார் இருபத்தைந்து ஆண்டுகளாக, 2000ஆம் ஆண்டு வரை கென்யாவின் ஏழ்மைக்குத் தீர்வாக எல்லாம் இணைந்த ஓர் அணுகுமுறையைப் பின்பற்றினேன். மோசமான ஆட்சி, சுற்றுச்சூழலைப் பாதுகாக்கத் தவறியது ஆகியன மட்டுமல்ல ஏழ்மைக்குக் காரணம். உலக அளவிலான பொருளாதார அமைப்பும் அதற்கொரு காரணம். வளரும் நாடுகளைப் பொறுத்தவரையில் கடன் சுமை முதுகை ஒடித்தது. புதிய ஆயிரமாவது ஆண்டு நெருங்கிய வேளையில், சில வழக்குரைஞர்கள் கடனைத் தள்ளுபடி செய்ய வேண்டுமென்று பிரச்சாரம் செய்தார்கள். 2000ஆம் ஆண்டை ஒரு ஜூபிலி ஆண்டாகக் கருதினார்கள். ஜூபிலி என்ற மரபு விவிலியத்திலிருந்து வருகிறது. அதன்படி ஒவ்வொரு ஐம்பது ஆண்டுகளிலும், நிலத்தைத் தரிசாகப் போட்டு செபம் செய்து, கடவுளின் கொடைக்காக நன்றி சொல்லி, கடன்களைத் தள்ளுபடி செய்து, அடிமைகளை விடுவிக்க வேண்டும்.

பணக்கார நாடுகள் ஏழை நாடுகளின் கடன்களைத் தள்ளுபடி செய்ய வேண்டும் என்பது உலகம் தழுவிய பிரச்சாரமாக ஆயிற்று. இந்தக் கடன்களை, பல தனியார் வங்கிகளும் உலக வங்கியும் வளரும் நாடுகளின் தலைவர்கள் பலர் ஊழல்காரர்கள் என்று தெரிந்தே தருகிறார்கள். இவர்களில் பலரும் அவர்களின் கூட்டாளிகளும் சுகாதாரம், கல்வி, வேலை வாய்ப்புகளை உண்டாக்கல், சுற்றுச்சூழலை மீட்டெடுத்தல் ஆகியவற்றிற்காகச் செலவழிப்பதில்லை. மாறாக இந்தப் பணம் திரும்பவும் தொழில்மயமான நாடுகளுக்கே வந்து சேர்கிறது. கென்யாவிலும் இதே நிலைமைதான். ஏழ்மை கூடிக்கொண்டே போகிறது. 1999இல் கென்யா பணக்கார நாடுகளிடம் வாங்கிய கடனுக்காக 2 பில்லியன் டாலர்களைச் செலவழித்தது.

ஜூபிலி 2000 ஆப்பிரிக்கப் பிரச்சாரத்தின் இணைத் தலைவராக 1998இல் பதவியேற்றேன். 2000ஆம் ஆண்டு மூன்றாம் உலக நாடுகளின் கடன்களைத் தள்ளுபடி செய்ய வேண்டுமென்று உலகின் பணக்கார நாடுகளைக் கேட்டுக் கொண்ட ஒரு மில்லியன் கையெழுத்துகள் கொண்ட மனு ஒன்றைத் தயாரித்தோம். ஆப்பிரிக்க மக்களிடம் இந்தக் கடன்கள் எப்படி வந்தன, மோசமான ஆட்சிக்கும் அவற்றிற்கும் உள்ள தொடர்பு என்ன என்பதை விளக்க எனக்கு வாய்ப்பு கிடைத்தது. பசுமைப் பகுதி இயக்கம் கென்யக் கடன் நிவாரண இணையத்தை நிறுவுவதில் முக்கியப் பங்கு வகித்தது. அதில் இயக்க உறுப்பினர்கள், கென்ய மனித உரிமை ஆணை உறுப்பினர்கள், பிற நிறுவனங்கள், கத்தோலிக்கத் திருச்சபையின் அமைதி மற்றும் நீதித் துறை முதலான பிற கிறிஸ்தவச் சபைகள் இடம் பெற்றிருந்தன. பல நாடுகளைப் போலவே இங்கும் கிறிஸ்தவ மத குருக்கள் ஜூபிலி பிரச்சாரத்தில் தீவிரமாகப் பங்கு கொண்டார்கள்.

கென்யர்களின் நலனுக்காகக் கடன்களைத் தள்ளுபடி செய்யுமாறு கேட்டாலும், அரசாங்கம் எங்கள் முயற்சிகளை மதிக்கவில்லை. எங்களுடைய பேரணி ஒன்றைக் காவல் துறையினர் கலைத்து விட்டார்கள். உலக வங்கி அலுவலகத்தை நோக்கிப் பல நூறு பேர் போய்க்கொண்டிருந்தோம். கடிதம் கொடுக்க அலுவலகத்தை நெருங்கியபோது காவல் துறையினர் கூட்டத்தின் மேல் கம்புகளால் தாக்கினர். கண்ணீர்ப் புகைக்குண்டுகளை வீசினர். அறுபது பேருக்கு மேல் வண்டிகளில் ஏற்றிச் சிறையிலடைத்தனர். நானும் கூடப் போயிருந்தேன். ஆனால் வழியில் ஒருவரிடம் பேச நின்றுவிட்டேன். பிறகு வேகமாக நடந்து போவதற்குள் பேரணியினரை அடக்குமுறை கொண்டு கலைத்துவிட்டார்கள். அங்கிருந்தவர்கள் கண்ணீர்ப் புகையால் ஏற்பட்ட கண்ணீரைத் துடைத்துக் கொண்டிருந்தார்கள். பதின்மூன்று கன்னியரும் இரண்டு குருக்களும் கைது செய்யப்பட்டவர்களில் அடங்குவர்.

நான் நைரோபியின் மையக் காவல் நிலையத்திற்குச் சென்று பார்த்தபோது அதிர்ச்சி அடைந்தேன். வயதான குருமார்கள் அழுக்கடைந்த குளிர் நடுங்கும் அறைகளில் அடைக்கப் பட்டிருந்தார்கள். அரசு கன்னியர்களையும் குருக்களையும் சிறையிலடைக்கும் அளவிற்குச் சென்றது இதுவே முதல் தடவையாகும். உடனே பன்னாட்டு ஜூபிலி 2000 இணையதளத்தைத் தொடர்புகொண்டேன். அவர்கள் அரசுக்கு எதிர்ப்பு தெரிவித்துச் செய்தி அனுப்பினார்கள். ஆன் பெட்டிஃபோர் என்ற பிரச்சாரக் குழுத் தலைவர் கென்ய அரசுத் தலைமை

வழக்கறிஞருக்குக் கடிதம் எழுதினார். உலக வங்கியின் பிரதிநிதியும் சிறையிலடைக்கப்பட்டவர்களை விடுதலை செய்ய வேண்டுமென்று கேட்டார். நைரோபி பேராயர் நிடிங்கி முவானாவிற்கு நடந்ததை நம்ப முடியவில்லை. எனினும் அடுத்த நாள் வரையில் ஒருவரையும் விடுவிக்க இயலவில்லை. அடுத்தநாள் குருக்கள், கன்னியர் உட்பட அனைவரையும் நீதிமன்றத்தில் முன்னிறுத்தி வழக்குப் பதிவு செய்தார்கள். பள்ளிச் சிறுவர்கள் மட்டுமே முதல் நாள் விடுவிக்கப்பட்டார்கள்.

சிறையிலடைக்கப்பட்டவர்கள் இரவு முழுவதும் ஒரு சிறையில் இருந்தார்கள். அந்த அறையில் ஏற்கெனவே குடிகாரர்களும் திருடர்களும் அடைக்கப்பட்டிருந்தார்கள். சிறையிலிருந்தவர்களுக்கு ஆதரவாக நானும், ஒரு குருவானவரும் சிறைக்கு வெளியில் காவல் காத்தோம். என்னையும் சிறையிலடைக்குமாறு கேட்டேன்; மறுத்து விட்டார்கள். நான் கைது செய்யப்படவில்லை என்று கூறினார்கள். சகோதரிகள் என்னை வீட்டிற்குச் சென்று தூங்குமாறு கேட்டுக்கொண்டார்கள். நான் போகவில்லை. நான் எப்படிப் போக முடியும்? என்னை ஆண்டுக் கணக்கில் படிக்க வைத்த சகோதரிகள் போலத்தானே இந்தக் கன்னியரும்! என்னுடைய தாயைப் போல, சகோதரிகளைப் போல அவர்கள். நான் அவர்களைச் சிறை அறையில் தவிக்கவிட்டு வீட்டில் போய்ப் படுக்கையில் படுத்துத் தூங்க முடியாது.

இரவு முழுவதும் பாடல்களைப் பாடிக் கொண்டும் செபித்துக் கொண்டும் எங்கள் உற்சாகத்தை இழக்காமல் இருந்தோம். அமைதியான வன்முறையற்ற போராட்டத்தை அரசாங்கம் நசுக்க முயன்றது எனக்கு எரிச்சலை ஏற்படுத்தியது. அதுவும் நாங்கள் அரசுக்கு எதிராகக் கிளர்ச்சி எதுவும் செய்யவில்லை. உண்மையில் அரசின் கடன்களைத் தள்ளுபடி செய்யுமாறு கேட்டு அதற்கு உதவத்தான் முயன்றோம். அடுத்தநாள் பிற்பகலில் பிணையில் விடுவிக்கப்பட்டு மே மாதம் நீதிமன்றத்திற்கு வரவேண்டுமென்று ஆணை பிறப்பிக்கப்பட்டது. சிலரை மாலையில்தான் விடுவிக்க முடிந்தது. போதுமான பிணைத் தொகை எங்களுக்குக் கிடைக்கவில்லை. செய்தியாளர்களிடம் நான் பேசியபோது நாங்கள் எவ்வளவு காயப்படுத்தப்பட்டு விட்டோம் என்றும், குருமார்கள் இந்தப் பிரச்சாரத்தில் இன்னும் தீவிரமாகக் கலந்துகொள்ள இது வழிவகுத்து விட்டது என்றும் சொன்னேன். மே மாதம் புனிதர்கள் பேராலயத்தில் வழிபாட்டிற்கு ஏற்பாடு செய்தோம். குருக்களும் கன்னியர்களும் சிறையிலடைக்கப்பட்டதைத் துணிவோடு ஏற்றுக்கொண்டாலும், மற்றவர்கள் அதிர்ச்சியிலிருந்து

மீளவில்லை. சிறுநீர் கழிப்பதற்குக் கூடத் தனியிடம் இல்லாமல், வாளிகளைப் பயன்படுத்த வேண்டியிருந்தது. நான் இதனை அனுபவித்திருக்கிறேன். ஆனால், அந்தக் கன்னியர்களின் உள் வெளிக் காயங்கள் இன்னும் ஆறவில்லை. இதுவும் எனது இதயத்தை உடைத்தது. துறவறத்தில் ஈடுபட்டிருப்பவர்களை இப்படி நடத்திய அரசு கீழ்த்தரமாக இறங்கிவிட்டது என்பதைக் காட்டிற்று.

ஜூபிலி 2000 பிரச்சாரம் உலகெங்கிலும் ஏழை, பணக்கார நாடுகளில் எல்லாம் விழிப்புணர்வு ஏற்படுத்தினாலும், ஆப்பிரிக்காவின் கடன் பெரும் சுமையாகவே இருக்கிறது. 1970 முதல் 2002 வரை ஆப்பிரிக்க நாடுகள் 540 பில்லியன் டாலர்கள் கடன் வாங்கி 550 பில்லியன் டாலர்களைத் திருப்பித் தந்திருக்கின்றன. இன்றும் கடன்பட்ட நாடுகள் 300 பில்லியன் டாலர்கள் தரவேண்டும். நல்லாட்சியும், மக்கள் அரசும் இருந்தாலும் கூட இந்த நசுக்கும் கடன் சுமையைத் தாங்க முடியாது. வளரவே முடியாது. வறுமையைப் பழைய வரலாறாக ஆக்க வேண்டுமென்றால் இந்தச் சுமை நீக்கப்பட வேண்டும். அண்மையில் போனோ, பாப் ஜெல்டாஃப் ஆகிய இசைக் கலைஞர்களும், உலகப் புகழ்பெற்ற பலரும் தரும் ஆதரவால் இந்த இயக்கம் உலகெங்கும் முழு வேகம் பெற்றிருக்கிறது.

புதிய நூற்றாண்டு பிறந்த பிறகு, மக்களாட்சி நடைமுறைப் படுத்தப்பட வேண்டுமென்று போராடிய எங்களில் பலர் கென்யாவில் உண்மையான மக்களாட்சி மலரும் என்று எதிர் பார்த்தோம். 2002 தேர்தலில் மோய் பதவியிலிருந்து இறங்கி விடுவார் என்பதற்குப் பல அடையாளங்கள் இருந்தன. ஆப்பிரிக்காவின் ஊழல்கள் பற்றியும் மோசமான ஆட்சி பற்றியும் உலகம் கவலைகொள்ளத் தொடங்கிவிட்டது. வலிமைமிக்க தலைவர்கள் நாடுகளை ஏழ்மைக்குள்ளும், அழிவுக்குள்ளும் தள்ளிக்கொண்டிருக்கிறார்கள் என்பதை எல்லா மக்களும் அறிந்து வைத்திருந்தார்கள். வெளிநாடுகள் அத்தகைய தலைவர்கள் ஓய்வு பெற வேண்டுமென்று விரும்பின.

எனினும், கென்யாவில் ஆட்சியிலுள்ளவர்கள் தங்கள் அதிகாரத்தைத் தக்க வைத்துக்கொண்டு செல்வத்தைப் பெருக்க முயன்றார்கள். நூற்றாண்டு மாறினாலும் ஆள்வோரின் போக்கு மாறவில்லை. இன்னும் அரசு பசுமை இயக்கத்தை எதிர்த்தது. மார்ச் 2001இல் முடிவு நெருங்கிவிட்டதை உணர்ந்த ஆட்சியாளர்கள் பெருமளவில் நிலத்தை மோசடி செய்து அபகரிக்க முயன்றார்கள். 170,000 ஏக்கர் காடுகளை அரசுப் பதிவேட்டிலிருந்து நீக்கி

ஆட்சியாளர்களுக்கும் அவர்களுடைய ஆதரவாளர்களுக்கும் தர முடிவெடுத்தார்கள். ஏற்கெனவே கென்யாவின் வனப்பகுதி 2 விழுக்காடாகக் குறைந்துவிட்டது. இது ஐ.நா. சுற்றுச்சூழல் திட்டம் பரிந்துரைத்ததை விடப் பல மடங்கு கீழே இருந்தது. நாட்டின் நிலப்பரப்பில் 10 விழுக்காடாவது காடுகள் இருந்தால்தான் நீர் நிலைகள் அளவு, நல்ல மழை, அறுவடை ஆகியவை சாத்தியம். மேலும் கென்யாவில் நிலத்தின் மூன்றில் ஒரு பகுதிதான் விவசாயத்திற்குத் தகுந்தது. மற்ற பகுதியெல்லாம் வறண்ட நிலம் அல்லது பாலை நிலம்தான். இதில் பயிர்கள் வளரக் கூடிய பகுதியில் மூன்றில் ஒரு பகுதியில் காடுகள் இருக்கின்றன. அவையும் மலைகளில்தான் இருந்தன. 2001இல் கென்யாவில் வறட்சி தொடங்கி இரண்டு ஆண்டுகள் நீடித்தது. ஆயிரக் கணக்கான மக்கள் உணவிற்காகப் பிறர் உதவியை எதிர்பார்க்க வேண்டியதாயிற்று.

உண்மை நிலை இப்படி இருந்தாலும் கென்ய அரசின் திட்டம் பெருமளவில் காடுகளை அழிப்பதாக இருந்தது. கென்யாவில் மிச்சமிருந்த காடுகளில் 10 விழுக்காட்டை இப்போது அரசு அழிக்கத் திட்டமிட்டது. இத்திட்டத்தைச் சுற்றுச்சூழல் துறை அமைச்சர் ஆதரித்துப் பேசினார். ஏழைகள், நிலமில்லாதவர்கள் நிலம் பெறுவார்கள் என்று ஆசை காட்டினார். 1933ஆம் ஆண்டிலிருந்தே காடுகளை அழித்துத் தேயிலைத் தோட்டங்களாகவும், பிற தோட்டங்களாகவும் மாற்றி விட்டனர் என்றார்.

ஆட்சியில் இருப்பவர்கள் காட்டு நிலத்தை வேண்டியவர் களுக்குக் கொடுப்பது கென்யாவில் சாதாரணம். ஒரு எடுத்துக்காட்டு சொல்ல வேண்டுமென்றால், ஓர் அமைச்சர் தன்னுடைய தாய்க்கு நினைவிடம் கட்டுவதற்காக 1000 ஏக்கர் நிலத்தை அபகரித்தார். இதனை அவர் மறுத்து இருநூறு ஏக்கர் தான் என்று சாதித்தார். இப்போதெல்லாம் இப்படிக் காட்டை அபகரிப்பதை மக்கள் கண்டுகொள்ளாமல் விடுவதில்லை.

பசுமை இயக்கத்தார் அரசு காட்டைக் கவருவதற்கு எதிராக விழிப்புணர்வை ஏற்படுத்த வாங்குரு கிராமத்தில் பணியாற்றி வந்தார்கள். நான் 2001 மார்ச் 7 அன்று அங்கு சென்றேன். அங்கு மக்களிடம் கையெழுத்து வாங்குவதில் ஈடுபட்டோம்.

மேலும் கிராமத்து இடம் அபகரிக்கப்படவிருக்கிறது என்று தட்டி ஒன்றை வைத்தோம். அங்கு மரங்களை நட்டுவிட்டு அருகிலிருந்த வணிக மையத்திற்குச் சென்றோம். அங்கே அலுவலக வண்டியிலிருந்து நில அபகரிப்பு பற்றிப் பேசினேன்.

எங்கள் உறுப்பினர்கள் கையெழுத்துகள் வாங்கினார்கள். திடீரென்று காவலர்கள் வந்துவிட்டார்கள். என்னுடைய கார் நகர்ந்துகொண்டிருந்தது. ஆனால் ஒரு அலுவலர் ஓட்டுநர் கதவைத் திறந்து அவரைக் கீழே தள்ளிவிட்டு அவரிடத்தில் உட்கார்ந்தார். என்னைக் கடத்திப்போகிறார்கள்! எங்களைப் பின் தொடர்ந்த பெண்களை மற்ற காவலர் துரத்த, காரை வாங்குரு காவல் நிலையத்திற்கு ஓட்டினார். அவர் காரைத் தாறுமாறாக ஓட்டியபோது நாங்கள் ஒன்றுமே பேசிக் கொள்ளவில்லை. காவல் நிலையத்துக்கு வந்தவுடன் என்னைச் சிறையில் அடைத்தார். பிறகு அங்கிருந்து என்னைச் சிறைச்சாலைக்கு மாற்றி ஆட்கள் நிறைந்த அழுக்கான அறையில் அடைத்தார்.

மீண்டும் சிறைவாசம். நெரிசலான அழுக்கு படிந்த அறையில் இன்னொரு இரவு. இரண்டு நாள்கள் முன்னர்தான் அதிபர் மோய், "உங்கள் சின்ன புத்தியால் நீங்கள் எதிர்பார்க்கும் இடத்திற்குப் போக முடிவதில்லை," என்று பெண்கள் கருத்தரங்கில் பேசினார். மக்கள் கொதித்தார்கள். கென்யர்கள் பலர் எதிர்ப்பு தெரிவித்தார்கள். மார்ச் 8 அனைத்துலகப் பெண்கள் தினம். நல்ல பொருத்தம்!

அரசின் இந்த நடவடிக்கை அதற்கு எதிராகவே திரும்பிற்று. எங்கள் இயக்கத்தினரும், அமெரிக்க நண்பர்களும் என்னைச் சிறை வைத்த செய்தியை உலகமெல்லாம் தெரியப்படுத்தி விட்டார்கள். சட்ட விரோதமாக என்னைச் சிறைப்படுத்தியதைக் கண்டித்து கென்ய அதிகாரிகளுக்குக் கண்டனங்கள் பறந்தன. ஒன்று அவர்கள் என்னை விடுதலை செய்ய வேண்டும் அல்லது குற்ற அறிக்கையைப் பதிவு செய்ய வேண்டும். நீதிபதி முன்பு நிற்கக் கூடிய குற்றச்சாட்டைச் சுமத்த மூன்று முறை கொண்டு சென்றார்கள். நீதிபதி மூன்று முறையும் அனுமதிக்கவில்லை. எனவே சிறைக் கதவுகளைத் திறக்க வேண்டியது அவசியமாயிற்று. குற்றச்சாட்டு எதுவுமின்றி நான் விடுவிக்கப்பட்டேன்.

எங்களைப் பழி வாங்க நாங்கள் நிறுத்தி வைத்திருந்த தட்டியை அகற்றிவிட்டார்கள். அனைத்துலகப் பெண்கள் தினத்தைக் கொண்டாட எனக்குச் சிறிது நேரம் கிடைத்தது. ஆனால் இதில் வேறொரு இடி. சுற்றுச்சூழல் அமைச்சர் இன்னும் பத்தாயிரம் ஏக்கர் காடுகளை அரசிடத்திலிருந்து நீக்கப் போவதாக அறிவித்தார். அரசியல் காற்று வேறு திசையில் அடித்ததால் என்னை மீண்டும் சிறைப்படுத்த மாட்டார்கள் என்கிற நம்பிக்கை இருந்தது. ஆனால் அது பொய்யாகிவிட்டது. ஜூலை 7இல் பல கட்சி முறையைக் கொண்டு வந்த பத்தாண்டுகளைக் கொண்டாட நைரோபியில் ஒரு பேரணி நடந்தது. அரசு அதனை எதிர்த்தது. நான் பேரணிக்குப்

போக வேண்டாமென்று தீர்மானித்தேன். மாறாக உகுரு பூங்காவின் சுதந்திர சதுக்கத்திற்குப் பசுமை இயக்கத்தினரை அழைத்தேன். அங்கு மரங்கள் நட்டோம். சிறிது நேரத்தில் ஜேம்ஸ் ஆரெங்கோ கைது செய்யப்பட்டதாகச் செய்தி வந்தது. எங்களைத் தேடிக் காவலர்கள் வருவார்கள் என்று அஞ்சி நாங்கள் கலைந்து போனோம்.

அன்று காலைப் பொழுது நன்றாக இருந்ததால், வெஸ்டிஸ்டைன், மாரியன், நான் ஆகிய மூவரும் பக்கத்திலிருந்த வனத் துறை அலுவலகத்தினுள் நுழைந்து அங்கிருந்த இருக்கைகளில் அமர்ந்து பேசிக்கொண்டிருந்தோம். அப்போது கதவுகளைத் திறந்துகொண்டு சாதாரண உடையில் காவலர்கள் உள்ளே நுழைந்தார்கள். அவர்களிடமிருந்த கைப்பேசியில் பேசினார்கள். "இங்கே இருக்கிறாள்," என்று அவர்கள் கத்துவது எனக்குக் கேட்டது. நாங்கள் உட்கார்ந்திருந்த இடத்திற்கு வந்து "உன்னைக் கைது செய்கிறோம்," என்றார்கள். "ஏன்?" என்று கேட்டேன்.

"ஏனென்றால் நீ சட்ட விரோதமாகக் கூட்டம் போடுகிறாய்," என்றார்கள்.

"நாங்கள் நண்பர்கள், இங்கே உட்கார்ந்து பேசிக் கொண்டிருந்தோம்," என்றேன். ஆனால் அவர்கள் என்னைக் காவல்துறை காரில் ஏற்றி கிகிரி காவல் நிலையத்திற்குக் கூட்டிப் போனார்கள். நான் அங்கே போனபோது என்னைக் கேள்விகள் கேட்டார்கள். நான் சுதந்திரச் சதுக்கத்தில் சபா சபா ஆண்டு விழாவைக் குறிக்கும் வகையில் மரம் நட்டேன் என்றேன். "அவளைத் தனிச் சிறையில் அடையுங்கள்," என்றார் அதிகாரி. என்னுடைய நண்பர்கள் என்னை எங்கே கூட்டிச் சென்றார்கள் என்று தெரியாமல் தேடியிருக்கிறார்கள். பிற்பகல் நான்கு மணிக்கு, டாக்டர் மஞ்காங்கா, ஜேம்ஸ், ஆரெங்கோ, பெத் முதலிய நாடாளுமன்ற எதிர்க்கட்சி உறுப்பினர்கள் என்னை இந்தக் காவல் நிலையத்தில் கண்டுபிடித்துவிட்டார்கள். அவர்கள் எனக்குத் தேநீர் கொண்டு வந்தார்கள். பிறகு மாலையில் என்னை எந்தக் குற்றச்சாட்டும் பதிவு செய்யாமல் விடுவித்துவிட்டார்கள். என்னை அவமானப்படுத்தி என்னைப் பணிய வைக்க வேண்டும் என்பதுதான் அவர்கள் திட்டம். அவர்களால் என்னை அவமானப்படுத்த முடிந்தது, ஆனால் என்றுமே என்னைப் பணிய வைக்க முடிந்ததில்லை.

கென்யாவில் கடைசி முறையாகச் சிறையிலடைக்கப்பட்டது இதுதான். அந்த நாள்கள் முடிந்துவிட்டன என்று நம்புகிறேன். 2002

தேர்தல்களுக்குப் பிறகு நாடு மாறிவிட்டது உண்மை என்றாலும், இன்றுவரை நான் சிறைப்படுத்தப்பட மாட்டேன் என்று உறுதியாகச் சொல்ல முடியாது, ஒன்றும் சொல்ல முடியாது; ஒரே இரவில் மாறலாம்.

இதற்கிடையில், எனக்கு அருமையான வாய்ப்பு கிடைத்தது. இருபதாண்டுகளுக்கு முன்னர் நான் விட்டு வந்த வகுப்பறைக்குப் போகும் வாய்ப்பு அது. 2001இல் நியூயார்க்கில் நான் ஜேம்ஸ் குஸ்தாவைச் சந்தித்தேன். அவர் ஐ.நா. வளர்ச்சித் திட்டத்தின் முன்னாள் தலைவர் வெள்ளை மாளிகையில் அதிபர் ஜிம்மி கார்ட்டரின் சுற்றுச்சூழல் பிரதம ஆலோசகராக இருந்தார். அவர் யேல் பல்கலைக்கழகத்தில் பணியாற்ற அழைத்தார். காடு மற்றும் சுற்றுச்சூழல் துறையில் ஆய்வுப் பணி. அவர் அங்கு டீன். ஜனவரி முதல் ஜூன் வரையில் அங்கு பணியாற்றலாம். இதனை ஒரு சிறந்த வாய்ப்பாகக் கருதினேன். யேலில் என்னுடைய பணி எனக்கு உற்சாகமளித்தது. நிலையான வளர்ச்சி பற்றிய பாடம் எடுத்தேன். பசுமைப் பகுதி இயக்கம், சுற்றுச்சூழல், ஆப்பிரிக்கா, பெண்கள் என்று பல தலைப்புகளில் பேசினேன். மாணவர்களுடைய ஆய்வு பற்றி அவர்களுடன் விவாதித்தேன். எனக்குச் சிந்திக்கவும், எழுதவும் நேரம் கிடைத்தது. பாடம் தொடர்பாகச் சில மாணவர்களைக் கென்யாவிற்கு அழைத்து வந்தேன். அங்கு அவர்கள் பசுமை இயக்கப் பணிகளில் பங்கு கொண்டார்கள். இயற்கைச் சுற்றுலா மூலம் பயணம் செய்து கற்றப் பாடம் இது. மாணவர்கள் சுற்றுச்சூழல் அழிவுபடுவதைப் பற்றிய அனைத்து உண்மை நிலைகளையும் அனுபவம் மூலம் தெரிந்துகொண்டார்கள். பிறகு அவற்றைக் கோட்பாட்டோடு இணைத்துக்கொண்டார்கள்.

இந்த அனுபவம் மாணவர்களுக்கு நல்லதொரு பயிற்சியாக அமைந்தது. இது தொடரும் என்பது எனது எதிர்பார்ப்பு. 2004இல் யேல் பல்கலைக்கழகம் எனக்கு கௌரவ டாக்டர் பட்டத்தை வழங்கியது. என்னோடு இந்தப் பெருமையைப் பெற்றவர்கள் அமெரிக்கன் பேஸ்பால் ஆட்டக்காரர் வில்லி மேய்ஸ், டேவிட் பால்டிமூர், பெரின்டர்ப்பிர் என்ற மருத்துவ ஆய்வாளர், டாம் உல்ஃப் என்ற எழுத்தாளர் முதலியோர். என்னுடைய வாழ்க்கை முழுவதும் என்னுடைய அடுத்த அடியைத் திட்டமிடாமல் இருந்ததில்லை. எந்தக் கதவு திறந்திருக்கிறதோ அதன் வழியே நுழைந்துவிடுவேன். நான் ஒரு பயணத்தை மேற்கொண்டேன். அந்தப் பயணம் நின்றதே இல்லை. அந்தப் பயணத்தை மற்றவர்கள் அங்கீகரிக்கும்போது, என்னுடன் பணியாற்றுபவர்கள் ஆதரவு

தரும்போது அவை எனக்கு உற்சாகத்தையும், ஆற்றலையும் தந்தன. நான் தொடர்ந்து நடைபோட்டதற்கு இன்னும் நடக்கப் போவதற்கு அவைதான் காரணங்கள்.

2002இல் என்னுடைய இன்னொரு ஆசை நிறைவேறிற்று. கென்யாவில் உண்மையான மக்களாட்சி மலர்ந்தது. நான் நாடாளுமன்றத் தேர்தலில் நிற்க வேண்டுமா என்ற கேள்வி எழுந்தது. டிசம்பரில் தேர்தல் அறிவிக்கப்பட்டது. என்னால் ஒரு முடிவுக்கு வரமுடியவில்லை. யேல் பல்கலைக்கழகத்தில் என் பணியை முடித்துத் திரும்பியவுடன் முடிவு செய்வேன் என்று கூறினேன். ஜூன் 2002இல் திரும்பிய பிறகு புதியதொரு சாகசச் செயல்!

மீண்டும் டெட்டு என்ற இடத்திலேயே நாடாளுமன்றத்திற்குப் போட்டியிடுவது என்று தீர்மானித்தேன். இப்போது எல்லா அரசியல் கட்சிகளும் தேசிய வானவில் கூட்டணி என்கிற பெயரில் ஒன்று சேர்ந்தன. எல்லாப் பெரிய இனங்களும் ஒன்றாக இணைந்தன. இந்த வேகத்தில் எதிர்க்கட்சிகள் வெற்றி பெற்றுவிடும் என்பது போலத் தோன்றியது.

தேசிய வானவில் கூட்டணியில் சேர்ந்தால்தான் நான் வெற்றி பெறுவேன் என்றும் தோன்றிற்று. ஆனால் என்னுடைய நண்பர்கள் நான் சுதந்திரக் கட்சியின் சார்பில் போட்டியிட வேண்டுமென்று விரும்பினார்கள். கூட்டணி ஒரு தொகுதிக்கு ஒருவரை நிறுத்தச் சம்மதித்தது. முதல் சுற்று வாக்கெடுப்பில் வெல்பவர் அதன் வேட்பாளராக நிறுத்தப்படுவார். அவர்கள் எந்தக் கட்சியைச் சேர்ந்தவர்களாகவும் இருக்கலாம். டெட்டுத் தொகுதிக்கு முதற் சுற்று வாக்கெடுப்பில் மற்ற வேட்பாளர்களை விட நான் அதிக வாக்குகள் பெற்றேன். எனவே என்னைக் கூட்டணியின் வேட்பாளராக அறிவித்தார்கள்.

என்னுடைய வாக்குப் பிரச்சாரம் 'எழுந்து நட' என்பதாகும். இது நற்செய்தி நூலில் ஒரு நிகழ்வு தந்த உள்ளொளி: இயேசுவின் சீடர்களான பேதுருவும் யோவானும் ஒரு பிச்சைக்காரரைப் பார்த்தார்கள். அவர் உரிமை இழந்த ஒருவருடைய தலைமைகளையெல்லாம் கொண்டிருந்தார். அவர் பரம ஏழை, தன்னையே தாழ்த்திக்கொண்டவர், நம்பிக்கை இழந்தவர், தன்னையே மதிக்காதவர். அவரை இந்த இழிநிலையில் பார்த்த பேதுரு அவரிடம், "எங்களிடம் வெள்ளியும் பொன்னும் இல்லை. எங்களிடம் இருப்பதை உனக்குக் கொடுக்கிறோம்," என்று கூறினார். பிறகு அவரது வலக்கையைப் பிடித்துக் காலை இழந்த

அந்தப் பிச்சைக்காரரைத் தூக்கிய பேதுரு, "நாசரேத்தூர் இயேசு கிறிஸ்துவின் பெயரால் எழுந்து நட," என்றார்.

நான் வாக்காளர்களுக்குச் சொல்ல விரும்பியதெல்லாம் "நான் உங்களுக்குப் பிச்சை தரமுடியாது, அருஞ்செயல் புரிய முடியாது. ஆனால் நாம் ஒன்று சேர்ந்து எழுந்து ஏழ்மையையும், சக்தியின்மையையும் போக்கி நமது சுய மதிப்பைத் திரும்பப் பெறுவோம் என்பதுதான். பொறுப்புள்ள மக்களுக்குக் கணக்கு காட்டக் கூடிய ஓர் அரசை ஒன்று சேர்ந்து நிறுவுவோம்." பசுமைப் பகுதி இயக்கம் இதுநாள் வரையில் செய்ய முயன்று கொண்டிருந்ததன் சாரம் இந்த 'எழுந்து நட.'

பல கட்சிகள் சேர்ந்து கூட்டணி அமைத்திருக்கிறோம் என்பது மக்களுக்குப் புரிய சிறிது காலமாயிற்று. புரிந்து கொண்டவுடன் எங்களுக்கு ஆதரவு பெருகியது. பிரச்சாரமும் எளிதானது. பசுமைப் பகுதி இயக்கம் நேரடியாகத் தேர்தலில் ஈடுபடாவிட்டாலும் அதன் உறுப்பினர்கள் எனக்குப் பெருவாரியாக ஆதரவு தந்தார்கள். நானும் நாடு முழுவதும் சுற்றி கூட்டணிக் கட்சிக்காகவும், அதிபர் வேட்பாளருக்காகவும் பிரச்சாரம் செய்தேன். எந்த அளவிற்கு என்றால் என்னுடைய தொகுதி அமைப்பாளர்கள் நான் போதுமான நேரத்தை அங்கு செலவழிக்கவில்லை என்று வருத்தப்பட்டார்கள். உண்மைதான். ஆனால் வெற்றி பெறுவோம் என்ற முழு நம்பிக்கை இருந்தது. மேலும் முந்தைய தேர்தல்களைவிட இப்போது வன்முறையும் அச்சுறுத்தலும் குறைவாகவே இருந்தன. மக்களாட்சி உண்மையாகவே வந்துவிட்டது என்பதை மக்கள் உணர்ந்தார்கள்.

தேர்தலிலும் எல்லா இடங்களிலும் நல்ல வாக்குப் பதிவுகள் நடைபெற்றது. மக்கள் அமைதியான முறையில் தங்கள் ஜனநாயகக் கடமையை நிறைவேற்றினார்கள். நான் 98 விழுக்காடு வாக்குகளைப் பெற்று வெற்றி பெற்றேன். மக்கள் என்மேல் வைத்திருந்த நம்பிக்கைக்குச் சரியாக எழுந்து, புதிய பாதையில் நடைபோடத் தீர்மானித்தேன்.

கென்யாவின் மிக அருமையான தருணம் இது. தோல்விகளும், சிறைத் தண்டனைகளும், வன்முறைத் தாக்குதல்களும் நிறைந்த இருபத்து நான்கு ஆண்டுகள் போராட்டத்தின் முடிவில், நம்பிக்கையும், மன உறுதியும் விடா முயற்சியும் வெற்றியைத் தேடித் தந்தது. இறுதியில் நாங்கள் அனைவரும் அந்த டிசம்பரில் ஒன்று சேர்ந்து, "நாங்கள் கென்யாவில் ஒரு மாற்றத்தை ஏற்படுத்தி விட்டோம். நாங்கள் மக்களாட்சியை மீட்டு விட்டோம்," என்று பெருமையுடன் அறிக்கையை வெளியிட்டோம். இதனை இரத்தம்

சிந்தாமல் வன்முறையில் இறங்காமல் பெற்றுவிட்டோம். இப்போது அரசு தங்களுக்குக் கணக்கு காட்டியாக வேண்டும் என்று மக்களுக்குத் தெரிந்துவிட்டது.

நாடு முழுவதும் அடக்குமுறை ஒழிந்தது என்றும், புதிய யுகம் பிறந்துவிட்டது என்றும் மக்கள் கொண்டாடினார்கள். பல போராட்டங்களின் மையமாக இருந்த உகுரு பூங்காவில் மக்கள் ஆயிரக் கணக்கில் கூடிப் பாடி ஆடிக் கொண்டாடினார்கள்.

டிசம்பர் 30 அன்று அதிபர் மோய் தனது அதிகாரத்தை அதிபர் கிபாகியிடம் கொடுத்ததைப் பல்லாயிரக்கணக்கான மக்கள் பார்த்தார்கள். இந்த நாளுக்காகப் பல ஆண்டுகள் மக்கள் காத்திருந்தார்கள். மக்கள் உணர்ச்சியை விவரிக்க வார்த்தைகள் இல்லை. கென்யர்களின் பெருமை மிகு தருணம் அது.

இரண்டு அதிபர்களுக்குச் சில அடி தூரத்தில் மேடையில் நின்றுகொண்டிருந்தேன். அதிபர் கிபாகி ஒரு கார் விபத்தில் காயமுற்றிருந்தார். அவர் வலியோடு அந்த மகிழ்ச்சியான நேரத்தைக் கொண்டாடிக்கொண்டிருந்தார். எனக்குப் பெரு மகிழ்ச்சி. பல ஆண்டுகளாக எதிர்பார்த்த அந்த நாள் வந்து விட்டது. அமைதியான முறையில் அதிகாரம் கை மாறிய நிகழ்ச்சியின் போது கென்யாவின் முன்னாலிருந்த பல அறைகூவல்கள் கண்முன் நின்றன. அதிகாரத்தைத் தவறாகப் பயன்படுத்துதல், ஊழல், வன்முறை, சுற்றுச்சூழல் சீரழிவு, அடக்குமுறை ஆகியவை பல ஆண்டுகளாக எங்கள் நாட்டைச் சீர்குலைத்து வந்தன. பொருளாதார நிலை மோசமாக இருந்தது. பல நிறுவனங்களைத் திரும்பக் கட்டி எழுப்ப வேண்டும். எனினும் அந்த நாள் ஒரு புதிய ஒளியை எங்களுக்குத் தந்தது. ஜனவரி 2003இல் சுற்றுச்சூழல் மற்றும் இயற்கை வளங்களின் அமைச்சகத்தில் என்னைத் துணை அமைச்சராக நியமித்தார்கள்.

மக்களாட்சி உடனே எல்லாச் சிக்கல்களையும் தீர்த்துவிடாது. உடனடியாக ஏழ்மையைப் போக்கிவிடாது; காடுகளைப் பாதுகாக்காது. எனினும் அது இல்லாவிட்டால், மக்களுக்கு இப் பிரச்சினையைத் தீர்க்கும் ஆற்றல் இராது. இன்னும் பாதாளத்திற்குப் போய்விடுவார்கள். அரசாங்கம் என்றாலே ஒருமித்த கருத்து ஏற்படவேண்டும்; பலவற்றில் விட்டுக் கொடுக்க வேண்டியிருக்கும் என்பதும் எனக்குத் தெரியும். 2002 டிசம்பருக்குப் பிறகும் மாற்றம் ஆமை வேகத்தில் நடப்பது மக்களுக்கு எரிச்சலூட்டியது. என்னிடம் அதிகாரம் இருப்பதைப் பார்க்கிறார்கள். ஆனால், அந்த அதிகாரமும் ஆட்சி என்னும் கூட்டுக்குள் இருக்கிறது. எனினும்

உள்ளுக்குள்ளேயே மாற்றம் கொண்டு வர முயன்றேன். அது ஒரு தொடக்கம்தான்.

பொறுமையாக, விடாமுயற்சியோடு, முழு மனத்துடன் செயல்பட வேண்டுமென்று நான் கற்றிருக்கிறேன். நாங்கள் மரம் நடும்போது சிலர் "ஏன் இந்த மரத்தை நடவேண்டும். இது வேகமாக வளராது," என்பார்கள். அவர்கள் இப்போது வெட்டும் மரங்கள் அவர்கள் நட்டவை அல்ல. அவர்கள் முன்னோர் நட்டவை என்று அவர்களுக்கு நான் நினைவுபடுத்துவேன். எனவே, வருங்கால சந்ததியர் பயன்படுத்தும் வகையில் நாம் மரம் நட வேண்டும் என்று சொல்வேன். நாற்றுபோல, நமது வருங்காலத்தின் வேர்கள் சூரிய ஒளியில், செழிப்பான மண்ணில், நல்ல மண்ணில் புதைந்து கிடக்கும். ஒரு காலத்தில் வானத்தை எட்டி நம்பிக்கையின் குடையை விரிக்கும் என்று விளக்குவேன்.

எங்கள் நாட்டின் புதிய விடிவுகாலத்தைப் பார்க்க நான் கொடுத்து வைத்தவள். ஆனால் பலருக்கும் அந்த வாய்ப்பு கிடைக்கவில்லை. மேகமூட்டம் எவ்வளவு இருண்டிருந்தாலும், எப்போதுமே ஒரு வெள்ளிக் கீற்று ஓரத்தில் இருக்கும், அதைத்தான் நாம் தேட வேண்டுமென்று என்றுமே நம்புகிறேன். அந்த வெள்ளிக் கீற்று ஒரு நாளில் வரும். நமக்கு இல்லாவிட்டாலும், நமது வருங்காலத் தலைமுறையினருக்கு அல்லது அதற்கு அடுத்த தலைமுறைக்கு வரும். அப்போது அது ஒரு கீற்றாக இருக்காது. கட்டற்ற ஒளி வெள்ளமாக இருக்கும்.

முடிவுரை

நம்பிக்கை எனும் விதானம்

2004 அக்டோபர் 8 அன்று நைரோபியிலிருந்து என்னுடைய தொகுதிக்குக் காரில் போய்க்கொண்டிருந்தேன். வழியில் என்னுடைய கைப்பேசி அழைத்தது. நார்வே தூதுவர் அழைத்தார். ஆஸ்லோவிலிருந்து அழைப்பு வருமாதலால் அதற்காகக் காத்திருக்குமாறு கேட்டுக்கொண்டார். சிறிது நேரத்தில் அழைப்பு வந்தது. அழைத்தவர் நார்வே நோபல் குழுவின் தலைவர் ஓலே டன் கோல்ட் மிஜோஸ் ஆவார். மென்மையான குரலில் அவர் "வங்காரி மாத்தாயா?" என்று கேட்டார்.

எனக்கு உலகெங்குமிருந்தும் அழைப்புகள் வருமாதலால் குரலைக் கொண்டு என்னால் யாரென்று கண்டுபிடிக்க முடியாது. எனவே அவர் என்ன செய்தி சொல்கிறார் என்று கவனித்துக் கேட்டேன். "ஆம்" என்றேன். அவர் செய்தியைச் சொன்னபோது நான் நாவடைத்துப் போனேன்.

எனக்கு அமைதிக்கான நோபல் பரிசு வழங்கப்பட்டிருக்கிறது என்ற செய்தியைக் கேட்பேன் என்று நான் எதிர்பார்க்கவில்லை. மின்னல் போல அந்தச் செய்தி என்னைத் தாக்கியது. இது எப்படி நடந்தது? என்னைப் போன்ற ஒருத்தியை எப்படிக் கண்டுபிடித்தார்கள்? என்னால் நம்பவே முடியவில்லை.

நார்வே தூதுவர் ஏன் அழைத்தார் என்று இப்போது புரிந்தது. "எனக்கு அமைதிக்கான நோபல் பரிசு கொடுத்திருக்கிறார்கள்," என்று எனக்கும், சுற்றியிருந்தவர்களுக்குமாக அறிவித்தேன். அவர்களுக்கு அது ஒரு வேடிக்கை இல்லை என்று தெரிந்தது. ஏனென்றால் என் முகம் முழுவதும் மகிழ்ச்சியை அவர்கள் பார்த்திருக்க வேண்டும். அதே சமயம் என் கன்னங்களில் கண்ணீர் உருண்டோடியது. எல்லோரும் என்னை வாழ்த்தினார்கள். கட்டிப் பிடித்துக் கொண்டார்கள். என்னுடன் பணியாற்றியவர்கள் என்

கண்ணீரைப் பார்த்து விடக் கூடாதென்று நண்பர்களின் தோள்களில் முகத்தை மறைத்துக்கொண்டேன். என் கண்ணீரால் அவர்களின் தோள் நனைந்தது. என்றாலும் அவை மகிழ்ச்சியின் கண்ணீர்த் துளிகள். என்னுடைய நீண்ட பயணத்தை நினைத்துப் பார்த்தேன். இந்த நேரத்தை இந்த இடத்தை அடைவதற்குள் எத்தனை தடைகள்? எத்தனை போராட்டங்கள்? தனிமையில் பணியாற்ற போராட்டமோ இது என்று கூட எண்ணியிருக்கிறேன். இந்தச் செய்தியை உலகம் முழுதும் கேட்டுக் கொண்டிருந்தது.

என்னுடைய டெட்டு தொகுதிக்குப் போகும் வழியில் நியேரியின் அவுட்ஸ்மேன் விடுதியில் தங்குவேன். இப்போது கார் அங்கு போனது. செய்தி கேட்டுச் செய்தியாளர்கள் சிலர் ஏற்கெனவே அங்கே வந்திருந்தார்கள். அவர்களும் உற்சாகமாக என்னுடைய நேர்காணலுக்காகக் காத்திருந்தார்கள். அவர்களுடைய கேள்விகளுக்குப் பதில் சொல்லிக் கொண்டிருக்கும் போதே என்னை வாழ்த்த தொலைபேசி அழைப்புகள் பல வந்தன. ஊடகம் இதைப் பெரிய செய்தியாகக் கருதிற்று. ஊடகம் என்மேல் இவ்வளவு கவனம் செலுத்தும் என்று நான் எதிர்பார்க்கவில்லை.

செய்தி விடுதிக்கும் தெரிந்து விட்டிருந்ததால், விடுதி மேலாளரும், பணியாளர்களும் உடனே வெளியில் வந்து எனக்கு வாழ்த்து சொன்னார்கள். பிறகு மேலாளரிடம் ஒரு மரக் கன்றும், மண் வெட்டியும் வேண்டுமென்று சொன்னேன். மரம் நடுவதுதான் பரிசு பெற்றதைக் கொண்டாட சிறந்த வழி. நண்டி நெருப்பு மரக் கன்று ஒன்றை நான் நட்டதைச் சுற்றி நின்ற கூட்டம் பார்த்தது. செய்தியாளர்கள் பதிவு செய்யக் காத்திருந்தார்கள். கென்ய மலைச் சிகரம் தொலைவில் தெரிய பசும் புல்வெளியின் ஓரத்தில் மரக் கன்றை நட நான் மண்ணைத் தயார் செய்தேன். முழந்தாள் படியிட்டு செம்மண் தரையில் கைகளை வைத்துத் தோண்டிய குழியில் மரக் கன்றை நட்டேன். அவர்கள் தந்த நீரை அதில் பாய்ச்சினேன்.

கென்ய மலைச் சிகரத்தைப் பார்த்தேன். எனக்கு உள்ளாற்றலைத் தந்த மலை அது. எனக்கு முன்னர் பலருக்கும் உள்ளார்வத்தைத் தூண்டிய மலைச் சிகரம் அது. இப்போது இந்த இடத்தில் அந்த மலையைப் பார்த்துக்கொண்டு இந்த வரலாற்றுச் செய்தியைக் கொண்டாடியது மிகப் பொருத்தம் என்று எண்ணிக்கொண்டேன். மலை உச்சியை எப்போதும் மேகம் மூடியிருக்கும். இன்றும் கூட முழுவதும் மூடியிருந்தது. அதனை என் கண்களாலும் இதயத்தாலும் தேடினேன். மனிதர்கள் அதனை அழிக்கச் செய்யும் முயற்சியை அது தாங்கிக்கொள்ள முடியாது என்று நான் பலமுறை நினைத்ததுண்டு. இப்போது சூரிய ஒளி பிரகாசமாக இருந்தாலும், மலை முகடுகள்

தெரியவில்லை. நான் அதைத் தேடியபோது, மலையும் என்னோடு சேர்ந்து இந்நிகழ்ச்சியைக் கொண்டாடிக் கொண்டிருக்கிறது என்றுதான் நினைத்தேன். அதுவும் மகிழ்ச்சியில் வழியும் கண்ணீரை மேகங்களுக்குள் மறைத்துக் கொண்டது போல உணர்ந்தேன். அந்தக் கணத்தில் நான் புனிதமான தரையில் நிற்பதுபோல எண்ணினேன்.

என்னுடைய வாழ்க்கையில் மரங்கள் முக்கிய பங்கினை வகித்தன என்பதுடன் எனக்குப் பல பாடங்களையும் கற்றுத் தந்திருக்கின்றன. அமைதிக்கும் நம்பிக்கைக்கும் அடையாளம் அவை. மரத்தின் வேர்கள் மண்ணில்; எனினும் அது வானத்தை எட்டித் தொடுகிறது. மேல்நோக்கி முன்னேற வேண்டுமென்றால் தரையில் கால் பதித்திருக்க வேண்டும் என்று கற்றுத் தருகிறது. நாம் எவ்வளவு உயரச் சென்றாலும், எவ்வளவு பெரிய வெற்றிகளை அடைந்தாலும், நாம் எங்கிருந்து வந்தோம் என்பதை மறக்கக்கூடாது என்று நினைவுபடுத்துகிறது. மேலும் நாம் அரசில் எவ்வளவு பெரிய அதிகாரத்தில் இருந்தாலும், எத்தனை விருதுகள் பெற்றாலும், நமது இலக்கை அடையத் தேவையான சக்தியும், ஆற்றலும், வலிமையும் வெளியில் தெரியாமல் தொண்டாற்றும் மக்களை, நாம் வளரும் மண்ணாக இருக்கும் மக்களைச் சார்ந்திருக்கின்றன. நாம் அவர்கள் தோள் மேல்தான் நிற்கிறோம் என்பதையும் காட்டுகிறது.

அமைதிக்கான நோபல் பரிசு எனக்குப் பல வாய்ப்புகளை ஏற்படுத்தித் தந்தது. பல வேண்டுகோள்களையும், அழைப்புகளையும் நான் ஏற்றுக் கொள்ளக்கூடிய ஆற்றல் எனக்கு இருக்கிறதா என்பது தான் பெரிய அறைகூவல். அதுவும் குறிப்பாக, சுற்றுச்சூழல் இயக்கம், பெண் உரிமைக்காகப் பாடுபடுபவர்கள், மனித உரிமைகள், நல்ல ஆட்சிக்காகக் குரல் கொடுப்பவர்கள், அமைதி இயக்கங்கள் முதலான அனைத்துமே இந்தப் பரிசினால் பாராட்டுப் பெற்றதாக உணர்கிறார்கள். அவர்கள்தான் எனக்கு ஆதாரம். அவர்களை ஊக்கப்படுத்தி, அதிகாரம் பெற்றுத் தந்த அவர்களோடு இந்தப் பரிசைக் கொண்டாடுவதுதான் தகும். இன்னும் கூட அரசுத் தலைவர்கள், கல்வியாளர்கள், வளர்ச்சி முகமைகள், தொழில் கூட்டிணையங்கள், ஊடகங்கள் எனது பணியில் ஆர்வம் காட்டி வருகின்றன.

இந்த ஆர்வத்திற்கு நோபெல் குழுவினர் அமைதி, வளங்களைத் தொடர்ந்து பாதுகாத்தல், நல்லாட்சி ஆகியவற்றிற்கிடையே உள்ள தொடர்பை ஏற்றுக்கொண்டதும் ஒரு காரணம். நோபெல் குழு இந்தத் தொடர்பை ஏற்படுத்தியது இதுவே முதல் முறை. முப்பது ஆண்டுகளாக இந்தத் துறைகளில் பணியாற்றிய ஒருவருக்கு நோபல் பரிசு கொடுக்கத் தீர்மானித்ததும் இதுவே முதற்தடவை.

அமைதி, பாதுகாப்பு பற்றியும் மக்களாட்சித் தத்துவத்தைக் கடைப்பிடித்து, மனித உரிமைகளையும், சட்டத்தின் ஆட்சியையும் மதித்து, நீதியையும் சமத்துவத்தையும் முன்னிறுத்தி, இயற்கை வளங்களைப் பொறுப்புடன் இன்றைய தலைமுறைக்கும் வருங்காலத் தலைமுறையினருக்கும் பாதுகாப்பது பற்றியும் மனித இனம் புதிய சிந்தனையை மேற்கொள்ள வேண்டும் என்று சொல்லி வந்திருக்கிறோம்.

இந்தத் தொடர்பை விளக்குவதற்கு ஆப்பிரிக்காவில் பாரம்பரியமாய்ப் பயன்பட்டு வந்த முக்காலி எனக்கு உள்ளொளி தந்தது. முக்காலிக்கு மூன்று கால்கள், உட்கார ஒரு பலகை. மூன்று கால்களும் நிலையான சமுதாயங்களின் தூண்கள். முதல் தூண் சுதந்திரத்தைக் குறிக்கிறது. இங்கே மனித உரிமைகள், பெண் உரிமைகள், குழந்தைகளின் உரிமைகள், சுற்றுச்சூழல் உரிமைகள் முதலான அனைத்து உரிமைகளும் மதிக்கப்படுகின்றன. இரண்டாவது கால் என்றும் நீடித்து நிலைத்திருக்குமாறு இயற்கை வளங்களைக் காப்பதைக் குறிக்கிறது. மூன்றாவது சமுதாயங்களிலும், நாடுகளிலும் வளர்க்கப்படுகின்ற அமைதிப் பண்பாட்டைக் குறிக்கிறது. இருக்கை சமுதாயத்தையும் அதன் வளர்ச்சிக்கான சாத்தியக் கூறுகளையும் காட்டுகிறது. இந்த மூன்று கால்களும் அவ்வவற்றின் இடத்தில் இருந்து இருக்கையைத் தாங்கிக் கொண்டால்தான் ஒரு சமுதாயம் உயிர் வாழ முடியும். இல்லையென்றால் அதன் குடிமக்கள் தங்கள் திறன்களையும் படைப்பாற்றலையும் வளர்த்துக்கொள்ள முடியாது. ஒருகால் இல்லையென்றால் இருக்கை நிலையாக இருக்க முடியாது. இரண்டு கால்கள் இல்லையென்றால் நாடே நிலையாக இருக்காது. தோல்வியைத் தழுவிய நாடாகிவிடும். ஒரு வளர்ச்சியும் ஏற்படாது. மோதல்தான் மிஞ்சும்.

நல்ல ஆட்சி, மனித உரிமைகள், சமத்துவம், அமைதி ஆகியவற்றிற்கு மரியாதை ஆகியவை ஆப்பிரிக்காவிற்குத் தொடர்புடைய மிக முக்கியமான அறைகூவல்கள். இந்தக் கண்டத்தில் இயற்கை வளங்களுக்குக் குறைவில்லை; ஆனால் போர்களால் சீரழிந்து போய்க் கிடக்கிறது. இந்த வளங்கள் யாருக்குப் போய்ச் சேர வேண்டும்? அவற்றிற்கு உரிமையில்லை என்று யார் ஒதுக்கப்பட வேண்டும்? பெரும்பான்மையினர் அதிகாரத்தைக் கையில் வைத்திருந்தாலும், சிறுபான்மையினர் கருத்துகளைச் சொல்ல முடியுமா?

நல்லவேளையாக, ஆப்பிரிக்காவில் புதிய தலைமை உருவாகி வருகிறது. அதோடு புதிய வாய்ப்புகளும், கடமைகளும் வந்திருக்கின்றன. அத்தகைய தலைவர்களை ஊக்கப்படுத்த

வேண்டும். இதன் காரணமாகத்தான் காங்கோ பேசின் காட்டு வளம் எனும் உலகின் இரண்டாவது நுரையீரலைக் காக்கும் முன்னெடுப்பில் நான் நல்லெண்ணத் தூதுவராக இருக்கச் சம்மதித்தேன். இந்த உயிர் தரும் மூலதனத்தையும் இயற்கை வளத்தையும் பாதுகாக்க மத்திய ஆப்பிரிக்க நாடுகள் ஒன்று சேர்ந்தன. ECOSOCC என்று அழைக்கப்படும் ஆப்பிரிக்க ஒன்றியத்தின் பொருளாதாரச் சமூக பண்பாட்டுக் குழுவின் தலைவராக இருக்கிறேன். ஆப்பிரிக்கத் தலைவர்களை ஒருங்கிணைத்து ஒரு மேடையில் சேர்த்து மக்கள் நல அமைப்புகளிடம் ஆற்றலையும், புதுக் கருத்துகளையும் கொண்டு வர இந்தக் குழு பணியாற்றுகிறது. ஆப்பிரிக்க குடிமக்களுக்கும், சமுதாயத்திற்கும் தங்கள் குரலை எழுப்பவும் ஆப்பிரிக்க நாடுகளின் ஆட்சியாளர்களுக்கு ஆலோசனைகள் தரவும் வாய்ப்பளிக்கிறது. ஆப்பிரிக்க ஒன்றியத்தின் தொலைநோக்கு இது. மக்களின் குரலுக்கு மதிப்பளிக்க வேண்டியதன் அவசியத்தை எடுத்துக்காட்டி, ஆப்பிரிக்காவின் வருங்காலத்திற்குப் பாதை அமைக்கிறது.

ஆடையின்றி இருக்கும் பூமிக்கு உடை போர்த்தும் பணியை ஆண்களும், பெண்களும் தொடர்ந்து செய்கிறார்கள். உலகம் முழுவதும் இந்த நீலக் கோள் மேல் அக்கறை காட்டுகிறவர்களோடு நாங்களும் சேர்ந்துகொள்கிறோம். வேறெங்கு நாம் போக முடியும்? சுற்றுச்சூழலைச் சேதப்படுத்தி அதன் மூலம் வரும் துன்பங்களைப் பார்க்கும் நாம் மெத்தனமாக இருக்க முடியாது. சுமையை உண்மையில் நாம் சுமந்தால், நாம் செயல்படத் தூண்டப்படுவோம். நாம் களைப்படையவோ கைவிடவோ முடியாது. இன்றைய எல்லா உயிரினங்களின் வருங்காலத் தலைமுறைகளுக்காக எழுந்து நடக்க வேண்டியது நமது கடமையாகிறது.

கோனியெசி நா இதே

கோனியெசியும் அவனுடைய தந்தையும்

ஒருநாள் இளம் பெண்களும், இளைஞர்களும் கூட்டமாக நடனமாடச் சென்றார்கள். (அக்காலத்தில் இளைஞரும், இளம் பெண்களும் தனித்தனியாகவும் சேர்ந்தும் நடனமாடுவார்கள்.) ஆண்கள் நடனமாடப் பெண்கள் வேடிக்கை பார்த்தார்கள். அவர்களில் ஓர் இளைஞன் மிக லட்சணமாக இருந்தான். அழகாகவும் நடனமாடினான். அங்கிருந்த நான்கு இளம் பெண்கள் அவன் மிகவும் கவர்ச்சிகரமாக இருப்பதாகக் கருதினார்கள். அவர்களில் ஒருத்தி முதல் பார்வையிலேயே அவனைக் காதலிக்கத் தொடங்கினாள்.

மாலையில் பெண்களில் மூவர் அவன் வித்தியாசமாக நடந்து கொள்வதைப் பார்த்தார்கள். ஒரு சமயம் அவன் நடனமாடும்போது தனது நகத்தை உடைத்து அவன் பின்புறக் கழுத்திலிருந்த வாய்க்குள் போட்டான். அவன் வாயைத் திறந்தபோது ஈக்கள் வெளியே பறந்து வந்தன. "நீ அதைப் பார்த்தாயா?" என்று ஒருத்தி அடுத்தவளைக் கேட்டாள்.

"பார்த்தேன்," என்றாள் இரண்டாமவள்.

"ஆ.. இந்த இளைஞன் வெளியில் தெரிவதுபோல இல்லை. இவன் ஒரு 'டிரேகன்' ஒரு 'அரக்கன்' என்று நினைக்கிறேன்" என்றாள் மூன்றாமவள்.

மூன்றாவது பெண் சொன்னதுதான் சரி. ஆனால் நான்காவது பெண் ஏற்கெனவே காதலில் விழுந்துவிட்டாள். அவளுடைய காதல் கண்களைக் குருடாக்கிவிட்டது. மேலும், அவள் யாரிடமும், அவர்கள் எவ்வளவு தீயவர்களாக இருந்தாலும் நல்லதையே பார்ப்பாள். "என்ன பேசுகிறீர்கள் நான் ஒன்றையும் பார்க்கவில்லை. அவன் என்ன அழகாக இருக்கின்றான்?" என்றாள் அவள்.

"நாங்கள் எல்லாம் அவன் செய்ததைப் பார்த்தோம். அருவருப்பாக இருந்தது. எந்த மனிதனுக்கும் இரண்டு வாய் இருக்காது," என்றார்கள் மற்ற மூவரும்.

இதைக் கேட்டவுடன் காதலில் விழுந்தவள் கோபமாகப் பேசினாள். "நீங்கள் யாரிடமும் நல்லதையே பார்ப்பதில்லை. அப்படிப் பார்த்தாலும் அவர்களைக் குதறி எடுத்துவிடுவீர்கள்," என்றாள். ஒருவரையொருவர் தாக்கிப் பேசிக்கொண்டார்கள்.

இதற்கிடையில் அந்தப் புதிரான இளைஞன் நடனமாடிக் கொண்டு சுற்றிலும் பார்த்தான். இந்த நான்கு பெண்களையும் கண்டு முறைத்துப் பார்த்தான். அவர்களும் திரும்பிப் பார்த்தார்கள். அந்த மூன்று பெண்களும் அவனுடைய கண்கள் பெரிதாகித் திறந்த பச்சோந்தியின் கண்கள் போல மூடுவதைப் பார்த்தார்கள். காதல் மயக்கத்தில் இருந்த அந்தப் பெண்ணிடம் மூவரும், "பார்த்தாயா? இந்தக் கண்கள் எந்த மனிதனிடம் இருக்கும்?" என்றார்கள்.

"இந்தக் கண்களைப் போல அழகான கண்களை நீங்கள் பார்க்கவே முடியாது," என்றாள் நான்காமவள். "நீங்கள் பார்த்ததையெல்லாம் குற்றம் சொல்கிறீர்கள்."

நடனம் முடியும் வரையில் இந்தப் பெண்கள் சண்டை போட்டுக் கொண்டிருந்தார்கள். நடனம் முடிந்தவுடன் அந்த அழகிய இளைஞன் அவர்களிடம் வந்து அவர்களைத் தனது வளாகத்திற்கு வருமாறு அழைத்தான். (இது கிகியுயு பண்பாட்டில் சாதாரணம். பையன்களோடு பெண்கள் போவதும் ஒன்றாக அவர்களுடன் ஒரே அறையில் தூங்குவதும் ஏற்றுக்கொள்ளத் தக்கவை. ஆனால் உடலுறவு கூடாது. ஆண்களும் பெண்களும் ஒரே பகுதியில் தூங்கினாலும் பெண்கள் தூங்குவதற்கு முன்னர் கன்னித் தன்மை காக்கும் 'பெல்ட்' அணிய வேண்டும். இது ஒரு முன்னெச்சரிக்கைதான். ஏனென்றால் ஆண்களும் பெண்களும் எப்போதும் ஒன்றாக இருப்பார்கள். இப்படி அணிவது திருமணமான ஆண்களுக்கும் பெண்களுக்கும் ஒரு தடுப்பாக இருக்கும்.)

வளாகத்திற்குப் போகும் வழியில் அந்த இளைஞனுக்கு மீண்டும் ஒரு நகம் விழுந்துவிட்டது. அதைத் தனக்குப் பின்னால் எறிந்தான். அதையும் அவனுடைய இரண்டாவது வாய் விழுங்கி விட்டது. அப்போதும் ஈக்கள் சப்தத்துடன் வெளிவந்தன. அந்த மூன்று பெண்களும் காதல் மயக்கத்தில் இருந்தவளிடம் இதனைப் பார்த்தாயா என்று கேட்டார்கள். இப்போதும் காதல் அவள் கண்களை மறைத்துவிட்டது. மூன்று பெண்களில் ஒருத்தி மிகவும்

பயந்து விட அவள் வீட்டிற்குத் திரும்பிப் போய் விட்டாள். மற்ற மூவரும் பின் தொடர்ந்தார்கள்.

ஆறு மணி ஆகியது. இருள் சூழும் நேரம். அந்த இளைஞன் அவர்களிடம், "நீங்கள் நேராகப் பார்த்தால் தூரத்தில் சில வெள்ளைப் புள்ளிகள் இருக்கும். உங்களால் பார்க்க முடிகிறதா," என்று கேட்டான்.

அந்த இளம் பெண்கள் கண்களைச் சுருக்கிப் பார்த்தார்கள். அங்கே வெள்ளைப் புள்ளிகள் தெரிந்தன. "ஆமாம், எங்களால் பார்க்க முடிகிறது," என்றார்கள்.

"அவை என்னுடைய ஆடுகள். நாம் இதே வேகத்தில் போனால் இருட்டிவிடும். ஆடுகளுக்கு வழி தெரியாது. நான் முன்னால் போய் அவற்றை வீட்டினுள் அடைத்து விடுகிறேன். நீங்கள் உங்கள் வேகத்திலேயே வரலாம்," என்றான்.

பெண்கள் இத்திட்டத்திற்குச் சம்மதித்து மெதுவாக நடந்தார்கள். அந்த வெள்ளைப் புள்ளிகள் ஆடுகள் இல்லை. இவன் - இந்த அரக்கன்- தின்று போட்ட மனிதரின் எலும்புகள். அவற்றை அப்புறப்படுத்தத்தான் அவன் வேகமாகப் போனான்.

பெண்கள் வருவதற்கு முன்னர் எலும்புக் கூடுகளை எல்லாம் அரக்கன் சுத்தம் செய்துவிட்டுத் தன்னுடைய வளாகத்தில் இரண்டு குடிசைகளில் நெருப்பேற்றினான். ஒன்று அவனுக்கு, இன்னொன்று பெண்களுக்கு. ஒரு ஆடு வெட்டப்பட்டு அதன் இறைச்சி பெண்களின் குடிசையில் வெந்துகொண்டிருந்தது. அந்த இடத்திற்குச் சிறிது பழகிய பிறகு, ஒரு பெண் அந்த இளைஞன் பற்றிய தனது சந்தேகங்களைத் தீர்த்துக்கொள்ளும் ஆவலில் அவனுடைய குடிசைக்கு வெளியில் நின்று எட்டிப் பார்த்தாள். அவன் அங்கே ஆட்டுக் காலை இல்லை, மனிதக் காலைத் தின்று கொண்டிருந்தான்.

"பெண்ணே, நான் என்ன சாப்பிட்டுக்கொண்டிருந்தேன் பார்த்தாயா?" என்று கேட்டான்.

அவள் பயந்து, "ஒன்றுமில்லை. நீங்கள் எதுவும் சாப்பிடுவதை நான் பார்க்கவில்லை. நீங்கள் நெருப்பு முன் மகிழ்ச்சியாக உட்கார்ந்திருப்பதைப் பார்த்தேன்," என்று உளறினாள்.

அவள் திரும்ப மற்ற பெண்களிடம் போய், "இவன் சாதாரண மனிதன் இல்லை, அரக்கன். அவன் என்ன சாப்பிட்டுக்

கொண்டிருந்தான் தெரியுமா?" என்று கேட்டுவிட்டுத் தான் பார்த்ததைச் சொன்னாள்.

இப்போதும் அந்த மதி மயங்கிய பெண் நம்பவில்லை. எனவே இரண்டாவது பெண் அவன் என்ன செய்கிறான் என்று பார்க்கப் போனாள். இப்போது அவன் ஒரு மனிதத் தலையைத் தின்று கொண்டிருந்தான்.

"பெண்ணே, நான் எதைச் சாப்பிட்டுக் கொண்டிருப்பதைப் பார்த்தாய்?" என்று அரக்கன் கேட்டான்.

"நீங்கள் எதுவும் சாப்பிடுவதைப் பார்க்கவில்லை. நீங்கள் மகிழ்ச்சியாக உட்கார்ந்திருக்கிறீர்கள்," என்று தட்டுத் தடுமறிச் சொல்லிவிட்டுக் குடிசைக்கு ஓடினாள். அவள் சொன்னதையும்; காதலில் மயங்கிய பெண் நம்பவில்லை. மற்ற இரண்டு பெண்களும் வீடு திரும்பத் தீர்மானித்தார்கள். எனினும் முன் கதவு வழியாகப் போனால் அரக்கன் பிடித்து அப்படியே கொதிக்கும் பானையில் போட்டுவிடுவான் என்று பயந்தார்கள். எனவே பூமிக்கடியில் குகை வழி ஒன்றைத் தோண்டத் தீர்மானித்தார்கள். ஆனால் அப்படித் தோண்டக் கருவிகள் இல்லை. அரக்கனின் குடிசைக்குப் போய் அவனிடம் கோடரி கேட்டார்கள். அவன் எதற்கு என்று கேட்டான். இவர்கள், "எரிப்பதற்கு மரத்தை வெட்ட," என்று பதிலளித்தார்கள்.

"நானும் வந்து உதவவா?" என்று அவன் கேட்டான்.

"வேண்டாம், வேண்டாம், நாங்களே வெட்டிக்கொள்கிறோம்," என்று கூறினார்கள்.

அரக்கன் அவர்களிடம் கோடரி ஒன்றைக் கொடுத்தான். வெட்டுகின்ற சப்தம் கேட்டது. நெடுநேரம் கேட்டதால் எதற்காக இவர்கள் இவ்வளவு மரத்தை வெட்டுகிறார்கள் என்று அறிய விரும்பினான்.

"எதை வெட்டிக் கொண்டிருக்கிறீர்கள்?" என்று கேட்டான்.

"பானையிலிருந்து இறைச்சியை எடுக்கப் பார்க்கிறோம். ஆனால் கடினமாக இருக்கிறது."

"நான் உதவிக்கு வரட்டுமா?"

"வேண்டாம். வேண்டாம். முடிந்துவிட்டது," என்று இரண்டு பெண்களும் பதில் சொன்னார்கள். அவர்களும் குகை வழியைத்

தோண்டி முடித்து காதல் மயக்கத்தில் இருந்த பெண்ணை விட்டு விட்டு குகை வழியில் புகுந்து வெளியே வந்துவிட்டார்கள்.

அந்த நான்காவது பெண்ணும் அரக்கனின் மனைவியாகி விட்டாள். ஒரு ஆண் குழந்தையையும் பெற்றுவிட்டாள். அவனும் அரக்கன் போலவே இருந்தான். (அரக்கர்கள் மனிதர்களோடு சேர்ந்து குழந்தை பெறலாம். ஆனால் குழந்தை அரக்கர்களாகவே இருக்கும்.) மகனும், கணவனும் அரக்கர்களாக இருந்ததால் அந்தப் பெண் தனியாகவே வாழ்ந்தாள். ஒவ்வொரு நாளும் இருவரும் வெளியில் சென்று மனிதர்களையோ, விலங்குகளையோ வேட்டையாடி வந்து அவளைச் சமைக்கச் சொல்வார்கள். அவளுக்கு வாழ்க்கை நரகமாயிற்று. ஆனால், அவளால் தன்னுடைய கணவனாகிய அரக்கனை விட்டுப்போக முடியவில்லை.

அந்தப் பெண்ணின் தங்கைக்குத் தனது அக்கா நடனமாடப் போனவர் ஏன் திரும்ப வரவில்லை என்பது ஐயத்தை ஏற்படுத்திற்று. (கதைகளில் அரக்கனை மணமுடித்தவர்கள் வீட்டிற்குத் திரும்பப் போகமாட்டார்கள்.) ஆகவே அவள் கர்ப்பிணியாக இருந்தாலும் அக்காவைப் பார்க்க அவளைத் தேடிப் போய்க் கடைசியில் அரக்கனின் வீட்டில் கண்டுபிடித்தாள். ஆனால் அவள் எவ்வளவு கெஞ்சியும் அக்கா அவளுடன் போக மறுத்து விட்டாள். இரண்டு அரக்கர்களும் அவளைக் கொன்று தின்று விடுவார்கள் என்று பயந்து அவர்களை உடனே போகச் சொன்னாள். “மழை வரும் போல இருக்கிறது. எவ்வளவு மழை பெய்தாலும் வழியிலுள்ள அத்திமரத்தின் அடியில் மட்டும் நிற்காதே. அங்குதான் கோனியெசியும் அவனுடைய தந்தையும் ஓய்வு எடுப்பார்கள். வேறு எங்கு வேண்டுமென்றாலும் போ. அங்கே போகாதே,” என்று எச்சரித்து அனுப்பி வைத்தாள்.

சரியென்று சொல்லி தங்கையும் புறப்பட்டாள். எதிர் பார்த்தது போல மழையும் பெய்யத் தொடங்கிற்று. அவள் அருகிலிருந்த அத்திமரத்தை நோக்கி ஓடினாள். அந்தப் பெரிய மரத்திற்குத்தான் போகவேண்டாமென்று அவளுடைய அக்கா எச்சரித்திருந்தாள். இப்போது உடனே அவள் மரத்தின் உச்சிக்கு ஏறிவிட்டாள். “நான் இங்கிருப்பது அவர்களுக்குத் தெரியாது. அவர்கள் போவது வரையில் காத்திருப்பேன்” என்று நினைத்தாள். கதைகளில் போலவே கோனியெசியும் அவனுடைய தந்தையும் அந்த மரத்திற்கு ஓய்வெடுக்க வந்தார்கள். மகன் அண்ணாந்து பார்த்தான். பறவைக் கூடு போல உச்சியில் எதுவோ தெரிந்தது.

“அப்பா, மர உச்சியில் பறவைக் கூடு இருக்கிறது,” என்றான்.

அவனுடைய அப்பாவும் அண்ணாந்து பார்த்து, "அது எப்போதும் அங்கேயேதான் இருக்கிறது," என்றான்.

"இல்லை, நான் பலமுறை அண்ணாந்து பார்த்திருக்கிறேன். இதுபோல நான் இதுவரையில் பார்த்ததில்லை. நான் என்னவென்று பார்க்கிறேன்," என்றான். (கதை கேட்கும் நாங்கள் மூச்சைப் பிடித்துக்கொண்டிருப்போம். அவர்கள் அவளைக் கண்டுபிடித்துவிடுவார்களோ?) அவனும் மேலே மேலே ஏறிப் போனான். புள்ளி போல இருந்தது பெரிதாகி ஒரு பெண் அவனுக்குத் தென்பட்டாள்.

"ஒன்றும் பேசாதே; அப்படியே இரு. நீ உன்னுடைய ஒரு விரலைக் கொடுத்தால், நான் உன்னைப் பார்த்ததைச் சொல்ல மாட்டேன்," என்றான் கோனியெசி. அவள் யோசித்தாள்.

"ஒன்று மட்டும் கொடு," என்றான்.

"சரி. ஒன்றை மட்டும் எடுத்துக்கொள்," என்றாள் அந்தப் பெண்.

அவன் ஒரு விரலை எடுத்து விழுங்கிவிட்டான். "இன்னும் ஒரு விரலை மட்டும் கொடு, உன்னைப் பார்த்ததைச் சொல்ல மாட்டேன்," என்றான்.

அவளும் சரியென்று கொடுத்தாள். இப்படி ஒரு கையிலிருந்த விரல்கள் அனைத்தையும் தின்றுவிட்டான். "இப்போது உன்னுடைய ஒருகால் விரல்களைத் தர வேண்டும்," என்றான். அவளும் என்ன செய்வது என்று தெரியாமல் கொடுத்து விட்டாள். அவனும் தின்றுவிட்டான். "இன்னொன்றையும் கொடு. கொடுக்காவிட்டால் சொல்லிவிடுவேன். அப்பா கீழே இருக்கிறார். கொடுத்தால் சொல்லமாட்டேன்," என்றான். இப்படியே போய் கால் விரல்களே இல்லாது போயிற்று. இன்னும் அவனுக்குத் திருப்தி ஏற்படவில்லை. இப்போது அவளுடைய மார்பகங்களைத் தின்னத் தீர்மானித்தான்.

இப்போது அவளுக்குப் பிடித்துக்கொள்ள ஒரு கைதான் இருந்தது. "நான் கீழே வருகிறேன், அப்பா" என்று சொல்லிக் கொண்டே அவளைக் கீழே தள்ளிவிட்டான். அவள் கீழே விழுந்தவுடன் அவளுக்கு இரட்டைக் குழந்தைகள் பிறந்து விட்டன. இரண்டு அரக்கர்களுக்கும் மகிழ்ச்சி. அந்தப் பெண்ணைத் தின்றுவிட்டு, கோனியெசி குழந்தைகளை வளாகத்திற்குள் கொண்டு வந்தான்.

வீட்டுக்கு வந்தவுடன் அவனுடைய அம்மாவிடம், "இந்த மூஞ்சுறுகளைச் சமைத்துத் தா," என்றான். அவள் அவை

தன்னுடைய தங்கையின் குழந்தைகள் என்று கண்டு கொண்டாள். அவள் குழந்தைகளை ஒரு கூடையில் வைத்து விட்டு இரண்டு மூஞ்சுறுகளைப் பிடித்துச் சமைத்துவிட்டாள். மகன் சாப்பிட வந்தவுடன் அவற்றை அவனுக்குக் கொடுத்தாள். "இவை மிகச் சிறியனவாக இருக்கின்றன. என்னுடைய மூஞ்சுறுகளுக்கு மயிர் இல்லை," என்று முணுமுணுத்தான்.

"இவை உன்னுடைய மூஞ்சுறுகள்தான், சாப்பிடு," என்றாள். அவனும் சாப்பிட்டுவிட்டான்.

பகல் நேரத்தில் பையன்களுக்கு உணவு ஊட்டி அவள் வளர்த்து வந்தாள். பகலில் அவர்கள் வெளியில் விளையாடுவார்கள். இரவில் அவர்களை ஒளித்து வைத்துவிடுவாள். கோனியெசி கெட்டிக்காரன். "அப்பா, வளாகத்திற்குள் பல காலடித் தடங்கள் இருக்கின்றன. யாருடையவை அவை? சிறியனவாக இருக்கின்றன, அம்மாவுடையது இல்லை," என்றான். அப்பா அவனிடம் அவனுடைய அம்மாவிடம் கேட்கச் சொன்னான். அவளும் கண்கொட்டாமல் பார்த்து, "நான் எத்தனை தடவை உள்ளேயும் வெளியேயும் நடக்கிறேன்? அவை என்னுடைய காலடித் தடங்கள்தான்," என்றாள். ஆனால் கோனியெசிக்குச் சந்தேகம். அவன் காலடித் தடங்களைப் பற்றிக் கேட்டுக் கொண்டே இருந்தான். அதே பதிலைத்தான் அவனுடைய அம்மாவும் கொடுத்தாள்.

சிறுவர்கள் இளைஞர்களாக வளர்ந்துவிட்டார்கள். அந்தப் பெண் அவர்களைத் தப்பித்துப் போகச் சொன்னாள். ஆனால், அவர்களுக்கு ஆயுதங்கள் தேவைப்பட்டன. எனவே கோனியெசியிடமும் அவனுடைய தந்தையிடமும் சென்று, "நீங்கள் தினமும் என்னைத் தனியாக விட்டுவிட்டுப் போய் விடுகிறீர்கள். யாராவது வந்து என்னைக் கடத்த முயன்றால் என்னைக் காப்பாற்றிக்கொள்ள முடியாது," என்றாள்.

"உனக்கு என்ன வேண்டும்?" என்று கோனியெசி கேட்டான்.

"எனக்கு ஈட்டிகள் வேண்டும்."

மகனும் இரண்டு ஈட்டிகள் கொடுத்தான். அடுத்த நாளும் அது போலத் தன்னுடைய பாதுகாப்பு பற்றிப் பேசினாள். அவனும் என்ன வேண்டுமென்று கேட்டான். அவள் கேடயங்கள் வேண்டுமென்று கேட்டாள். அவனும் கொடுத்தான். அடுத்தநாள் இரண்டு வாள்களை வாங்கிக் கொண்டாள். தினமும் அந்த இளைஞர்கள் சண்டையில் பயிற்சி எடுத்துக்கொண்டார்கள்.

அவர்களும் நாளடைவில் தேர்ந்து விட்டார்கள். இப்போது அவர்கள் ஆயத்தமாக இருந்தார்கள்.

ஒன்று மட்டும் மிச்சம் இருந்தது. அவர்கள் இருவரும் எவ்வளவு பலசாலிகள் என்று தெரிந்துகொள்ள ஆசைப்பட்டாள். ஒருநாள் கொஞ்சம் புல், சர்க்கரை வள்ளிக் கிழங்கு, தானியம் ஆகியவற்றை ஒன்றாகக் கட்டிக்கொண்டு இரண்டு அரக்கர்களிடமும் போனாள். “நீங்கள் இருவரும் எவ்வளவு பலசாலிகள் என்று தெரிந்துகொள்ள விரும்புகிறேன். என்னை யாராவது தாக்கினால், நீங்கள் என்னைக் காப்பாற்றக்கூடிய பலம் உங்களிடம் இருக்கிறதா என்று பார்க்க வேண்டும், இதைத் தூக்குங்கள்” என்றாள். அவர்களும் எளிதில் தூக்கிவிட்டார்கள். கொஞ்சம் கொஞ்சமாகத் தினமும் எடையைக் கூட்டிக் கொண்டே போனாள். இப்போது கற்களை எல்லாம் உள்ளே வைத்துக்கட்டினாள். அவர்களும் அவற்றை எளிதாகத் தூக்கி விட்டார்கள். ஆனால், ஒருநாள் அவர்களால் தூக்க முடியாத அளவிற்குப் பளுவாக ஆகிவிட்டது. இரண்டு பேரும் சேர்ந்து தூக்கப் பார்த்தார்கள். அவர்கள் அந்த மூட்டையைத் தூக்கப் போராடிக்கொண்டிருந்த போது அவள் கதவைத் திறந்து விட்டாள். இளைஞர்கள் இருவரும் உள்ளே நுழைந்து இரண்டு அரக்கர்களையும் கொன்றுபோட்டார்கள். மூவரும் அவர்களுடைய மக்களிடம் போய்ச் சேர்ந்தார்கள்.

“கதை முடிந்தது,” என்று எனது அத்தை சொல்வார். “இப்போது நீ கதை சொல்ல வேண்டும். இல்லாவிட்டால் மூஞ்சூறு உன்னைக் கடித்துவிடும்!” என்பார்.

இதற்குள் உணவு தயாராகிவிடும். அடுத்த கதை இருக்கிறதோ இல்லையோ சாப்பிட உட்கார்ந்துவிடுவோம். உணவிற்குப் பிறகு தூக்கம்தான். இனி அடுத்த நாள் மாலை மீண்டும் இன்னொரு கதை.

the green belt movement international

பசுமைப் பகுதி இயக்கம்

இந்த நூல் விளக்குவது போல், என்னுடைய வாழ்க்கைப் பணி மரங்களை நடுவதற்கும் மேலாக விரிந்தது. நான் நிறுவிய பசுமைப் பகுதி இயக்கமும், பன்னாட்டுப் பசுமைப் பகுதி இயக்கமும் இந்த வளர்ச்சியைக் காட்டுகின்றன. மரங்களை நட்டு நானும் எனது உடன் உழைப்போரும் கருத்துகளை நட்டோம். அந்தக் கருத்துகளும் மரங்களைப் போலவே வளர்ந்தன. கல்வி, தண்ணீர், சமூக நீதி ஆகியவற்றைத் தந்து இந்த இயக்கம் மக்களுக்குச் சக்தியைத் தருகிறது. அவர்களில் பெரும்பாலோர் ஏழைகள் மற்றும் பெண்கள். இவர்களுடைய செயல்பாடு தனிமனிதனுடைய, குடும்பங்களுடைய வாழ்க்கைத் தரத்தை முன்னேற்றுகிறது.

எங்களுடைய முப்பதாண்டுக் கால அனுபவமும் எளிமையான செயல்களும், பெரிய மாற்றத்திற்கு வழிகாட்டியாக அமைந்து சுற்றுச்சூழல், நல்லாட்சி, அமைதிப் பண்புகள் ஆகியவற்றிற்கு மரியாதையைத் தருமென்று காட்டியது. இந்த மாற்றம் கென்யாவிலும் ஆப்பிரிக்காவிலும் மட்டும் ஏற்படவில்லை. சுற்றுச்சூழலுக்கு ஏற்படும் அழிவு ஆப்பிரிக்காவில் மட்டுமல்ல. அது உலகம் முழுவதையும் பாதிக்கிறது. எனவேதான் பன்னாட்டுப் பசுமைப் பகுதி இயக்கம் தொடங்கப்பட்டது. அனைவரும் சேர்ந்து உழைத்தால்தான் இந்த விலை மதிப்பற்ற உலகின் சில சிக்கல்களையாவது தீர்க்க முடியும்.

வங்காரி மாத்தாய்